**ಡಾ. ಪಿ. ವಿ. ಭಂಡಾರಿ,** MBBS, DPM, DNB (Psychiatry)

ಡಾ. ಪಿ. ವಿ (ವೆಂಕಟರಾಯ) ಭಂಡಾರಿಯವರು ಉಡುಪಿ ಜಿಲ್ಲೆಯ ಪರ್ಕಳದಲ್ಲಿ ವಾಸವಾಗಿದ್ದು ಕಳೆದ ಹತ್ತೊಂಬತ್ತು ವರ್ಷಗಳಿಂದ ಮನೋವೈದ್ಯರಾಗಿ ಸೇವೆ ಸಲ್ಲಿಸುತ್ತಿದ್ದಾರೆ. ಪ್ರಸ್ತುತ ಡಾ. ಎ ವಿ ಬಾಳಿಗ ಸಮೂಹ ಸಂಸ್ಥೆಗಳ ನಿರ್ದೇಶಕರಾಗಿ ಕಾರ್ಯ ನಿರ್ವಹಿಸುತ್ತಿರುವ ಇವರು ಈ ಹಿಂದೆ ಉಡುಪಿ ಜಿಲ್ಲೆಯ ಮಿಷನ್ ಆಸ್ಪತ್ರೆ, ಜಿಲ್ಲಾ ಸರಕಾರಿ ಆಸ್ಪತ್ರೆ, ಕಸ್ತೂರ್ಬಾ ವೈದ್ಯಕೀಯ ಕಾಲೇಜು ಮಣಿಪಾಲ ಮತ್ತು ಎನಪೋಯ ವೈದ್ಯಕೀಯ ಕಾಲೇಜು ಮಂಗಳೂರು, ಇವುಗಳಲ್ಲಿ ತಮ್ಮ ವೈದ್ಯಕೀಯ ಮತ್ತು ಅಧ್ಯಾಪನ ಸೇವೆ ನೀಡಿದ್ದಾರೆ. ಜೆ.ಜೆ.ಎಂ ವೈದ್ಯಕೀಯ ಮಹಾವಿದ್ಯಾಲಯದಲ್ಲಿ ಎಂ.ಬಿ.ಬಿ.ಎಸ್ ಪದವಿಯನ್ನು, ಮಣಿಪಾಲ ವಿಶ್ವವಿದ್ಯಾನಿಲಯದಲ್ಲಿ ಮನೋವೈಜ್ಞಾನಿಕ ಚಿಕಿತ್ಸೆಯಲ್ಲಿ ಡಿಪ್ಲೋಮ ಪದವಿಯನ್ನು ಚಿನ್ನದ ಪದಕದೊಂದಿಗೆ ಮತ್ತು ಫಾ.ಮುಲ್ಲರ್ಸ್ ವೈದ್ಯಕೀಯ ಮಹಾವಿದ್ಯಾನಿಲಯದಿಂದ ಡಿ.ಎನ್.ಬಿ. (ಮನೋರೋಗ ಚಿಕಿತ್ಸೆ) ಸ್ನಾತಕೋತ್ತರ ಸಮಾನಾಂತರ ಪದವಿಯನ್ನು ವ್ಯಾಸಂಗ ಮಾಡಿರುತ್ತಾರೆ. ವೈದ್ಯಕೀಯ ಕ್ಷೇತ್ರದ ಸೇವೆಗಾಗಿ 2008ನೇ ಸಾಲಿನ ಜಿಲ್ಲಾ ಕನ್ನಡ ರಾಜ್ಯೋತ್ಸವ ಪ್ರಶಸ್ತಿ ಮತ್ತು ತಾಲೂಕು ಕನ್ನಡ ಸಾಹಿತ್ಯ ಸಮ್ಮೇಳನ ಪ್ರಶಸ್ತಿ, ಮದ್ಯ ವ್ಯಸನ ವಿಮುಕ್ತಿ ಚಿಕಿತ್ಸಾ ಕ್ಷೇತ್ರಕ್ಕೆ ಸಲ್ಲಿಸಿದ ಸೇವೆಗಾಗಿ **ಸ್ಪಂದನ ಪ್ರಶಸ್ತಿ, ಶ್ರೇಷ್ಠ ಮನೋವೈದ್ಯ ಪ್ರಶಸ್ತಿ-2012 ಪ್ರಶಸ್ತಿ** ಇತ್ಯಾದಿ ಗೌರವಗಳಿಗೆ ಪಾತ್ರರಾಗಿದ್ದಾರೆ. ಮದ್ಯವ್ಯಸನ ವಿಮುಕ್ತಿ ಮತ್ತು ಹದಿಹರೆಯದ ಮಕ್ಕಳ ಮಾನಸಿಕ ಆರೋಗ್ಯ ಇವರ ಆಸಕ್ತಿಯ ವಿಷಯವಾಗಿದ್ದು ಈ ಕುರಿತು ಸುಮುದಾಯ ಮದ್ಯ ವ್ಯಸನ ವಿಮುಕ್ತಿ ಶಿಬಿರಗಳು, ಮಾನಸಿಕ ಆರೋಗ್ಯ ಜಾಗೃತಿ ಕಾರ್ಯಕ್ರಮಗಳು, ಶಾಲಾ ಕಾಲೇಜುಗಳಲ್ಲಿ ಮಾಹಿತಿ ಕಾರ್ಯಾಗಾರಗಳನ್ನು ಹಮ್ಮಿಕೊಳ್ಳುತ್ತಾರೆ. ಇದು ಇವರ ಮೂರನೇ ಕೃತಿಯಾಗಿದ್ದು, ಈ ಹಿಂದೆ **''ಸ್ಕೂಲ್ ಫೋಬಿಯ''** ಮತ್ತು **''ಮಾನವತಾವಾದಿ ಸರ್ಜನ್ ಹಾಗೂ ದೇಶಭಕ್ತ ಡಾ. ಎ. ವಿ. ಬಾಳಿಗ ''**ಎಂಬ ಎರಡು ಕೃತಿಯನ್ನು ಬರೆದಿರುತ್ತಾರೆ.

**ಹರೀಶ್ ಶೆಟ್ಟಿ ಬಂಡ್ಸಾಲೆ,** MSW, MA (Psychology), PGDHRM

ಹರೀಶ್ ಶೆಟ್ಟಿ ಬಂಡ್ಸಾಲೆ ಅವರು ಮೂಲತಃ ಉಡುಪಿ ಜಿಲ್ಲೆಯ ಹಾರಾಡಿಯವರಾಗಿದ್ದು ಪ್ರಸ್ತುತ ಬೆಂಗಳೂರಿನಲ್ಲಿ ನೆಲೆಸಿದ್ದಾರೆ. ಸದ್ಯ ಭಾರತ ಸರಕಾರದ ಕಾರ್ಮಿಕ ಮತ್ತು ಉದ್ಯೋಗ ಇಲಾಖೆಯಲ್ಲಿ 'ಯಂಗ್ ಪ್ರೋಫೆಶನಲ್' ಆಗಿ ರಾಷ್ಟ್ರೀಯ ವೃತ್ತಿ ಸೇವೆ (NCS) ಎಂಬ ಯೋಜನೆಯ ಅನುಷ್ಠಾನಕ್ಕಾಗಿ ಕಾರ್ಯ ನಿರ್ವಹಿಸುತ್ತಿದ್ದಾರೆ. ಯುವರ್ ದೋಸ್ತ್ (YourDost ) ಎನ್ನುವ ಆನ್‌ಲೈನ್ ಕೌನ್ಸಲಿಂಗ್ ಸಂಸ್ಥೆಗೂ ಕೌನ್ಸಲಿಂಗ್ ತಜ್ಞರಾಗಿ ತಮ್ಮ ಕಾರ್ಯಸೇವೆ ಸಲ್ಲಿಸುತ್ತಿದ್ದಾರೆ. ಪ್ರಜಾವಾಣಿಯ ಶಾಲಾ ಆವೃತ್ತಿಯಾದ ಸಹಪಾಠಿ ಪತ್ರಿಕೆಯಲ್ಲಿ 'ಹದಿವಯಸ್ಸು ಯುವ ಮನಸ್ಸು' ಎಂಬ ಅಂಕಣದ ಹೆಸರಿನಲ್ಲಿ ಹದಿಹರೆಯದ ವಯಸ್ಸಿನ ಕುರಿತಾದ ಇವರ ಲೇಖನಗಳು ಪ್ರಕಟವಾಗುತ್ತಿದೆ. ಪ್ರತಿಷ್ಠಿತ ಅಜೀಮ್ ಪ್ರೇಮ್ಜಿ ಫೌಂಡೇಶನ್ ಇಂದ ಕೊಡಮಾಡುವ 'ಅಜೀಮ್ ಪ್ರೇಮ್ಜಿ ಫೆಲೋಶಿಪ್' ಪುರಸ್ಕೃತರಾಗಿ ಶಾಲಾ ನಾಯಕತ್ವ ಅಭಿವೃದ್ಧಿ ಹಾಗೂ ಶೈಕ್ಷಣಿಕ ಮನೋವಿಜ್ಞಾನ ಕ್ಷೇತ್ರದಲ್ಲಿ ಕಲಿಕಾ ಅನುಭವವನ್ನು ಪಡೆದಿದ್ದಾರೆ. ಹಿಂದೆ, ತಾವು ವಿದ್ಯಾರ್ಜನೆ ಪಡೆದ ಡಾ. ಎ. ವಿ. ಬಾಳಿಗ ಸಮೂಹ ಸಂಸ್ಥೆಯಲ್ಲಿ ಆಪ್ತಸಲಹೆಕಾರ ಮತ್ತು ಉಪನ್ಯಾಸಕರಾಗಿಯೂ, ಸರಕಾರಿ ಪದವಿ ಕಾಲೇಜು ಬಾರಕೂರಿನಲ್ಲಿ ಸಮಾಜಕಾರ್ಯ ಉಪನ್ಯಾಸಕರಾಗಿಯೂ ತಮ್ಮ ಕೆಲಸ ನಿರ್ವಹಿಸಿದ್ದಾರೆ. 2012ರಲ್ಲಿ **'ಕೆ. ಎಲ್ ಭಂಡಾರಿ ಚಿನ್ನದ ಪದಕ'**ದೊಂದಿಗೆ ಸಮಾಜಕಾರ್ಯ ಸ್ನಾತಕೋತ್ತರ ಪದವಿಯನ್ನು ಪೂರೈಸಿದ್ದಾರೆ. ಹದಿಹರೆಯದ ಮಾನಸಿಕ ಆರೋಗ್ಯ, ಸಾಮಾಜಿಕ ಜಾಲತಾಣ ಮತ್ತು ಮಾನವ ನಡವಳಿಕೆ, ಸಂಶೋಧನ ಅಧ್ಯಯನ ಕ್ಷೇತ್ರ ಇತ್ಯಾದಿ ಇವರ ವೃತ್ತಿ ಕ್ಷೇತ್ರದ ಆಸಕ್ತಿಯಾಗಿದ್ದು ಓದು, ಬರವಣಿಗೆ, ತರಬೇತಿ ಮತ್ತು ಯಕ್ಷಗಾನ ಕಲಿಕೆಯನ್ನು ತಮ್ಮ ಪ್ರವೃತ್ತಿಯನ್ನಾಗಿಸಿಕೊಂಡಿದ್ದಾರೆ.

# ಹದಿನೆಂಟು

## ಏನಿಲ್ಲ.. ಏನುಂಟು..!?

**ಡಾ|| ಪಿ. ವಿ. ಭಂಡಾರಿ**

**ಹರೀಶ್ ಶೆಟ್ಟಿ ಬಂಡ್ಸಾಲೆ**

sawanna
www.sawannabooks.com

HADINANTU:
A Collection of Articles on Psychological issues on teenage written
by **Dr. P. V. Bhandary and Harish Shetty Bandsale.**

Published by: **Sawanna Enterprises,**
No.57, 1st floor, Puttanna Road, Basavanagudi,
Bangalore-560 004

ಲೇಖಕರು: ಡಾ. ಪಿ. ವಿ. ಭಂಡಾರಿ ಮತ್ತು ಹರೀಶ್ ಶೆಟ್ಟಿ ಬಂಡ್ಸಾಲೆ

ಮುಖಪುಟ ವಿನ್ಯಾಸ : ಪ್ರದೀಪ್ ಬತ್ತೇರಿ

ರೇಖಾ ಚಿತ್ರಗಳು : ಸುಧಾಕರ ದರ್ಬೆ

ಪುಟಗಳು: 208

ಮೊದಲನೆ ಮುದ್ರಣ: ಏಪ್ರಿಲ್ 2018

ಮುದ್ರಕರು:
ಇಮೇಜಸ್ ಪ್ರಿಂಟ್ ಸರ್ವಿಸಸ್
ಬೆಂಗಳೂರು – 560 004

ಪ್ರಕಾಶಕರು:
ಸಾವಣ್ಣ ಎಂಟರ್‌ಪ್ರೈಸಸ್
ನಂ. 57, 1ನೇ ಮಹಡಿ, ಪುಟ್ಟಣ್ಣ ರಸ್ತೆ, ಬಸವನಗುಡಿ, ಬೆಂಗಳೂರು - 560 004
**Ph:** +91 80 2660 7011, (0) 90363 12786
**e-mail:** info@sawannabooks.com

**www.sawannabooks.com**
**ISBN 978-93-82348-65-8**

## ಅರ್ಪಣೆ

ನಾವಿಬ್ಬರು ಕಲಿತ ಮತ್ತು ಕಲಿಸಿದ ಕರ್ಮಭೂಮಿ
ಡಾ. ಎ. ವಿ. ಬಾಳಿಗಾ ಸಮೂಹ ಸಂಸ್ಥೆಗಳ ಸಂಚಾಲಕರಾಗಿದ್ದ,
ಸಹಸ್ರಾರು ಹದಿಹರೆಯದ ಹೃದಯಗಳನ್ನು ಯಶಸ್ವಿಯಾಗಿ ಸಂಭಾಳಿಸಿದ್ದ
ಹಿರಿಯ ಜೀವ
ಪ್ರೊ. ಪಿ. ವರದರಾಯ ಭಂಡಾರಿಯವರಿಗೆ

# ಮುನ್ನುಡಿ

ಹದಿಹರೆಯವನ್ನು ಬಾಳಿನ ನವವಸಂತ ಎಂದು ಕವಿಗಳು ಬಣ್ಣಿಸಿದ್ದಾರೆ. ಹದಿಹರೆಯ ಪ್ರತಿಯೊಬ್ಬನಲ್ಲೂ ನೆನಪಿಡುವ ಸಾವಿರ ಸಂಗತಿಗಳನ್ನು ಇಟ್ಟುಕೊಂಡಿರುತ್ತದೆ. ಏಕೆಂದರೆ ವ್ಯಕ್ತಿತ್ವ ವಿಕಾಸದ ತಳಹದಿ ಹದಿಹರೆಯ.

ಇಂತಹ ಮಹತ್ವದ ಹದಿಹರೆಯ ಅನೇಕ ಗೋಜಲು ಮತ್ತು ಗೊಂದಲಗಳಿಂದ ಕೂಡಿರುತ್ತದೆ ಎಂಬುದು ಎಲ್ಲರಿಗೂ ಗೊತ್ತಿದೆ. ಸುಮಾರು 1990ರ ದಶಕದಿಂದ ಬದಲಾಗಿರುವ ಜೀವನಕ್ರಮದಲ್ಲಿ ಅತಿಹೆಚ್ಚು ಪ್ರಭಾವ ಉಂಟಾಗುತ್ತಿರುವುದು ಹದಿಹರೆಯದ ಮೇಲೆ. ಈ ಹಂತವನ್ನು ಹೇಗೆ ನಿರ್ವಹಿಸಬೇಕು ಮತ್ತು ನಿರ್ವಹಿಸಿಕೊಳ್ಳಬೇಕು ಎಂಬ ಬಗ್ಗೆ ಸಮಾಜ ವಿಜ್ಞಾನಿಗಳು, ಶಿಕ್ಷಣ ತಜ್ಞರು, ಮನಃಶ್ಶಾಸ್ತ್ರಜ್ಞರು ನಿರಂತರವಾಗಿ ಚಿಂತಿಸುತ್ತಾ, ಪ್ರಯೋಗ-ಸಂಶೋಧನೆಗಳನ್ನು ನಡೆಸುತ್ತಾ ಬಂದಿದ್ದಾರೆ. ಅಂತಹ ಚಿಂತನೆಯನ್ನೆ ಹೊಂದಿರುವ ಕೃತಿ ಇದು. ಶ್ರೀ ಹರೀಶ್ ಶೆಟ್ಟಿ ಬಂಡ್ಸಾಲೆಯವರು ಮತ್ತು ಶ್ರೀ ಪಿ.ವಿ.ಭಂಡಾರಿಯವರು ಪ್ರಾಯೋಗಿಕ ಅನುಭವ ಮತ್ತು ಅಧ್ಯಯನಗಳನ್ನು ಸಮನ್ವಯಗೊಳಿಸಿ ಈ ಕೃತಿಯನ್ನು ಬರೆದಿದ್ದಾರೆ.

ಹದಿಹರೆಯ ಎನ್ನುವ ವೈಜ್ಞಾನಿಕತೆಯನ್ನು ನಿರ್ವಹಣೆ ಮಾಡುವುದನ್ನು ಒಂದು ಕಲೆಯಾಗಿ ಪರಿಗಣಿಸಿರುವ ಪರಿಕಲ್ಪನೆ ಬಹಳ ಚೇತೋಹಾರಿಯಾಗಿದೆ. ಸತ್ಯದ ಪರಿಣಾಮ ಉಂಟಾಗಬೇಕೆಂಬುದು ನಿರೀಕ್ಷೆಯಾದರೆ ಸತ್ಯವನ್ನು ಸತ್ಯವಾಗಿ ಹೇಳುವುದಕ್ಕಿಂತ ಸತ್ಯವನ್ನು ಸುಂದರವಾಗಿ ಹೇಳುವುದು ಹೆಚ್ಚು ಅಗತ್ಯವಾಗಿರುತ್ತದೆ. ಆ ಕೆಲಸವನ್ನು ಇಲ್ಲಿನ ಲೇಖಕರುಗಳು ಪರಿಣಾಮಕಾರಿಯಾಗಿ ಮಾಡಿದ್ದಾರೆ.

ಹದಿಹರೆಯದ ನಿರ್ವಹಣೆಯ ಮುಖ್ಯ ಸಂಗತಿಗಳು ದೈಹಿಕ ಮತ್ತು ಮಾನಸಿಕ ವಿಕಾಸದಿಂದ ಉಂಟಾಗುವ ಸಾಮಾಜಿಕ ಮತ್ತು ಮಾನಸಿಕ ಸಂದಿಗ್ಧಗಳು. ಈ ಸಂದಿಗ್ಧಗಳ ನಿರ್ವಹಣೆಯು ಮುಖ್ಯವಾಗಿ ಮಕ್ಕಳು, ಪಾಲಕರು ಮತ್ತು ಅಧ್ಯಾಪಕರುಗಳನ್ನು ಅವಲಂಬಿಸಿರುತ್ತದೆ. ಆದ್ದರಿಂದ ಈ ರೀತಿಯ ಕೃತಿಗಳು ಈ ಮೂರೂ ವರ್ಗಕ್ಕೆ ಸುಲಭವಾಗಿ ಅರ್ಥವಾಗುವ ಭಾಷೆಯಲ್ಲಿ ಇರಬೇಕಾಗುತ್ತದೆ ಎಂಬ ಕಲ್ಪನೆ ಇಟ್ಟುಕೊಂಡೇ ಈ ಕೃತಿಯು ಬರೆಯಲ್ಪಟ್ಟಿದೆ. ಭಾಷೆಯೇ ತುಂಬ ಸರಳವಾಗಿದೆ. ಆಮೇಲೆಯೂ ವಿಚಾರವನ್ನು

ಅರ್ಥ ಮಾಡಿಸುವುದಕ್ಕಾಗಿ ಅನೇಕ ಘಟನೆಗಳನ್ನು, ಉದಾಹರಣೆಗಳನ್ನು ಕೊಡಲಾಗಿದೆ. ಈ ಉದಾಹರಣೆಗಳು ವಿಚಾರವನ್ನು ಗ್ರಹಿಸಲು ಸಹಾಯವಾಗುವಂತೆ ಕೊಟ್ಟಿರುವ ಪ್ರಕರಣಗಳೇ ಹೊರತು ಇವುಗಳೇ ವಿಚಾರಗಳಲ್ಲ ಎಂಬುದನ್ನು ಅರ್ಥ ಮಾಡಿಕೊಳ್ಳಬೇಕು. ಓದುಗರಿಗೆ ಸಿಗುವ ಘಟನೆಗಳು ಬೇರೆ ಇರಬಹುದು. ಆದರೆ ವಿಚಾರ ಬೇರೆ ಆಗಿರುವುದಿಲ್ಲ. ಇಂಗ್ಲಿಷ್ ಭಾಷಾ ಕಲಿಕೆಯಲ್ಲಿ ರವಿ ಎಂಬ ವಿದ್ಯಾರ್ಥಿಯ ಉದಾಹರಣೆ ಇಲ್ಲಿದೆ. ಓದುಗರಿಗೆ ಸಿಗುವವನು ಇನ್ನೊಬ್ಬ ಇರಬಹುದು. ಆದರೆ ಕಲಿಕಾ ಅಸಹಾಯಕತೆಗೆ ಅವಮಾನವನ್ನು ಮಾಡಬಾರದು ಎಂಬ ವಿಚಾರ ಬದಲಾಗುವುದಿಲ್ಲ.

ಹದಿಹರೆಯದ ಮಾನಸಿಕ ಮತ್ತು ದೈಹಿಕ ಲಕ್ಷಣಗಳನ್ನು ಇಲ್ಲಿ ವಿಪುಲವಾಗಿ ನೀಡಲಾಗಿದೆ. ಯಾವ ಕಾರಣದಿಂದ ಅಂತಹ ಲಕ್ಷಣಗಳು ಕಾಣಿಸುತ್ತವೆ ಎಂಬುದನ್ನು ಹೇಳುವ ಮೂಲಕ ಆ ಸಂದರ್ಭದ ನಿರ್ವಹಣೆಗೆ ಸಮರ್ಪಕ ಮಾರ್ಗೋಪಾಯಗಳನ್ನು ಕೃತಿಯು ವಿವರಿಸುತ್ತದೆ. ಈ ವಿವರಣೆಗಳು ಓದುಗರು ತಮ್ಮ ಸನ್ನಿವೇಶದಲ್ಲಿ ತಮ್ಮದೇ ಆದ ಹೊಸ ಸಾಧ್ಯತೆಗಳನ್ನು ಕಂಡುಕೊಳ್ಳಲು ಪ್ರೇರಣೆಯನ್ನು ನೀಡುತ್ತದೆ. ನೆಗೆಟಿವ್ ರಿ-ಇನ್ಫೋರ್ಸ್‌ಮೆಂಟ್‌ಗಿಂತ ಪಾಸಿಟಿವ್ ರಿ-ಇನ್ಫೋರ್ಸ್‌ಮೆಂಟ್ ಹೇಗೆ ಹದಿಹರೆಯದ ನಿರ್ವಹಣೆಯಲ್ಲಿ ಸಹಾಯಕವಾಗಿದೆ ಎಂಬುದನ್ನು ಅರ್ಥ ಮಾಡಿಸಲು ಕೃತಿಯು ಸಫಲವಾಗುತ್ತದೆ.

ಹದಿಹರೆಯದ ಕುರಿತು ಮಾತನಾಡುವ ಯಾರೂ ಕೂಡ ಇಂದು ಅಂತರ್ಜಾಲದ ಪ್ರಭಾವವನ್ನು ಮಾತನಾಡದೆ ಇರಲು ಸಾಧ್ಯವಿಲ್ಲ. ಸೌಲಭ್ಯವನ್ನು ಮಕ್ಕಳಿಗೆ ಒದಗಿಸದೆ ಇರುವುದು ಇದಕ್ಕೆ ಪರಿಹಾರವಲ್ಲ. ಸೌಲಭ್ಯವನ್ನು ಜವಾಬ್ದಾರಿಯುತವಾಗಿ ಹೇಗೆ ಬಳಸಬೇಕು ಎಂಬ ಅರಿವನ್ನು ಮಕ್ಕಳಲ್ಲಿ ಬೆಳೆಯಿಸುವುದೇ ಇದಕ್ಕಿರುವ ಪರಿಹಾರ. ತಪ್ಪಾಗಿ ಅಂತರ್ಜಾಲವನ್ನು ಬಳಸಿಕೊಂಡಾಗ ಉಂಟಾದ ವಿನಾಶದ ಸಾಕಷ್ಟು ಪ್ರಕರಣಗಳನ್ನು ಲೇಖಕರುಗಳು ಉದಾಹರಿಸಿದ್ದಾರೆ. ಇದನ್ನು ಮುಖ್ಯವಾಗಿ ತರುಣ-ತರುಣಿಯರು ಅರ್ಥ ಮಾಡಿಕೊಳ್ಳಬೇಕು. ಯಶಸ್ವಿ ವ್ಯಕ್ತಿಗಳೂ ಹೇಗೆ ಮಾನಸಿಕ ತೊಂದರೆಗೊಳಗಾಗಿದ್ದರು ಮತ್ತು ಅದನ್ನು ಹೇಗೆ ಮೀರಿ ಬೆಳೆದರು ಎಂಬ ಉದಾಹರಣೆಗಳು ಇಲ್ಲಿ ಮಕ್ಕಳಿಗೆ ಸಾಕಷ್ಟು ಸಹಾಯವಾಗುತ್ತದೆ.

ಹದಿಹರೆಯದ ಅತ್ಯಂತ ಪರಿಣಾಮಕಾರಿಯಾದ ಕಲಿಕಾ ಪದ್ಧತಿ ಎಂದರೆ ಸಂವಾದ ಪದ್ಧತಿ. ಈ ನಿಟ್ಟಿನಲ್ಲಿ ಕೃತಿಯಲ್ಲಿ ಮಕ್ಕಳ ಪ್ರಶ್ನೆಗಳಿಗೆ ಉತ್ತರ ಕೊಡುವ ವಿನ್ಯಾಸದಲ್ಲಿ ಬರೆಯಲ್ಪಟ್ಟಿರುವ ವಿಭಾಗ ಬಹಳ ಮಹತ್ವದ್ದು. ಹದಿಹರೆಯದ ಆಸಕ್ತಿಗಳು, ಚಟಗಳು, ಕೌಟುಂಬಿಕ ಸ್ಥಿತಿಗಳು, ಉಡುಪಿನ ಆಸಕ್ತಿ, ಲೈಂಗಿಕ ಆಸಕ್ತಿ, ಸಿಟ್ಟು, ಉದ್ವಿಗ್ನತೆ, ಆದರ್ಶಗಳ ಆಕಾಂಕ್ಷೆ, ದೈಹಿಕ ಸ್ವರೂಪ ಮುಂತಾದವುಗಳಿಂದ ಹದಿಹರೆಯದ ತರುಣ-ತರುಣಿಯರು ಕೇಳುವ

ಪ್ರಶ್ನೆಗಳನ್ನಿಟ್ಟುಕೊಂಡು ಉತ್ತರರೂಪಿಯಾಗಿ ಬರೆಯಲ್ಪಟ್ಟಿರುವ ಈ ಭಾಗವು ನೇರವಾಗಿ ಮಕ್ಕಳ ಸಮಸ್ಯೆಗಳಿಗೆ ಪರಿಹಾರವನ್ನು ಸೂಚಿಸುತ್ತದೆ. ಪಾಲಕರು ಮತ್ತು ಅಧ್ಯಾಪಕರು ಇದನ್ನು ಓದಿಕೊಳ್ಳುವುದರಿಂದ ಅವರ ಮಕ್ಕಳು ಏನನ್ನು ಕೇಳಲು ಬಯಸಿದ್ದಾರೆ, ಅವರಿಗೆ ಯಾವ ರೀತಿಯ ಸಹಾಯ ಬೇಕಾಗಿದೆ ಎಂಬುದು ಹೊಳೆಯುತ್ತದೆ.

ಬದುಕನ್ನು ಕಟ್ಟಿಕೊಳ್ಳಲು ಈ ಪುಸ್ತಕವು ಸಹಾಯ ಮಾಡುತ್ತದೆ. ಈ ಕೃತಿಯ ಹಿಂದಿರುವ ಕಾಳಜಿಗಳಿಗಾಗಿ ಲೇಖಕರುಗಳನ್ನು ಅಭಿನಂದಿಸುತ್ತಾ ಅವರ ಸಾರ್ಥಕ ಪ್ರಯತ್ನವು ಸಾರ್ಥಕ ಪರಿಣಾಮವನ್ನು ತರಲಿ ಎಂದು ಹಾರೈಸುತ್ತೇನೆ. 'ಹದಿನಂಟು, ಏನಿಲ್ಲ.. ಏನುಂಟು..!?' ಎಂಬ ಈ ಕೃತಿಯ ಮೊದಲ ಓದುಗನಾಗುವ ಅವಕಾಶವನ್ನು ನನಗೆ ಕೊಟ್ಟದ್ದಕ್ಕಾಗಿ ಲೇಖಕರುಗಳಿಗೆ ನಾನು ಋಣಿಯಾಗಿದ್ದೇನೆ.

**ಅರವಿಂದ ಚೊಕ್ಕಾಡಿ**
ಮೂಡುಬಿದಿರೆ

18 ಫೆಬ್ರವರಿ 2018

# ಲೇಖಕರ ಮಾತು

ಅನೇಕ ಸಂದರ್ಭಗಳಲ್ಲಿ ಹದಿಹರೆಯದ ಮಕ್ಕಳೊಂದಿಗೆ ಸಂವಾದ ಮಾಡುವಾಗ ಮತ್ತು ವೈಯಕ್ತಿಕವಾಗಿ ಅವರೊಂದಿಗೆ ಹರಟುವ ಸಮಯದಲ್ಲಿ, ಅವರು ತೋರುವ ಕೌತುಕ, ಕೇಳುವ ಪ್ರಶ್ನೆಗಳು, ಗೊಂದಲಗಳು ವಿಶೇಷವಾಗಿರುತ್ತಿತ್ತು. ಒಂದೇ ಭೇಟಿಯಲ್ಲಿ ಅವರು ನೀಡುವ ಪ್ರೀತಿ ನನಗೆ, ಪ್ರೀತಿ ಮಾತ್ರವಲ್ಲದೇ ಬೇರೇನನ್ನೋ ನಿರೀಕ್ಷಿಸುತ್ತಿದೆ ಎಂದು ಭಾಸವಾಗುತ್ತಿತ್ತು. 'ಆಲಿಸುವವರಿಗಾಗಿ' ಅವರು ಎಷ್ಟು ಹಂಬಲಿಸುತ್ತಿದ್ದಾರೆ ಎಂದು ಅವರ ಪ್ರತಿಕ್ರಿಯೆಯಲ್ಲಿ ತಿಳಿಯುತ್ತಿತ್ತು.

ಹದಿಹರೆಯದ ಕುರಿತು ನಮ್ಮಲ್ಲಿ ನಮ್ಮದೇ ಆದ ಕಲ್ಪನೆಗಳಿವೆ, ಅವರಿಗೆ ನೀಡಲು ಉತ್ತರಗಳಿವೆ, ಸಿದ್ಧ ಸಿದ್ಧಾಂತವಿದೆ. ಆದರೆ, ಅವರ ಪ್ರಶ್ನೆಯನ್ನು ಕೇಳಿಸಿಕೊಳ್ಳುವ ವ್ಯವಧಾನವಿಲ್ಲ. ನಮ್ಮ ಅರಿವಿನ ಕೊರತೆ, ಅವರ ಅಂಕ ಮತ್ತು ಸಾಧನೆಯ ಕುರಿತಾದ ಅತಿಯಾದ ನಿರೀಕ್ಷೆ, ಸ್ಪರ್ಧೆ, ಹೋಲಿಕೆಯ ಮನೋಭಾವ ಹದಿಹರೆಯದವರನ್ನು ಇನ್ನಷ್ಟು ಅಪಾಯಕ್ಕೆ ಸಿಲುಕಿಸುತ್ತದೆ.

ನಮ್ಮ ಸಮಾಜ ಆ ವಯಸ್ಸಿನಲ್ಲಿ ಆಗುವ ಆಕರ್ಷಣೆ, ಪ್ರೇಮ ಇತ್ಯಾದಿಗಳನ್ನು ಇದು ಸಹಜ ಎಂದು ಒಪ್ಪುವುದೇ ಇಲ್ಲ. ನೇರವಾಗಿ ಅದೆಲ್ಲಾ ತಪ್ಪು ಎಂದು ಭಾವಿಸುತ್ತೇವೆ ಮತ್ತು ಹೇಳುತ್ತೇವೆ ಕೂಡ. ಅದು ತಪ್ಪೊ ಸರಿಯೊ ಅನ್ನುವುದಕ್ಕಿಂತ ನಮ್ಮ ಮಕ್ಕಳಲ್ಲಿ ಇಂತಹ ಆಕರ್ಷಣಗಳು ಆಗುತ್ತದೆ ಎನ್ನುವುದನ್ನು ನಾವು ಮೊದಲು ಒಪ್ಪಬೇಕಾಗುತ್ತದೆ. ಹೀಗೆ ಒಪ್ಪಿ ಮಕ್ಕಳೊಂದಿಗೆ ಸಂವಾದ ಏರ್ಪಡಿಸಿಕೊಳ್ಳಬೇಕಾಗುತ್ತದೆ. ಸಂವಾದ ಆದ ನಂತರ ಈ ಸಹಜವಾದುದನ್ನೆ ನಯವಾಗಿ ನಿರಾಕರಿಸುವ ಕಲೆ ಹೇಗೆ, ಅದು ಈಗ ಮುಖ್ಯವೋ ಅಲ್ಲವೊ ಅನ್ನುವುದನ್ನು ಮಕ್ಕಳಲ್ಲಿ ಮಾತಾಡಬೇಕಾಗುತ್ತದೆ. ಆದರೆ ನಮ್ಮಲ್ಲಿ ಸಂವಾದ ಏರ್ಪಡುವುದೇ ಇಲ್ಲ. ಏನಿದ್ದರೂ ವಾದ, ಜಗಳ, ಇಲ್ಲವೇ ಮೌನ. ಕೊನೆಗೆ ನಮ್ಮ ಮಕ್ಕಳಿಗೆ ಹೀಗಾಯಿತು, ಯಾರೊಂದಿಗೊ ಓಡಿ ಹೋದರು, ಆತ್ಮಹತ್ಯೆ ಮಾಡಿಕೊಂಡರು ಎಂದು ಬೇರೆಯವರು ಹೇಳುವ ಸಂದರ್ಭ ಬರುತ್ತದೆ, ಇಲ್ಲ ಟಿವಿಯಲ್ಲಿ ಬಂದಾಗಷ್ಟೇ ಗೊತ್ತಾಗಬೇಕು.

ಹಾಗೆಂದು, ಎಲ್ಲಾ ತಪ್ಪುಗಳು ಶಿಕ್ಷಕರು ಮತ್ತು ಪೋಷಕರದ್ದೆ ಎಂದು ಅರ್ಥವಲ್ಲ. ಪೋಷಕ ಮತ್ತು ಶಿಕ್ಷಕರಿಗೂ ತಮ್ಮದೆ ಆದ ಸಮಸ್ಯೆಗಳು ಇರುತ್ತವೆ. ಆದರೆ ಹದಿಹರೆಯದ ವಯಸ್ಸಿನ ಮಕ್ಕಳಿಗೆ ಹೋಲಿಸಿದರೆ ನಮ್ಮ ತಿಳುವಳಿಕೆ, ಅನುಭವ ಮತ್ತು ಜವಾಬ್ದಾರಿ ಹೆಚ್ಚಿದೆ. ಹಾಗಾಗಿ ನಾವು ಖುದ್ದಾಗಿ ಮುತುವರ್ಜಿ ವಹಿಸಿ, ತಾಳ್ಮೆಯಿಂದ ಹದಿಹರೆಯದವರ ತಪ್ಪುಗಳನ್ನು ಸ್ವೀಕರಿಸಿ, ಅವರು ಉತ್ತಮಜೀವನ ನಡೆಸುವಲ್ಲಿ ಸಹಾಯ ನೀಡಬೇಕಾಗುತ್ತದೆ.

ಅನೇಕ ಕಾಲದವರೆಗೆ, ಮನೋಶಾಸ್ತ್ರದಲ್ಲೂ ಕೂಡ ಹದಿಹರೆಯವನ್ನು ನಕಾರಾತ್ಮಕ ಒತ್ತಡ ಹಾಗೂ ಪ್ರಕ್ಷುಬ್ಧತೆಗಳ (ಟರ್ಬುಲನ್ಸ್) ವಯಸ್ಸಾಗಿ ನೋಡಿರುವುದರಿಂದ ಜನಸಾಮಾನ್ಯರಲ್ಲಿಯೂ ಕೂಡ ಹದಿಹರೆಯವೆಂದರೆ ಸಮಸ್ಯೆಗಳ ವಯಸ್ಸು ಎಂದು

ತಿಳಿಯುವಂತೆ ಆಗಿದೆ. ಆದರೆ, ಹದಿಹರೆಯ ಕೇವಲ ಸಮಸ್ಯೆಗಳ ವಯಸ್ಸಾಗಿ ನೋಡಬೇಕಿಲ್ಲ. ಇದು ಅತಿ ಸೂಕ್ಷ್ಮವಾದ ಬದಲಾವಣೆಗಳನ್ನು ತರುವ ಅನೇಕ ನಿರ್ಧಾರಗಳನ್ನು ಮಾಡಬೇಕಾಗಿರುವ, ದೈಹಿಕ, ಮಾನಸಿಕ, ಸಾಮಾಜಿಕ, ಲೈಂಗಿಕ ಮತ್ತು ನೈತಿಕ ಬದಲಾವಣೆಗಳು ರೂಪುಗೊಳ್ಳುವ ಪ್ರಮುಖ ವಯಸ್ಸಾಗಿ ನೋಡಬೇಕಾಗಿದೆ. ಹೀಗೆ ಸೂಕ್ಷ್ಮವಾದ ಬದಲಾವಣೆಗಳಾಗುವ ವಯಸ್ಸಿನಲ್ಲಿ ಅವಘಡಗಳು ಸರ್ವೆ ಸಾಮಾನ್ಯ. ಹದಿಹರೆಯದ ವಿದ್ಯಾರ್ಥಿಗಳಿಗೆ ಬೇಕಿರುವುದು ನಮ್ಮ ಹಿತವಚನ ಅಥವಾ ಬೋಧನೆಯಲ್ಲ. ಅವರಿಗೆ ತಮ್ಮ ಭಾವನೆಗಳನ್ನು ಹೇಳಿಕೊಳ್ಳಲು ಕೇಳುವ ಕಿವಿ ಬೇಕು, ಅದನ್ನು ಗೌರವಿಸುವವರು ಬೇಕು, ಸ್ಪಂದಿಸುವವರು ಬೇಕು, ಅವರನ್ನು ವಿಶ್ವಾಸಕ್ಕೆ ತೆಗೆದುಕೊಳ್ಳುವವರು ಬೇಕು. ಅವರಿಗೊಂದು ಸ್ಪೇಸ್ ಬೇಕು. ಈ ವಯಸ್ಸಿನ ಬದಲಾವಣೆಗೆ ಜೊತೆಗೆ ಹೊಂದಿಕೊಳ್ಳುವ ಕೌಶಲ್ಯಗಳು ಬೇಕು. ಇಂತಹ ಸಂದರ್ಭದಲ್ಲಿ ಹಿರಿಯರಿಂದ ಸಿಗುವ ಸೂಕ್ತ ಮಾರ್ಗದರ್ಶನ ಮತ್ತು ಅಕ್ಕರೆ ಅನೇಕ ತೊಂದರೆಗಳನ್ನು ತಪ್ಪಿಸಬಹುದು.

ಇನ್ನೂ ಈ ಪುಸ್ತಕ ಮತ್ತು ಇದರ ವಿನ್ಯಾಸದ ಕುರಿತು ಹೇಳುವುದಾದರೆ, ನಾವು ಕಥೆ ಮತ್ತು ಪ್ರಶ್ನೋತ್ತರದ ತಂತ್ರಗಳನ್ನು ಅಳವಡಿಸಿಕೊಂಡಿದ್ದೇವೆ. ಇಲ್ಲಿ ಹದಿಹರೆಯದ ವಯಸ್ಸಿನ ಸಾಮಾನ್ಯ ಲಕ್ಷಣವನ್ನು ವಿವರಿಸಲಾಗಿದೆ. ನಮ್ಮಲ್ಲಿಗೆ ಬಂದಿರುವ ಹದಿಹರೆಯದವರ ಸಮಸ್ಯೆಗಳು, ಅವುಗಳಿಗೆ ಕಾರಣ ಮತ್ತು ಪರಿಹಾರಗಳನ್ನು ಚರ್ಚಿಸಲಾಗಿದೆ. ಹದಿಹರೆಯದವರು, ಅವರ ತಂದೆ ತಾಯಿ, ಶಿಕ್ಷಕರಿಗೆ ಕೇಳುವ ಪ್ರಶ್ನೆಗಳಿಗೆ ಉತ್ತರಿಸಲು ಪ್ರಯತ್ನಿಸಲಾಗಿದೆ. ಬಳಸಿರುವ ಕಥೆ ಮತ್ತು ಪ್ರಶ್ನೆಗಳು, ನಮ್ಮ ಈ ಮಾನಸಿಕ ಆರೋಗ್ಯ ಕ್ಷೇತ್ರದ ಅನುಭವದಲ್ಲಿ ದೊರಕಿದ ನೈಜ ಘಟನೆಗಳು. ಆದರೆ ಗೌಪ್ಯತೆಯ ದೃಷ್ಟಿಯಿಂದ ವ್ಯಕ್ತಿಗಳ ಊರು ಮತ್ತು ಹೆಸರು ಬದಲಾಯಿಸಲಾಗಿದೆ. ಸಮಸ್ಯೆಗಳ ಲಕ್ಷಣಗಳನ್ನು ಮತ್ತು ಸ್ವರೂಪಗಳನ್ನು ಕಥೆಯ ರೂಪದಲ್ಲಿ ನೀಡಲಾಗಿದೆ. ಈ ಕುರಿತು ಉಳಿದ ವಿವರಗಳನ್ನು ತದನಂತರದಲ್ಲಿ ನೀಡಲಾಗಿದೆ. ಭಾಷೆ ಮತ್ತು ತಂತ್ರವನ್ನು ಸಾಹಿತ್ಯದ ದೃಷ್ಟಿಯಿಂದ ನೋಡಿದರೆ ಅನೇಕ ಲೋಪ ದೋಷಗಳು ಕಂಡು ಬರಬಹುದು. ಆದರೆ ಇಲ್ಲಿ ಸಾಹಿತ್ಯ ರಚನೆ ಮತ್ತು ಭಾಷೆ ನಮಗೆ ವಿಷಯವನ್ನು ತಲುಪಿಸಲು ಒಂದು ಮಾಧ್ಯಮ ಮತ್ತು ಸಾಧನವೇ ಹೊರತು ನಮ್ಮ ಸಾಹಿತ್ಯಕೃಷಿಯ ಭಾಗವಲ್ಲ. ಹಾಗಾಗಿ, ಸಾಹಿತ್ಯಕ ಅಂಶವನ್ನು ಅವಗಣನೆ ಮಾಡಿ ಮಾಹಿತಿಯನ್ನು ಪರಿಗಣಿಸಬೇಕಾಗಿ ನಮ್ಮ ವಿನಂತಿ.

ಈ ಪುಸ್ತಕವು ಹೆತ್ತವರಿಗೆ ತಮ್ಮ ಹದಿಹರೆಯದ ಮಕ್ಕಳ ಕುರಿತು ತಿಳಿದು, ಅವರಿಗೆ ಕಿವಿಯಾಗಲು ಮತ್ತು ಅವರೊಂದಿಗೆ ತಾವು ಬೆರೆಯಲು, ಶಿಕ್ಷಕರಿಗೆ ಶೈಕ್ಷಣಿಕ ಅಗತ್ಯತೆಗಳ ಜೊತೆಗೆ ತಮ್ಮ ವಿದ್ಯಾರ್ಥಿಗಳ ಭಾವನೆಗಳನ್ನು ಕೂಡ ಗಣನೆಗೆ ತೆಗೆದುಕೊಂಡು, ಪಾಠ ಪ್ರವಚನ ಮಾಡಲು ಮತ್ತು ಹದಿಹರೆಯದ ವಯಸ್ಸಿನವರಿಗೆ, ತಮ್ಮ ವಯಸ್ಸಿನ ಸಾಮಾನ್ಯ ಲಕ್ಷಣ, ಸಮಸ್ಯೆಗಳು ಮತ್ತು ಕೆಲವು ಸಂಕ್ಷಿಪ್ತ ಪರಿಹಾರಗಳನ್ನು ತಿಳಿಯಲು ಸಹಕಾರಿಯಾಗಲಿ ಎಂಬುದು ನಮ್ಮ ಆಶಯ. ಆದರೆ ಈ ಪುಸ್ತಕದಲ್ಲಿರುವ ಸಲಹೆ ಸೂಚನೆಗಳನ್ನು

ಅಂತಿಮ ಎಂದಾಗಲೀ, ಅಥವಾ ಇಷ್ಟೇ ಸಾಕು ಎಂದಾಗಲೀ ಪರಿಗಣಿಸಬಾರದು. ಇದು ಕೇವಲ ಸಮಸ್ಯೆಗಳನ್ನು ಮೇಲ್ಮಟ್ಟದಲ್ಲಿ ತಿಳಿಯಲು ಮತ್ತು ನಮ್ಮ ಅರಿವನ್ನು ಹೆಚ್ಚಿಸಲು ಪ್ರಯೋಜನವಾಗಬಹುದು. ಆದರೆ ಮಾನಸಿಕ ಮತ್ತು ಭಾವನಾತ್ಮಕ ಸಮಸ್ಯೆಗಳು ಬಹಳ ಸಂಕೀರ್ಣವಾಗಿದ್ದು, ಇವುಗಳಿಗೆ ಪರಿಹಾರ ಕಂಡುಕೊಳ್ಳಲು ಅನೇಕ ಆಯಾಮಗಳಿಂದ ನೋಡಬೇಕಾಗಿರುವುದರಿಂದ, ಮನೋವೈದ್ಯರನ್ನು, ಆಪ್ತಸಲಹೆಗಾರರನ್ನು ಅಥವಾ ಮನೋತಜ್ಞರನ್ನು ಭೇಟಿಯಾಗುವುದು ಉತ್ತಮ.

ಈ ಪುಸ್ತಕವನ್ನು ಪ್ರೀತಿ ಮತ್ತು ಸ್ನೇಹದಿಂದ ಪ್ರಕಟಿಸುತ್ತಿರುವ ಸಾವಣ್ಣ ಪ್ರಕಾಶನದ ಜಮೀಲ್ ಅವರಿಗೂ, ಪರೀಕ್ಷಾ ಕೆಲಸದ ಒತ್ತಡದ ನಡುವೆಯೂ ಚೆಂದದ ಮುನ್ನುಡಿಯನ್ನು ಬರೆದುಕೊಟ್ಟ ಅರವಿಂದ ಚೊಕ್ಕಾಡಿಯವರಿಗೂ, ಹಿಂದೆ ಮನೋವಿಶ್ವಾಸ ಎಂಬ ಅಂಕಣದ ಮೂಲಕ ಪ್ರಕಟವಾಗಿರುವ ಕೆಲವು ಲೇಖನಗಳನ್ನು ಅಗತ್ಯ ತಿದ್ದುಪಡಿಯೊಂದಿಗೆ ಪ್ರಕಟಿಸಲು ಅನುಮತಿಸಿದ ಉಡುಪಿಬಿಟ್ಸ್ ಅಂತರ್ಜಾಲ ಪತ್ರಿಕೆಯ ಸಂಸ್ಥಾಪಕ ಮತ್ತು ಸಂಪಾದಕರಾದ ಶ್ರೀರಾಮ ದಿವಾಣರಿಗೂ, ಪ್ರಜಾವಾಣಿಯಲ್ಲಿ ಪ್ರಕಟವಾಗಿದ್ದ ಲೇಖನವನ್ನು ಪ್ರಕಟಿಸಲು ಅನುಮತಿಸಿದ ಪ್ರಜಾವಾಣಿಯ ಪ್ರಧಾನ ಸಂಪಾದಕರಿಗೂ ಮತ್ತು ಮುಕ್ತಛಂದದ ಸಂಪಾದಕರಾದ ಶ್ರೀಮತಿ ಶೈಲಜಾ ಹೂಗಾರ್ ಅವರಿಗೂ, ಸೊಗಸಾದ ಮುಖಪುಟ ವಿನ್ಯಾಸ ಮಾಡಿದ ಪ್ರದೀಪ್ ಬತ್ತೇರಿ ಅವರಿಗೂ, ಚೆಂದದ ರೇಖಾ ಚಿತ್ರಗಳನ್ನು ಬರೆದುಕೊಟ್ಟ ಸುಧಾಕರ ದರ್ಬೆ ಅವರಿಗೂ, ತಮ್ಮ ಬಿಡುವಿಲ್ಲದ ವೇಳೆಯ ನಡುವೆಯೂ ಕರಡು ಪ್ರತಿ ತಿದ್ದಿದ ಯತಿರಾಜ್ ವೀರಾಂಬುಧಿಯವರಿಗೂ, ಸೊಗಸಾದ ಹೆಸರನ್ನು ಸೂಚಿಸಿದ ರವಿಕಾಂತ ಕುಂದಾಪುರ ಇವರಿಗೂ, ಬದುಕಿನ ವಿವಿಧ ಆಯಾಮಗಳನ್ನು ನಮಗೆ ಪರಿಚಯಿಸುತ್ತ ಅನನ್ಯ ಅನುಭವವನ್ನು ಕಟ್ಟಿಕೊಡುತ್ತಿರುವ ನಮ್ಮ ಆಸ್ಪತ್ರೆ ಮತ್ತು ಆನ್ಲೈನ್ ಕೌನ್ಸಲಿಂಗಿನ ಗ್ರಾಹಕ ಮಿತ್ರರಿಗೂ, ಈ ಪುಸ್ತಕವನ್ನು ಬರೆಯುವಲ್ಲಿ ಸಲಹೆ ಸೂಚನೆ ಮತ್ತು ಟೈಪಿಂಗ್ ಸಹಾಯ ನೀಡಿದ ನಮ್ಮ ಸ್ನೇಹಿತರಿಗೂ ಮತ್ತು ಸದಾ ನಮ್ಮ ಕೆಲಸಗಳನ್ನು ಪ್ರೋತ್ಸಾಹಿಸುತ್ತ ಬಂದಿರುವ ನಮ್ಮ ಕುಟುಂಬಸ್ಥರಿಗೂ ನಾವು ಆಭಾರಿಗಳು.

ಎಷ್ಟೇ ಬದಲಾವಣೆ ಮತ್ತು ಸಮಸ್ಯೆಗಳಿಂದ ಕೂಡಿದ್ದರೂ ಹದಿಹರೆಯ ನಮ್ಮ ಜೀವನದ ಅತ್ಯಂತ ರಮ್ಯಕಾಲ. ಅದರ ಅನುಭವ ಮತ್ತು ಆಸ್ವಾದ ಪ್ರತಿಯೋರ್ವ ಮಗುವಿಗೂ ಆರೋಗ್ಯಕರವಾಗಿ ಆಗುವಂತೆ ಮಾಡುವುದು ಹಿರಿಯರ ಕರ್ತವ್ಯವಾಗುತ್ತದೆ. ಈ ಕಾಲವನ್ನು ದಾಟುವವರಿಗೂ, ದಾಟಿಸುವವರಿಗೂ ಶುಭವಾಗಲಿ ಎಂದು ನಮ್ಮ ಹಾರೈಕೆ.

**ಡಾ. ಪಿ. ವಿ. ಭಂಡಾರಿ**

venkatarayabhandary@gmail.com

**ಹರೀಶ್ ಶೆಟ್ಟಿ ಬಂಡ್ಸಾಲೆ**

hsbandsale@gmail.com

ದಿನಾಂಕ: 20.03.2018

# ಪರಿವಿಡಿ

# 1

# ಟೀನೇಜರ್ಸ್ ಯಾಕ್ ಹೀಗ್ ಮಾಡ್ತಾರೆ?

ರಾಮ ಪ್ರಸಾದ್ ಕೇರಳದ ಹೈ-ಕೋರ್ಟಿನ ಹೆಸರಾಂತ ವಕೀಲರು. ನಲವತ್ತರ ಹರೆಯದಲ್ಲಿ ಖ್ಯಾತ ರಾಜಕಾರಣಿಯೊಬ್ಬನನ್ನು ಜೈಲಿಗೆ ಕಳಿಸಲು ಸಹಕಾರಿಯಾಗುವಂತಹ ಅಭೂತಪೂರ್ಣವಾದ ವಾದವನ್ನು ಮಂಡಿಸಿ ರಾಜ್ಯಾದ್ಯಂತ ಹೆಸರುವಾಸಿ ಆಗಿದ್ದರು. ಡಾ. ಅರವಿಂದರವರ ಹೈಸ್ಕೂಲ್ ಸಹಪಾಠಿಯಾಗಿದ್ದ ಇವರು, ಸಣ್ಣ ವಯಸ್ಸಿನಲ್ಲಿ ಬಡ ಕುಟುಂಬದಲ್ಲಿ ಬಹಳ ಕಷ್ಟಪಟ್ಟು ಓದಿ ಸಂಜೆಯ ಹೊತ್ತು ಕೆಲಸ ಮಾಡಿಕೊಂಡು ಬೆಂಗಳೂರಿನ ನ್ಯಾಷನಲ್ ಲಾ ಸ್ಕೂಲ್‌ನಲ್ಲಿ ಎಲ್.ಎಲ್.ಬಿ. ಮಾಡಿ ತನ್ನ ಸ್ವಂತ ಪರಿಶ್ರಮದಿಂದ ಕೇರಳದ ಒಬ್ಬ ಹೆಸರಾಂತ ಹೈ-ಕೋರ್ಟ್ ವಕೀಲರಾಗಿ ಹೆಸರು ಗಳಿಸಿದವರು.

ಇವರೇ ಹೇಳುವಂತೆ, ಇವರು ವಾದ ಮಂಡಿಸುವಾಗ ಸ್ವತಃ ನ್ಯಾಯಾಧೀಶರೇ ಬಹಳ ಏಕಾಗ್ರತೆಯಿಂದ ವಾದವನ್ನು ಕೇಳುತ್ತಿದ್ದರು ಮತ್ತು ವಾದವನ್ನು ಹೆಚ್ಚಾಗಿ ಒಪ್ಪುತ್ತಿದ್ದರು ಕೂಡ. ಮಾತಿನಲ್ಲಿ ಯಾರನ್ನೂ ಒಪ್ಪಿಸಬಹುದಾದಂತ ಕಲೆಯನ್ನು ಇವರು ಮೈಗೂಡಿಸಿಕೊಂಡಿದ್ದರು. ಆದರೆ ಇಂದು ಚಿಂತಾಕ್ರಾಂತರಾಗಿ ಡಾ. ಅರವಿಂದರ ''ಮನೋವಿಶ್ವಾಸ ಕ್ಲಿನಿಕ್''ಗೆ ಬಂದು ಕುಳಿತ ಇವರ ಸಮಸ್ಯೆಯೇ ಬೇರೆಯಾಗಿತ್ತು. ಮನೆಯಲ್ಲಿ ಹದಿನಾರು ವರ್ಷದ ಮಗ ಲವ, ಯಾರ ಮಾತನ್ನೂ ಕೇಳುತ್ತಿರಲಿಲ್ಲ. ''ಟೀನೇಜರ್ಸ್ ಯಾಕ್ ಹೀಗ್ ಮಾಡ್ತಾರೆ?'' ಎಂಬ ಈ ಪ್ರಶ್ನೆಯನ್ನು ಡಾ. ಅರವಿಂದರವರ ಹತ್ತಿರ ರಾಮ ಪ್ರಸಾದರು ಪದೇ ಪದೇ ಕೇಳುತ್ತಿದ್ದರು.

''ಜಡ್ಜುಗಳೇ ನನ್ನ ವಾದವನ್ನು ಒಪ್ಪಿಕೊಳ್ಳುತ್ತಾರೆ, ಆದರೆ ನನ್ನ ಮಗ ಮನೆಯಲ್ಲಿ ನಾನೇನಾದರೂ ಮಾತನಾಡಿದರೆ ಕಿವಿ ಮುಚ್ಚಿಕೊಳ್ಳುತ್ತಾನೆ, ಸಾಕು ನಿನ್ನ ಭಾಷಣ; ಕೇಳಿ ಕೇಳಿ ಬೋರಾಗಿದೆ, ಇದನ್ನು ಎಲ್ಲಾದರು ಕೋರ್ಟಿನಲ್ಲಿ ಹೇಳು ಎಂದು ನನಗೆ ವಾಪಸ್ ಬಯ್ಯುತ್ತಾನೆ. ನನ್ನ ಮನಸ್ಸು ನೊಂದು ಹೋಗಿದೆ, ನನಗೆ ಸಾಕಾಗಿ ಹೋಗಿದೆ'' ಎಂದು ಹೆಚ್ಚು-ಕಡಿಮೆ ಅಳುತ್ತಲೇ ಮಾತನಾಡಿದರು. ಪತ್ನಿ ರೇಖಾ ಕೂಡ ರಾಮ ಪ್ರಸಾದರ ಮಾತುಗಳಿಗೆ ಸಹಮತ ವ್ಯಕ್ತಪಡಿಸುವ ಚರ್ಯೆಯೊಂದಿಗೆ ಚಿಂತಕ್ರಾಂತರಾಗಿ ಕುಳಿತಿದ್ದರು.

ಲವ ಹತ್ತನೇ ತರಗತಿಯಲ್ಲಿ ಓದುತ್ತಿದ್ದ. ಮನೆಯಲ್ಲಿ ಯಾರ ಮಾತನ್ನೂ ಕೇಳುವುದಿಲ್ಲವೆಂದೂ, ಸರಿಯಾಗಿ ಓದುವುದಿಲ್ಲ ಎಂದೂ ಊಟಿಯಲ್ಲಿದ್ದ

'ಬ್ಲೂ ವ್ಯಾಲೀ ರೆಸಿಡೆನ್ಸಿ' ಶಾಲೆಯಲ್ಲಿ ಸೇರಿಸಿದ್ದರು. ಶಿಸ್ತಿಗೆ ಹೆಸರಾಗಿದ್ದ ಆ ಶಾಲೆ ಸಮಾಜದ "ಗೌರವಾನ್ವಿತರು"ಎಂಬ ದೊಡ್ಡ ವ್ಯಕ್ತಿಗಳ, ಎಮ್.ಎಲ್.ಎ.ಗಳ, ಅಧಿಕಾರಿಗಳ ಹಾಗೂ ಶ್ರೀಮಂತರ ಮಕ್ಕಳು ಓದುವ ಶಾಲೆಯಾಗಿತ್ತು. ಹದಿಹರೆಯದವರು ಕಲಿಯುವ ಎಲ್ಲಾ ಶಾಲೆಗಳಂತೆ ಇಲ್ಲಿಯೂ ಕೂಡ ಅಶಿಸ್ತಿನ ಪ್ರಕರಣಗಳೂ ಆಗಾಗ ಆಗುತ್ತಿದ್ದವು. ಆದರೆ ಇಡೀ ಶಾಲೆಯನ್ನೇ ದಂಗುಪಡಿಸುವ ಪ್ರಕರಣವೊಂದು ಶಾಲೆಯಲ್ಲಿ ನಡೆದು ಶಾಲೆಯ ಆಡಳಿತ ಮಂಡಳಿ ಹಾಗೂ ಶಾಲೆಯ ಮಕ್ಕಳ ಪೋಷಕರು, ಅಧ್ಯಾಪಕರು ದಿಗ್ಭ್ರಮೆಗೊಳಗಾಗಿದ್ದರು.

ಹತ್ತನೇ ತರಗತಿಯ ಲವ ಮತ್ತು ಒಂಬತ್ತನೇ ತರಗತಿಯ ಟ್ರೇಜಾ ಹಾಸ್ಟೆಲ್‌ನಿಂದ ಕಾಣೆಯಾಗಿದ್ದರು. ಸಂಜೆ ಪ್ರಾರ್ಥನೆಯಾದೊಡನೆ ಇಬ್ಬರೂ ಊಟದ ಮೆಸ್ಸಿಗೆ ಹೋಗಿದ್ದನ್ನು ಸ್ನೇಹಿತರು ಕೊನೆಯ ಬಾರಿಗೆ ನೋಡಿದ್ದಾಗಿತ್ತು. ಶಾಲೆಯ ವಾಚ್‌ಮ್ಯಾನಿನ ಮನೆಯ ಪಕ್ಕದಲ್ಲಿ ಟ್ರೇಜಾಳ ಕರವಸ್ತ್ರವೊಂದು ದೊರೆತಿತ್ತು. ಇದು ಬಿಟ್ಟರೇ ರಾತ್ರಿ ಹನ್ನೊಂದು ಗಂಟೆಯಾದರೂ ಯಾವುದೇ ಸುಳಿವು ಇರಲಿಲ್ಲ. ಶಾಲೆಯವರು ತಮ್ಮ ಖಾಸಗಿ ವಾಹನದಲ್ಲಿ ಊಟಿಯ ಎಲ್ಲಾ ರಸ್ತೆಗಳನ್ನು ಹುಡುಕಿದರೂ, ಎಲ್ಲಿಯೂ ಮಕ್ಕಳ ಸುಳಿವಿರಲಿಲ್ಲ. ಟಿವಿ, ಪತ್ರಿಕಾ ಮಾಧ್ಯಮಗಳಲ್ಲಿ ಕಾಣೆಯಾದ ಮಕ್ಕಳದೇ ವಿಷಯ.

'ಚಾರಾಣೇಕೀ ಮೂರ್ಗಿ, ಸವಾಣೇಕ ಮಸಾಲ' ಎನ್ನುವಂತೆ ಈ ಘಟನೆ ಸಿನಿಮೀಯ ಮಾದರಿಯಲ್ಲಿ ಹಲವು ಊಹಾಪೋಹಾಗಳೊಂದಿಗೆ ಜನರನ್ನು ಆಕರ್ಷಿಸುತ್ತಿತ್ತು. ಲವ ಮತ್ತು ಟ್ರೇಜಾರ ನಡುವೆ ಪ್ರೇಮ ಸಂಬಂಧವಿತ್ತು, ಇಬ್ಬರಿಗೂ ಮನೆಯಲ್ಲಿ ಹೆತ್ತವರ ಪ್ರೀತಿ ಇರಲಿಲ್ಲ, ಶಾಲೆಯಲ್ಲಿ ಅತ್ಯಂತ ಶಿಸ್ತಿನ ವಾತಾವರಣವಿತ್ತು ಮತ್ತು ಮಕ್ಕಳಿಗೆ ಉಗ್ರವಾದ ಶಿಕ್ಷೆ ಕೊಡುವುದರ ಜೊತೆಗೆ ಉಸಿರು ಕಟ್ಟುವಂತಹ ವಾತಾವರಣದಿಂದ ಕೂಡಿತ್ತು. ಈ ಮಕ್ಕಳಿಬ್ಬರೂ ಅತಿಯಾಗಿ ಮೊಬೈಲ್ ಬಳಸುತ್ತಿದ್ದರು, ಅಶ್ಲೀಲ ಚಿತ್ರಗಳನ್ನು ಬೇರೆ ಮಕ್ಕಳಿಗೆ ತೋರಿಸುತ್ತಿದ್ದರು ಮುಂತಾಗಿ ಟಿವಿ, ಪತ್ರಿಕೆಗಳಲ್ಲಿ ವರದಿ ಮಾಡಲಾಗಿತ್ತು.

ಊಟಿಯ ಪ್ರೇಕ್ಷಣೀಯ ಸ್ಥಳಗಳಾದ ಬೊಟಾನಿಕಲ್ ಗಾರ್ಡನ್, ರೋಸ್ ಗಾರ್ಡನ್, ದೊಡ್ಡ ಬೆಟ್ಟ, ಬಸ್‌ಸ್ಟ್ಯಾಂಡಿನ ಹತ್ತಿರದ ಲೇಕ್, ಕೂನೂರ್, ಮುಡುಮಲೈ ಪ್ರಾಣಿಧಾಮ ಎಲ್ಲೆಡೆ ಪೊಲೀಸರು ಹುಡುಕಿದರೂ ಈ ಮಕ್ಕಳ ಸುಳಿವೇ ಸಿಗಲಿಲ್ಲ. ಮಕ್ಕಳ ತಾಯಿ-ತಂದೆ ದಿಗ್ಭ್ರಾಂತರಾಗಿದ್ದರು. ಶಾಲೆಯಲ್ಲಿ ಇತರ ಮಕ್ಕಳ ಮತ್ತು ತಾಯಿ-ತಂದೆಯರ ಗೊಂದಲ, ಟೀಕೆ, ಪ್ರಶ್ನೆ, ದೂರುಗಳಿಂದ ಕೋಲಾಹಲವೇ ಸೃಷ್ಟಿಯಾಗಿತ್ತು. ಶಾಲೆಯ ಪ್ರಾಂಶುಪಾಲರು, ಶಿಕ್ಷಕರು, ಮತ್ತು ಆಡಳಿತ ಮಂಡಳಿಯು ಮಕ್ಕಳ ಯೋಗಕ್ಷೇಮದ ಕುರಿತು ಆಲೋಚಿಸುವ ಜೊತೆಗೆ ಈ ಘಟನೆಯಿಂದ ತಮ್ಮ ಶಾಲೆಯ ಪ್ರತಿಷ್ಠೆ ಮತ್ತು ಪ್ರಸಿದ್ಧಿ ಹಾಳಾಗುತ್ತದೆ ಎಂದು ಚಿಂತಾಕ್ರಾಂತರಾದರು. ಮುಂದಿನ ವರ್ಷ ಅಶಿಸ್ತಿನ ಶಾಲೆ ಎನ್ನುವ ಕಾರಣಕ್ಕೆ ಮಕ್ಕಳ ದಾಖಲಾತಿಯ ಸಂಖ್ಯೆ ಕುಂಠಿತ ಆಗುತ್ತದೆ ಎಂದು ಆತಂಕ ಪಡುವಂತಾಯಿತು.

ಟಿವಿ ಮತ್ತು ಪತ್ರಿಕೆಗಳಲ್ಲಿ ಕಳೆದುಹೊದ ಮಕ್ಕಳ ಭಾವಚಿತ್ರ ಹೊಂದಿದ ಜಾಹಿರಾತುಗಳು ಪ್ರಕಟವಾಗಿದ್ದವು. ಎಲ್ಲಿ ಆತ್ಮಹತ್ಯೆ, ಗುರುತು ಪರಿಚಯ ಇಲ್ಲದ ಶವದ ಪತ್ತೆಯಾದರೂ ತಂದೆತಾಯಿಯರು ಆತಂಕದಿಂದ ನಡುಗುವಂತಾಗಿತ್ತು. ಆದರೆ, ಎಲ್ಲರ ಅದೃಷ್ಟ ಎಂಬಂತೆ ಆರು ದಿನದ ನಂತರ ಕಳೆದು ಹೋದ ಟ್ರೀಜಾ ಮತ್ತು ಲವ ಗೋವಾದ ಪಣಜಿಯಲ್ಲಿ ರೈಲ್ವೆ ಪೊಲೀಸರಿಗೆ ಸಿಕ್ಕಿದರು ಮತ್ತು ಅಲ್ಲಿಯ ಮಕ್ಕಳ ರಕ್ಷಣಾ ಘಟಕ ಶಾಲೆಯನ್ನು, ಮಕ್ಕಳ ತಂದೆ-ತಾಯಿಯರನ್ನು ಸಂಪರ್ಕಿಸಿತು.

ವಕೀಲ ರಾಮಪ್ರಸಾದ್ ತನ್ನ ಪ್ರಭಾವ ಉಪಯೋಗಿಸಿ ಲವ ಹಾಗೂ ಟ್ರೀಜಾರನ್ನು ಮಕ್ಕಳ ರಕ್ಷಣಾ ಘಟಕದಿಂದ ಬಿಡಿಸಿಕೊಂಡು ಬಂದರು. ಲವ, ತನ್ನ ಮರ್ಯಾದೆಯನ್ನು ಬೀದಿಗೆ ಎಳೆದನೆಂದು ರಾಮಪ್ರಸಾದ್ ಸಿಟ್ಟಿನಲ್ಲಿ ಕೆಂಡಾಮಂಡಲವಾದರು. ಆ ಸಂದರ್ಭದಲ್ಲೇ ಅವರಿಗೆ ನೆನಪಿಗೆ ಬಂದದ್ದು ಡಾ. ಅರವಿಂದ್. ಅವರ ಶಾಲಾ ಮಿತ್ರ. ಡಾ. ಅರವಿಂದ್ ಟೀನೇಜ್ ಮಕ್ಕಳಿಗಾಗಿ ಹಲವು ಕಾರ್ಯಕ್ರಮಗಳನ್ನು ಮಾಡುತ್ತಿದ್ದಾರೆಂದು, ಅವರ ಫೇಸ್ಬುಕ್ಕಿನ ಪೋಸ್ಟುಗಳನ್ನು ನೋಡಿ ತಿಳಿದುಕೊಂಡಿದ್ದರು. ಆ ಕೂಡಲೇ ತನ್ನ ಸ್ನೇಹಿತನಿಗೆ ಕರೆ ಮಾಡಿ ಮನೋವಿಶ್ವಾಸ ಕ್ಲಿನಿಕ್‌ಗೆ ಮಗನನ್ನು ಕರೆದುಕೊಂಡು ಬಂದರು.

ಇಷ್ಟೆಲ್ಲಾ ವೃತ್ತಾಂತವನ್ನು ರಾಮಪ್ರಸಾದ್ ಮತ್ತು ರೇಖಾ ದಂಪತಿಗಳಿಂದ ತಿಳಿದ ನಂತರ ಡಾ. ಅರವಿಂದರು ಲವನನ್ನು ತಮ್ಮ ಕೊಠಡಿಗೆ ಕರೆಸಿಕೊಂಡರು. ಡಾ. ಅರವಿಂದರೊಂದಿಗೆ ಲವ ಒಬ್ಬನೇ ಕುಳಿತು ಮಾತನಾಡಲಾರಂಭಿಸಿದ.

ಲವ ಹೇಳುವ ಪ್ರಕಾರ, ಲವ ಮತ್ತು ಟ್ರೀಜಾ ಇಬ್ಬರೂ ಗೋವಾದ ಹೆಸರಾಂತ ಪಾಪ್ ಹಾಡುಗಾರ ರೆಮೊ ಫರ್ನಾಂಡೀಸನ ಅಭಿಮಾನಿಗಳಾಗಿದ್ದರು. ಆತನ ಹಾಡುಗಳನ್ನು ಕೇಳಿ ಯಾವಾಗಲೂ ಅವನ ಬಗ್ಗೆಯೇ ತುಂಬಾ ಖುಷಿಯಿಂದ ಮಾತನಾಡುತ್ತಿದ್ದರು. ತಮ್ಮ ಐಪ್ಯಾಡಿನಲ್ಲಿ ರೆಮೊ ಫರ್ನಾಂಡೀಸನ ಹಾಡುಗಳನ್ನು ಹಾಕಿಕೊಂಡು ಬಿಡುವಿನ ವೇಳೆಯಲ್ಲಿ ಕದ್ದು ಮುಚ್ಚಿ ಈ ಹಾಡುಗಳ ಬಗ್ಗೆ ಒಟ್ಟಿಗೆ ಕುಳಿತು ಚರ್ಚೆ ಮಾಡುತ್ತಿದ್ದರು. ಇತರ ಮಿತ್ರರಿಗೆ ಕೂಡಾ ಈ ಹಾಡುಗಳ ಬಗ್ಗೆ ತಿಳಿಯುವಂತೆ ಒತ್ತಾಯ ಮಾಡುತ್ತಿದ್ದರು. ಹಿಂದಿ ಸಿನಿಮಾ "ಬಾಂಬೆ" ಇದರ ಪ್ರಖ್ಯಾತ ಹಾಡು "ಹಮ್ಮಾ ಹಮ್ಮಾ..." ಇಬ್ಬರ ಪ್ರೀತಿಯ ಹಾಡಾಗಿತ್ತು. ಆತ ಇವರಿಬ್ಬರಿಗೂ ಆರಾಧ್ಯ ದೈವನೇ ಆಗಿ ಹೋಗಿದ್ದ. ಆತನನ್ನು ನೋಡಲೇಬೇಕು ಎಂಬ ತೀವ್ರ ಹಂಬಲ ಇವರನ್ನು ಬಹುವಾಗಿ ಕಾಡುತ್ತಿತ್ತು.

ರೆಮೋನ ಐವತ್ತನೇ ಹುಟ್ಟು ಹಬ್ಬದ ಆಚರಣೆ ಪಣಜಿಯಲ್ಲಿ ಬಹಳ ದೊಡ್ಡ ಮಟ್ಟದಲ್ಲಿ ನಡೆಯುತ್ತದೆಂದು ಅವರು ಪತ್ರಿಕೆಗಳ ಮೂಲಕ ತಿಳಿದುಕೊಂಡರು. ಅದರಲ್ಲಿ ಭಾಗಿಯಾಗಲೇಬೇಂಕೆಂದು ಅಂದುಕೊಂಡು ಇಬ್ಬರೂ, ತಮ್ಮ ತಾಯಿ ತಂದೆಯರಲ್ಲಿ ಕರೆದುಕೊಂಡು ಹೋಗುವಂತೆ ಕೇಳಿಕೊಂಡಿದ್ದರು. ಇಬ್ಬರ ಮನೆಯಲ್ಲೂ ಇವರನ್ನು

ಕರೆದುಕೊಂಡು ಹೋಗಲು ಹಿರಿಯರು ಒಪ್ಪಿರಲಿಲ್ಲ. ಆದರೆ ಇಂತಹ ''ಐತಿಹಾಸಿಕ'' ದಿನವನ್ನು ತಪ್ಪಿಸಿಕೊಳ್ಳಲು ಟ್ರೀಜಾ ಮತ್ತು ಲವ ಸಿದ್ದರಿರಲಿಲ್ಲ.

ಹೀಗಾಗಿ ಇಬ್ಬರು ಗೋವಾಕ್ಕೆ ರೆಮೊ ಫರ್ನಾಂಡೀಸಿನ ಶೋ ನೋಡಲು ಹೋಗಿದ್ದರು. ಆದರೆ ಇದರ ಹೊರತಾಗಿ ಟಿವಿ ಮತ್ತು ಪತ್ರಿಕಾ ಮಾಧ್ಯಮಗಳು ಮಾಡಿದ ವರದಿಗಳಲ್ಲಿ ಯಾವುದೇ ಸತ್ಯಾಂಶ ಇರಲಿಲ್ಲ. ಲವ ಟ್ರೀಜಾಳನ್ನು ತನ್ನ ಉತ್ತಮ ಗೆಳತಿ ಎಂದೇ ಭಾವಿಸಿದ್ದ. ಆದರೆ ಪತ್ರಿಕೆ, ಟಿವಿಗಳಲ್ಲಿ ಬಂದ ವಿಷಯಗಳು ಮತ್ತು ತನ್ನ ತಂದೆ ಆಡಿದ ಮಾತುಗಳಿಂದ ಲವ ಬೇಸತ್ತು ಹೋಗಿದ್ದ. ಲವನ ತಂದೆ ರಾಮಪ್ರಸಾದ್ ಮಗನ ಐ ಪ್ಯಾಡ್ ಹಾಗೂ ಮೊಬೈಲ್ ಗಮನಿಸಿದರೆ ಅಲ್ಲಿ ಪತ್ರಿಕೆಗಳಲ್ಲಿ ಪ್ರಕಟವಾದಂತ ಯಾವುದೇ ಅಶ್ಲೀಲ ಚಿತ್ರಗಳಾಗಲೀ, ವೀಡಿಯೋಗಳಾಗಲೀ ಇರಲಿಲ್ಲ. ಮಕ್ಕಳಿಬ್ಬರೂ ಆಗಾಗ ತಮ್ಮ ಐ ಪ್ಯಾಡ್ ಮತ್ತು ಮೊಬೈಲ್‌ನಲ್ಲಿ ರೆಮೋನ ಹಾಡುಗಳು ಮತ್ತು ಚಿತ್ರಗಳನ್ನು ನೋಡಿಕೊಳ್ಳುತ್ತಿದ್ದರು. ಇತರ ಮಕ್ಕಳಿಗೂ ತೋರಿಸುತ್ತಿದ್ದರು. ಆದರೆ, ಗಾಳಿಸುದ್ದಿ ಮಾತ್ರ ಬೇರೆಯೇ ಆಗಿತ್ತು.

ಲವ ತನ್ನ ಮಾತನ್ನು ಮುಂದುವರೆಸುತ್ತ ''ನನ್ನ ತಾಯಿ ತಂದೆ ಯಾವಾಗಲೂ ಹೀಗೆ ಸರ್! ಅವರಿಗೆ ನಾನು ಸಣ್ಣವನಿರುವಾಗ ನನ್ನೊಂದಿಗೆ ಸಮಯ ಕಳೆಯಲು ಆಗಲಿಲ್ಲ. ನನ್ನನ್ನು ಪ್ರಿತಿಸಲಿಲ್ಲ. ಅಪ್ಪ ಯಾವಾಗಲೂ ಕೇಸು ಕೋರ್ಟು ಇತ್ಯಾದಿ ಅದು ಇದು ಎಂದು ಹೇಳಿಕೊಂಡು ಓಡಾಡುತ್ತಿದ್ದರು. ಅಮ್ಮ ತನ್ನ ಸ್ನೇಹಿತರೊಂದಿಗೆ ಕಿಟ್ಟಿ ಪಾರ್ಟಿ, ಸಿನಿಮಾ, ರೋಟರಿ ಕ್ಲಬ್ ಇತ್ಯಾದಿ ಎಂದು ಓಡಾಡುತ್ತಿದ್ದರು. ಯಾವಾಗಲೂ ನನ್ನನ್ನು ದೂರುತ್ತಿದ್ದರು. ನನ್ನ ಗೆಳೆಯರು ಮನೆಗೆ ಬಂದರೆ, ಅವರ ಅಪ್ಪ ಯಾರು? ಅಮ್ಮ ಯಾರು? ಅವರ ಮನೆ ಎಲ್ಲಿದೆ? ಹೀಗೆ ಹಲವಾರು ಪ್ರಶ್ನೆಗಳನ್ನು ಕೇಳುತ್ತಿದ್ದರು. ಇದರಿಂದ ಬೇಸತ್ತು ನನ್ನ ಗೆಳೆಯರು ನನ್ನ ಮನೆಗೆ ಬರುತ್ತಿರಲಿಲ್ಲ. ಶಾಲೆಯಲ್ಲಿ ನಾನು ಬಿ ಗ್ರೇಡ್ ತೆಗೆಯುತ್ತಿದ್ದೆ. ಅದಕ್ಕೆ ನನ್ನ ಗೆಳೆಯರೇ ಕಾರಣ ಎಂದು ಅಮ್ಮ ದೂರುತ್ತಿದ್ದರು. ನಾನು, ಬೇಡ ಬೇಡ ಎಂದರೂ ಕರೆದುಕೊಂಡು ಬಂದು ಊಟಿಯಲ್ಲಿ ಬ್ಲೂ ವ್ಯಾಲಿ ಶಾಲೆಗೆ ಸೇರಿಸಿದರು''.

''ಸರ್, ನನಗೆ ಇನ್ನೂ ದುಃಖ ತರುವ ವಿಚಾರ ಮತ್ತು ಹೇಳೊದಕ್ಕೆ ನಾಚಿಕೆ ಎನಿಸುವ ವಿಚಾರ ಅಂದರೆ, ನನ್ನ ಅಪ್ಪ ಯಾವಾಗಲೂ ನನ್ನನ್ನು ದ್ವೇಷಿಸುತ್ತಾರೆ. ನಾನು ಅವರ ಮಗನೇ ಅಲ್ಲವಂತೆ! ಆಸ್ಪತ್ರೆಯಲ್ಲಿ ಎಕ್ಸಚೆಂಜ್ ಆಗಿದ್ದೇನೆ ಎಂದು ಪದೇ ಪದೇ ಹೇಳುತ್ತಾರೆ. ಇಂತಹ ಅಪ್ಪ, ಅಮ್ಮನನ್ನು ನೀವು ನೋಡಿದ್ದೀರಾ ಸರ್?''ಇದು ಲವ ತನ್ನ ತಂದೆ ತಾಯಿಯರ ಬಗ್ಗೆ ಹೇಳಿದ ಮಾತುಗಳು!

ಡಾ. ಅರವಿಂದರಿಗೆ ಟೀನೇಜಿನ ಯುವಕ ಯುವತಿಯರೊಂದಿಗೆ ಆಪ್ತ ಸಮಾಲೋಚನೆಯಲ್ಲಿ ಭಾಗವಹಿಸುವುದು ಒಂದು ಸವಾಲಿನ ಕೆಲಸವಾಗಿತ್ತು. ಲವನ ಮಾತುಗಳು, ಹದಿಹರೆಯದ ಕುರಿತಾಗಿ ಅವರು ಓದಿದ ಪಠ್ಯ ಪುಸ್ತಕಗಳ ಸಾರಾಂಶವನ್ನು ಸಾರುತ್ತಿತ್ತು.

ಟೀನೇಜ್ ಅಂದರೆ, ಒಂದು ವಿಚಿತ್ರ ದ್ವಂದ್ವಗಳ ಕಾಲ. ಟೀನೇಜಿನ ಮಕ್ಕಳು ಬಂಡಾಯ ಪ್ರವೃತ್ತಿಯನ್ನ ಹೊಂದಿರುತ್ತಾರೆ. ತಾಯಿ ತಂದೆ ಮತ್ತು ಶಿಕ್ಷಕರನ್ನು ವಿರೋಧಿಸುತ್ತಾರೆ. ಅವರಿಗೆ ಹಲವು ಪ್ರಶ್ನೆಗಳನ್ನು ಕೇಳುತ್ತಾರೆ. ಹಿರಿಯರು ಹೇಳುವುದೊಂದು, ಮಾಡುವುದು ಇನ್ನೊಂದು ಎಂಬುದನ್ನು ಗಮನಿಸುತ್ತಾರೆ.

ಟೀನೇಜಿನಲ್ಲಿ ಸಮಾನ ವಯಸ್ಸಿನ ಗೆಳೆಯರ ಒತ್ತಡ ಬಹಳ ಮುಖ್ಯವಾದ ಪ್ರಭಾವ. ಸಮಾನ ಮನಸ್ಕ ಮಕ್ಕಳು ಒಟ್ಟಾಗುತ್ತಾರೆ. ಸಮಾನ ಆಸಕ್ತಿಗಳನ್ನು ಬೆಳೆಸಿಕೊಂಡ ಮಕ್ಕಳು ತಮ್ಮ ಆಸಕ್ತಿಗಳನ್ನು ಬೇರೆ ಮಕ್ಕಳ ಮೇಲೂ ಹೇರಲು ಬಹಳ ಪ್ರಯತ್ನ ಮಾಡುತ್ತಾರೆ. ಈ ಮಕ್ಕಳು ಯಾವಾಗಲೂ ಕುತೂಹಲ ಮತ್ತು ಪ್ರಯೋಗ ಮನೋಭಾವದವರಾಗಿರುತ್ತಾರೆ. ಅನ್ಯ ಲಿಂಗ ಆಕರ್ಷಣೆಯೂ ಸಹಜವಾಗಿ ಇವರಲ್ಲಿ ಕಂಡುಬರುತ್ತದೆ.

ಮೊಡಲಿಂಗ್ ಅಥವಾ ಮಾದರಿಗಳನ್ನು ಹುಡುಕುವುದು, ಅವರ ಹಾಗೆ ನಾವು ಆಗಬೇಕೆಂದು ಯೋಚನೆ ಮಾಡುವುದು ಕೂಡ ಒಂದು ಸಾಮಾನ್ಯ ಲಕ್ಷಣ. ಸಿನೆಮಾ ತಾರೆಯರು, ಕ್ರಿಕೆಟ್ ತಾರೆಯರು, ಪಾಪ್ ಸ್ಟಾರ್‌ಗಳು ಹೀಗೆ ಖ್ಯಾತನಾಮರನ್ನು ಆರಾಧಿಸುವುದು ಈ ಪ್ರಾಯದಲ್ಲಿ ಸರ್ವೇ ಸಾಮಾನ್ಯ.

ಟೀನೇಜಿನ ಮಕ್ಕಳ ಮಿದುಳಿನ ಬೆಳವಣಿಗೆಯೇ ವಿಚಿತ್ರ. ಮಿದುಳಿನ ನರಕೋಶಗಳು ಐದನೇ ವರ್ಷದಿಂದ ಹದಿನಾಲ್ಕು ಹದಿನೈದು ವರ್ಷದ ವರೆಗೆ ಒಂದೇ ಸಮನೆ ಬೆಳೆಯಲಾರಂಭಿಸುತ್ತದೆ. ನಂತರ ಗಾರ್ಡನ್ನಿನ ಹುಲ್ಲು ನಯವಾಗಿ ಕತ್ತರಿಸಿ ಹೋಗುವಂತೆ ಹಲವು ನರಕೋಶಗಳು ಬಿದ್ದುಹೋಗುತ್ತವೆ. ಹದಿಹರೆಯದ ಮಿದುಳು, ಯೋಚನೆ ಮಾಡುವ ರೀತಿಯೇ ಬೇರೆ. ಹದಿಹರೆಯದ ಮಿದುಳಿನ ಯೋಚನೆ ಆಧುನಿಕ ರೇಸ್ ಕಾರಿನಂತೆ. ಇಲ್ಲಿ ಥ್ರಿಲ್ ಮುಖ್ಯ, ಸ್ಪೀಡ್ ಮುಖ್ಯ, ಫಾಸ್ಟ್ ಆಗಿ ಹೋಗಬೇಕು ಹಾಗೂ ರಿಸ್ಕ್ ತೆಗೆದುಕೊಳ್ಳಲು ಯಾವಾಗಲೂ ರೆಡಿ ಇರ್ತಾರೆ. ಮುಂದಿನ ಪರಿಣಾಮದ ಕುರಿತು ಯೋಚನೆ ಇರುವುದಿಲ್ಲ.

ಆದರೆ, ತಾಯಿ ತಂದೆಯರು, ನಾವು, ನಮ್ಮ ಮಿದುಳು ಯೋಚನೆ ಮಾಡುವ ರೀತಿಯೇ ಬೇರೆ. ಹಳೆಯ ಅಂಬಾಸಿಡರ್ ಕಾರಿನ ಹಾಗೆ. ಮೈಲೇಜ್ ಮುಖ್ಯ. ಸ್ಪೇಸ್ ಮತ್ತು ಸೇಫ್ಟಿ ಮುಖ್ಯ. ಆದಷ್ಟು ಕಡಿಮೆ ದರ ಇರಬೇಕು. ಹೀಗೆ ನಮ್ಮ ಮತ್ತು ಮಕ್ಕಳ ಆಲೋಚನಾ ಲಹರಿಯಲ್ಲಿ ವ್ಯತ್ಯಾಸ ಇರುವುದು. ಹೀಗಿರುವಾಗ ಮನೆಯಲ್ಲಿ ಈ ಎರಡು ವಿಭಿನ್ನ ''ಮಿದುಳು''ಗಳ ನಡುವೆ ತಾಕಲಾಟ ಸಾಮಾನ್ಯ. ಇದು ರಾಮಪ್ರಸಾದ್‌ರವರ ಮನೆಯಲ್ಲೂ ಸಮಸ್ಯೆಯುಂಟುಮಾಡಿತ್ತು.

ತಾಯಿ ತಂದೆಯರು ದುಡಿಯುವುದು ಮಕ್ಕಳಿಗಾಗಿ. ಮಕ್ಕಳನ್ನು ಹುಟ್ಟಿಸುವುದು ಪ್ರತಿಷ್ಠೆಗಾಗಿ. ನನ್ನ ಮಗನೇ ಮುಂದೆ ಐ.ಎ.ಎಸ್. ಅಧಿಕಾರಿಯಾಗಬೇಕು, ಡಾಕ್ಟರ್

ಆಗಬೇಕು, ಇಂಜಿನಿಯರ್ ಆಗಬೇಕು, ಹೀಗೆ ಯೋಚನೆ ಮಾಡುವ ತಾಯಿ ತಂದೆ ಮಕ್ಕಳ ಮೇಲೆ ಸಾಕಷ್ಟು ಒತ್ತಡ ಹಾಕುತ್ತಾರೆ. ಮಕ್ಕಳಿಗೆ ಸಾಕಷ್ಟು ಬುದ್ಧಿ ಹೇಳುತ್ತಾರೆ. ರಾಮಪ್ರಸಾದ್ ಒಂದು ಬಡ ಕುಟುಂಬದಲ್ಲಿ ಬೆಳೆದು, ಕಷ್ಟದಿಂದ ನ್ಯಾಷನಲ್ ಲಾ ಸ್ಕೂಲಿನಲ್ಲಿ ಕಾನೂನು ಪದವಿ ಮಾಡಿದವರು. ಯಾವಾಗಲೂ ಮಗನಿಗೆ ತಾವು ತುಳಿದು ಬಂದ ಕಷ್ಟದ ಹಾದಿಯ ಬಗ್ಗೆ ಭಾಷಣ ಮಾಡುತ್ತಿದ್ದರು. ನೀನು "ಬೆಳ್ಳಿಯ ಚಮಚ ಬಾಯಲ್ಲಿಟ್ಟುಕೊಂಡು ಹುಟ್ಟಿದ್ದೀಯಾ, ಕಷ್ಟವನ್ನು ಎಂದೂ ತಿಳಿದಿಲ್ಲ" ಎನ್ನುತ್ತಿದ್ದರು. ತಾನು ಹೋಟೇಲೊಂದರಲ್ಲಿ ಕೆಲಸ ಮಾಡಿ ಪಿಯುಸಿ ಓದಿದ ಬಗ್ಗೆ, ನ್ಯಾಷನಲ್ ಲಾ ಸ್ಕೂಲಿಗೆ ಆಯ್ಕೆಯಾದ ಕೆಲವೇ ಹಳ್ಳಿ ಹುಡುಗರಲ್ಲಿ ತಾನು ಒಬ್ಬ ಎಂಬ ಬಗ್ಗೆ ಸಾರಿ ಸಾರಿ ಮಗನಿಗೆ ಹೇಳುತ್ತಿದ್ದರು. ಲವ ಇದನ್ನು ಕೇಳಿಯೇ ಕಿವಿ ಮುಚ್ಚಿಕೊಳ್ಳುತ್ತಿದ್ದ.

ಹಾಗೆಯೇ ತಮ್ಮ ಸ್ನೇಹಿತ ಸುಭಾಷರ ಮಗಳು ವೇದ ಪಡೆಯುತ್ತಿದ್ದ ಅಂಕಗಳ ಬಗ್ಗೆ ಯಾವಾಗಲೂ ಪದೇ ಪದೇ ಹೇಳುತ್ತಿದ್ದರು. ಕೇಂದ್ರೀಯ ವಿದ್ಯಾಲಯದಲ್ಲಿ ವೇದ 98 ಶೇಕಡಾ ಮಾರ್ಕ್ ತೆಗೆದು ಹತ್ತನೇ ತರಗತಿಯಲ್ಲಿ ಕೇರಳ ರಾಜ್ಯದಲ್ಲಿ ಪ್ರಥಮ ಸ್ಥಾನ ಪಡೆದಿದ್ದಳು. ಅವಳ ತಂದೆ ಸುಭಾಷ್ ಇವರ ಸಹ ವಕೀಲರಾಗಿದ್ದರು. ಆದರೆ, ರಾಮಪ್ರಸಾದರಷ್ಟು ಖ್ಯಾತಿ ಪಡೆದಿರಲಿಲ್ಲ. ಅಂತಹ ಕಡಿಮೆ ಅಂತಸ್ತಿನ ವಕೀಲರ ಮಗಳು ತನ್ನ ಮಗನಿಗಿಂತ ಶಾಲೆಯಲ್ಲಿ ಉತ್ತಮ ಅಂಕ ಪಡೆಯುವುದು ರಾಮಪ್ರಸಾದರ ಮರ್ಯಾದೆಗೆ ಕಡಿಮೆಯಾಗಿತ್ತು.

ಪದೇ ಪದೇ ಲವನನ್ನು ವೇದಳೊಂದಿಗೆ ಹೋಲಿಕೆ ಮಾಡುತ್ತಿದ್ದರು. ಆದರೆ ಲವನೂ ಉತ್ತಮ ಪ್ರತಿಭೆಗಳನ್ನು ಹೊಂದಿದ್ದ. ಆತನು ಉತ್ತಮ ಪಾಪ್ ಪದ್ಯಗಳನ್ನು ಮಾಡುತ್ತಿದ್ದ. ಇಂಗ್ಲೀಷಿನಲ್ಲಿ ಪಾಪ್ ಪದ್ಯಗಳನ್ನು ಬರೆಯುತ್ತಿದ್ದ. ಓದಿನಲ್ಲಿ ಕೂಡಾ ಸಾಮಾನ್ಯ ವಿದ್ಯಾರ್ಥಿಯಾಗಿದ್ದು ಯಾವುದೇ ತೊಂದರೆ ಇರಲಿಲ್ಲ. ಆತನಲ್ಲಿರುವ ಯಾವುದೇ ಒಳ್ಳೆಯ ಗುಣಗಳನ್ನು ರಾಮಪ್ರಸಾದ್ ದಂಪತಿಗಳು ಹೊಗಳುತ್ತಿರಲಿಲ್ಲ. ಆತನು ಹೆಚ್ಚಿನ ಅಂಕ ತೆಗೆಯಬೇಕೆಂದು ಆತನನ್ನು ಬ್ಲೂ ವ್ಯಾಲಿ ಶಾಲೆಗೆ ಹಾಕಿದ್ದರು. ಆತನಿಗೆ ಶಾಲೆಯ ನಂತರ ಓದಿನಲ್ಲಿ ಸಹಾಯಕ್ಕಾಗಿ ಇನ್ನೊಂದು ಟ್ಯೂಷನ್ ಬೋಧಕರನ್ನು ಹಾಸ್ಟೆಲಿನಲ್ಲೇ ನೇಮಿಸಿದ್ದರು. ಆತನಿಗೆ ಬಿಡುವಿನ ವೇಳೆ ಎಂಬುದು ಸಿಗುವುದೇ ಕಷ್ಟವಾಗಿತ್ತು.

ಆತನಿಗೆ ಬ್ಲೂ ವ್ಯಾಲಿ ಶಾಲೆ ಒಂದು ಬಂಗಾರದ ಪಂಜರದಂತೆ ಆಗಿತ್ತು. ಶಾಲೆಯಲ್ಲಿ ಕೂಡಾ ಶಾಲೆಯ ಪ್ರಾಂಶುಪಾಲರು ಲವನ ಮೇಲೆ ತೀವ್ರ ನಿಗಾ ವಹಿಸಿದ್ದರು. ಆತನಿಗೆ ಇಷ್ಟವಾದ ಪಾಪ್ ರ್‍ಯಾಪ್ ಪದ್ಯಗಳನ್ನು ಆತನಿಂದ ದೂರ ಮಾಡಲಾಗಿತ್ತು. ಆ ಸಂದರ್ಭದಲ್ಲಿ ಸಿಕ್ಕಿದವಳೇ ಟ್ರೇಜಾ. ಟ್ರೇಜಾಳಿಗೂ ಆಸಕ್ತಿಯ ವಿಷಯವಾಗಿದ್ದುದು ಪಾಪ್ ರ್‍ಯಾಪ್ ಮತ್ತು ರೆಮೊ ಫರ್ನಾಂಡಿಸ್. ಸಮಾನ ಮನಸ್ಕರಿಬ್ಬರೂ ಜೊತೆಯಾಗಿ ಮಾತನಾಡುವಾಗ ಲವನ ಮನಸ್ಸು ಪುಳಕಿತಗೊಳ್ಳುತ್ತಿತ್ತು. ಆದರೆ, ಯಾವುದೇ ಒಂದು ಕೆಟ್ಟ ರೀತಿಯ

ಸಂಬಂಧಗಳಾಗಲೀ, ಯೋಚನೆಗಳಾಗಲೀ ಈ ಎಳೆ ಮನಸ್ಸುಗಳಲ್ಲಿ ಇರಲಿಲ್ಲ. ಒತ್ತಡ ಭರಿತ "ಹಾಸ್ಟೆಲ್" ಜೀವನದಲ್ಲಿ ಟ್ರೀಜಾಳೊಂದಿಗೆ ಕಳೆಯುವ ಮಧುರ ಕ್ಷಣಗಳು ಲವನಿಗೆ ಒತ್ತಡ ನಿಭಾಯಿಸುವ ಒಂದು ರೀತಿಯಾಗಿ ಬೆಳೆದಿತ್ತು.

### ಟೀನೇಜ್ ಮಕ್ಕಳಲ್ಲಿ ಇಂತಹ ಸಮಸ್ಯೆಗಳು ಉಂಟಾಗಲು ಪ್ರಮುಖ ಕಾರಣಗಳೇನು?

ಸಾಮಾನ್ಯವಾಗಿ ಈ ವಯಸ್ಸಿನಲ್ಲಿ ಆಗುವ ಹಾರ್ಮೋನುಗಳ ಬೆಳವಣಿಗೆ ಮತ್ತು ಅವುಗಳ ಪರಿಣಾಮ ಒಂದು ಕಾರಣ ಆದರೆ ಇನ್ನೂ ಹೊರಗಿನ ಪರಿಸರದಿಂದ ಆಗುವ ಒತ್ತಡಗಳು ಕೂಡ ಕಾರಣವಾಗುತ್ತದೆ. ತಾಯಿ ತಂದೆಯ "ಹೋಲಿಕೆಯ" ಮನೋಭಾವ, ತಮ್ಮ ಮಕ್ಕಳ ಅಭಿರುಚಿ ಮತ್ತು ಸಾಮರ್ಥ್ಯ ಲೆಕ್ಕಿಸದೆ ಕೇವಲ ತಮ್ಮ ಪ್ರತಿಷ್ಠೆಗಾಗಿ, ಸಾಮಾಜಿಕ ಘನತೆಗಾಗಿ ಮಕ್ಕಳಿಂದ ಉತ್ತಮ ಫಲಿತಾಂಶ ಹಾಗೂ ಸಾಧನೆಯನ್ನು ಅಪೇಕ್ಷಿಸುವುದು, ಮಕ್ಕಳಲ್ಲಿರುವ ಒಳ್ಳೆಯ ಗುಣಗಳನ್ನು ಗುರುತಿಸದೇ ಬರೀ ಅವರಲ್ಲಿರುವ ನಕಾರಾತ್ಮಕ ಅಂಶಗಳನ್ನು ಪದೇ ಪದೇ ಹೇಳುವುದು, ಅವರನ್ನು ಕೀಳಾಗಿ ನೋಡುವುದು ಇತ್ಯಾದಿ ಕಾರಣವಾಗಿರುತ್ತದೆ.

ಇನ್ನು ಶಾಲೆಗಳಲ್ಲಿರುವ ವಾತಾವರಣ ಕೂಡ ಒಂದು ಕಾರಣ. ಇವತ್ತು ಶಾಲೆಗಳಲ್ಲಿ ಶಿಕ್ಷಣ ಎಂದರೆ ಶಿಕ್ಷೆ ಮತ್ತು ಹಣ. ಇವೆರಡೂ ತಾಂಡವವಾಡುತ್ತಿವೆ. ಶಾಲೆಗಳೆಂದರೆ ಮಾರ್ಕ್ಸ್ ತೆಗೆಯುವ ಮಕ್ಕಳನ್ನು ನಿರ್ಮಿಸುವ ಕಾರ್ಖಾನೆಯಾಗಿದೆ. ಐ.ಐ.ಟಿ. ಗಳಿಗೆ ಸೀಟ್ ಗಿಟ್ಟಿಸಿಕೊಡುವ ಶಾಲೆಗಳು, ಎಮ್.ಬಿ.ಬಿ.ಎಸ್.ಗಳಿಗೆ ಸೀಟ್ ತೆಗೆದುಕೊಳ್ಳುವಂತೆ ಮಾಡುವ ಶಾಲೆಗಳು, ಐ.ಎ.ಎಸ್.ಪರೀಕ್ಷೆ ಪಾಸ್ ಮಾಡಿಸುವಂತಹ ಶಾಲೆಗಳು, ಹೀಗೆ ಉನ್ನತ ಸಾಧನಾ ಮೌಲ್ಯಗಳನ್ನೆ ಗುರಿಯಾಗಿಸಿಕೊಂಡ ಶಾಲೆಗಳನ್ನೇ ಇಂದು ನಾವು ನೋಡುತ್ತಿರುವುದು ಸಾಮಾನ್ಯವಾಗಿದೆ. ಈ ಶಾಲೆಗಳಲ್ಲಿ ಅಂಕಗಳಿಗೆ ಹೆಚ್ಚು ಪ್ರಾಮುಖ್ಯತೆ. ಮಾನವೀಯತೆ, ಸರಳತೆ, ಮೌಲ್ಯಗಳ ವೃದ್ಧಿ ಇದರತ್ತ ಗಮನ ಕಡಿಮೆಯಾಗಿದೆ.

ಈ ಮುಂತಾದ ಯೋಚನೆಗಳು ಡಾ. ಅರವಿಂದರ ತಲೆಯಲ್ಲಿ ಒಂದೇ ಸಮನೆ ಬರುತ್ತಿತ್ತು. ಅಷ್ಟರಲ್ಲಿ ಫೋನ್ ರಿಂಗಣಿಸಿತು. ಡಾ. ಅರವಿಂದ್‌ರವರ ಯೋಚನಾ ಲಹರಿಗೆ ಬ್ರೇಕ್ ಹಾಕಿತು. ಲವನ ಬಳಿ ಸಮಾಲೋಚನೆ ನಡೆಸಿದ ಮೇಲೆ, ಆತನ ತಾಯಿ ತಂದೆಯರನ್ನು ಕರೆದರು. ಅವರೊಡನೆ ದೀರ್ಘ ಸಮಾಲೋಚನೆ ನಡೆಸಿದರು.

ತಾಯಿ ತಂದೆಯರಿಗೆ, ಡಾ. ಅರವಿಂದ್ ಅವರು ತಮ್ಮ ಮಗನ ಪರವಾಗಿದ್ದಾರೆ, ತಮ್ಮನ್ನು ಸುಮ್ಮಸುಮ್ಮನೆ ಆತ ವೈದ್ಯರ ಮುಂದೆ ದೂಷಿಸಿದ್ದಾನೆ, ಈಗಿನ ಕಾಲದ ಮಕ್ಕಳೇ ಹಾಗೆ, ಅವರಿಗೆ ತಾಯಿ ತಂದೆಯರು, ಗುರು ಹಿರಿಯರು ಎಂದರೆ ಸ್ವಲ್ಪವೂ ಗೌರವವಿಲ್ಲ, ಅವರು ಕಾರಣವಿಲ್ಲದೆ ಹಿರಿಯರನ್ನು ಅಗೌರವಿಸುತ್ತಾರೆ,

ಮೋಜು-ಮಸ್ತಿ ಜಾಸ್ತಿ, ಹಣ ಪೋಲು ಮಾಡುತ್ತಾರೆ, ತಾಯಿ ತಂದೆ ಕಷ್ಟಪಟ್ಟು ದುಡಿದರೆ ಇವರಿಗೆ ಅದರ 'ನೋವು' ತಿಳಿಯುವುದಿಲ್ಲ, ಇದು ವೈದ್ಯರುಗಳಿಗೆ ಗೊತ್ತಾಗುವುದಿಲ್ಲ ಮುಂತಾಗಿ ದಂಪತಿಗಳಿಬ್ಬರು ಪರಸ್ಪರ ಮಾತಾಡಿಕೊಂಡು ಡಾ. ಅರವಿಂದರ ಕೊಠಡಿಯ ಹೊರಗೆ ಕುಳಿತುಕೊಂಡಿದ್ದರು.

'ಮನೋವಿಶ್ವಾಸ' ಕ್ಲಿನಿಕ್‌ಗೆ ಬಂದ ಹೆಚ್ಚಿನ 'ಟೀನ್' ಮಕ್ಕಳ ತಾಯಿ ತಂದೆಯರ ಅಂಬೋಣವೇ ಇದಾಗಿತ್ತು. ಅವರು ಯಾವಾಗಲೂ ಡಾ. ಅರವಿಂದ್ ಅವರು ಮಕ್ಕಳ ಪರ, ತಾಯಿ ತಂದೆಯರಿಗೆ ವಿರೋಧ ಎಂದು ಅನಿಸುತ್ತಿತ್ತು. ಹಲವರು ಇವರಿಗೆ ಈ ವಿಷಯವನ್ನು ನೇರವಾಗಿಯೇ ಹೇಳಿದ್ದೂ ಇತ್ತು.

ಡಾ. ಅರವಿಂದರ ಪ್ರಕಾರ- 'ಟೀನ್ ಏಜ್'ನ ಮಕ್ಕಳು ಒಂದು ತರಹದ ವಿಚಿತ್ರ ಪರಿಸ್ಥಿತಿಯಲ್ಲಿ ಇರುತ್ತಾರೆ. ಅವರ ದೇಹದಲ್ಲಿ 'ಹಾರ್ಮೋನ್'ಗಳ ಲಗ್ಗೆಯಿಂದಾಗುವ ದೈಹಿಕ, ಮಾನಸಿಕ ಬದಲಾವಣೆಗಳು, ಅದೇ ಸಂದರ್ಭದಲ್ಲಿ ಮಿದುಳಿನಲ್ಲಿ ಆಗುತ್ತಿರುವ ನರಕೋಶಗಳ ಪ್ರೂನಿಂಗ್ (PRUNING) ಎನ್ನುವ ಕ್ರಿಯೆ - ಇವೆಲ್ಲಾ ಕಾರಣಗಳಿಂದ ಅವರ ಮನಸ್ಸು ಚಂಚಲವಾಗಿರುತ್ತದೆ. ಈ ಚಂಚಲತೆಯನ್ನು ಅಧಿಕ ಮಾಡುವಂತಹದ್ದು ನಮ್ಮ ವಾತಾವರಣದಲ್ಲಿ ಬಹಳಷ್ಟು ಇವೆ.

**ಇಂದು ನಮ್ಮ ಟೀನೇಜ್ ಮಕ್ಕಳನ್ನು ಪ್ರಚೋದಿಸುವ ಪ್ರಚೋದಕಗಳನ್ನು ನಾಲ್ಕು 'ಎಮ್' (M) ಗಳಾಗಿ ನೋಡಬಹುದು. ಅವುಗಳು ಯಾವುವು ?**

MONEY : ಹಣ

MEDIA : ಮಾಧ್ಯಮ

MOBILE: ಮೊಬೈಲು

MOTOR BIKE: ಮೊಟಾರು ಬೈಕುಗಳು.

**ಹಣ (MONEY):**

ಹಲವು ತಾಯಿ ತಂದೆಯರು ತಮ್ಮ ಮಕ್ಕಳಿಗೆ ಸಮಯ ಕೊಡಲು ಆಗದೇ ಮಕ್ಕಳ ಕೈಯಲ್ಲಿ ಅಗತ್ಯಕ್ಕಿಂತ ಹೆಚ್ಚು ಹಣ ಕೊಡುತ್ತಾರೆ. ಅಪಕ್ವ ಮನಸ್ಸಿನ ಮಕ್ಕಳಿಗೆ ಇದರ ಪ್ರಯೋಜನ ಸರಿಯಾಗಿ ಗೊತ್ತಿರುವುದಿಲ್ಲ. ಈ ಹಣವನ್ನು ತಮ್ಮ ಮಿತ್ರರನ್ನು ಖುಷಿಪಡಿಸಲೋ ಅಥವಾ ತಮ್ಮ ಒತ್ತಡ ಮತ್ತು ಒಂಟಿತನವನ್ನು ಕಡಿಮೆ ಮಾಡಿಕೊಳ್ಳಲೋ ಎಂದು ಅವರು ಈ ಹಣದ

ದುರುಪಯೋಗ ಮಾಡಿಕೊಳ್ಳುತ್ತಾರೆ. ಈ ಹಣದಿಂದ ಬೆಲೆಬಾಳುವ ಮೊಬೈಲುಗಳನ್ನು ಖರೀದಿಸುವುದೋ ಅಥವಾ ಮನಸ್ಸು ತಣಿಸುವ ಪಾನೀಯಗಳೆಂದು ಬ್ರೀಸರ್, ಬೀಯರ್ ಕುಡಿಯುವುದೋ, ಸ್ನೇಹಿತರೊಂದಿಗೆ ಸೈಬರ್ ಕೆಫೆಗೆ ಹೋಗುವುದೋ ಪೂಲ್ ಆಡುವುದೋ ಅಥವಾ ಸ್ಪೆಶಲ್ ಸಿಗರೇಟು ಎಂಬ ಹೆಸರಿನಲ್ಲಿ 'ಗಾಂಜಾ' ಸೇದುವುದೋ ಮುಂತಾದ ಅಭ್ಯಾಸಗಳಿಗೆ ಬಲಿಯಾಗುತ್ತಾರೆ.

'ಹಣ' ಎಂದಿಗೂ ತಾಯಿ ತಂದೆಯರ 'ಪ್ರೀತಿ' ಹಾಗೂ 'ಸಮಯ'ಕ್ಕೆ ಪರ್ಯಾಯವಲ್ಲ. 'ಅಪಕ್ವ' ಮನಸ್ಸುಗಳ ಕೈಯ್ಯಲ್ಲಿ ಹಣ-ಮಂಗನ ಕೈಯ್ಯಲ್ಲಿ 'ಮಾಣಿಕ್ಯ' ಕೊಟ್ಟಂತೆ. ಇಂದಿನ ಆಧುನಿಕ ಸಮಾಜದಲ್ಲಿ ಮಕ್ಕಳು ಕೂಡಾ ಈ ಹದಿಹರೆಯದ ವಯಸ್ಸಿನಲ್ಲಿ 'ಬ್ರಾಂಡೆಡ್' ವಸ್ತುಗಳಿಗಾಗಿ ಹಾತೊರೆಯುತ್ತಿರುವುದು ಈ 'ಹಣ'ದ ಪ್ರಭಾವದಿಂದಲೇ. ಫೈರ್ ಫಾಕ್ಸ್ ಸೈಕಲ್ಲೇ ಬೇಕು, ವೈಲ್ಡ್ ಕ್ರಾಫ್ಟ್ ಬ್ಯಾಗುಗಳೇ ಬೇಕು, ಬೆಂಟನ್ ಟೀಶರ್ಟ್‌ಗಳೇ ಬೇಕು, ಫಾಸಿಲ್ ವಾಚುಗಳೇ ಬೇಕು ಎಂದು ಹಠ ಮಾಡುವ ಮಕ್ಕಳು, ಅವನ್ನು ಪಡೆಯಲು ಹಾತೊರೆದು ಈ ಹಠ ವಿಪರೀತವಾದಾಗ ಅದರ ಖರ್ಚನ್ನು ಲೆಕ್ಕಿಸದೆ ಕೊಡಿಸುವ ತಾಯಿ ತಂದೆಯರು ಕೂಡ ತಲೆ ಮೇಲೆ ಕೈ ಇಟ್ಟುಕೊಂಡು ಕುಳಿತುಕೊಳ್ಳುತ್ತಾರೆ. 'ಹದಿಹರೆಯ'ದಲ್ಲಿ ಸೈಕಲ್ ಬ್ಯಾಗು ಟೀಶರ್ಟ್ ಮತ್ತು ವಾಚಿನಿಂದ ಪ್ರಾರಂಭವಾಗುವ ಈ 'ಕೊಳ್ಳುಬಾಕ' ಸಂಸ್ಕೃತಿಯೇ ಮುಂದೆ, KTM ಬೈಕು, ಎಪಲ್ ಐ ಪ್ಯಾಡ್, ವ್ಯಾನ್ ಹುಸೇನ್ ಟೀಶರ್ಟ್ ಎಂದು ಮುಂದುವರಿಯುತ್ತಾ ಹೋಗುತ್ತದೆ. ಅವರು ವಯಸ್ಕರಾದ ಮೇಲೆ ಅದಕ್ಕೆ ತಕ್ಕುದಾಗಿ ಖರ್ಚು ಮಾಡುವ ಸಂಬಳ ಸಿಗುವ ಕೆಲಸ ಸಿಗದೆ ಇದ್ದಾಗ ಖಿನ್ನರಾಗುತ್ತಾರೆ.

### ಮೊಬೈಲು ಮತ್ತು ಮಾಧ್ಯಮ (MOBILE ಮತ್ತು MEDIA ):

ಇವತ್ತು ಮೊಬೈಲು, ಮಾಧ್ಯಮ ಮತ್ತು ಅಂತರ್ಜಾಲವನ್ನು ಬೇರೆಯಾಗಿ ನೋಡಲು ಸಾಧ್ಯವಾಗದಷ್ಟರ ಮಟ್ಟಿಗೆ ಒಂದಕ್ಕೊಂದು ಸೇರಿಕೊಂಡುಬಿಟ್ಟಿವೆ. ಸ್ಮಾರ್ಟ್ ಮೊಬೈಲ್ ಫೋನುಗಳು ಖಂಡಿತವಾಗಿಯೂ ಮಕ್ಕಳ ನೈಜ ಸ್ಮಾರ್ಟ್‌ನೆಸ್ ಅನ್ನು ಕಡಿಮೆ ಮಾಡುತ್ತವೆ ಎಂಬುದರಲ್ಲಿ ಸಂಶಯವಿಲ್ಲ. ಈ ಅಂಗೈಯಲ್ಲಿ ಮುಚ್ಚಿಡಬಹುದಾದ ಸ್ಮಾರ್ಟ್ ಮೊಬೈಲ್ ಫೋನುಗಳು ''ಕರ್ಲೋ ದುನಿಯಾ ಮುಟ್ಟೀ ಮೇ'' ಎಂಬ ಕನಸಿನಂತೆ, ಇಡೀ ಜಗತ್ತನ್ನೇ ನಮ್ಮ ಕೈಯಲ್ಲಿರುವಂತೆ ಮಾಡುತ್ತದೆ.

ಜ್ಞಾನಕ್ಕಾಗಿ ಗೂಗಲ್, ಆರಾಮಕ್ಕಾಗಿ ಮತ್ತು ಸಮಯ ವ್ಯಯಕ್ಕಾಗಿ ಗೇಮುಗಳು, ರಸಿಕತೆ, ಲೈಂಗಿಕ ಕಾಮನೆಗಳಿಗಾಗಿ ಲೈಂಗಿಕ ಜಾಲತಾಣಗಳು – ಹೀಗೆ ನಾನಾ ವಿಧದ ವಿಶೇಷತೆಗಳನ್ನು ಒಳಗೊಂಡ ಸ್ಮಾರ್ಟ್ ಮೊಬೈಲ್ ಫೋನುಗಳನ್ನು ಮಾತನಾಡಲು ಬಳಸುವುದಕ್ಕಿಂತ, ಸಂದೇಶ ಅಥವಾ ಮೆಸೇಜಿಂಗ್ ಮುಖಾಂತರ ಸಂವಹನ ನಡೆಸುವ, ಯಾರಿಗೂ ತೊಂದರೆಯಾಗದೆ ಗೌಪ್ಯತೆಯಲ್ಲಿ ಸಂಬಂಧಗಳನ್ನು ಬೆಳೆಸುವ ಸಾಧನವಾಗಿ ಬೆಳೆದು ಬರುತ್ತಿದೆ.

ವಾಟ್ಸಾಪ್, ಫೇಸ್ಬುಕ್ಕು, ವಿ-ಚಾಟ್, ಟೆಲಿಗ್ರಾಮ್‌ನಂತಹ ಸಾಧನಗಳ ಮುಖಾಂತರ ಹಲವು ಸಂಬಂಧಗಳು ಬೆಳೆದು ಬರುತ್ತಾ ಇವೆ. ಅಪಕ್ವ ಮನಸ್ಸಿನ, ಚಂಚಲ ಮನಸ್ಸಿನ ಟೀನೇಜರ್ಸ್‌ಗಳಿಗೆ ವಿಕೃತ ಮನಸ್ಸಿನ, ಕಾಮುಕ ಭಾವನೆಗಳುಳ್ಳ 'ಅನಾಮಿಕ' ವ್ಯಕ್ತಿಗಳು ಗೆಳೆಯರಾಗುತ್ತಿದ್ದಾರೆ. ಮುಂದೆ ಅವರಿಂದ ಬಿಡಿಸಿಕೊಳ್ಳಲು ಬಹಳ ಪ್ರಯಾಸ ಮತ್ತು ನೋವು ಅನುಭವಿಸುವಂತೆ ಆಗುತ್ತಿದೆ. ಈ ಟೀನೇಜ್ ಮಕ್ಕಳಿಗೆ ಆನ್‌ಲೈನ್ ಗೇಮ್‌ಗಳನ್ನು ಮೆಸೇಜಿನ ಮುಖಾಂತರ ರವಾನಿಸುವುದು, ಆನ್‌ಲೈನ್ ಚಾಟ್ ರೂಮ್‌ಗಳಲ್ಲಿ ಲೈಂಗಿಕ ವಿಷಯವಸ್ತುಗಳನ್ನು ರವಾನಿಸುವುದು ಮುಂತಾದ ಕೆಲಸಗಳಿಂದ ಈ ಮಕ್ಕಳ ಸ್ನೇಹ ಗಳಿಸುವುದು. ಈ ಮಕ್ಕಳನ್ನು ಮೊದಮೊದಲು ಈ ವರ್ಚುವಲ್ ಸಾಧನಗಳ ಮುಖಾಂತರ ಸೆಳೆದು ನಂತರ ಅವರನ್ನು ತಮ್ಮ ಕಪಿಮುಷ್ಠಿಯಲ್ಲಿ ಇರಿಸಿ, ಅವರನ್ನು ಬಲವಂತವಾಗಿ ಲೈಂಗಿಕ ಕ್ರಿಯೆಗಳಲ್ಲಿ ತೊಡಗಿಸುವುದು, ಅದರ ಚಿತ್ರಗಳನ್ನು ಇಟ್ಟುಕೊಂಡು ಅವರನ್ನು ಬೆದರಿಸುವುದು. ಮಕ್ಕಳು ಇದನ್ನು ಯಾರಿಗೂ ಹೇಳಲಾಗದೆ ಈ ವಿಕೃತ ಕಾಮುಕರ ಬಲೆಯಲ್ಲಿ ಒದ್ದಾಡುವುದು. ಇಂತಹ ಸಮಸ್ಯೆಗಳಲ್ಲಿ ತಮ್ಮಲ್ಲಿಗೆ ಬರುತ್ತಿದ್ದ ಟೀನೇಜ್ ಮಕ್ಕಳು ಸಿಲುಕಿ ಹಾಕಿಕೊಂಡಿರುವುದನ್ನು ಡಾ. ಅರವಿಂದ್ ಅವರು ದಿನ ನಿತ್ಯ ನೋಡುತ್ತಿದ್ದರು.

ಹಾಗೆಯೇ ಓದಿನಲ್ಲಿ ಬಹಳ ಹುಷಾರಾಗಿದ್ದ ಮಗುವೊಂದು ಆನ್‌ಲೈನ್ ಗೇಮ್‌ಗಳ ಹಾವಳಿಗೆ ತುತ್ತಾಗಿ ಶಾಲೆಗೆ ಹೋಗಲು ನಿರಾಕರಿಸುವುದು, ತಾಯಿ ತಂದೆಯರ ನಡುವಿನ ಭಿನ್ನಾಭಿಪ್ರಾಯದಿಂದ 'ಅಭದ್ರತೆ'ಗೆ ಒಳಗಾಗಿದ್ದ ಈ ಮಗು, ಓದು ಬರಹ ತ್ಯಜಿಸಿ, ಈ ಆನ್‌ಲೈನ್ ಗೇಮ್‌ಗಳಲ್ಲಿ ತಲ್ಲೀನನಾಗಿ ಅದೇ 'ಖುಷಿ' ಕೊಡುವ ಜೀವನ ಎಂಬಂತೆ ಆರಾಮವಾಗಿದ್ದುದನ್ನು ಡಾ. ಅರವಿಂದರು ನೋಡಿದ್ದರು.

ಮೊಬೈಲಿನ ಸಂಪರ್ಕದಿಂದ ಕ್ರಿಕೆಟ್ ಬೆಟ್ಟಿಂಗ್ ಮಾಡಿ ಒಂದೇ ದಿನ ಇಪ್ಪತ್ತು ಸಾವಿರ ರೂಪಾಯಿ ಸಂಪಾದಿಸಿದ್ದ ಹತ್ತನೇ ತರಗತಿಯ ಹುಡುಗನೊಬ್ಬ, ಹದಿನಾರನೇ ವಯಸ್ಸಿಗೆ ತಾನು ಕೋಟ್ಯಾಧಿಪತಿಯಾಗಬೇಕು, ಅದಕ್ಕಾಗಿ ನಾನು ನನ್ನ ಶಿಕ್ಷಣವನ್ನೇ ತ್ಯಜಿಸುತ್ತೇನೆ ಎಂದು ತಾಯಿ ತಂದೆಯರಿಗೆ ದೊಡ್ಡ ತಲೆನೋವಾದ. ಈತ ಉತ್ತಮ ಕ್ರಿಕೆಟಿಗ ಕೂಡ ಆಗಿದ್ದ – ಹೀಗೆ ಹಲವು ಪ್ರಕರಣಗಳು ಡಾ. ಅರವಿಂದ್‌ರವರ ತಲೆಗೆ ಮಿಂಚಿನಂತೆ ಹೊಳೆದು ಬಂದವು.

ಈ ಎಳೆ ಮಕ್ಕಳ 'ಮಾನಸ'ದ ಗೊಂದಲಗಳನ್ನು ಹೆಚ್ಚು ಮಾಡುತ್ತಿದ್ದ ಈ ''ಮೊಬೈಲು'', ಹಲವು ಸಂದರ್ಭಗಳಲ್ಲಿ ಈ ಮಕ್ಕಳು ತಾಯಿ ತಂದೆಯರ ಮಹತ್ವಾಕಾಂಕ್ಷೆಯ ಕಾರಣದಿಂದ ಈ ಮಕ್ಕಳ ಕೈಸೇರಿತ್ತು. ಕೆಲವು ತಂದೆ ತಾಯಿಯರಿಗೆ ತಮ್ಮ ಮಗು ಮೊಬೈಲ್ ಉಪಯೋಗಿಸುವುದರಲ್ಲಿ ನಿಪುಣ ಎಂದು ಹೇಳುವುದೇ ಒಂದು ಹೆಮ್ಮೆಯ ವಿಷಯವಾಗಿತ್ತು.

ಮೊದಮೊದಲು ಮಕ್ಕಳನ್ನು ಮನೆಯಲ್ಲೇ ಇರುವಂತೆ ಮಾಡಲು ಇವರು ತಾವೇ ಮಕ್ಕಳಿಗೆ ಮೊಬೈಲ್ ಕೊಟ್ಟರೆ, ಈ ಮಕ್ಕಳು ಮೊಬೈಲ್ ಗೇಮ್‌ಗಳಿಗೆ, ಲೈಂಗಿಕ ವಿಷಯಗಳಿಗೆ

ವ್ಯಸನಿಗಳಾಗುವುದನ್ನು ನೋಡಿ ಕೈಸುಟ್ಟುಕೊಂಡಿದ್ದರು. ಈ ಮೊಬೈಲ್ ಇಂದು ಹಲವು ಮಕ್ಕಳು ತಮ್ಮ ಓದಿನಲ್ಲಿ ಆಸಕ್ತಿ ಕಳೆದುಕೊಳ್ಳುವಂತೆ, ಹಲವು ಯುವಕರು ಹೊರಾಂಗಣದ ಆಟಗಳನ್ನು ತೊರೆದು ಮನೆಯಲ್ಲೇ ಕುಳಿತು "ಆನ್‌ಲೈನ್ ಗೇಮರ್ಸ್" ಆಗಿ ಪರಿವರ್ತನೆ ಗೊಳ್ಳುವಂತೆ, ಹಲವು ಮಕ್ಕಳು ತಮ್ಮ ಸುತ್ತಮುತ್ತಲಿನ ಗೆಳೆಯ ಗೆಳತಿಯರನ್ನು ತೊರೆದು ಕೇವಲ ವಾಟ್ಸಾಪ್, ಫೇಸ್ಬುಕ್ಕು, ವಿ-ಚಾಟ್‌ಗಳನ್ನು ನೆಚ್ಚಿಕೊಂಡು ಸಮಯವನ್ನು ಕಳೆಯುವಂತೆ ಮಾಡಿರುವುದನ್ನು ಡಾ.ಅರವಿಂದರು ನೋಡಿದ್ದರು.

**ಹದಿಹರೆಯದವರನ್ನು ಕಾಡುವ ಕೊನೆಯ "ಎಮ್" ಅಂದರೆ, ಮೋಟಾರು ಬೈಕು:**

ಡಾ. ಅರವಿಂದರ ಕಣ್ಮುಂದೆ ಬಂದ ಚಿತ್ರ, ಅವರು ಕಳೆದುಕೊಂಡ ಯುವ ರೋಗಿ ಸನತ್. ಸನತ್ ತನ್ನ ತಾಯಿ-ತಂದೆಯರಿಗೆ ಒಬ್ಬನೇ ಸಾಕುಮಗ. ಹದಿನೇಳನೆ ವಯಸ್ಸಿನಲ್ಲಿ ತನ್ನ ಹೊಸ ಬೈಕನ್ನು ಚಲಾಯಿಸುವಾಗ ಅಪಘಾತದಲ್ಲಿ ಮರಣ ಹೊಂದಿದ. ಸನತ್, ಡಾ. ಅರವಿಂದರಲ್ಲಿ ಕಳೆದ ಆರು ವರ್ಷಗಳಿಂದ ಚಿಕಿತ್ಸೆಗೆ ಬರುತ್ತಿದ್ದ. ಆತ, ತಾಯಿ ತಂದೆಯರ ಕೊಂಡಾಟದಿಂದ, ಮಿತ್ರರ ಒತ್ತಡದಿಂದ ಹಾಗೂ ADHD (ಅತೀ ಚಟುವಟಿಕೆ) ಎಂಬ ಸಮಸ್ಯೆಯಿಂದ ಬಳಲುತ್ತಿದ್ದ. ಕ್ರಮೇಣ ಬಹಳ ವಿಚಿತ್ರ ವ್ಯಕ್ತಿಯಾಗಿಯೂ ಬೆಳೆಯುತ್ತಿದ್ದ. ತನಗೆ ಬೇಕಾದ ವಸ್ತುವನ್ನು ಹೇಗಾದರೂ ಮಾಡಿ ಗಿಟ್ಟಿಸಿಕೊಳ್ಳುತ್ತಿದ್ದ. ತುಂಬ ಹಠ ಸ್ವಭಾವದ ಈತ ಆಗಾಗ ಸೈಕಲ್ ಜೋರಾಗಿ ಓಡಿಸಿ ಸಣ್ಣಪುಟ್ಟ ಅಪಘಾತಗಳನ್ನು ಮಾಡಿಕೊಳ್ಳುವುದು, ತಾಯಿ ತಂದೆಯರಿಗೆ ಬುದ್ಧಿ ಕಲಿಸಲೆಂದು ಸಿಗರೇಟು, ಮದ್ಯ ಸೇವಿಸಿ ಮನೆಗೆ ಬಂದು ಗಲಾಟೆ ಮಾಡುವುದನ್ನು ಹನ್ನೊಂದನೆ ವಯಸ್ಸಿಗೆ ರೂಢಿಸಿಕೊಂಡಿದ್ದ. ಮುಂದೆ ಗಾಂಜಾ ಸೇವನೆಯನ್ನು ಕೂಡ ಮಾಡತೊಡಗಿದ.

ಡಾ. ಅರವಿಂದ್, ಈತನಿಗೆ ಆಪ್ತ ಸಲಹೆ ನೀಡಿ, ಅಗತ್ಯ ಮಾತ್ರೆಗಳನ್ನು ನೀಡಿ ಆತ ಗಾಂಜಾ ಮತ್ತು ಪಾನಮುಕ್ತನಾಗುವಂತೆ ಮಾಡಿದ್ದರು. ಆದರೆ ಕೆಲವೊಮ್ಮೆ ಅಸಾಧ್ಯ ಬೇಡಿಕೆಗಳನ್ನು ತಾಯಿ ತಂದೆಯವರೊಂದಿಗೆ ಮಾಡಿ ಅವರನ್ನು ಸತಾಯಿಸುತ್ತಿದ್ದ. ಅಂತು ಇಂತು ತನ್ನ ಹತ್ತನೇ ತರಗತಿಯನ್ನು ಕೇವಲ ಪಾಸ್ ಮಾರ್ಕ್ಸ್ ಗಳಿಸಿ ಮುಗಿಸಿದ್ದ.

ಈತನಿಗೆ ಮೋಟಾರು ಬೈಕಿನ ಹುಚ್ಚು ಬಹಳ ಇತ್ತು. ಸಣ್ಣ ಹುಡುಗನಿದ್ದಾಗಲೇ ಮೇಣ ಮತ್ತು ಬಾಲ್ ಬೇರಿಂಗ್ ಉಪಯೋಗಿಸಿ ರೇಸ್ ಬೈಕುಗಳ ಮಾದರಿ ತಯಾರಿಸುವುದು, ಅಕ್ಕ ಪಕ್ಕದ ಮನೆಯವರ ಬೈಕ್ ಹಾಳಾದರೆ ರಿಪೇರಿ ಮಾಡುವುದು, ಅವರ ಕಣ್ಣು ತಪ್ಪಿಸಿ ಶರವೇಗದಲ್ಲಿ ಬೈಕ್ ಓಡಿಸುವುದು, ಬೀಳುವುದು ಆಗಾಗ ನಡೆಯುತ್ತಿತ್ತು.

ಬೈಕುಗಳ ಬಗ್ಗೆ ತೀವ್ರ ಆಸಕ್ತಿ ಇರುವುದರಿಂದ ಹಠ ಮಾಡಿ ಆತ ಆಟೊಮೊಬೈಲ್ ಐ.ಟಿ.ಐ. ಸೇರಿದ್ದ. ಆತನಿಗೆ ಇಮ್ರಾನ್‌ನ ಪರಿಚಯವಾಯಿತು, ಇಮ್ರಾನ್ ಇವನಿಗಿಂತ ಎರಡು ವರ್ಷ

ದೊಡ್ಡವನಾಗಿದ್ದ ಹಾಗೂ ಆತನೂ ಒಂದು ಯಮಹ ಬೈಕನ್ನು ಐ.ಟಿ.ಐ.ಗೆ ತರುತ್ತಿದ್ದ. ಇದನ್ನು ನೋಡಿ ತಾನು ಕೂಡ ಬೈಕ್ ಬೇಕೆಂದು ಹಠ ಹಿಡಿದಿದ್ದ ಸನತ್. ತಾಯಿ–ತಂದೆಯರು ಡಾ. ಅರವಿಂದರ ಒಪ್ಪಿಗೆ ಇಲ್ಲದೆ ಬೈಕ್ ಕೊಡಿಸುವುದಿಲ್ಲ ಎಂದು ಖಡಾಖಂಡಿತವಾಗಿ ಹೇಳಿದ್ದರು. ಅರವಿಂದರು ಬೈಕ್ ಬೇಡವೆಂದು ಸಾರಾಸಗಟಾಗಿ ತಾಯಿ–ತಂದೆಯರಿಗೆ ತಿಳಿಸಿದ್ದರು.

ಹಠ ಮತ್ತು ಛಲ ಬಿಡದೆ ಸನತ್ ಡಿಸ್ಸೈರ್ ಎಂಬ ಬೈಕ್ ತೆಗೆದುಕೊಂಡೇಬಿಟ್ಟ. ಬೈಕ್ ತೆಗೆದುಕೊಂಡು ತನ್ನ ತಾಯಿಯನ್ನು ಕೂರಿಸಿಕೊಂಡು ಮನೆಯ ಕೆಲಸಗಳಿಗೆ ಸಹಾಯ ಮಾಡಲಾರಂಭಿಸಿದ. ಇದರಿಂದ ತಾಯಿ ಕೂಡ ಖುಷಿಯಾಗಿದ್ದರು. ಆದರೆ ಒಂದು ದಿನ ಮಿತ್ರ ಇಮ್ರಾನ್‌ನೊಡನೆ ಮಾತಾಡಿಕೊಂಡು ತನ್ನ ಬೈಕ್ ಮತ್ತು ಆತನ ಬೈಕ್‌ನ ನಡುವೆ ರೇಸ್ ಎಂದು ಹೇಳಿ ಜೋರಾಗಿ ಬೈಕ್ ಓಡಿಸುವಾಗ ದಾರಿಯಲ್ಲಿ ನಿಂತಿದ್ದ ಒಂದು ಟ್ಯಾಂಕರ್‌ಗೆ ಹೊಡೆದು ಹದಿನೇಳು ವರ್ಷದಲ್ಲೇ ಅಸುನಿಗಿದ್ದ.

ಹದಿಹರೆಯದಲ್ಲಿ ಈ ಮಕ್ಕಳು ಬೈಕ್ ಬೇಕೆಂದು, ಅದನ್ನು ಶರವೇಗದಲ್ಲಿ ಓಡಿಸಬೇಕೆಂದು ಹಾತೊರೆಯುವುದು ಸಹಜ. ಮಿತ್ರರನ್ನು ಮೆಚ್ಚಿಸಲು, ಮನಸ್ಸಿಗೆ ಖುಷಿ ತಂದುಕೊಳ್ಳಲು ಮಕ್ಕಳು ಈ ರೀತಿ ಮಾಡುತ್ತಾರೆ. ಕೆಲವೊಮ್ಮೆ ತಾಯಿ ತಂದೆಯರು ಕೂಡ ಲೈಸೆನ್ಸ್ ಇಲ್ಲದೆ ಮಕ್ಕಳು ಬೈಕು ಅಥವಾ ಕಾರು ಓಡಿಸುವುದು ಬಹಳ ಖುಷಿ ಇಂದ ಕೊಚ್ಚಿಕೊಂಡು ಹೇಳುತ್ತಿರುತ್ತಾರೆ.

ಆದರೆ ಈ ಅಪಕ್ವ ಮನಸ್ಸುಗಳು ಶರವೇಗದಲ್ಲಿ ಬೈಕ್ ಓಡಿಸುವುದು, ತಮಗೆ ತಾವು ಹಾನಿ ಮಾಡಿಕೊಳ್ಳುವುದು ಅಥವಾ ರಸ್ತೆಯಲ್ಲಿ ಹೋಗುತ್ತಿದ್ದ ಅಮಾಯಕರನ್ನು ಬಲಿತೆಗೆದುಕೊಳ್ಳುವುದು ಖೇದಕರ ಸಂಗತಿಯಾಗಿದೆ. ಹದಿಹರೆಯದಲ್ಲಿ ಮಕ್ಕಳು ಸಾವಿಗೀಡಾಗಲು ಪ್ರಮುಖ ಕಾರಣಗಳಲ್ಲಿ ವಾಹನ ಅಪಘಾತಗಳು, ದುರ್ವ್ಯಸನಗಳು ಮತ್ತು ಆತ್ಮಹತ್ಯೆಗಳು ಮುಖ್ಯವಾದವುಗಳು. ಹಲವು ಅರಳಬೇಕಾದ ಹೂವುಗಳು ಬಾಡುವಂತೆ ಮಾಡುವ ಈ ಅಪಘಾತಗಳನ್ನು ನಿಯಂತ್ರಿಸಲು ಸಾಧ್ಯವಿಲ್ಲವೇ ಎಂದು ಯೋಚಿಸುತ್ತಾ ಕುಳಿತರು. ಒಟ್ಟಿನಲ್ಲಿ ಈ ಹದಿಹರಯ ಮನುಷ್ಯನ ಜೀವನದಲ್ಲಿ ಒಂದು ವಿಚಿತ್ರ ಘಟ್ಟ. ಇಲ್ಲಿ ತಾಯಿ–ತಂದೆಯರು, ಶಾಲೆಯ ಅಧ್ಯಾಪಕರು, ಕೆಲವೊಮ್ಮೆ ಶಾಲೆಯ ಸಹಪಾಠಿಗಳು ಎಡವುವುದರಿಂದ ಹಲವು ಹದಿಹರೆಯದ ಮಕ್ಕಳು ಮಾನಸಿಕ ಸಮಸ್ಯೆಗಳನ್ನು ಅನುಭವಿಸುತ್ತಾರೆ.

ಉನ್ನತೋನ್ನತಿಯ ದಾಹವಿಟ್ಟುಕೊಂಡು ಜೀವನದಲ್ಲಿ ಸಾಕಷ್ಟು ಪ್ರಗತಿ ಸಾಧಿಸಿದ್ದ ರಾಮ ಪ್ರಸಾದ್ ದಂಪತಿಗಳು, ತಾವು ಹೇರುತ್ತಿದ್ದ ಒತ್ತಡದಿಂದ ಮಗ ಲವನನ್ನು ಸತಾಯಿಸಿ ಆತನ ಇಷ್ಟದ ವಿರುದ್ಧವಾಗಿ ಬೋರ್ಡಿಂಗ್ ಶಾಲೆಗೆ ಸೇರಿಸಿ, ಅಲ್ಲಿಯೂ ಕೂಡ ಆತ ಶಾಲೆಯ

ಒತ್ತಡಪೂರ್ವಕ ಪರಿಸರದಿಂದ ತಪ್ಪಿಸಿಕೊಳ್ಳಲು ಟ್ರೀಜಾಳ ಸ್ನೇಹವನ್ನು ಬಯಸಿ, ಅವಳೊಂದಿಗೆ ಓಡಿಹೋಗಿ ಪಾಪ್ ಗುರು ರೆಮೋನನ್ನು ನೋಡಲು ಗೋವಾಗೆ ಹೋಗಿ, ರಾಷ್ಟ್ರೀಯ ಸುದ್ದಿವಾಹಿನಿಯಲ್ಲಿ ಹೆಸರುಮಾಡಿ ಕಳಂಕಿತನಾಗಿದ್ದ. ಏನು ತಪ್ಪು ಮಾಡದೆ ಅನಗತ್ಯ ಒತ್ತಡಗಳಿಗೆ ಬಲಿಯಾಗಿದ್ದ ಎಂಬುದನ್ನು ಡಾ. ಅರವಿಂದ್ ಯೋಚಿಸುತ್ತಾ, ಈ ಸಮಸ್ಯೆ ಉಲ್ಬಣಿಸುವುದರಲ್ಲಿ ಮಾಧ್ಯಮಗಳ ನಕಾರಾತ್ಮಕ ಪಾತ್ರದ ಬಗ್ಗೆ ಕೂಡಾ ಯೋಚಿಸುತ್ತಾ ಇದ್ದರು.

ಮಾಧ್ಯಮಗಳು ಕೇವಲ ಟಿ.ಆರ್.ಪಿ. ರೇಟಿಗಾಗಿ ಹಾಗೂ ತಮ್ಮ ಪ್ರಸಾರವನ್ನು ಹೆಚ್ಚಿಸಿಕೊಳ್ಳಲು, ಈ ಬಾಲ ಮನಸ್ಸುಗಳ ಹಕ್ಕುಗಳನ್ನು ಲೆಕ್ಕಿಸದೆ ಎಲ್ಲ ಸಾಮಾಜಿಕ ಜವಾಬ್ದಾರಿಗಳನ್ನು ಗಾಳಿಗೆ ತೂರಿ ಅನಗತ್ಯ ಊಹಾಪೋಹಗಳನ್ನು ಸೃಷ್ಟಿಸಿದ್ದು ತಪ್ಪಲ್ಲವೇ? ಇಲ್ಲಿ ಮಕ್ಕಳ ತಪ್ಪೆನ್ನಲೇ? ಹೆತ್ತವರ ತಪ್ಪೆನ್ನಲೇ? ಶಾಲಾ ಶಿಕ್ಷಕರ ತಪ್ಪೆನ್ನಲೇ? ಮಾಧ್ಯಮದವರ ತಪ್ಪೆನ್ನಲೇ ? ಏನು ಹೇಳಲಿ ಎಂದು ಯೋಚಿಸುತ್ತಾ ಕುಳಿತರು.

- "ನ ಛೋಟೆ ಹೇ, ನ ಬಡೇ ಹೇ, ಬಹುತ್ ಮುಷ್ಕಿಲ್ ಮೇ ಪಡೇ ಹೇ", ಇದು ಹದಿಹರೆಯರದ ಮಕ್ಕಳ ಕಥೆ.
- "ಹುಚ್ಚು ಕೋಡಿ ಮನಸ್ಸು, ಅದು ಹದಿನಾರರ ವಯಸ್ಸು; ಮಾತು ಮಾತಿಗೇಕೊ ನಗು, ಮರುಗಳಿಗೆಯೇ ಮೌನ;
- ಕನ್ನಡಿ ಮುಂದಷ್ಟು ಹೊತ್ತು ಬರೆಯದಿರುವ ಕವನ" ಎಚ್.ಎಸ್.ವೆಂಕಟೇಶ್ ಮೂರ್ತಿಯವರ ಈ ಹಾಡು ಹದಿಹರೆಯದವರ ಭಾವನೆಯನ್ನು ಅರ್ಥಪೂರ್ಣವಾಗಿ ವಿವರಿಸುತ್ತದೆ.
- ಇನ್ನೂ ನಿರ್ಮಾಣ ಹಂತದಲ್ಲಿರುವ ಮಿದುಳು, ಹಾರ್ಮೋನುಗಳ ಲಗ್ಗೆ, ಸುತ್ತಲಿನ ಪರಿಸರದ ಪ್ರಚೋದಕಗಳು ಸೇರಿ ಹದಿಹರೆಯದಲ್ಲಿ ನಗು, ಮೌನ ಮಾತ್ರ ಅಲ್ಲ ಕೋಪ, ಬೇಸರ, ಹತಾಶೆ, ಆಸೆ, ಪ್ರಣಯ, ಕಾಮನೆಗಳು ಎಲ್ಲ ಭಾವನೆಗಳನ್ನು ತೀಕ್ಷ್ಣವಾಗಿ ಮಾಡಿಸುತ್ತದೆ. ಅಷ್ಟು ಮಾತ್ರವಲ್ಲಾ, ಜೀವನದ ಅನೇಕ ಪ್ರಶ್ನೆಗಳಿಗೆ ಉತ್ತರ ಹುಡುಕುವ, ಆಸಕ್ತಿ ಹವ್ಯಾಸಗಳನ್ನು ರೂಪಿಸಿಕೊಳ್ಳುವ ಪ್ರಾಯವು ಹೌದು. ಆದರೆ ಅದನ್ನು ಕೇವಲ ಹುಚ್ಚು ಕೋಡಿ ಮನಸ್ಸು ಎಂದು ಭಾವಿಸಬೇಕಾಗಿಲ್ಲ. ಹದಿಹರೆಯ ಪ್ರಬುದ್ಧತೆಯನ್ನು ಪಡೆಯುವ ವಯಸ್ಸು ಕೂಡ ಹೌದು.

- ಮನೆ, ಶಾಲೆ ಮತ್ತು ಸಮಾಜ ತಂದೊಡ್ಡುವ COMPARISON, CRITICISM ಮತ್ತು COMPETITION ಎಂಬ ಮೂರು 'C' ಗಳಿಗೆ ಹದಿಹರೆಯದವರು ಬಲಿಯಾಗಬಹುದು.

- MOBILE, MONEY, MEDIA, MOTOR BIKE ಎಂಬ ನಾಲ್ಕು 'M' ಗಳ ದುರ್ಬಳಕೆ ಮಕ್ಕಳ ಹಾದಿ ತಪ್ಪಿಸಬಹುದು.

- ಹದಿಹರೆಯದ ವಯಸ್ಸು ಅನೇಕ ಸಾಧನೆಗೆ ಅವಕಾಶ ಇರುವ ವಯಸ್ಸು ಕೂಡ. ತಂದೆ ತಾಯಿ, ಶಿಕ್ಷಕರು ಮತ್ತು ಮಕ್ಕಳು ಈ ವಯಸ್ಸಿನಲ್ಲಿರುವ ಸಾಧ್ಯತೆಗಳನ್ನು ಮತ್ತು ಧನಾತ್ಮಕ ಅಂಶಗಳನ್ನು ತಿಳಿದುಕೊಂಡಲ್ಲಿ ಅವುಗಳನ್ನು ಉತ್ತಮವಾಗಿ ರೂಪಿಸಿಕೊಳ್ಳಬಹುದು. ಈ ವಯಸ್ಸಿನಲ್ಲಿ ಸಾಮಾನ್ಯವಾಗಿ ಮಕ್ಕಳಲ್ಲಿ ಇರುವ ಕುತೂಹಲ, ಉತ್ಸಾಹ ಮತ್ತು ಶಕ್ತಿಯನ್ನು ಸಮರ್ಪಕವಾಗಿ ಬಳಸಿಕೊಂಡಲ್ಲಿ ಮಕ್ಕಳು ಅತ್ಯುತ್ತಮ ಸಂಪನ್ಮೂಲವಾಗಿ ರೂಪುಗೊಳ್ಳುತ್ತಾರೆ.

## 2

# ನೀ ಹೀಂಗ ನೋಡಬ್ಯಾಡ ನನ್ನ

ವೈಭವ್ ಬೆಂಗಳೂರಿನ ಪ್ರತಿಷ್ಠಿತ ಮ್ಯಾನ್ಯೇಜ್‌ಮೆಂಟ್ ಕಾಲೇಜಿನ ವಿದ್ಯಾರ್ಥಿ. ಈಗಷ್ಟೆ ಕ್ಯಾಟ್ ಪರೀಕ್ಷೆಯಲ್ಲಿ ಉತ್ತೀರ್ಣನಾಗಿ ಸೀಟ್ ಗಿಟ್ಟಿಸಿಕೊಂಡಿದ್ದ. ಆದರೆ ಈಗ ಕಾಲೇಜಿಗೆ ಹೋಗಲು ಮಾತ್ರ ಆತನಿಗೆ ಮನಸ್ಸಾಗುತ್ತಿರಲಿಲ್ಲ. ಕಲಿಯಬೇಕೆಂಬ ಹಂಬಲ ಹಾಗೂ ಅತೀವ ಆಸೆ ಇದ್ದರೂ ಕಾಲೇಜಿಗೆ ಹೋಗಲು ಹಿಂಜರಿಕೆ ಆಗುತ್ತಿತ್ತು.

ತನ್ನ ಅಣ್ಣನ ಸಲಹೆಯಂತೆ ವೈಭವ್ ಡಾ. ಅರವಿಂದರ 'ಮನೋವಿಶ್ವಾಸ'ಕ್ಕೆ ಬಂದಿದ್ದ. ಮೊದಲಿಗೆ ಕೊಂಚ ಅಳುಕು, ಮುಜಗರ ಇದ್ದರೂ ನಿಧಾನವಾಗಿ ತನ್ನ ಕುರಿತು ಡಾ. ಅರವಿಂದರೊಂದಿಗೆ ವೈಭವ್ ಹೇಳತೊಡಗಿದ.

"ಸಣ್ಣವನಿಂದಲೂ ನಾನು ಕಡಿಮೆ ಮಾತನಾಡುವವನು ಸರ್. ಪಾಠದಲ್ಲಿ ಯಾವಾಗಲೂ ಮುಂದು. ಆದರೆ ಆಟ, ಡ್ರಾಮಾ, ಡ್ಯಾನ್ಸ್, ಸ್ನೇಹಿತರೊಂದಿಗೆ ಬೇರೆಯುವುದು ನನ್ನಿಂದಾಗದ ಕೆಲಸ. ಯಾವಾಗಲೂ ನನಗೆ ಏನೋ ಒಂದು ರೀತಿಯ ಅಳುಕು. ಬೇರೆಯವರು ನನ್ನನ್ನು ನೋಡುತ್ತಾರೆ, ನೋಡಿ ನಗುತ್ತಾರೆ, ನನ್ನ ಕೈ ನಡುಗುತ್ತದೆ ಹಾಗೂ ಅದನ್ನು ನೋಡಿ ಎಲ್ಲರೂ ನನಗೆ ತಮಾಷೆ ಮಾಡುತ್ತಾರೆ, ನಾನು ನಿಷ್ಪ್ರಯೋಜಕ ಎಂದೆಲ್ಲಾ ನನಗೆ ಯಾವಾಗಲೂ ಯೋಚನೆಗಳು ಬರುತ್ತಿರುತ್ತವೆ ಸರ್..."

"ನಾನು ಶಾಲಾ ದಿನಗಳಿಂದಲೂ ಯಾವುದೇ ಗುಂಪು ಚಟುವಟಿಕೆಯಲ್ಲಿ ಭಾಗವಹಿಸಿದವನಲ್ಲ. ನನಗೆ ಟೀಚರ್ಸ್ ಜೊತೆ ಮಾತನಾಡಲು ಯಾವಾಗಲೂ ಹೆದರಿಕೆ. ಕ್ಲಾಸಿನಲ್ಲಿ ನನ್ನ ಅತ್ಯಂತ ಆತ್ಮೀಯ ಮಿತ್ರ ಸುಧೀರನೊಂದಿಗೆ ಮಾತ್ರ ಮಾತನಾಡುತ್ತಿದ್ದೆ. ಆದರೆ ಬೇರೆ ಹುಡುಗರೊಂದಿಗೆ ಮಾತನಾಡುವಾಗ ಎದೆ ಢವಢವಗುಟ್ಟುತ್ತಿತ್ತು. ಯಾರೊಂದಿಗಾದರೂ ಮಾತನಾಡುವಾಗ ನನಗೆ ಮುಖ ಕೊಟ್ಟು ಮಾತನಾಡಲು ಆಗುತ್ತಿರಲಿಲ್ಲ. ಒಂದೇ ಸಮನೆ ಮನಸ್ಸಿನಲ್ಲಿ ಏನೋ ಒಂದು ಬಗೆಯ ಹೆದರಿಕೆಯಾಗುತ್ತಿತ್ತು.'"

"ಎಸ್.ಎಸ್.ಎಲ್.ಸಿ.ಯಲ್ಲಿ ಶೇ.80 ಅಂಕ ತೆಗೆದೆ. ಪಿಯುಸಿ ಬರುವಾಗ ನನಗೆ, ನಾನೊಬ್ಬ ವಿಚಿತ್ರ ವ್ಯಕ್ತಿಯೆಂದು ಅನ್ನಿಸತೊಡಗಿತು. ಯಾಕೆಂದರೆ, ನನ್ನ ಇತರ ಮಿತ್ರರಂತೆ ಆರಾಮಾಗಿರಲು ನನಗೆ ಆಗುತ್ತಿರಲಿಲ್ಲ. ನನಗೆ ಸಮಾಜದಲ್ಲಿ ಎಲ್ಲರೊಂದಿಗೆ ಬೆರೆಯಲು ಏನೋ ಒಂದು ರೀತಿಯ ಇರುಸು-ಮುರುಸು. ಕಾಲೇಜಿನ ಆಫೀಸ್ ರೂಮಿಗೆ ಹೋಗಿ

ಬಸ್ ಪಾಸಿನ ಫಾರಂ ತುಂಬುವುದು, ಕಾಲೇಜಿನ ಕ್ಯಾಂಟಿನಿನಲ್ಲಿ ಊಟ ಮಾಡುವುದು ಇಂತಹ ಸಾಧಾರಣ ಕೆಲಸಗಳೂ ಕೂಡ ನನ್ನಿಂದ ಅಸಾಧ್ಯವೆನಿಸುತ್ತಿತ್ತು.''

''ಪಿಯುಸಿಯಲ್ಲಿ ಶೇಕಡ 86 ಅಂಕ ಪಡೆದೆ. ನಂತರ ದಾವಣಗೆರೆಯ ಸರಕಾರಿ ಕಾಲೇಜಿನಲ್ಲಿ ಬಿ.ಇ. ಸೇರಿದೆ. ಅಲ್ಲಿಯು ಕೂಡ ಇದೇ ರೀತಿ ಹೆದರಿಕೆಯಿಂದಲೇ ಜೀವನ ಸಾಗುತ್ತಿತ್ತು. ಜನ ಜಂಗುಳಿಯಲ್ಲಿ ಇರಲು, ಸಭೆ-ಸಮಾರಂಭಗಳಲ್ಲಿ ಭಾಗವಹಿಸಲು ಆಗುತ್ತಿರಲಿಲ್ಲ. ಸಭೆ-ಸಮಾರಂಭಗಳಿದ್ದರೆ ಆದಷ್ಟು ದೂರವೇ ಉಳಿದು ಬಿಡುತ್ತಿದ್ದೆ.''

''ಕಾಲೇಜಿನ ಲ್ಯಾಬಿನಲ್ಲಿ ಪ್ರಯೋಗಗಳಿದ್ದರೆ ಅದನ್ನು ಮಾಡಲು ಹೆದರಿಕೆ ಆಗುತ್ತಿತ್ತು. ಟೆಸ್ಟ್ ಟ್ಯೂಬ್ ಹಿಡಿದಾಗ ಅದು ನಡುಗುತ್ತಿದ್ದು, ಹಲವು ಬಾರಿ ಸಹಪಾಠಿಗಳೆಲ್ಲ ಜೋರಾಗಿ ನಗುತ್ತಿದ್ದರು. ನನ್ನನ್ನು ಎಲ್ಲರೂ 'ಟ್ರೆಮರ್ ವೈಭವ' ಎಂದೇ ಕರೆಯುತ್ತಿದ್ದರು. ನಾನು ನಾಲ್ಕು ವರ್ಷ ಹೇಗೆ ಕಳೆದೆನೋ ಎಂದು ಗೊತ್ತಾಗಲಿಲ್ಲ. ಅದಾಗಿಯೂ ಇಂಜಿನಿಯರಿಂಗಿನಲ್ಲಿ ಶೇಕಡ 70 ಅಂಕ ತೆಗೆದು ಕ್ಯಾಟ್ ಪರೀಕ್ಷೆಯಲ್ಲಿ ಉತ್ತೀರ್ಣನಾಗಿ ಎಂ.ಬಿ.ಎ. ಸೇರಿಕೊಂಡೆ.''

''ಹುಡುಗಿಯರೊಂದಿಗೆ ಮಾತನಾಡುವುದು ನನ್ನಿಂದ ಎಂದೂ ಆಗದ ಕೆಲಸ ಎಂದು ನನಗೆ ಅನಿಸುತ್ತಿತ್ತು. ಅದರಲ್ಲೂ ಹದಿಹರೆಯದಲ್ಲಿ ಮಿತ್ರರೆಲ್ಲಾ ಕಾಲೇಜಿನ ಹುಡುಗಿಯರೊಂದಿಗೆ ಹರಟುತ್ತಾ ಖುಷಿಯಲ್ಲಿರುವಾಗ, ನನಗೂ ಈ ರೀತಿಯಾಗಿ ಇರಲು ಸಾಧ್ಯವಿಲ್ಲವಲ್ಲ ಎಂದು ಪದೇ ಪದೇ ಬೇಸರವಾಗುತ್ತಿತ್ತು. ನನ್ನ ಗ್ರಹಚಾರಕ್ಕೆ ಈಗ ನನ್ನ ಕ್ಲಾಸಿನಲ್ಲಿ ಶೇಕಡ ಎಪ್ಪತ್ತರಷ್ಟು ಜನ ಹುಡುಗಿಯರೇ ಇದ್ದಾರೆ! ಹೆಚ್ಚಿನ ತರಗತಿಗಳು ಗುಂಪು ಚರ್ಚೆ ರೂಪದಲ್ಲಿ ಇರುತ್ತದೆ. ಪದೇ ಪದೇ ಹುಡುಗಿಯರೊಂದಿಗೆ ಮಾತನಾಡಬೇಕಾಗುತ್ತದೆ. ಅದರಲ್ಲೂ ನನ್ನ ನಂತರದ ರೋಲ್ ನಂಬರಿನ ರಮ್ಯಾ ಯಾವಾಗಲೂ ಕಣ್ಣಲ್ಲಿ ಕಣ್ಣಿಟ್ಟು ಮಾತನಾಡುತ್ತಾಳೆ. ನನಗೆ ಇದು ಇಷ್ಟವಾಗುವುದಿಲ್ಲ. ಅವಳಿಗೆ ಅನೇಕ ಬಾರಿ ಎಸ್.ಎಮ್.ಎಸ್. ಮಾಡಿ ರಿಕ್ವೆಸ್ಟ್ ಮಾಡಿದೆ. ಆದರೆ ಅವಳು ಇನ್ನೂ ಹೆಚ್ಚು ಹೆಚ್ಚು ಈ ರೀತಿ ಮಾಡುತ್ತಿದ್ದಾಳೆ.''

ವೈಭವ್ ತನ್ನ ಮಾತನ್ನು ಮುಂದುವರೆಸುತ್ತ ಹೇಳತೊಡಗಿದ ''ಕಳೆದ ಒಂದು ವಾರದಿಂದ ನನಗೆ ನಿದ್ರೆಯೇ ಬರುತ್ತಿಲ್ಲ ಸರ್. ಕ್ಲಾಸಿನಲ್ಲಿ ಎಲ್ಲರ ಕಣ್ಣುಗಳೂ ನನ್ನ ಮುಂದೆ ಬಂದು ನನ್ನನ್ನೇ ದಿಟ್ಟಿಸುತ್ತಿರುವಂತೆ ತೋರುತ್ತದೆ. ನಾನು ಈ ಕೋರ್ಸ್‌ನಲ್ಲಿ ಭಾಗವಹಿಸುವುದು ಆಗುವುದೇ ಇಲ್ಲ ಎಂದು ಪದೇ ಪದೇ ಅನಿಸುತ್ತಿದೆ. ನನ್ನ ಸಮಸ್ಯೆಯನ್ನು ಯಾರೂ ಅರ್ಥಮಾಡಿಕೊಳ್ಳುವ ಹಾಗೆ ಕಾಣುವುದಿಲ್ಲ ಸರ್ ...''

ಡಾ. ಅರವಿಂದ್ ಅವರು, ವೈಭವನ ಸಮಸ್ಯೆಗಳ ಬಗ್ಗೆ ಯೋಚಿಸತೊಡಗಿದರು. ನಿಜ, ವೈಭವನ ಸಮಸ್ಯೆ ಯಾರಿಗೂ ಅರ್ಥವಾಗುವುದೇ ಇಲ್ಲ. ವೈಭವ್‌ನಂತವರು ಹಲವರು ನಮ್ಮ ನಿಮ್ಮ ನಡುವೆಯೇ ಇದ್ದಾರೆ. ಆತನಿಗೆ ಇರುವ ಸಮಸ್ಯೆ **ಸಾಮಾಜಿಕ ಆತಂಕ ಮನೋಬೇನೆ** (Social Anxiety Disorder).

ಸಣ್ಣ ವಯಸ್ಸಿನಿಂದಲೇ, ಇದು ಬೇರೆ ಬೇರೆ ರೀತಿಗಳಲ್ಲಿ ಪ್ರಕಟಗೊಳ್ಳುತ್ತದೆ. ಶಾಲೆಯಲ್ಲಿ ಮಕ್ಕಳೊಂದಿಗೆ ಬೆರೆಯದ ಮಗು, ಡ್ರಾಮಾ–ಡ್ಯಾನ್ಸ್–ಡಿಬೇಟ್ ಎಂದರೆ ಹಿಂಜರಿಯುವ ಮಗು, ಹುಡುಗಿಯರೊಂದಿಗೆ ಮಾತನಾಡಲು ಹಿಂಜರಿಯುವ ಹದಿ ಹರೆಯದ ಹುಡುಗ, ಹುಡುಗರೊಂದಿಗೆ ಮಾತನಾಡಲು ಅಂಜುವ ಹುಡುಗಿ, ಶಿಕ್ಷಕರೊಂದಿಗೆ ಪ್ರಶ್ನೆ ಕೇಳಲು ಹೆದರುವ ವಿದ್ಯಾರ್ಥಿ, ಹೀಗೆ ಹತ್ತು ಹಲವು ರೀತಿಯ ತೊಂದರೆಗಳಿರುತ್ತವೆ.

## ದೊಡ್ಡವರಾದ ಮೇಲೆ ಇದು ಹೇಗೆ ಮುಂದುವರಿಯುತ್ತದೆ ಮತ್ತು ಏನು ಪರಿಣಾಮ ಬೀರುತ್ತದೆ ?

ದೊಡ್ಡವರಾಗುತ್ತ ಇದು ಕಡಿಮೆ ಆಗುತ್ತದೆ ಎಂದು ನಂಬುವ ಹಾಗಿಲ್ಲ. ಹಾಗೆ ಮುಂದುವರೆದು ತೊಂದರೆ ಕೊಡುತ್ತದೆ. ಉದಾಹರಣೆಗೆ;

- ಕೆಲವರು ಈ ಸಮಸ್ಯೆಯಿಂದ ಕೆಲಸ ಸಿಗದೇ ಪರದಾಡುತ್ತಾರೆ. ಕಾರಣ ಕೆಲಸದ ಸಂದರ್ಶನಗಳನ್ನು ಎದುರಿಸಲು ಹೆದರಿಕೆ.

- ಕೆಲವರು ಕಾಲೇಜಿಗೆ ಹೋಗದೇ ದೂರ ಶಿಕ್ಷಣ ಪದ್ಧತಿಯಲ್ಲಿ ಓದು ಮುಂದುವರೆಸುತ್ತಾರೆ. ಕಾಲೇಜಿನಲ್ಲಿ ಸಹಪಾಠಿಗಳನ್ನು ಮತ್ತು ಶಿಕ್ಷಕರನ್ನು ಎದುರಿಸಲು ಹೆದರಿಕೆ ಇದಕ್ಕೆ ಕಾರಣವಾಗಿರುತ್ತದೆ.

- ಕೆಲವರು ಕುಡಿತಕ್ಕೆ ಶರಣಾಗುತ್ತಾರೆ. ಕುಡಿದರೆ ಆತಂಕದಿಂದ ಮುಕ್ತಿ ಲಭಿಸುತ್ತದೆ ಮತ್ತು ಕುಡಿದಾಗ ಯಾರೊಂದಿಗೂ ಮಾತನಾಡಬಹುದು ಎಂಬ ತಪ್ಪು ತಿಳುವಳಿಕೆ ಇದಕ್ಕೆ ಕಾರಣ.

- ಕೆಲವರು ಮನೆಯಲ್ಲೇ ಇದ್ದು ಆನ್ಲೈನ್ (Online) ಕೆಲಸಗಳಿಗೆ ಶರಣಾಗುತ್ತಾರೆ. ಬರುಬರುತ್ತಾ ಫೇಸ್ಬುಕ್ಕು ಮತ್ತು ವಾಟ್ಸಾಪ್ ಗಳಂತಹ ಸಾಮಾಜಿಕ ಜಾಲತಾಣಗಳಿಗೆ ಎಡಿಕ್ಟ್ ಆಗುತ್ತಾರೆ. ಕಾರಣ ಸಾಮಾಜಿಕ ಆತಂಕದಿಂದ ಯಾರೊಂದಿಗೂ ಮಾತನಾಡದವನು, ಈಗ ಆನ್ಲೈನ್ ಚಾಟ್ ಮಾಡುತ್ತಾನೆ. ತನ್ನ ಮನಸ್ಸಿನ ತುಮಲಗಳನ್ನು ಹೇಳಿಕೊಳ್ಳುತ್ತಾನೆ. ತನ್ನದೇ ಆದ ಒಂದು ಲೋಕದಲ್ಲಿ ಇರಬಯಸುತ್ತಾನೆ. ಸಮಾಜದಿಂದ ದೂರ ಹೋಗುತ್ತಾನೆ.

- ಸಾಮಾಜಿಕ ಆತಂಕದಿಂದಾಗಿ ಹೆಚ್ಚಾಗಿ ಕೆಲವರು 'ಖಿನ್ನತೆ' ಎಂಬ ಇನ್ನೊಂದು ಮಾನಸಿಕ ತೊಂದರೆಗೆ ತುತ್ತಾಗುತ್ತಾರೆ. ಬೇಸರ, ದುಃಖ, ಜೀವನವೇ ಬೇಡ ಎನಿಸುವುದು, ನಿದ್ರಾ ಹೀನತೆ, ಧೈರ್ಯದ ಕೊರತೆ ಪ್ರಾರಂಭವಾಗುತ್ತದೆ.

## ಹಾಗಾದರೆ, "ಸಾಮಾಜಿಕ ಆತಂಕ" ಸಮಸ್ಯೆಯ ನಿರ್ವಹಣೆ ಹೇಗೆ?

ಡಾ. ಅರವಿಂದರ ಪ್ರಕಾರ ಸಾಮಾಜಿಕ ಆತಂಕಕ್ಕೆ ಮಾತಿನ ಮತ್ತು ಮಾತ್ರೆಯ ಚಿಕಿತ್ಸೆ ಅಗತ್ಯ.

## ಮಾತಿನ ಚಿಕಿತ್ಸೆ (Psycho Therapy)

ಮಾತಿನ ಚಿಕಿತ್ಸೆಯನ್ನು ಮನೋವಿಜ್ಞಾನದ ಭಾಷೆಯಲ್ಲಿ ಕೌನ್ಸಲಿಂಗ್ ಅಥವಾ ಆಪ್ತ ಸಮಾಲೋಚನೆ ಎಂದು ಕರೆಯುತ್ತಾರೆ. ಮಾತಿನ ಚಿಕಿತ್ಸೆ ಎಂದು ಸುಲಭವಾಗಿ ಅರ್ಥವಾಗಲು ಕರೆದರೂ, ಇಲ್ಲಿ ಆಪ್ತಸಮಾಲೋಚಕರ ಮಾತು ಪ್ರಮುಖವೆನಿಸುವುದಿಲ್ಲ. ಸಮಸ್ಯೆ ಉಳ್ಳವರ ಮಾತುಗಳನ್ನು ಆಲಿಸುವುದು ಮತ್ತು ಸಮಸ್ಯೆಗಳ ಪರಿಹಾರಕ್ಕೆ ಸೂಕ್ತ ತಂತ್ರಗಳಿಂದ ಕೂಡಿದ ವೈಜ್ಞಾನಿಕವಾದ ಥೆರಪಿಗಳನ್ನು ನೀಡುವುದು ಮುಖ್ಯವಾಗುತ್ತದೆ. ವೈಭವನನ್ನು ಡಾ. ಅರವಿಂದರು ತಮ್ಮ ಆಸ್ಪತ್ರೆಯ ಮನೋ ಸಾಮಾಜಿಕ ಕಾರ್ಯಕರ್ತೆ ಮಿಸ್.ಪ್ರಮೋದಾಳ ಬಳಿಗೆ ಕಳಿಸಿದರು. ವೈಭವನ ಜೀವನ ವೃತ್ತಾಂತವನ್ನು ಆಲಿಸಿದ ಪ್ರಮೋದಾ ಆತನಿಗೆ ಚಿಕಿತ್ಸೆ ಪ್ರಾರಂಭಿಸಿದರು. ಸಾಮಾಜಿಕ ಆತಂಕ ಮನೋಬೇನೆಗೆ ಚಿಕಿತ್ಸೆಯೆಂದರೇ ಗ್ರೇಡೆಡ್ ಎಕ್ಸ್‌ಪೋಜರ್ ಎಂಡ್ ರೆಸ್ಪೋನ್ಸ್ ಪ್ರಿವೆನ್ಶನ್ (Graded Exposure and Response Prevention) ಎಂಬ ಮನೋವರ್ತನಾ ಚಿಕಿತ್ಸೆ.

ಈ ಚಿಕಿತ್ಸೆಯಲ್ಲಿ ವೈಭವನಿಗೆ ಹೆದರಿಕೆ ಆಗುವ ಸನ್ನಿವೇಶಗಳನ್ನು ಗುರುತಿಸಲಾಗುತ್ತದೆ. ವೈಭವನಿಗೆ ಅತಿ ಹೆಚ್ಚು ಹೆದರಿಕೆಯಾಗುವ ಸನ್ನಿವೇಶಗಳಿಂದ ಹಿಡಿದು, ತಾನು ಎದುರಿಸಬಹುದಾದ ಸನ್ನಿವೇಶಗಳನ್ನು ಗುರುತಿಸಲು ತಿಳಿಸಲಾಯಿತು. ಒಂದರಿಂದ ಹತ್ತರ ನಡುವೆ ಅಂಕ ನೀಡಲು ತಿಳಿಸಲಾಗಿ, **ತುಂಬಾ ಜಾಸ್ತಿ ಇರುವುದಕ್ಕೆ ಹತ್ತು ಅಂಕಗಳನ್ನು ಮತ್ತು ತೀರ ಕಡಿಮೆ ಇರುವುದಕ್ಕೆ ಒಂದು ಅಂಕವನ್ನು** ನೀಡಲು **ಸೂಚಿಸಲಾಯಿತು**. ಆ ಕಾರಣಕ್ಕಾಗಿ ಆತನಿಗೆ ಒಂದು ದಿನ ಯೋಚನೆ ಮಾಡಿ ಬರಲು ಸಮಯಾವಕಾಶವನ್ನು ನೀಡಲಾಯಿತು.

**ವೈಭವ್ ಬರೆದ ಸನ್ನಿವೇಶಗಳು ಮತ್ತು ಅದರ ಪ್ರತಿಕ್ರಿಯೆಯಾಗಿ ಆಗುವ ಹೆದರಿಕೆಯ ಪ್ರಮಾಣ ಈ ರೀತಿ ಇತ್ತು..**

- ವೇದಿಕೆಯ ಮೇಲೆ ಮಾತನಾಡಲು – 9/10
- ಪರಿಚಿತ ಹುಡುಗಿಯೊಂದಿಗೆ ಮಾತನಾಡಲು – 8/10
- ಅಪರಿಚಿತರೊಂದಿಗೆ ಮಾತನಾಡಲು – 7/10
- ಕ್ಲಾಸ್‌ನಲ್ಲಿ ಗುಂಪು ಚರ್ಚೆ ಮಾಡಲು – 6/10
- ಆಫೀಸ್‌ನ ಕ್ಲರ್ಕ್‌ರೊಂದಿಗೆ ಮಾತನಾಡಲು – 5/10
- ಕ್ಲಾಸ್ ಟೀಚರೊಂದಿಗೆ ಮಾತನಾಡಲು – 6/10

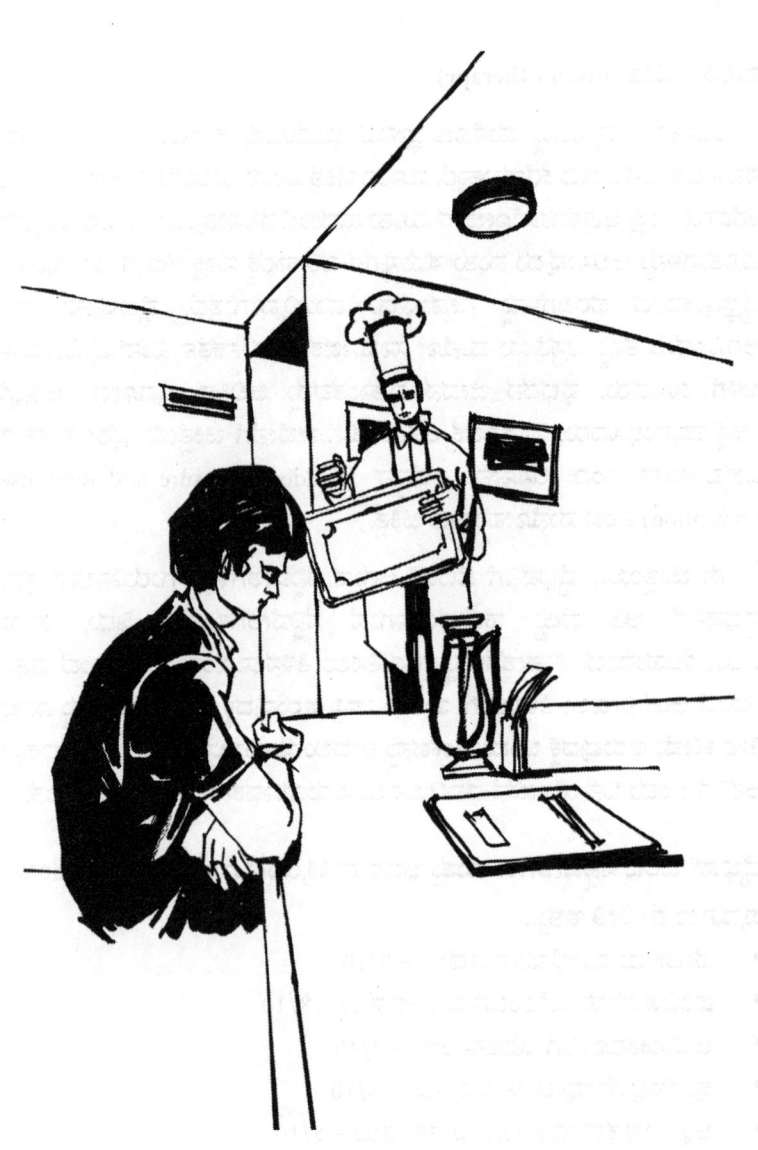

- ಕ್ಲಾಸ್‌ನಲ್ಲಿ ಪ್ರಶ್ನೆ ಕೇಳಲು – 6/10
- ಸಿನಿಮಾ ಟಿಕೆಟ್ ಕೌಂಟರ್‌ನಲ್ಲಿ ಟಿಕೆಟ್ ಕೊಳ್ಳಲು – 4/10
- ಹೋಟೇಲ್‌ನಲ್ಲಿ ವೇಟರ್ ಹತ್ತಿರ ತಿಂಡಿ ಏನಿದೆ ಎಂದು ಕೇಳಲು – 4/10

ವೈಭವ್ ಮಾಡಿದ ಪಟ್ಟಿಯನ್ನು ಗಮನಿಸಿದ ಪ್ರಮೋದಾ ಆತನಿಗೆ ಕೆಲವು ಸಲಹೆಗಳನ್ನು ಕೊಟ್ಟರು ಮತ್ತು ಅದರಿಂದ ಹೊರ ಬರಲು ಕೆಲವು ಪ್ರಯತ್ನಗಳನ್ನು ವೈಭವ್ ಮಾಡಿದ.

ಸಾಮಾಜಿಕ ಆತಂಕ ಎದುರಿಸಲು ಪ್ರಥಮ ಸಲಹೆ ಎಂದರೆ, ಈ ಸನ್ನಿವೇಶಗಳಿಂದ ತಪ್ಪಿಸಿಕೊಳ್ಳಲು ಪ್ರಯತ್ನಿಸದೆ ಅವುಗಳನ್ನು ತಪ್ಪದೇ ಎದುರಿಸುವುದು. ಹಾಗಾಗಿ ಆತನ ಪಟ್ಟಿಯಲ್ಲಿ ತೀರ ಕಡಿಮೆ ಹೆದರಿಕೆಯ ಸನ್ನಿವೇಶವನ್ನು ಪ್ರಥಮ ಆದ್ಯತೆಯಲ್ಲಿ ಎದುರಿಸಲು ತಿಳಿಸಲಾಯಿತು.

ತದನಂತರ ವೈಭವ್ ಹೋಟೆಲೊಂದಕ್ಕೆ ಹೋಗಿ, ಅಲ್ಲಿ ವೇಟರ್‌ನೊಂದಿಗೆ ಮಾತನಾಡಲು ಪ್ರಯತ್ನಿಸಿದ. ಆದರೆ ಮಾತು ಶುರು ಮಾಡಲು ಹೊರಟ ವೈಭವನಿಗೆ ಬಾಯಿ ತಡವರಿಸುತಿತ್ತು, ಮೈ-ಕೈ ಎಲ್ಲಾ ನಡಗುತ್ತಿತ್ತು, ಎದೆ ಡವ-ಡವ ಗುಟ್ಟುತಿತ್ತು. ಏನನ್ನೂ ಕೇಳದೆ ವೈಭವ್, ಮಿಸ್ ಪ್ರಮೋದಾ ಬಳಿ ವಾಪಸ್ ಓಡಿ ಬಂದ. ವೇಟರ್ ತನ್ನನ್ನು ಗಮನಿಸುತ್ತಿದ್ದಾನೆ, ತನ್ನ ತಡವರಿಕೆ, ತೊದಲುವಿಕೆ ಹಾಗೂ ನಡುಕ ನೋಡಿ ನಗುತ್ತಿದ್ದಾನೆ ಎಂದು ಭಾಸವಾಗುತ್ತಿದೆ. ಇದು ನನ್ನಿಂದ ಸಾಧ್ಯ ಇಲ್ಲಾ ಎಂದು ಪ್ರಮೋದರ ಬಳಿ ತನ್ನ ಹತಾಶೆಯನ್ನು ವ್ಯಕ್ತಪಡಿಸಿದ ವೈಭವ್.

ಇದನ್ನು ಮನೋವೈಜ್ಞಾನಿಕ ಭಾಷೆಯಲ್ಲಿ "**ನಕಾರಾತ್ಮಕ ಮೌಲ್ಯಮಾಪನದ ಭಯ**"(Fear of Negative Evaluation) ಎಂದು ಕರೆಯುತ್ತಾರೆ. ನಮ್ಮ ಬಗ್ಗೆ ನಕಾರಾತ್ಮಕ ವಿಶ್ಲೇಷಣೆ ಮಾಡಲಾಗುತ್ತಿದೆ ಎಂಬ ಭಾವನೆಯನ್ನು ಈ ಸಾಮಾಜಿಕ ಆತಂಕಿತರು ಹೊಂದಿರುತ್ತಾರೆ. ಆ ಸನ್ನಿವೇಶಕ್ಕೆ ಒಳಪಟ್ಟ ಕೂಡಲೇ, ಅವರಿಗೆ ಈ ರೀತಿಯ ಯೋಚನೆಗಳು ಬಂದು ದೈಹಿಕವಾಗಿ ನಡುಗುತ್ತಾರೆ, ಮಾನಸಿಕವಾಗಿ ಕುಗ್ಗುತ್ತಾರೆ ಹಾಗೂ ಏನು ಮಾಡಬೇಕೋ ಅದನ್ನೇ ಮರೆಯುತ್ತಾರೆ.

ವೈಭವ್ ಹೆದರಿ ಕಂಗಾಲಾಗಿ ಹೋಗಿದ್ದ. ವೈಭವನಿಗೆ ಡಾ. ಅರವಿಂದರನ್ನು ಭೇಟಿಯಾಗಲು ತಿಳಿಸಲಾಯಿತು. ವೈಭವ್ ಹೆದರುತ್ತಲೇ ಡಾ. ಅರವಿಂದರನ್ನು ಭೇಟಿಯಾದ. ಡಾ. ಅರವಿಂದ್ ಮತ್ತೊಮ್ಮೆ ವೈಭವನನ್ನು ದೀರ್ಘವಾಗಿ ಪರೀಕ್ಷಿಸಿದರು. ಆತನ ಮನೋ ತುಮುಲಗಳ ಅಧ್ಯಯನ ಮಾಡಿದರು. ಆತನಿಗೆ ತೀವ್ರ ಬಗೆಯ ನಿರ್ವಹಣ ಆತಂಕ (Performance Anxiety) ಇತ್ತು. ಆತನು ಇನ್ನೊಬ್ಬರೊಂದಿಗೆ ಮಾತನಾಡುವಾಗ ವಿಚಿತ್ರ ಯೋಚನೆಗಳು ಆತನಿಗೆ ಕಾಡುತ್ತಿದ್ದವು. ಅವರು ನನ್ನನ್ನು ಗಮನಿಸುತ್ತಾರೆ, ನನ್ನ ಕೈ ನಡುಕ, ತೊದಲು ನೋಡಿ ನನ್ನನ್ನು ಪೆದ್ದನೆಂದುಕೊಳ್ಳುತ್ತಾರೆ; ಈ ಮೊದಲಾದ ಯೋಚನೆಗಳಿದ್ದವು. ಈ ನಿರ್ವಹಣಾ ಆತಂಕ ಕಡಿಮೆ ಮಾಡಲು ಮಾತ್ರೆಗಳನ್ನು ಕೊಡಲಾಯಿತು. ಪ್ರಮೋದಾರನ್ನು ಪುನಃ ಭೇಟಿ ಮಾಡಿ ಆಪ್ತ ಸಮಾಲೋಚನೆ ಪಡೆಯಲು ಹೇಳಿದರು.

ಮಿಸ್ ಪ್ರಮೋದ ವೈಭವನೊಂದಿಗೆ ಆಪ್ತ ಸಮಾಲೋಚನೆ ನಡೆಸಿದರು. ನೀನು ಇಂತಹ ಸನ್ನಿವೇಶಗಳನ್ನು ಎದುರಿಸಲು ಹೋದಾಗ ಹೀಗೆಲ್ಲಾ ಆಗುವುದು ಸಹಜ. ಅದು ಕಡಿಮೆ ಆಗಬೇಕಾದರೆ ಆತಂಕ ಉಂಟುಮಾಡುವ ಪರಿಸ್ಥಿತಿಯನ್ನು ಮತ್ತೆ ಮತ್ತೆ ಎದುರಿಸುವುದು ಮುಖ್ಯ ಎಂದು ಮನವರಿಕೆ ಮಾಡಿ ಕೆಲವು ಉಸಿರಾಟ ಸಂಬಂಧಿತ ತಂತ್ರಗಳನ್ನು ಹೇಳಿ, ಧೈರ್ಯದಿಂದ ಎದುರಿಸು ಎಂದು ಹೇಳಿ ಕಳುಹಿಸಿದರು.

ಈ ಸಲ ಈ ಸನ್ನಿವೇಶವನ್ನು ಎದುರಿಸಲೇ ಬೇಕು ಎಂಬ ಛಲದಿಂದ ವೈಭವ್ ಮತ್ತೆ ಪುನಃ ಅದೇ ಹೋಟೆಲಿಗೆ ಹೋದ. ಹೋಟೆಲಿನ ವೇಟರ್ ಹತ್ತಿರ ಬರುತ್ತಿದ್ದಂತೆ ತನ್ನಲ್ಲಿ ಆಗುತ್ತಿದ್ದ ಸಂಚಲನಗಳನ್ನು ಪ್ರಜ್ಞೆಯಿಂದ ಗಮನಿಸಿದ ವೈಭವ್ ಪ್ರಮೋದ ಹಾಗೂ ಡಾ. ಅರವಿಂದರು ಹೇಳಿದ ಮಾತುಗಳನ್ನು ಜ್ಞಾಪಿಸಿಕೊಂಡು ವೇಟರನ್ನು ಮಾತನಾಡಿಸಿದ. ವೇಟರ್ ಯಥಾಪ್ರಕಾರ ಮಾತನಾಡಿ ಆರ್ಡರ್ ಪಡೆದು ತಿಂಡಿ ನೀಡಿದ. ತನ್ನ ಸುತ್ತಲಿನ ಜನ ವೇಟರಿನೊಂದಿಗೆ ಸಹಜವಾಗಿ ಮಾತನಾಡುವ ಹಾಗೆ ನಾನು ಮಾತನಾಡಬಲ್ಲೆ ಅಲ್ಲವೇ ಎಂದು ಯೋಚಿಸಿದ ವೈಭವ್. ನಾನು ಸುಮ್ಮನೆ ಭಯದಿಂದ ಹೀಗೆಲ್ಲಾ ಮಾಡಿಕೊಂಡೆ. ಇದೆಲ್ಲಾ ನನ್ನ ಮನಸ್ಸಿನ ಆಲೋಚನಾ ರೀತಿಯಿಂದ ಆಗುತ್ತಿದೆ ವಿನಃ ಇದಾವುದೂ ನಿಜ ಅಲ್ಲವಲ್ಲ ಎಂದು ತಿಳಿಯತೊಡಗಿದ. ಆದರೆ ಈ ತಿಳುವಳಿಕೆ ಒಂದೇ ಅನುಭವಕ್ಕೆ ಬರಲಿಲ್ಲ. ಇಂತಹ ಅನೇಕ ಅನುಭವದ ಆಧಾರದ ಮೇಲೆ ಈ ಅಭಿಪ್ರಾಯ ದಿಟ ಅನ್ನಿಸತೊಡಗಿತು.

ಹೀಗೆ ಒಂದೊಂದೆ ಪರಿಸ್ಥಿತಿಯನ್ನು ಎದುರಿಸತೊಡಗಿದ ವೈಭವನಿಗೆ ಮಾತ್ರೆ ಮತ್ತು ಮಾತಿನ ಚಿಕಿತ್ಸೆ ಸಹಕಾರಿ ಆಯ್ತು. ಕ್ರಮೇಣ ಮಾತ್ರೆಯ ಪ್ರಮಾಣ ಕಡಿಮೆ ಮಾಡುತ್ತ, ಸೂಕ್ತ ಸಲಹೆ ಸೂಚನೆ ಪಡೆಯುತ್ತ ವೈಭವ್ ಸಹಜಸ್ಥಿತಿಗೆ ಮರಳ ತೊಡಗಿದ.

- ಸಾಮಾಜಿಕ ಆತಂಕ ಯುವ ಪೀಳಿಗೆಯನ್ನು ಬಹಳಷ್ಟು ಕಾಡುವ ಸಮಸ್ಯೆ
- ತರಗತಿಯಲ್ಲಿ ಅಥವಾ ಗುಂಪಿನಲ್ಲಿ ಬೇರೆಯವರೊಂದಿಗೆ ವೈಯಕ್ತಿಕವಾಗಿ ಅಥವಾ ವೇದಿಕೆಯ ಮೇಲೆ ಮಾತನಾಡಲು ಹೆದರುವುದು, ಇಂಟರ್ವ್ಯೂಗಳಿಗೆ ಹೋಗಲು ಅಂಜಿ ಕೆಲಸ ದಕ್ಕಿಸಿಕೊಳ್ಳದೆ ಇರುವುದು, ಇಷ್ಟಪಟ್ಟ ಹುಡುಗಿಗೆ ಪ್ರಪೋಸ್ ಮಾಡಲು ಹೆದರಿ ಮುಂದೆ ಪಶ್ಚಾತಾಪ ಪಡುವುದು ಇತ್ಯಾದಿ ಲಕ್ಷಣಗಳು ಕಂಡುಬರುತ್ತವೆ.
- ಮನೋವೈದ್ಯರ ಮತ್ತು ವೃತ್ತಿನಿರತ ಮನೋತಜ್ಞರ ಮಾರ್ಗದರ್ಶನ, ನಡವಳಿಕಾ ಥೆರಪಿಗಳು ಮತ್ತು ಅಲ್ಪಕಾಲಿಕ ಮಾತ್ರೆಗಳಿಂದ ಕೂಡಿದ ಚಿಕಿತ್ಸೆಗಳಿಂದ ಈ ಸಮಸ್ಯೆಯನ್ನು ಗೆಲ್ಲಬಹುದು.

3

# ಅಂತರ್ಜಾಲವೆಂಬ ಜಾಲದೊಳಗೆ

ಅಮಾಂಡ ಟೋಡ್ ಎನ್ನುವ ಕೆನಡಿಯನ್ ಹುಡುಗಿ ತನ್ನ ಹದಿಮೂರನೇ ವಯಸ್ಸಿನಲ್ಲಿ ಅಂತರ್ಜಾಲದ ಮುಖಾಂತರ ಗುಂಪು ವಿಡಿಯೋ ಸಂವಾದ (ಚಾಟ್) ನಡೆಸಲು ಪ್ರಾರಂಭಿಸಿ ಅನೇಕರ ಸ್ನೇಹ ಹಾಗೂ ತನ್ನ ಅತೀವ ಸೌಂದರ್ಯಕ್ಕೆ ಶ್ಲಾಘನೆಯನ್ನು ಗಳಿಸುತ್ತಾಳೆ. ಈ ಮೂಲಕವೇ ದೊರೆತ ಒಬ್ಬ ಅನಾಮಿಕ ಗೆಳೆಯ ಬಹಳ ಆಪ್ತನಾಗುತ್ತಾನೆ. ಆತನ ಇಚ್ಛೆಯಂತೆ ಆಕೆ ವೆಬ್‌ಕ್ಯಾಮ್‌ನಲ್ಲಿ ತನ್ನ ನಗ್ನದೇಹವನ್ನು ತೋರಿಸುತ್ತಾಳೆ.

ಇದಾದ ಸುಮಾರು ಒಂದು ವರುಷದ ನಂತರ ಇನ್ನೊಬ್ಬ ಅನಾಮಿಕ ಆಕೆಯ ಇದೇ ನಗ್ನ ಚಿತ್ರವನ್ನು ಬಂಡವಾಳ ಮಾಡಿಕೊಂಡು ವೆಬ್‌ಕ್ಯಾಮ್‌ನ ಮೂಲಕ ಮತ್ತೆ ಅವಳ ದೇಹ ಪ್ರದರ್ಶನ ಮಾಡಬೇಕೆಂದು, ಇಲ್ಲವಾದಲ್ಲಿ ಆಕೆಯ ನಗ್ನ ಛಾಯಾಚಿತ್ರವನ್ನು ಎಲ್ಲ ಜಾಲತಾಣಗಳಲ್ಲಿ ಹರಿಯಬಿಡುವುದಾಗಿ ಬೆದರಿಸುತ್ತಾನೆ.

ಇದಾದ ಸ್ವಲ್ಪ ಸಮಯದಲ್ಲೇ ಇವೇ ಛಾಯಾಚಿತ್ರಗಳನ್ನು ಬಳಸಿಕೊಂಡು ಫೇಸ್ಬುಕ್ನಲ್ಲಿ ಇನ್ನೊಬ್ಬ ಅನಾಮಿಕ ನೀನು ನನಗೆ ನಿನ್ನ ದೇಹದ ಪ್ರದರ್ಶನ ನೀಡಬೇಕು ಎಂದು ಬೆದರಿಸುತ್ತಾನೆ ಹಾಗೂ ಮುಂದೆ ಒಂದು ಫೇಸ್‌ಬುಕ್ ತೆರೆದು ಅದಕ್ಕೆ ಇವಳ ಎದೆ ಎತ್ತಿ ತೋರಿಸುವ ನಗ್ನಚಿತ್ರವನ್ನು ಪ್ರೊಫೈಲ್ ಚಿತ್ರವನ್ನಾಗಿಸಿ ಆಕೆಯ ಎಲ್ಲಾ ಸಂಬಂಧಿಕರಿಗೆ, ಸ್ನೇಹಿತರಿಗೆ ತಿಳಿಯುವಂತೆ ಮಾಡುತ್ತಾನೆ. ಆತನಲ್ಲಿ ಈಕೆಯ ಎಲ್ಲಾ ವಿವರಗಳು ಇದ್ದವು.

ಇದರಿಂದ ಮುಕ್ತಿ ಪಡೆಯಲು ಆಕೆ ತನ್ನ ಹಳೆ ಊರು ಮತ್ತು ಶಾಲೆಯನ್ನು ಬಿಡುತ್ತಾಳೆ. ಹೊಸ ಶಾಲೆಗಳಿಗೆ ಹೋದಾಗ್ಯೂ ಈ ಬಾಧೆ ತಪ್ಪುವುದಿಲ್ಲ. ಹೀಗೆ ಈ ಅನಾಮಿಕರಿಗೆ ತನ್ನ ಛಾಯಾಚಿತ್ರ, ಶಾಲೆ, ಮನೆ, ಸ್ನೇಹಿತರ ವಿವರ, ವಿಳಾಸ ಎಲ್ಲಾ ಹೇಗೆ ದೊರಕುತ್ತಿದೆ ಎಂದು ತಿಳಿಯದೆ ದಂಗಾದಳು. ಅದರ ಜೊತೆಗೆ ಹೋದ ಕಡೆಯೆಲ್ಲಾ ಅವಮಾನ, ನಿಂದನೆ, ಮಾನಸಿಕ ಹಿಂಸೆ ಸಹಿಸಲಾರದೆ ಅಮಾಂಡ ಆತಂಕ ಹಾಗೂ ಖಿನ್ನತೆಗೆ ಒಳಗಾಗಿ ಮಾದಕ ದ್ರವ್ಯಗಳ ವ್ಯಸನಕ್ಕೂ ಇಳಿಯುತ್ತಾಳೆ.

ಇದೇ ತರಹದ ಬೆದರಿಕೆ, ಕಿರುಕುಳ ಮುಂದುವರೆದು, ತನ್ನ ಹದಿನೈದನೆಯ ವಯಸ್ಸಿನಲ್ಲಿ ಅಮಾಂಡ ಯೂಟ್ಯೂಬ್ನಲ್ಲಿ ತನ್ನ ಕಥೆಯನ್ನು ಫ್ಲ್ಯಾಶ್ಕಾರ್ಡ್ (ಮಿಂಚು ಪಟ್ಟಿ) ಮುಖಾಂತರ

ಹೇಳಿ ಆತ್ಮಹತ್ಯೆ ಮಾಡಿಕೊಳ್ಳುತ್ತಾಳೆ. (ಯೂಟ್ಯೂಬ್‌ನಲ್ಲಿ 'ಅಮಾಂಡಾಸ್ ಸುಸೈಡ್ ನೋಟ್' ಎಂದು ಟೈಪ್ ಮಾಡಿದರೆ ಆಕೆಯ ಈ ವಿಡಿಯೋ ಲಭ್ಯವಾಗುತ್ತದೆ).

ಇದು ಕೆನಡಾದ ಘಟನೆ. ನಮ್ಮಲ್ಲಿ ಹೀಗೆ ನಡೆಯುತ್ತದೆಯೇ? ಎಂಬ ಪ್ರಶ್ನೆ ನಿಮಗೆ ಹುಟ್ಟಬಹುದು.

ಕೇರಳದಲ್ಲಿ ಇತ್ತೀಚೆಗೆ ತನ್ನ ಹಾಗೂ ಪ್ರೇಯಸಿಯ ಖಾಸಗಿ ಕ್ಷಣಗಳನ್ನು ಚಿತ್ರಿಸಿಕೊಂಡು ಅದನ್ನು ಸಾಮಾಜಿಕ ಜಾಲತಾಣಗಳಲ್ಲಿ ಹಾಕಿದ ಯುವಕನಿಂದಾಗಿ ಮನನೊಂದು ಯುವತಿಯೊಬ್ಬಳು ಆತ್ಮಹತ್ಯೆ ಮಾಡಿಕೊಂಡಿದ್ದಾಳೆ. ಒಂದು ವರ್ಷದ ಹಿಂದೆ ಮುಂಬೈಯಲ್ಲಿ ಹುಡುಗನೊಬ್ಬ ಸಹಪಾಠಿ ಯುವತಿಯೊಬ್ಬಳು ತನ್ನ ಬೇಡಿಕೆಗಳಿಗೆ ಸ್ಪಂದಿಸಲಿಲ್ಲ ಎಂಬ ಕಾರಣಕ್ಕೆ ಅವಳ ಹೆಸರಿನಲ್ಲೂ ಖಾತೆ ತೆರೆದು ಅನಾಚಾರ ಮಾಡಿದ್ದರಿಂದ ಆಕೆಯು ಆತ್ಮಹತ್ಯೆ ಮಾಡಿಕೊಂಡಿದ್ದಳು. ಇದೇ ಮುಂಬೈಯಲ್ಲಿ ಇನ್ನೊಬ್ಬ ಯುವಕ ತನ್ನ ಪ್ರೇಯಸಿಯ ನಗ್ನಚಿತ್ರಗಳನ್ನು ಫೇಸ್‌ಬುಕ್‌ನಲ್ಲಿ ಹಾಕುವುದಾಗಿ ಬೆದರಿಸಿ ಆಕೆ ಫಿನಾಯಿಲ್ ಕುಡಿದು ಆತ್ಮಹತ್ಯೆಗೆ ಯತ್ನಿಸುವಂತೆ ಮಾಡಿದ್ದ.

**ನಮ್ಮ ಸಧ್ಯದ ಸ್ಥಿತಿಗತಿ:**

ಹೀಗೆ ಅನೇಕ ಘಟನೆಗಳನ್ನು ಉದಾಹರಿಸಬಹುದು. ಈ ಎಲ್ಲಾ ಘಟನೆಗಳ ಭವಿಷ್ಯದ ಆವೃತ್ತಿಯಾದ ವ್ಯವಸ್ಥಿತ ಜಾಲವೇ ಈ ಲೇಖನದಲ್ಲಿ ಚರ್ಚಿಸಲಿರುವ ವಿಷಯ. ಅದಕ್ಕೊಂದು ಹೆಸರಿದೆ, ಅದಕ್ಕಾಗಿಯೇ ಹೊಂಚು ಹಾಕಿ ಕಾರ್ಯ ನಿರ್ವಹಿಸುವ ತಂಡವಿದೆ. ಭವಿಷ್ಯದ ಆವೃತ್ತಿ ಅಂದಾಕ್ಷಣ ಇದು ಈಗ ನಡೆಯುತ್ತಿಲ್ಲ ಎಂದೇನೂ ಇಲ್ಲ. 'ಮರ್ಯಾದೆ ಪ್ರಶ್ನೆ' ಎಂಬ ಕಾರಣದಿಂದಾಗಿ ಪ್ರಕರಣಗಳು ಬೆಳಕಿಗೆ ಬರುತ್ತಿಲ್ಲ ಅಷ್ಟೇ. ಇಂಟೆಲ್ಸೆ ಸೆಕ್ಯೂರಿಟಿಯ ಅಧ್ಯಯನ ವರದಿಯ ಪ್ರಕಾರ ಭಾರತದಲ್ಲಿನ ಎಂಟರಿಂದ ಹದಿನಾರು ವಯಸ್ಸಿನವರಲ್ಲಿ ಶೇಕಡ 81ರಷ್ಟು ಯುವಕ, ಯುವತಿಯರು ಸಾಮಾಜಿಕ ಜಾಲತಾಣಗಳಲ್ಲಿ ಸಕ್ರಿಯವಾಗಿದ್ದು, ಅವರಲ್ಲಿ ಶೇಕಡ 22ರಷ್ಟು ಅಂತರ್ಜಾಲದ ಪೀಡನೆಗೆ (cyberbullying) ಬಲಿಯಾಗಿದ್ದಾರೆ. ಭಾರತದ ಯುವಜನತೆ ಎಷ್ಟು ಪ್ರಮಾಣದಲ್ಲಿ ವಿಡಿಯೋ ಚಾಟ್‌ಗಳಲ್ಲಿ ತೊಡಗಿಕೊಂಡಿದ್ದಾರೆ ಎಂಬ ಕುರಿತಾದ ನಿಖರ ಮಾಹಿತಿ ಒದಗಿಸುವ ಯಾವುದೇ ಅಧ್ಯಯನಗಳು ಈವರೆಗೆ ನಡೆದಿಲ್ಲ.

ಆದರೆ, ನಿತ್ಯ ಬೇರೆ ಬೇರೆ ವೇದಿಕೆಗಳಲ್ಲಿ ನಾನು ಹದಿಹರೆಯದವರ ಜೊತೆಗೆ ಸಂವಹನ ನಡೆಸುತ್ತೇನೆ. ಆವಾಗ ತಿಳಿದುಬರುವುದೇನಂದರೆ, ನಗರ ಪ್ರದೇಶದ ಹೆಚ್ಚಿನ ವಿದ್ಯಾರ್ಥಿಗಳು ಗುಂಪು ವಿಡಿಯೋ ಚಾಟ್‌ಗಳಲ್ಲಿಯೂ, ಗ್ರಾಮೀಣ ಭಾಗದ ಹೆಚ್ಚಿನ ಹಾಗೂ ನಗರ ಭಾಗದ ಬಹುತೇಕ ಎಲ್ಲಾ ವಿದ್ಯಾರ್ಥಿಗಳು ಫೇಸ್‌ಬುಕ್‌ನಲ್ಲೂ ಹಾಗೂ ವಾಟ್ಸಾಪ್ ಮೂಲಕ ಖಾಸಗಿ ವಿಡಿಯೋ ಚಾಟ್‌ನಲ್ಲಿ ತೊಡಗುತ್ತಾರೆ. ಹಾಗಾಗಿ, ನಾವೇನೂ ಇಂತಹುದಕ್ಕೆ ಬಲಿಯಾಗುವ ಅವಕಾಶಗಳಿಂದ ದೂರವಿಲ್ಲ.

## ಈ ಜಾಲದೊಳಗೆ ಸಿಲುಕುವ ಪರಿ ಹೇಗೆ?

ಒಂಟಿತನ ಅಥವಾ ಬೇಸರ ಕಳೆಯಲು ತೊಡಗಿಕೊಳ್ಳುವ ಈ ಚಾಟ್‌ಗಳು ತೀರ ವೈಯಕ್ತಿಕವಾಗಿಯೂ ಆಪ್ತವಾಗಿಯೂ ಮುಂದುವರಿದಂತೆಲ್ಲಾ ವಯಸ್ಸಿನ ಸಾಮಾನ್ಯ ಆಕರ್ಷಣೆಯಿಂದಾಗಿ 'ಟೆಕ್ಸ್ಟಿಂಗ್'ನಿಂದ 'ಸೆಕ್ಸ್ಟಿಂಗ್' ಆಗಿ ರೂಪಾಂತರ ಹೊಂದುತ್ತದೆ. ಸೆಕ್ಸ್ಟಿಂಗ್ ಎಂದರೆ ಲೈಂಗಿಕ ಸನ್ನಿವೇಶಗಳ ಕಲ್ಪನೆಯಲ್ಲಿ ತಮ್ಮನ್ನು ತಾವು ಊಹಿಸಿಕೊಂಡು ಆ ಕುರಿತಾಗಿ ಸಂದೇಶ ವಿನಿಮಯ ಮಾಡಿಕೊಳ್ಳುವುದು. ಇದು ಒಂದು ತರಹಕ್ಕೆ ವರ್ಚುವಲ್ ಲೈಂಗಿಕ ಕ್ರಿಯೆ ನಡೆಸಿದಂತೆ. ಹೀಗೆ ಮುಂದುವರೆದು ತಮ್ಮ ಅರೆನಗ್ನ, ನಗ್ನ ಛಾಯಾಚಿತ್ರ ಮತ್ತು ವಿಡಿಯೋ ಸಂದೇಶಗಳ ವಿನಿಮಯದಲ್ಲೂ ತೊಡಗುತ್ತಾರೆ. ಇದು ವಾಟ್ಸಾಪ್ ಮತ್ತು ಮೆಸೆಂಜರ್‌ಗಳ ಮೂಲಕ ಖಾಸಗಿಯಾಗಿಯೂ ನಡೆಯಬಹುದು ಅಥವಾ ಕೆಲವು ಲೈವ್ ಸ್ಟ್ರೀಮ್ ಅಪ್ಲಿಕೇಷನ್‌ಗಳ ಮೂಲಕ ಗುಂಪಾಗಿಯೂ ನಡೆಯಬಹುದು.

ಇದು ಖಾಸಗಿಯಾಗಿಯೂ, ಇಬ್ಬರ ಅಥವಾ ಗುಂಪಿನ ಪರಸ್ಪರ ಒಪ್ಪಂದದಿಂದಲೂ ನಡೆಯುವುದರಿಂದ ಇದರಿಂದ ಏನು ಸಮಸ್ಯೆ ಆಗುತ್ತದೆ? ಎಂದು ಕೇಳಬಹುದು. ಆದರೆ, ಸಮಸ್ಯೆ ಇರುವುದೇ ಇಲ್ಲಿ. ಅಂತರ್ಜಾಲದಲ್ಲಿ ಖಾಸಗಿ ಎನ್ನುವುದು ಒಂದು ಭ್ರಮೆ. ಗೊತ್ತೋ ಗೊತ್ತಿಲ್ಲದೆಯೋ ಅಂತರ್ಜಾಲಕ್ಕೆ ಹರಿಯಬಿಟ್ಟ ಪ್ರತಿಯೊಂದೂ ನಮ್ಮ ಕೈತಪ್ಪಿದಂತೆ. ಅದನ್ನು ನಾವು ಹಿಂಬಾಲಿಸಲು, ಹಿಡಿಯಲೂ ಆಗದ ಮಾತು, ಒಂದು ಕಡೆ ಅಳಿಸಿದರೆ ಇನ್ನೊಂದು ಕಡೆ ಇನ್ಯಾರೋ ಅಪ್ಲೋಡ್ ಮಾಡುತ್ತಾರೆ.

## ಆದರೂ, ಇಲ್ಲಿ ಖಾಸಗಿಯಾಗಿರಬೇಕಾದ್ದು ಕೈತಪ್ಪುವುದು ಹೇಗೆ?

ಈ ಸಮಸ್ಯೆ ಇನ್ನೂ ಜಟಿಲವಾಗಿದೆ. ಇದು ಅನೇಕ ಮಾರ್ಗಗಳಲ್ಲಿ ನಡೆಯಬಹುದು. ಗುಂಪು ಚಾಟ್‌ಗಳಲ್ಲಿ ರಹಸ್ಯವಾಗಿದ್ದುಕೊಂಡು ಸೂಕ್ತ ಸಂದರ್ಭಕ್ಕಾಗಿ ಕಾಯುವ ಇವರು ಯಾರಾದರೂ ಹುಡುಗಿಯರು ತಮ್ಮ ದೇಹ ಪ್ರದರ್ಶನದಲ್ಲಿ ತೊಡಗಿಕೊಂಡರೆ ಸ್ಕ್ರೀನ್ ಶಾಟ್ ಮೂಲಕ ಸೆರೆ ಹಿಡಿಯುತ್ತಾರೆ. ಅವರಿಗೆ 'ಕ್ಯಾಪರ್ಸ್'ಎಂದು ಕರೆಯುತ್ತಾರೆ. ಅವರು ಮುಂದೆ ಈ ಚಿತ್ರಗಳನ್ನು ಬಳಸಿಕೊಂಡು ಮತ್ತೆ ವೆಬ್‌ಕ್ಯಾಮ್‌ಗಳಲ್ಲಿ ನಗ್ನ ವಿಡಿಯೋ ಪ್ರದರ್ಶನ ನೀಡಬೇಕು ಎಂದು ಬೆದರಿಸುತ್ತಾರೆ. ಇವರ ಭಾಷೆಯಲ್ಲಿ ಈ ಪ್ರದರ್ಶನಗಳಿಗೆ 'ಷೋ' ಎಂದೂ, ಈ ರೀತಿ ಷೋ ಪಡೆಯುವಲ್ಲಿ ಯಶಸ್ಸು ಸಾಧಿಸುವುದನ್ನು 'ವಿನ್' ಎಂದೂ ಕರೆಯುತ್ತಾರೆ.

ವಿಪರ್ಯಾಸ ಎಂದರೆ ಇಲ್ಲಿಯವರೆಗೆ ಸೆರೆಸಿಕ್ಕ ಎಲ್ಲಾ ಕ್ಯಾಪರ್‌ಗಳು ಹದಿಹರೆಯದ ವಯಸ್ಸಿನವರೇ ಆಗಿದ್ದಾರೆ. ಇದು ಗುಂಪು ವಿಡಿಯೋ ಚಾಟ್‌ಗಳಲ್ಲಾದರೆ ಇನ್ನು ಖಾಸಗಿ ಚಾಟ್‌ಗಳಲ್ಲಿ ಪೀಡಿತರ ಖಾತೆಗಳನ್ನು ಹ್ಯಾಕ್ ಮಾಡಿ ಅಥವಾ ಸಾಮಾಜಿಕ ಜಾಲತಾಣಗಳಲ್ಲಿ ನಕಲಿ ಖಾತೆಗಳ ಮುಖಾಂತರ ಹುಡುಗಿಯರ ಸ್ನೇಹ ಸಂಪಾದಿಸಿ, ಪ್ರಚೋದಿಸಿ ಅವರ ನಗ್ನ ವಿಡಿಯೋ ಅಥವಾ ಛಾಯಾಚಿತ್ರಗಳನ್ನು ಪಡೆದು ಈ ಕೃತ್ಯವನ್ನು ಎಸಗುತ್ತಾರೆ.

ಒಟ್ಟಾರೆ ಈ ಅಂತರ್ಜಾಲ ಯುಗವನ್ನು ಕಾಡುತ್ತಿರುವ ಈ ಸಮಸ್ಯೆಯನ್ನು ಸೆಕ್ಸ್ಟಾರ್ಶನ್ (Sextortion) ಎಂದು ಗುರುತಿಸಿದ್ದಾರೆ. ಸೆಕ್ಸ್ಟಾರ್ಶನ್ ಎಂದರೆ ಯಾವುದೇ ದೈಹಿಕ ಹಿಂಸೆ ನೀಡದೆ ಅವರ ದೌರ್ಬಲ್ಯಗಳನ್ನೇ ಬಳಸಿಕೊಂಡು ಬೆದರಿಸಿ ಲೈಂಗಿಕ ಹಾಗೂ ಮಾನಸಿಕ ಹಿಂಸೆ ನೀಡಿ ತಮ್ಮ ಲೈಂಗಿಕ ಬಯಕೆಗಳನ್ನು ಪೂರೈಸಿಕೊಳ್ಳುವುದು.

## ಹಾಗಾದರೆ, ಇದರ ತಡೆ ಹೇಗೆ?

### ಕಾನೂನು, ಆರಕ್ಷಕರು ಮತ್ತು ತಂತ್ರಜ್ಞಾನ:

ಇದಕ್ಕೆಲ್ಲಾ ಕಾರಣ ಮತ್ತು ಪರಿಹಾರೋಪಾಯಗಳನ್ನು ಅನೇಕ ಮಜಲುಗಳಲ್ಲಿ ಕಂಡುಕೊಳ್ಳಬೇಕಾಗುತ್ತದೆ. ಈ ಕೃತ್ಯವೆಸಗುವವರು ಹೆಚ್ಚಾಗಿ ಹಣದಾಸೆಗಿಂತ ತಮ್ಮ ಲೈಂಗಿಕ ತೃಷೆಗಾಗಿ ಮತ್ತು ಲೈಂಗಿಕ ಹಾಗೂ ಮಾನಸಿಕ ಕಿರುಕುಳದಿಂದ ಪಡೆವ ವಿಕೃತ ಆನಂದಕ್ಕಾಗಿ ಮಾಡುವುದೇ ಹೆಚ್ಚು.

ಸಾಮಾಜಿಕ ಜಾಲತಾಣಗಳ ದಾಸರಾಗಿ ವಂಚನೆಗೆ ಒಳಗಾಗುತ್ತಿರುವ ಯುವತಿಯರ ಸಂಖ್ಯೆ ಹೆಚ್ಚಾಗುತ್ತಿದೆ. ಪ್ರತಿ ತಿಂಗಳು ಇಂಥ ಹತ್ತಕ್ಕೂ ಹೆಚ್ಚು ಪ್ರಕರಣಗಳು ಸೈಬರ್ ವಿಭಾಗಕ್ಕೆ ಬರುತ್ತವೆ. ಅಪರಿಚಿತನ ಪರಿಚಯವಾಗಿ ಕೆಲವರು ನಗ-ನಾಣ್ಯವನ್ನು ಮಾತ್ರ ಕಳೆದುಕೊಂಡರೆ, ಮತ್ತೆ ಕೆಲವರು ಆತನಿಗಾಗಿ ಎಲ್ಲ ರೀತಿಯ 'ತ್ಯಾಗ'ಗಳನ್ನೂ 'ಮಾಡಿರುತ್ತಾರೆ' ಎನ್ನುತ್ತಾರೆ ಸೈಬರ್ ಅಧಿಕಾರಿಗಳು.

'ಇಂಥ ಪ್ರಕರಣಗಳ ತನಿಖಾ ಕಾಲದಲ್ಲಿ ಸಂತ್ರಸ್ತೆಯ ಮನಸ್ಥಿತಿ ಒಂದೇ ರೀತಿ ಇರುವುದಿಲ್ಲ. ಅಷ್ಟೊಂದು ನಂಬಿಕೆ ಇಟ್ಟವಳಿಗೆ ವಂಚಿಸಿಬಿಟ್ಟನಲ್ಲ' ಎಂಬ ಸಿಟ್ಟಿನಲ್ಲಿ ಆಕೆ ಆರಂಭದಲ್ಲಿ ದೂರು ಕೊಟ್ಟಿರುತ್ತಾಳೆ. 'ಆದರೆ, ಆರೋಪಿ ಬಂಧನವಾದ ಬಳಿಕ ಆಕೆಯ ಸಿಟ್ಟು ಸಂಪೂರ್ಣ ಇಳಿದು ಹೋಗಿರುತ್ತದೆ. ನ್ಯಾಯಾಲಯದ ವಿಚಾರಣಾ ಕಾಲದಲ್ಲಿ ಸಂತ್ರಸ್ತೆಯನ್ನು ಹುಡುಕಿಕೊಂಡು ನಾವೇ ತಿರುಗಾಡಬೇಕಾದ ಪರಿಸ್ಥಿತಿ ಬಂದುಬಿಡುತ್ತದೆ' ಎನ್ನುತ್ತಾರೆ ಅವರು.

'ಇನ್ನು ಕೆಲವರು ಮರ್ಯಾದೆಗೆ ಅಂಜಿ ಪೊಲೀಸರನ್ನು ಸಂಪರ್ಕಿಸುವುದೇ ಇಲ್ಲ. ಪೊಲೀಸರು ತಮ್ಮ ಹೆಸರನ್ನು ಗೋಪ್ಯವಾಗಿಟ್ಟು ತನಿಖೆ ನಡೆಸುತ್ತಾರೆಂಬ ನಂಬಿಕೆಯನ್ನೂ ಈಗ ಅವರು ಕಳೆದುಕೊಂಡಿದ್ದಾರೆ' ಎಂದು ಸೈಬರ್ ಪೊಲೀಸರು ಹೇಳುತ್ತಾರೆ.

'ಎಲ್ಲೋ ಕುಳಿತು ಫೇಸ್‍ಬುಕ್ ಗೆಳತಿಯರಿಗೆ ವಂಚಿಸುವವರನ್ನು ಪತ್ತೆ ಮಾಡುವುದೂ ಸುಲಭದ ಕೆಲಸವಲ್ಲ. ಆತ ಸಂತ್ರಸ್ತೆಯನ್ನು ಮೊಬೈಲ್ ಮೂಲಕ ಒಮ್ಮೆ ಸಂಪರ್ಕಿಸಿದ್ದರೂ, ಕರೆ ವಿವರ (ಸಿಡಿಆರ್) ಆಧರಿಸಿ ಆತನನ್ನು ಪತ್ತೆ ಮಾಡಿಬಿಡಬಹುದು. ಆದರೆ, ಈಗ ವಂಚಕರೂ ಚಾಣಾಕ್ಷರಾಗಿದ್ದಾರೆ. ಯಾವುದೇ ಕಾರಣಕ್ಕೂ ಅವರು ಗೆಳತಿಯರಿಗೆ ಮೊಬೈಲ್ ಸಂಖ್ಯೆ ನೀಡುವುದಿಲ್ಲ. ಹೀಗಾಗಿ, ಕೇವಲ ಐಪಿ ವಿಳಾಸ ಆಧರಿಸಿ ಆ ಚಾಲಾಕಿಗಳನ್ನು

ಹಿಡಿಯಬೇಕಾಗುತ್ತದೆ. ಇದಕ್ಕೆ ತುಂಬ ಸಮಯ ಹಿಡಿಯುತ್ತದೆ' ಎಂದು ಪರಿಸ್ಥಿತಿಯನ್ನು ಬಿಚ್ಚಿಟ್ಟರು.

'ಸಿಕಂದರಬಾದ್‌ನ ಖಾಸಗಿ ಬ್ಯಾಂಕ್ ವ್ಯವಸ್ಥಾಪಕನೊಬ್ಬ ಯಾವುದೋ ಬೆತ್ತಲೆ ಫೋಟೊಗೆ ಬೆಂಗಳೂರು ವಿದ್ಯಾರ್ಥಿನಿಯೊಬ್ಬಳ ಮುಖವನ್ನು ಹೊಂದಿಸಿ ಸಾಮಾಜಿಕ ಜಾಲತಾಣದಲ್ಲಿ ಹಾಕಿದ್ದ ಪ್ರಕರಣ ಇತ್ತೀಚೆಗಷ್ಟೇ ವರದಿಯಾಯಿತು. ಆ ಅಪರಿಚಿತನ ಜತೆ ಒಂದೆರಡು ಬಾರಿ ಫೇಸ್‌ಬುಕ್ ಚಾಟ್ ಮಾಡಿದ್ದು ಬಿಟ್ಟರೆ, ವಿದ್ಯಾರ್ಥಿನಿ ಬೇರಾವುದೇ ತಪ್ಪು ಮಾಡಿರಲಿಲ್ಲ. ಆದರೂ, ತನ್ನ ಬೇಡಿಕೆಗೆ ಆಕೆ ಒಪ್ಪಲಿಲ್ಲವೆಂಬ ಕಾರಣಕ್ಕೆ ಆತ ಆ ರೀತಿಯಾಗಿ ವಿಕೃತ ಆನಂದ ಅನುಭವಿಸಿದ್ದ. ಐಪಿ ವಿಳಾಸ ಆಧರಿಸಿ ಈತನನ್ನು ಪತ್ತೆ ಮಾಡಲು ಒಂದೂವರೆ ವರ್ಷ ಬೇಕಾಯಿತು' ಎಂದರು.

ಇಂತಹವರನ್ನು ಹಿಡಿಯಲು, ನಕಲಿ ಖಾತೆಗಳನ್ನು ಪತ್ತೆ ಹಚ್ಚಲು ಮತ್ತು ದಿನಕ್ಕೊಂದರಂತೆ ಬರುವ ಹೊಸ ಹೊಸ ತಂತ್ರಜ್ಞಾನವನ್ನು ಭೇದಿಸಿ ಈ ಜಾಲವನ್ನು ಪತ್ತೆಹಚ್ಚುವ ವ್ಯವಸ್ಥೆ ಪೋಲಿಸರಲ್ಲಿ ಇಲ್ಲದಿರುವುದು ಇವರಿಗೆ ಇನ್ನಷ್ಟು ಪುಷ್ಟಿಕೊಟ್ಟಿದೆ.

ಕೆನಡಾದಂತಹ ಮುಂದುವರಿದ ರಾಷ್ಟ್ರದಲ್ಲಿ ಅಮಾಂಡಾಳ ಪ್ರಕರಣದ ಕಾರಣಕರ್ತನನ್ನು ಪತ್ತೆಹಚ್ಚಲು ಎರಡು ವರ್ಷ ಹಿಡಿದಿತ್ತು. ಈ ಕುರಿತು ನಮ್ಮ ಕಾನೂನು ಹಾಗೂ ಆರಕ್ಷಕ ವ್ಯವಸ್ಥೆ ಕಾರ್ಯಪ್ರವೃತ್ತರಾಗಬೇಕಾಗಿದೆ. ತಮ್ಮ ತಂತ್ರಜ್ಞಾನ ನವೀಕರಣ ಮಾತ್ರವಲ್ಲದೆ ಸಂತ್ರಸ್ತರು ಮುಕ್ತವಾಗಿ ಮತ್ತು ಧೈರ್ಯವಾಗಿ ಆರಕ್ಷಕರನ್ನು ಸಂಪರ್ಕಿಸುವ ಮತ್ತು ಸೂಕ್ತ ಸ್ಪಂದನೆ ಸಿಗುವಂತೆ ಜನಸ್ನೇಹಿ ಮಾಡಬೇಕಾಗುತ್ತದೆ.

## ನಮ್ಮ ನಿಮ್ಮ ಜವಾಬ್ದಾರಿಗಳು:

ಈ ಜಾಲಕ್ಕೆ ಬಲಿ ಆಗುವವರಿಗೆ ಸರಿಯಾದ ಅರಿವು ಮತ್ತು ಮಾರ್ಗದರ್ಶನ ಇಲ್ಲದಿರುವುದೇ ಮುಖ್ಯವಾದ ಕಾರಣ. ಹದಿಹರೆಯದಲ್ಲಿ ವೈಯಕ್ತಿಕ ಗಮನ ಒಂದು ಸಾಮಾನ್ಯ ಬಯಕೆ. ತನ್ನ ಮನೆ ಹಾಗೂ ಶಾಲೆಯಲ್ಲಿ ಈ ಗಮನ ಸಿಗದೇ ಇದ್ದಾಗ ಸುಲಭವಾಗಿ ಮತ್ತು ಆಕರ್ಷಕವಾಗಿ ಕೈಗೆಟಕುವುದು ಈ ಜಾಲತಾಣಗಳು. ಹೆಸರಿನಂತೆ ಇದೊಂದು ಜಾಲವೇ ಸರಿ. ಒಳನುಗ್ಗಿದರೆ ತಪ್ಪಿಸಿಕೊಂಡು ಹೊರಬರುವುದು ಬಲು ಕಷ್ಟ.

ಅಲ್ಲಿ ಹಠಾತ್ತನೆ ಸಿಗುವ ಮನ್ನಣೆ, ಲೈಕು, ಹೊಸ ಹೊಸ ಮುಖಗಳು, ಸ್ವಲ್ಪ ರೂಪವಿದ್ದರಂತೂ ಸಿಗುವ ಶ್ಲಾಘನೆ, ಇವೆಲ್ಲವೂ ಅಂತರ್ಜಾಲವನ್ನೇ ವ್ಯಸನವನ್ನಾಗಿಸಿ ಜಾಲತಾಣಗಳಲ್ಲೇ ಬಂದಿ ಆಗುವಂತೆ ಮಾಡುತ್ತವೆ. ಹಿಂದೆ ತಿಳಿಸಿದ ಅಮಾಂಡಳ ಘಟನೆಯಲ್ಲೂ ಪದೇ ಪದೇ ಇದರಿಂದ ತೊಂದರೆ ಆಗುತ್ತಿದ್ದರೂ ಆಕೆ ತನ್ನ ದುಃಖವನ್ನು ಹಂಚಿಕೊಳ್ಳಲು ಮತ್ತೆ ಮೊರೆಹೋಗಿದ್ದು ವಿಡಿಯೋ ಚಾಟನ್ನೇ. ಇದೆಲ್ಲದರಿಂದ ಮಕ್ಕಳನ್ನು

ರಕ್ಷಿಸುವಲ್ಲಿ ಹೆತ್ತವರ ಪಾತ್ರ ಮುಖ್ಯವಾಗುತ್ತದೆ. ಎಲ್ಲಾ ಸೌಕರ್ಯ, ಸೌಲಭ್ಯಗಳನ್ನು ಒದಗಿಸುವುದಷ್ಟೇ ಪೋಷಕರ ಕರ್ತವ್ಯವಲ್ಲ. ತಮ್ಮ ಹದಿಹರೆಯದ ಮಕ್ಕಳೊಂದಿಗೆ ಸಮಯ ಕಳೆಯಬೇಕು.

ಮಕ್ಕಳು ಪ್ರಾಪ್ತ ವಯಸ್ಸಿಗೆ ಬರುವ ತನಕ ಅಂತರ್ಜಾಲದಲ್ಲಿ ಕಳೆಯುವ ಕ್ಷಣಗಳ ಕುರಿತು ನಿಗಾ ವಹಿಸಬೇಕಾಗುತ್ತದೆ. ಇದರರ್ಥ ಗೂಢಚಾರವೆಂದಲ್ಲ. ಅವರ ಕೆಲಸಗಳು ಅವರಿಗೆ ಮುಳುವಾಗದಂತೆ ಎಚ್ಚರವಹಿಸಿ ಮಾರ್ಗದರ್ಶನ ನೀಡುವುದು ಮುಖ್ಯ. ಅಂತರ್ಜಾಲ ಸೇವೆ ಒದಗಿಸುವಾಗ ಮಕ್ಕಳಿಗೆ ಅಂತರ್ಜಾಲ ಸುರಕ್ಷತೆಯ ಕುರಿತು ಹೇಳಬೇಕು. ಎಲ್ಲಕ್ಕಿಂತ ಮುಖ್ಯವಾಗಿ ಅವರಿಗೆ ನಾವು ಕಿವಿಯಾಗಬೇಕಾಗುತ್ತದೆ. ಗಂಡು ಹೆಣ್ಣೆನ್ನದೆ ಎಲ್ಲವನ್ನೂ ಮುಕ್ತವಾಗಿ ಹಂಚಿಕೊಳ್ಳಲು, ಲೈಂಗಿಕತೆಯ ಕುರಿತು ಚರ್ಚಿಸಲು ಅವಕಾಶ ಮಾಡಿಕೊಡಬೇಕು. ಅವರನ್ನು ಬಂಧನದಿಂದ, ಶಿಸ್ತಿನ ಹೇರಿಕೆಯಿಂದ ಸರಿದಾರಿಗೆ ತರಲು ಅಸಾಧ್ಯ. ಅದು ಶೋಭೆಯೂ ಅಲ್ಲ. ಬದಲಾಗಿ ಅವರನ್ನು ಒಳಿತು ಕೆಡುಕುಗಳನ್ನು ವಿಚಾರ ಮಾಡುವ ಪ್ರಜ್ಞಾವಂತರನ್ನಾಗಿ ಮಾಡಬೇಕಾಗಿದೆ. ಅಗತ್ಯವಿದ್ದಲ್ಲಿ ಯಾವುದೇ ಮಡಿವಂತಿಕೆಗೆ ಒಳಗಾಗದೆ ಆಪ್ತ ಸಮಾಲೋಚಕರ, ಮಾನಸಿಕ ತಜ್ಞರ ಹಾಗೂ ಆರಕ್ಷಕರ ಸಹಾಯ ಪಡೆಯಬೇಕು.

ಸಾಮಾಜಿಕ ನೆಲೆಯಲ್ಲಿ ಸಮುದಾಯವಾಗಿ ಇಂತಹ ಗಂಭೀರವಾದ ಸಮಸ್ಯೆಗಳಿಗೆ ಹೇಗೆ ಪ್ರತಿಕ್ರಿಯಿಸುತ್ತೇವೆ ಎನ್ನುವುದು ಮುಖ್ಯವಾಗುತ್ತದೆ. ನಮ್ಮ ನೈತಿಕ ಹಾಗೂ ಸಾಮಾಜಿಕ ಬದ್ಧತೆಯ ಪರಿಧಿಯನ್ನು ಅಂತರ್ಜಾಲದ ವ್ಯಾಪ್ತಿಗೂ ತರಬೇಕಾಗುತ್ತದೆ. ಬರೇ ಅಂಕ ಹಾಗೂ ಸ್ಪರ್ಧಾತ್ಮಕ ನೆಲೆಗಟ್ಟಿನಲ್ಲಿ ರೂಪಿತವಾಗಿರುವ ನಮ್ಮ ಶಿಕ್ಷಣ ವ್ಯವಸ್ಥೆಗಿಂತ ಅಂತರ್ಜಾಲ ಹಾಗೂ ಮಾಧ್ಯಮಗಳು ಮಕ್ಕಳಿಗೆ ಹೆಚ್ಚು ರಂಜಕವಾಗಿರುವುದು ಈ ಕಾಲದ ದುರದೃಷ್ಟ.

> ಕಲೆ, ನಾಟಕ, ಸಾಹಿತ್ಯದಂತಹ ರಂಗದಲ್ಲಿ ಹದಿಹರೆಯದವರು ಹೆಚ್ಚು ಸಮಯ ಕಳೆಯುವಂತೆ ಅವಕಾಶ ಕಲ್ಪಿಸಬೇಕು. ಕಲೆಯು ಸೃಜನಶೀಲತೆಯನ್ನು ಬೆಳೆಸುವುದು ಮಾತ್ರವಲ್ಲದೆ, ಅನೇಕ ಜೀವನ ಸೂಕ್ಷ್ಮಗಳನ್ನು ಕೊಡಮಾಡಿ ಮಕ್ಕಳ ಬದುಕನ್ನು ಅರಳಿಸುತ್ತದೆ. ನಮಗೆ ನಮ್ಮ ಸುತ್ತಲಿನ ಪ್ರಪಂಚ, ಪರಿಸರ ಹೆಚ್ಚು ಆಪ್ತವಾಗಬೇಕೇ ವಿನಾ ಸದಾ ನಿಗೂಢವಾಗಿರುವ, ಅಸುರಕ್ಷತೆ ಹಾಗೂ ಅಭದ್ರತೆಯ ಶಂಕೆಯಲ್ಲೇ ಜೀವಿಸಬೇಕಾಗುವ ಈ ಭ್ರಮಾ ಅಥವಾ ವರ್ಚುವಲ್ ಅಂತರ್ಜಾಲ ಪ್ರಪಂಚವಲ್ಲ.

---

*(ದಿನಾಂಕ 23.07.2017ರಂದು, ಪ್ರಜಾವಾಣಿ ಮುಕ್ತಛಂದದಲ್ಲಿ ಪ್ರಕಟವಾದ ಲೇಖನವನ್ನು ಕೆಲವು ಬದಲಾವಣೆಯೊಂದಿಗೆ ಇಲ್ಲಿ ಪ್ರಕಟ ಮಾಡಲಾಗಿದೆ – ಬಂಡ್ಸಾಲೆ.)*

# 4

# ಸಂಜೂ ಗಾಂಜಾ ತಂದು ಕೊಡು ನಂಗೂ

ಪ್ರತೀಕ್ ಮಂಗಳೂರಿನ ಬಳಿಯ ಪ್ರತಿಷ್ಠಿತ ಇಂಜಿನೀಯರಿಂಗ್ ಕಾಲೇಜಿನ ವಿದ್ಯಾರ್ಥಿ. ಎಸ್.ಎಸ್.ಎಲ್.ಸಿ ಪರೀಕ್ಷೆಯಲ್ಲಿ ಶೇಕಡ 90 ಹಾಗೂ ಪಿ.ಯು.ಸಿಯಲ್ಲಿ ಶೇಕಡ 88ರಷ್ಟು ಅಂಕ ಪಡೆದು, ರಾಜ್ಯದ ಸಿ.ಇ.ಟಿ ಪರೀಕ್ಷೆಯಲ್ಲಿ 16ನೇ ಸ್ಥಾನ ಗಳಿಸಿ; ಅತ್ಯುತ್ತಮ ತಾಂತ್ರಿಕ ಶಿಕ್ಷಣ ಕಾಲೇಜಾದ 'ಪ್ರೈಮ್ ಇನ್ಸಿಟ್ಯೂಟ್ ಆಫ್ ಟೆಕ್ನಾಲಜಿ' ಸೇರಿಕೊಂಡಿದ್ದ. ಈ ಕಾಲೇಜಿನ ವಿಶಿಷ್ಟತೆ ಏನೆಂದರೆ, ಇಲ್ಲಿ ಸ್ಥಳಿಯ ವಿದ್ಯಾರ್ಥಿಗಳಲ್ಲದೆ ಉತ್ತರ ಭಾರತದ ಹಲವಾರು ವಿದ್ಯಾರ್ಥಿಗಳು ಕೂಡ ಈ ಕಾಲೇಜನ್ನೇ ಆರಿಸಿಕೊಂಡು ಬರುತ್ತಿದ್ದರು. ಈತನ ಮನೆಯಿಂದ ಕೇವಲ 40 ಕಿಲೊಮೀಟರ್ ದೂರವಿದ್ದ ಕಾಲೇಜಿಗೆ ದಿನ ಮನೆಯಿಂದಲೇ ಬಸ್ ಪ್ರಯಾಣದ ಮೂಲಕ ಹೋಗಿ ಬರುತ್ತಿದ್ದ.

ಮೊದಲ ಸೆಮಿಸ್ಟರಿನಲ್ಲಿ ಪಠ್ಯದ ಎಲ್ಲಾ ವಿಷಯಗಳಲ್ಲೂ 10ಕ್ಕೆ 9.8 ಸಿ.ಜಿ.ಪಿ.ಎ ಪಡೆದಿದ್ದ. ಆ ಸಮಯದಲ್ಲಿ ಆತನಿಗೆ ಕಾಡುತ್ತಿದ್ದ ಕೊರಗು ಒಂದೇ. ಆತನಿಗೆ ಬೇರೆ ಮಕ್ಕಳಂತೆ ಎಲ್ಲರೊಂದಿಗೆ ಮುಕ್ತವಾಗಿ ಬೆರೆಯಲಾಗುತ್ತಿರಲಿಲ್ಲ. ತನಗೆ ಬೇರೆಯವರಂತೆ ಗೆಳತಿ (ಅಥವಾ ಗರ್ಲ್ ಫ್ರೆಂಡ್) ಇಲ್ಲ, ತನ್ನನ್ನು ಎಲ್ಲರೂ ವಿಚಿತ್ರ ರೀತಿಯಲ್ಲಿ ಕಾಣುತ್ತಿದ್ದು, ತಾನೊಬ್ಬ ಗಾಂಧಿ ಎಂದು ಒಳಗೊಳಗೇ ಎಲ್ಲರೂ ತಮಾಷೆ ಮಾಡುತ್ತಿರುವುದು ಆತನಿಗೆ ಬಹಳ ನೋವು ಉಂಟುಮಾಡುತ್ತಿತ್ತು. ಆ ಸಮಯದಲ್ಲಿ ಪ್ರತೀಕನಿಗೆ ಪರಿಚಯ ಆದವನೇ ಪ್ರಜ್ವಲ್.

ಪ್ರಜ್ವಲ್, ಕಾಲೇಜ್‌ನಲ್ಲಿ ಬಹಳ ಫೇಮಸ್ ಆಗಿದ್ದ. ಆತ ಬಹಳ 'ಮ್ಯಾನ್ಲಿ' ಎಂದು ಕಾಲೇಜಿನ ಹುಡುಗಿಯರೆಲ್ಲಾ ಆಗಾಗ ಹೇಳುತ್ತಿದ್ದರು. ಕಾಲೇಜಿನ ಕ್ಯಾಂಟೀನಲ್ಲಿ ಈತನೊಂದಿಗೆ ಮಾತನಾಡಲು ಸೀನಿಯರ್ ಹುಡುಗಿಯರು ಕೂಡ ಹಾತೊರೆಯುತ್ತಿದ್ದರು. ಕೈಯಲ್ಲಿ ಯಾವಾಗಲೂ ಸಿಗರೇಟ್ ಇಟ್ಟುಕೊಂಡು, ಎಲ್ಲರೊಂದಿಗೆ ನಗೆ ಚಟಾಕಿ ಹಾರಿಸುತ್ತ ಟ್ರೆಂಡಿಯಾಗಿ ಲವಲವಿಕೆಯಿಂದ ಪಾದರಸದಂತೆ ಕಾಲೇಜಿನಲ್ಲಿ ಓಡಾಡುತ್ತಿದ್ದ. ಕ್ರಮೇಣ ಈತ ಪ್ರತೀಕನಿಗೆ ಉತ್ತಮ ದೋಸ್ತ್ ಆದ.

ಪ್ರತೀಕನಿಗೆ, ಜೀವನದಲ್ಲಿ ಮಜಾ ಮಾಡಬೇಕು, ಜೀವನವನ್ನು ಖುಷಿಯಾಗಿ ಕಳೆಯಬೇಕು ಎಂದು ಪದೇ ಪದೇ ಪ್ರಜ್ವಲ್ ಬೋಧನೆ ಮಾಡುತ್ತಿದ್ದ ಮತ್ತು ಮಜಾ

ಮಾಡಲು ಹಾಸ್ಟೆಲ್ ಸೇರು ಎಂದು ಹೇಳುತ್ತಿದ್ದ. ಇದರಿಂದಾಗಿ ಪ್ರತೀಕ್ ಮನೆಯಲ್ಲಿ ''ನಾನು ಹಾಸ್ಟೆಲ್ ಸೇರುತ್ತೇನೆ, ದಿನಾ ಓಡಾಡುವ ಸಮಯದಲ್ಲಿ ಓದಬಹುದು''ಎಂದು ಹೇಳಿದ. ತಾಯಿ-ತಂದೆಯರೂ ಕೂಡ ಪ್ರತೀಕನ ಮಾತು ನಂಬಿದರು. ಹಾಗೆ ಪ್ರತೀಕ್ ಹಾಸ್ಟೆಲ್ ಸೇರಿಯೇ ಬಿಟ್ಟ.

ಒಂದು ದಿನ ಪ್ರಜ್ವಲನ ಒತ್ತಾಯಕ್ಕೆ ಪ್ರತೀಕ್ ಸಿಗರೇಟ್ ಸೇವಿಸಿದ. ಮೊದಲು ಸೇವಿಸುವಾಗ ಸ್ವಲ್ಪ ಕೆಮ್ಮು ಬಂದಂತಾದರೂ ಮತ್ತೆ ಸರಿಹೊಂದಿತು. ಆ ಸಿಗರೇಟ್ ಸೇದಿದ ಕೆಲವು ಕ್ಷಣಗಳಲ್ಲಿ ಪ್ರತೀಕನಿಗೆ ಬ್ರಹ್ಮಾನಂದದ ಅನುಭವವಾಯಿತು. ಮನಸ್ಸಿನಲ್ಲಿ ಒಂದೇ ಸಲ ಒತ್ತಡವೆಲ್ಲಾ ನಿಂತು ಹೋದ ಹಾಗೆ ಅನಿಸಿತು. ಆ ದಿನ ಪ್ರಜ್ವಲನೊಂದಿಗೆ ಪ್ರಥಮ ಬಾರಿಗೆ ಕಾಲೇಜ್ ಹತ್ತಿರದ ಸೈಬರ್ ಮತ್ತು ಪೂಲ್ ಸೆಂಟರಿಗೆ ಹೋಗಿದ್ದ ಪ್ರತೀಕನಿಗೆ ಆಶ್ಚರ್ಯವೇ ಕಾದಿತ್ತು. ಅವನ ಕ್ಲಾಸಿನ ಹಿರೋಯಿನ್ ಎಂದು ಕರೆಸಿಕೊಳ್ಳುತ್ತಿದ್ದ ಸಂಜನಾ ಅಲ್ಲಿಯೇ ಇದ್ದಳು!

ಆ ಸಿಗರೇಟಿನ ಪ್ರಭಾವವೋ ಏನೋ, ಪ್ರತೀಕ್ ಸಂಜನಾಳೊಟ್ಟಿಗೆ ಬಹಳ ಧೈರ್ಯವಾಗಿ ಮಾತನಾಡಿದ. ಸಂಜನಾಳಿಗೂ ಆಶ್ಚರ್ಯವಾಗಿತ್ತು. ಇಬ್ಬರೂ ಸೈಬರಿನಲ್ಲಿ, ಪೂಲಿನಲ್ಲಿ ಆಡುತ್ತ ಕುಳಿತರು. ಅಂದಿನಿಂದ ಪ್ರತೀಕನಿಗೆ ಮೂವರು ಸ್ನೇಹಿತರು ಸಿಕ್ಕಿದರು. ಪ್ರಜ್ವಲ್, ಸಂಜನಾ ಮತ್ತು ಆ ಸ್ಪೆಶಲ್ ಸಿಗರೇಟ್.

ಈ ಸ್ಪೆಶಲ್ ಸಿಗರೇಟು, ತನಗೆ ತನ್ನ ವ್ಯಕ್ತಿತ್ವವನ್ನು ಮಾರ್ಪಡಿಸುವಲ್ಲಿ ವಿಶೇಷ ಶಕ್ತಿ ಹೊಂದಿದೆ ಎಂದು ಪ್ರತೀಕ್ ನಂಬತೊಡಗಿದ. ಹೆಚ್ಚು ಹೆಚ್ಚು ಸ್ನೇಹಿತರೊಂದಿಗೆ ಬೆರೆಯತೊಡಗಿದ. ಹೆಚ್ಚು ಹೆಚ್ಚು ಸಿಗರೇಟ್ ಸೇದತೊಡಗಿದ. ಓದು ಹಿಂದೆ ಬಿತ್ತು. ಎಲ್ಲರೊಂದಿಗೆ ಬೆರೆಯುವ ವ್ಯಕ್ತಿತ್ವ ಮುಂದೆ ಮುಂದೆ ಸಾಗಿತು. ಸಂಜನಾ ಕೂಡ ಪ್ರತೀಕನನ್ನು ಹಾಗೂ ಈ ಸ್ಪೆಶಲ್ ಸಿಗರೇಟನ್ನು ಹೆಚ್ಚು ಹೆಚ್ಚು ಪ್ರೀತಿಸತೊಡಗಿದಳು ಹಾಗೂ ಇಬ್ಬರೂ ಓದನ್ನು ಮರೆತು ಈ ಸಿಗರೇಟನ್ನು ಸೇದುತ್ತಾ ಸಮಯ ಕಳೆಯಲಾರಂಭಿಸಿದರು.

ಎರಡನೇ ಸೆಮಿಸ್ಟರಿನಲ್ಲಿ ಪ್ರತೀಕ್ ಶೇಕಡ ಎಪ್ಪತ್ತರಷ್ಟು ತರಗತಿಗಳಿಗೆ ಹಾಜರಾಗಲೇ ಇಲ್ಲ. ಬೆಳಗ್ಗೆಯಿಂದಲೇ ಸೈಬರ್ ಮತ್ತು ಪೂಲ್ ಸೆಂಟರ್‌ನಲ್ಲೇ ಕುಳಿತಿರುತ್ತಿದ್ದ. ಅವನೊಂದಿಗೆ ಸಂಜನಾ ಕೂಡ ಕುಳಿತಿರುತ್ತಿದ್ದಳು. 'ಕ್ಲಾಸಿನ ಗಾಂಧಿ'ಯಲ್ಲಿ ಆದ ಬದಲಾವಣೆಗಳನ್ನು ಕಂಡ ಮಕ್ಕಳು, ಅಧ್ಯಾಪಕರು ಬೆರಗಾಗಿದ್ದರು.

ಒಂದು ಸಿಗರೇಟಿನಿಂದ ಪ್ರಾರಂಭವಾದದ್ದು, ಆ ಹುಡುಗನ ಓದು ಮತ್ತು ಜೀವನವನ್ನೇ ಹಾಳು ಮಾಡಿತು. ಆದರೆ, ಈ ಹುಡುಗನಿಗೆ ಒಂದು ರೀತಿಯ ಫಾಲ್ಸ್ ಸೆಕ್ಯೂರಿಟಿ ಕೊಟ್ಟಿತ್ತು, ಅದೇ ಹವ್ಯಾಸವಿರುವ ಸಂಗಾತಿಯನ್ನು ಪರಿಚಯಿಸಿತ್ತು.

ರಾಷ್ಟ್ರ ಕಟ್ಟಬೇಕಾದ ಇಂಜಿನಿಯರ್ ಒಬ್ಬ "ಸಂಜೂ, ಗಾಂಜಾ ತಂದು ಕೊಡು ನಂಗೂ"ಎಂದು ಕೂಗುತ್ತಾ ಫೂಲ್ ಸೆಂಟರಿನಲ್ಲಿ ಬಿದ್ದಿರುತ್ತಿದ್ದ. ಆ ಸ್ಪೆಶಲ್ ಸಿಗರೇಟು ಬರಿಯ ತಂಬಾಕಿನ ಸಿಗರೇಟ್ ಆಗಿರಲಿಲ್ಲ. ಬದಲಿಗೆ ತಂಬಾಕಿನೊಂದಿಗೆ ಗಾಂಜಾ ಎನ್ನುವ ಅಮಲು ಪದಾರ್ಥ ಸೇರಿರುತ್ತಿತ್ತು.

ಎರಡನೇ ಸೆಮಿಸ್ಟರ್ ಪರೀಕ್ಷೆಗೆ ಕುಳಿತುಕೊಳ್ಳಲು ಆಗದೇ, ಪ್ರತೀಕ್ ಇನ್ನಷ್ಟು ಸಮಯ ಗಾಂಜಾ ಮತ್ತು ಸಂಜುವಿನೊಂದಿಗೆ ಕಳೆಯಲು ಶುರು ಮಾಡಿದ. ಮನೆಯಲ್ಲಿ ಈತ ಎರಡನೇ ಸೆಮಿಸ್ಟರಿನಲ್ಲಿ ಹಾಜರಾತಿ ಕೊರತೆಯಿಂದ ಪರೀಕ್ಷೆ ತೆಗೆದುಕೊಳ್ಳಲಿಲ್ಲ ಎಂಬ ವಿಷಯ ಹೇಳಲೇ ಇಲ್ಲ. ತಾಯಿ ತಂದೆಯರು ವಿಚಾರಿಸಲೂ ಹೋಗಲಿಲ್ಲ. ಒಂದು ದಿನ ಇದ್ದಕ್ಕಿದ್ದಂತೆ ಆತನ ಕಾಲೇಜಿನಿಂದ ಪ್ರತೀಕನ ತಂದೆಗೆ ಫೋನ್ ಕರೆ ಬಂದು "ಪ್ರತೀಕ್ ಹಾಸ್ಟೇಲ್‌ನಲ್ಲಿ ವಿಚಿತ್ರವಾಗಿ ಮಾತನಾಡುತ್ತಿದ್ದಾನೆ. ಮೂರು ನಾಲ್ಕು ದಿನಗಳಿಂದ ರೂಮಿನಿಂದ ಹೊರಗೆ ಬರುತ್ತಿಲ್ಲ. ಸ್ನಾನ ಕೂಡಾ ಮಾಡಿಲ್ಲ. ಊಟವನ್ನೂ ಮಾಡುತ್ತಿಲ್ಲ. ಒಬ್ಬನೇ ವಿಚಿತ್ರವಾಗಿ ಮಾತನಾಡುತ್ತಿದ್ದಾನೆ. ಕಣ್ಣಿಗೆ ವಿಚಿತ್ರ ಆಕೃತಿಗಳು ಕಾಣುತ್ತಿದೆ ಎಂದು ಹೇಳುತ್ತಿದ್ದಾನೆ. ಒಬ್ಬನೇ ಕುಳಿತುಕೊಂಡು ಕೈಯ್ಯಲ್ಲಿ ಸಿಗರೇಟ್ ಎಳೆಯುವವನಂತೆ ವರ್ತಿಸುತ್ತಿದ್ದಾನೆ. ತನ್ನಷ್ಟಕ್ಕೇ ನಗುತ್ತಿದ್ದಾನೆ. ಹತ್ತಿರ ಹೋಗುವವರಿಗೆ 'ಚಾಕು' ಹಾಕುತ್ತೇನೆಂದು ಹೆದರಿಸುತ್ತಿದ್ದಾನೆ. ಯಾರು ಎಷ್ಟೇ ಪ್ರಯತ್ನಪಟ್ಟರೂ ಆತನನ್ನು ರೂಮಿನಿಂದ ಹೊರಗೆ ಕರೆಸಲು ಆಗುತ್ತಿಲ್ಲ. ಹಾಸ್ಟೆಲಿನ ವಾರ್ಡನ್ ಮತ್ತು ಕಾಲೇಜಿನ ಡೀನ್ ಎಲ್ಲರೂ ಸೋತುಹೋಗಿದ್ದಾರೆ"ಎಂದು ತಿಳಿಸಲಾಯಿತು.

ಇದನ್ನೆಲ್ಲಾ ಕೇಳಿ ಪ್ರತೀಕನ ತಂದೆ ತಾಯಿಯರು ಹೆದರಿ ಕಾಲೇಜಿನ ಹಾಸ್ಟೆಲಿಗೆ ಹೋದರು. ತಾಯಿ ತಂದೆಯರು ಗೋಗರೆದ ಮೇಲೆ ಪ್ರತೀಕನನ್ನು ಹೇಗೋ ಕಾಲೇಜಿನ ವಾಹನದಲ್ಲಿ 'ಮನೋವಿಶ್ವಾಸ' ಕ್ಲಿನಿಕ್‌ಗೆ ಸಾಗಿಸಲಾಯಿತು.

ಪ್ರತೀಕನನ್ನು ನೋಡಿದ ಡಾ. ಅರವಿಂದ್ ಆತನ ರಕ್ತ ಮತ್ತು ಮೂತ್ರ ತಪಾಸಣೆಗೆ ಕಳುಹಿಸಿದರು. ಪದೇ ಪದೇ ಪ್ರತೀಕ್ ಏನೇನೊ ಬಡಬಡಾಯಿಸುತ್ತಿದ್ದ. "ಹೋ ಸಂಜೂ, ಗಾಂಜಾ ತಂದು ಕೊಡು ನಂಗೂ" ಎಂದೆಲ್ಲಾ ಗೋಗರೆಯುತ್ತಾ ಹಿಂದೆ ನಡೆದ ಘಟನೆಗಳನ್ನ ಗುಣುಗುಣಿಸುತ್ತಿದ್ದ. ತಾನು ಹಿಂದೆ ಸಂಜುವಿನೊಂದಿಗೆ ಹೋದ ಜಾಗಗಳು, ಅಲ್ಲಿ ನಡೆದ ಸರಸ ಸಲ್ಲಾಪಗಳು, ಇಬ್ಬರೂ ಜೊತೆಯಾಗಿ ಗಾಂಜಾ ಹಂಚಿಕೊಂಡ ರೀತಿ ನೆನಪಿಸಿಕೊಳ್ಳುತ್ತಿದ್ದ. ನಡುನಡುವೆ ಕೈಯ್ಯಲ್ಲಿ ಗಾಂಜಾವನ್ನು ಸಿಗರೇಟಿಗೆ ತುಂಬಿದಂತೆ ಮಾಡುತ್ತಿದ್ದ. ಇದ್ದಕ್ಕಿದ್ದಂತೆಯೇ ಬಾಯಿಗೆ ಕೈಯ್ಯನ್ನು ತೆಗೆದುಕೊಂಡು ಹೋಗಿ ದೀರ್ಘ ಉಸಿರು ಎಳೆದು "ಗಾಂಜಾ" ಹಚ್ಚಿಕೊಂಡಂತೆ ನಟಿಸುತ್ತಿದ್ದ. ಯಾರೋ ತನ್ನನ್ನು ಮತ್ತು ಸಂಜುವನ್ನು ಸಾಯಿಸಲು ಬರುತ್ತಿದ್ದಾರೆ ಎಂದು ಹೇಳುತ್ತಿದ್ದ. ಹೆದರಿಕೆಯಾಗುತ್ತಿದೆ, ಕಾಪಾಡಿ, ಕಾಪಾಡಿ ಎಂದು ಕಿರುಚುತ್ತಿದ್ದ.

ಇದನ್ನೆಲ್ಲಾ ನೋಡಿದ ವೈದ್ಯರು, ಇದು ಗಾಂಜಾ ಉಪಯೋಗಿಸುವುದರಿಂದ ಆಗುವ "ಚಿತ್ತ ವಿಕಲತೆ" ಎಂಬುದನ್ನು ಮನಗಂಡರು. ಆತನ ಮೂತ್ರ ಪರೀಕ್ಷೆ (ಯೂರಿನ್ ಡ್ರಗ್ ಸ್ಕ್ರೀನ್) ಕೂಡಾ ಅದನ್ನೇ ಖಚಿತಪಡಿಸಿತು. ತಾಯಿ ತಂದೆ ಹೆದರಿ ಕಂಗಾಲಾಗಿದ್ದರು. ಡಾ. ಅರವಿಂದ್ ಅವರು ಪ್ರತೀಕನ ತಾಯಿ ತಂದೆಯರನ್ನು ಕರೆಸಿ ಕೆಲವೊಂದು ವಿವರಗಳನ್ನು ತಿಳಿಸಿದರು.

"ಗಾಂಜಾ", ಒಂದು "ಮೆದು" (SOFT) ಮಾದಕದ್ರವ್ಯ ಎಂಬ ಅಪನಂಬಿಕೆಯಿಂದ ಹಲವು ಮಂದಿ ಯುವಜನರು ಈ ಅಭ್ಯಾಸಕ್ಕೆ ಬಲಿಯಾಗುತ್ತಾರೆ. ಇದನ್ನು "ಕೂಲ್ ಡ್ರಗ್" ಎಂದು ವಿದ್ಯಾರ್ಥಿಗಳು ಭಾವಿಸುತ್ತಾರೆ. ಆದರೆ, ಇದು ಅವರು ಎಣಿಸಿದಂತೆ ಕೂಲ್ ಡ್ರಗ್ ಅಲ್ಲ. ಇದು ಮನುಷ್ಯನ ಮಿದುಳಿನ ನರಕೋಶಗಳ ಮೇಲೆ ಪ್ರಭಾವ ಬೀರುತ್ತದೆ. ನೆನಪಿನ ಶಕ್ತಿ ನಶಿಸುವಂತೆ ಮಾಡುತ್ತದೆ. ಕೆಲವರಿಗೆ ಗಾಂಜಾ ಸೇದುವಾಗ ಏನು ಕೆಲಸ ಮಾಡಿರುತ್ತಾರೆಯೋ, ಅದೇ ರೀತಿ ಸಿನೆಮಾದಲ್ಲಿನ ಫ್ಲ್ಯಾಷ್‌ಬ್ಯಾಕಿನಂತೆ, ಗಾಂಜಾ ಸೇದದೇ ಇರುವಾಗ ಕೂಡಾ ಅದೇ ವಿಷಯಗಳು ಪದೇ ಪದೇ ನೆನಪಿಗೆ ಬರುತ್ತವೆ.

ಗಾಂಜಾ ಸೇವನೆ, ಯುವಕರಲ್ಲಿ ಓದಲು, ಜೀವನದಲ್ಲಿ ಮುಂದೆ ಬರಲು ಇರುವ ಪ್ರೇರಣೆ ಕಳೆದುಕೊಂಡು "ಎಮೊಟಿವೇಶನಲ್ ಸಿಂಡ್ರೋಮ್" (Amotivational Syndrome) ಎನ್ನುವ ಸ್ಥಿತಿಯನ್ನು ಉಂಟುಮಾಡುತ್ತದೆ. ಇದರಿಂದಾಗಿ ಅವರಿಗೆ ಕೆಲಸ ಮಾಡಲು ಆಸಕ್ತಿ ಇರುವುದಿಲ್ಲ, ಜನರೊಂದಿಗೆ ಬೆರೆಯಲು ಆಸಕ್ತಿ ಇರುವುದಿಲ್ಲ, ಸ್ನಾನ ಮಾಡದೆ, ಊಟ ಮಾಡದೇ, ಒಬ್ಬರೇ ರೂಮಿನಲ್ಲಿ ಶೂನ್ಯದಲ್ಲಿ ಮಾತನಾಡಿಕೊಂಡು ಕುಳಿತಿರುತ್ತಾರೆ. ಈ ರೀತಿ ಒಂದು ವಿಚಿತ್ರ ರೀತಿಯ ಮನೋ ವಿಕಲತೆಗೆ ತುತ್ತಾಗುತ್ತಾರೆ. ಹೀಗೆ ಅನೇಕ ವಿಷಯಗಳನ್ನು ಪ್ರತೀಕನ ತಾಯಿ ತಂದೆಯರಿಗೆ ವಿವರಿಸಿ ಹೇಳಿದರು. ಇದನ್ನೆಲ್ಲಾ ಕೇಳಿ ಪ್ರತೀಕನ ತಾಯಿ ತಂದೆಯರಿಗೆ ಬಹಳ ಹತಾಶೆಯಾಯಿತು. ಡಾ. ಅರವಿಂದ್ ಅವರು, ಗಾಂಜಾದ ಬಗ್ಗೆ ಹಲವು ಅಪನಂಬಿಕೆಗಳಿದ್ದು, ಇದು ನಮ್ಮ ಯುವಜನರನ್ನು ಇನ್ನೂ ಹೆಚ್ಚು ಹೆಚ್ಚು ಅದರ ಬಳಕೆಯತ್ತ ಪ್ರೇರೇಪಿಸುತ್ತದೆ ಎಂಬುದನ್ನು ಮನವರಿಕೆ ಮಾಡಿಕೊಟ್ಟರು. ಮನಸ್ಸಿಗೆ ಖುಷಿ ತರಲು, "ಟೆನ್ಶನ್" ಮರೆಯಲು, ಬುದ್ಧಿ ಚುರುಕುಗೊಳ್ಳಲು ಹೀಗೆ ಹಲವಾರು ಕಾರಣಗಳಿಂದ ನಮ್ಮ ಯುವಜನರು "ಗಾಂಜಾ"ಕ್ಕೆ ಬಲಿಯಾಗುತ್ತಾರೆ ಎಂಬುದನ್ನು ಡಾ. ಅರವಿಂದ್ ವಿವರಿಸಿದರು. ಇಂದು ಶಾಲಾ, ಕಾಲೇಜುಗಳ ಸುತ್ತ ಈ ಗಾಂಜಾ ಸುಲಭವಾಗಿ ಲಭ್ಯವಾಗುತ್ತಿದೆ. ಇದರಿಂದ ಹಲವಾರು "ಪ್ರತೀಕ್", "ಪ್ರಜ್ವಲ್" ಹಾಗೂ "ಸಂಜನ"ರಂತಹ ಯುವಕ ಯುವತಿಯರು ಬಲಿಯಾಗುತ್ತಿದ್ದಾರೆ. ಇದರ ಲಭ್ಯತೆ ಕಡಿಮೆ ಮಾಡುವುದೇ ಪ್ರಥಮ ಕೆಲಸವಾಗಬೇಕು ಎಂದು ಡಾ. ಅರವಿಂದ್ ಹೇಳುತ್ತಿದ್ದರು. ಅಷ್ಟರಲ್ಲಿ ಪ್ರತೀಕನ ವಾರ್ಡಿನಿಂದ ನರ್ಸ್ ಜೋರಾಗಿ ಚೀರಿದ ಶಬ್ದ ಕೇಳಿ ವೈದ್ಯರು, ಆತನ ತಾಯಿ ತಂದೆಯರು ಎಲ್ಲರೂ ವಾರ್ಡಿಗೆ ಓಡಿದರು.

ಪ್ರತೀಕ್ ವಾರ್ಡ್‌ನಲ್ಲಿ ಜೋರಾಗಿ ಕೂಗುತ್ತಿದ್ದ. ಆತನಿಗೆ "ಗಾಂಜಾ"ದ ಆಸೆ ಬಹಳವಾಗಿ ಕಾಡುತ್ತಿತ್ತು. ಹಾಗೆಯೇ ಗೆಳತಿ ಸಂಜೂವಿನ ಬಗ್ಗೆ ಕೂಡಾ ಆತಂಕವಾಗುತ್ತಿತ್ತು. "ಸಂಜೂ..., ಗಾಂಜಾ ತಂದು ಕೊಡು ನಂಗೂ..." ಎಂದು ಕಿರುಚುತ್ತಾ ವಾರ್ಡಿನಲ್ಲಿ ಗಲಾಟೆ ಮಾಡುತ್ತಿದ್ದ. ವಾರ್ಡ್ ಬಾಯ್, ಡಾ. ಅರವಿಂದ್, ನರ್ಸ್‌ಗಳು ಸೇರಿ, ಆತನನ್ನು ಮೆಲ್ಲನೆ ಆತನ ಬೆಡ್ಡಿನ ಕಡೆಗೆ ಕರೆದುಕೊಂಡು ಹೋದರು. ಬಳಿಕ ಮತ್ತು ಬರುವಂತಹ ಇಂಜೆಕ್ಷನ್ ಕೊಟ್ಟು ಆತನನ್ನು ಶಾಂತ ಮಾಡಲಾಯಿತು. ಡಾ. ಅರವಿಂದ್ ಅವರು, ಪ್ರತೀಕನ ತಾಯಿ ತಂದೆಯರ ಬಳಿಗೆ ಹೋಗಿ ಅವರಿಗೆ ಸಾಂತ್ವನ ಹೇಳಿದರು.

ಅವರು ಅಲ್ಲಿಂದ ಹೋದ ಬಳಿಕ ಡಾ. ಅರವಿಂದ್ ಯೋಚಿಸಲಾರಂಭಿಸಿದರು. ಈ ಗಾಂಜಾವನ್ನು ನಮ್ಮ ತರುಣರೇಕೆ ಉಪಯೋಗಿಸುತ್ತಾರೆ ಎಂಬುದು ಅವರನ್ನು ಬಹಳಷ್ಟು ಕಾಡತೊಡಗಿತು. ಗಾಂಜಾ ಒಂದು ವಿದೇಶಿ ಮಾದಕದ್ರವ್ಯವೇ ಅಲ್ಲ. ಭಾರತ ದೇಶದಲ್ಲಿ ಇದರ ಉಪಯೋಗದ ಬಗ್ಗೆ ಪುರಾಣಗಳಲ್ಲಿ ಉಲ್ಲೇಖವಿದೆ. ಭಗವಾನ್ ಈಶ್ವರನು "ಭಂಗಿ" ಪ್ರಿಯ ಎಂದು ಉಲ್ಲೇಖವಿದೆ. ಶಿವ ಭಕ್ತರು ಇದನ್ನು ಒಂದು ಬಗೆಯ "ದೈವಿಕ ಹುಲ್ಲು" ಎಂದು ಇದನ್ನು ಉಪಯೋಗಿಸುತ್ತಾರೆ. ಇಂದಿಗೂ ಶಿವ ದೇವಾಲಯಗಳಲ್ಲಿ ಹಲವು ಬಗೆಯ ತಿಂಡಿಗಳಲ್ಲಿ ಇದನ್ನು ಬೆರೆಸುತ್ತಾರೆ. ಶಿವರಾತ್ರಿ ಹಬ್ಬದಂದು, ದೇವಸ್ಥಾನಗಳ ರಥೋತ್ಸವಗಳಲ್ಲಿ ಸಿಹಿತಿಂಡಿಗಳಿಗೆ ಇದನ್ನು ಬೆರೆಸಿ ಜನಸಾಮಾನ್ಯರಿಗೆ ಹಂಚುತ್ತಾರೆ. ಇದನ್ನು "ಚರಸ್" ಎಂಬ ಹೆಸರಿನಲ್ಲಿ ಬೀಡಿ, ಸಿಗರೇಟ್ ಸೇದುವ ಅಘೋರಿ ಬಾಬಾಗಳ ಬಗ್ಗೆ ಪ್ರಚಲಿತದಲ್ಲಿ ಸಾಕಷ್ಟು ಕಥೆಗಳಿವೆ. ದೇವ ಸಾಕ್ಷಾತ್ಕಾರದ ಅನುಭವಗಳು ಗಾಂಜಾ ಸೇವನೆಯಿಂದ ಸಾಧ್ಯವಿದೆ ಎಂಬ ಅರ್ಥದಲ್ಲಿ ಹಲವು ಆಧ್ಯಾತ್ಮಿಕ ಗುರುಗಳು ಬರೆದಿದ್ದಾರೆ. ಅಥರ್ವ ವೇದದಲ್ಲಿ ಇದನ್ನು "ಔಷಧಿ"ಯ ಗುಣಗಳುಳ್ಳ ಗಿಡ ಎಂದು ವರ್ಣಿಸಲಾಗಿದೆ. ಒಟ್ಟಿನಲ್ಲಿ ಗಾಂಜಾ ನಮ್ಮ ಜನಮನದಲ್ಲಿ ಹುದುಗಿ ಹೋಗಿರುವ ಒಂದು ಮಾದಕದ್ರವ್ಯವಾಗಿದೆ. ವೈದ್ಯಕೀಯ ರಂಗದಲ್ಲಿ ಇಂದು "ಕ್ಯಾನ್ಸರ್" ರೋಗದ ಚಿಕಿತ್ಸೆಯಲ್ಲಿ "MEDICAL CANNABIS" ಎಂಬ ಹೆಸರಿನಲ್ಲಿ ಗಾಂಜಾ ಚರ್ಚೆಗೆ ಗುರಿಯಾಗಿದೆ. ಇದನ್ನೇ ತಪ್ಪಾಗಿ ತಿಳಿದು ಗಾಂಜಾ ಆರೋಗ್ಯಕ್ಕೆ ಒಳ್ಳೆಯದು ಎಂದು ವಾದಿಸುವವರಿದ್ದಾರೆ.

ಗಾಂಜಾದಲ್ಲಿ ಟೆಟ್ರಾ ಹೈಡ್ರೋ ಕೆನಾಬಿನಾಲ್ (Tetra HYDRO CANNABINOL) ಎಂಬ ಒಂದು ಪದಾರ್ಥವಿದೆ. ಇದು ಮತ್ತು ಏರಿಸುವ ಅಥವಾ ಕಿಕ್ ತರುವಂತಹ ಗುಣವನ್ನು ಹೊಂದಿದೆ. ಗಾಂಜಾವನ್ನು ವಿವಿಧ ರೂಪಗಳಲ್ಲಿ, ಅಂದರೆ "ಭಾಂಗ್"ಎಂದು ಸಿಹಿ ತಿನಿಸುಗಳಲ್ಲಿ ಹಾಗೂ "ವೀಡ್" ಅಥವಾ "ಚರಸ್" ಎಂದು ಸೇದುವುದಕ್ಕಾಗಿ ಉಪಯೋಗಿಸುತ್ತಾರೆ.

ಪ್ರತೀಕನಿಗೆ ಪ್ರಥಮ "ದೀಕ್ಷೆ" ಕೊಡಿಸಿದ ಪ್ರಜ್ವಲನ ಕಥೆ ಕೂಡಾ ಡಾ. ಅರವಿಂದರಿಗೆ ಗೊತ್ತಿತ್ತು. ಆತ "ರ್‍ಯಾಪ್ ಮ್ಯೂಸಿಕ್"ನ ಉಪಾಸಕನಾಗಿದ್ದ. ಅಮೇರಿಕಾದ ರ್‍ಯಾಪ್ ದೊರೆ "ಎಮಿನೆಮ್" ಕೂಡಾ ಸೇದುತ್ತಿದ್ದನಂತೆ. ಆತ ಜೀವನದಲ್ಲಿನ ಹಲವು ಕಷ್ಟಗಳನ್ನು ಎದುರಿಸಲು ವೀಡ್ ಸಹಾಯ ಮಾಡಿತ್ತಂತೆ. ಹಾಗೆ ಅದನ್ನು ತಿಳಿದು ಪ್ರಜ್ವಲ್ ಕೂಡಾ ಈ ಅಭ್ಯಾಸವನ್ನು ಶುರು ಮಾಡಿದ್ದ. ಬೇರೆ ಮಾದಕದ್ರವ್ಯಗಳಿಗೆ ಹೋಲಿಸಿದರೆ ಇದರ ಬೆಲೆ ಕಡಿಮೆ. ಲಭ್ಯತೆ ಸುಲಭ. ಹಾಗೆ ಹೆಚ್ಚು ಹೆಚ್ಚು ಯುವಜನತೆ ಇದರ ಮೊರೆ ಹೋಗುತ್ತಾರೆ.

ಇಂದು ಹಲವು ಪಾನ್ ಅಂಗಡಿಗಳಲ್ಲಿ ಇದು ಸುಲಭವಾಗಿ ಸಿಗುತ್ತಿದೆ.

ಪಾರ್ಟಿಗಳಲ್ಲಿ ಕೊಕೊಕೋಲಾ, ಪೊಟೆಟೊ ಚಿಪ್ಸ್‌ನಷ್ಟು ಸುಲಭವಾಗಿ ಯುವಜನರು ಇಂದು ಇದನ್ನು ಬಳಸುತ್ತಿದ್ದಾರೆ. ರಾತ್ರಿ ಕ್ಲಬ್‌ಗಳು, ಪೂಲ್ ಸೆಂಟರ್‌ಗಳು, ಕಾಲೇಜುಗಳ ಸುತ್ತಲಿನ ಗೂಡಂಗಡಿಗಳಲ್ಲಿ ಇದು ಸುಲಭವಾಗಿ ಸಿಗುತ್ತಿದೆ. ಗಾಂಜಾ ಸೇವನೆಯನ್ನು ವೈಭವೀಕರಿಸುವ ಹನಿ ಸಿಂಗ್‌ನ "ದಂ ದಂ ದಂ..."ಹಾಡು, ಎಮಿನೆಮ್‌ನಂತಹ "ರ್‍ಯಾಪ್ ಗುರು"ಗಳು ಇದನ್ನು ಬಳಸುತ್ತಾರೆ. ಇವೆಲ್ಲಾ ಮಿದುಳಿನ ಸೃಜನಶೀಲತೆ ಬೆಳೆಸುತ್ತದೆ ಎಂಬ ತಪ್ಪು ಕಲ್ಪನೆಯನ್ನು ನಮ್ಮ ಯುವ ಪೀಳಿಗೆ ನಂಬಿಕೊಂಡು ಬಂದಿರುವಂತಿದೆ.

ಹಲವು ಉತ್ತಮ ಪಾಶ್ಚಾತ್ಯ ಸಂಗೀತ ಹಾಡುಗಾರರಾದ ಯುವಕರು, ಚಿತ್ರಕಾರರು ಗಾಂಜಾ ಸೃಜನಶೀಲತೆ ಬೆಳೆಸುತ್ತದೆ ಎಂದು ನಂಬಿದ್ದಾರೆ. "LIFE IS SHORT, SMOKE IT UP" ಎಂದು ಟೀ ಶರ್ಟ್ ಹಾಕಿಕೊಂಡು ಬಂದಿದ್ದ ಹೃತ್ವಿಕ್ ಎಂಬ ಎಮ್.ಬಿ.ಬಿ.ಎಸ್. ವಿದ್ಯಾರ್ಥಿಯ ಮುಖ ಕೂಡಾ ಡಾ. ಅರವಿಂದರಿಗೆ ನೆನಪು ಬಂದಿತ್ತು.

ಆದರೆ ಯುವಜನರು ಅಂದುಕೊಂಡಷ್ಟು "ಕೂಲ್" ನಿರುಪದ್ರವಿ ಮಾದಕದ್ರವ್ಯ ಕ್ಯಾನಬೀಸ್ (ಗಾಂಜಾ) ಅಲ್ಲ. ಗಾಂಜಾ. ಈ ಅಪಕ್ವ ಮನಸುಗಳ ನಡವಳಿಕೆ (BEHAVIOUR) ಹಾಗೂ ಸಂಯೋಜನೆ (COORDINATION) ಹಾಳು ಮಾಡುತ್ತದೆ. ಮಿದುಳಿನಲ್ಲಿ, ನರವಾಹಕಗಳಲ್ಲಿ ಬದಲಾವಣೆ ತಂದು ಈ ಯುವಕರು ಖಿನ್ನತೆ ಅಥವಾ ಚಿತ್ತ ವಿಕಲತೆಯಂತಹ ಮನೋವ್ಯಾಧಿಗಳಿಗೆ ಬಲಿಯಾಗುತ್ತಾರೆ. ಮನುಷ್ಯನ ಬೆಳವಣಿಗೆಯ ಮುಖ್ಯಘಟ್ಟವಾದ "ಹದಿಹರೆಯ"ದಲ್ಲಿ ದೇಹದ ಬೆಳವಣಿಗೆಗೆ ಕಾರಣವಾಗುವ GROWTH HORMONE ಎಂಬ ರಸದೂತದ ಶೇಖರಣೆಯಲ್ಲಿ "ಗಾಂಜಾ" ವ್ಯತ್ಯಾಸ ತರುತ್ತದೆ. ಹಾಗೆಯೇ ಲೈಂಗಿಕ ಲಕ್ಷಣಗಳಿಗೆ ಕಾರಣವಾಗಬೇಕಿದ್ದ ಲೈಂಗಿಕ ಹಾರ್ಮೋನುಗಳ (SEX HORMONE) ಶೇಖರಣೆಯಲ್ಲಿ ಕೂಡಾ ಸಮಸ್ಯೆ ಉಂಟುಮಾಡುತ್ತದೆ.

ಮುಂದೆ ಪ್ರತೀಕನ ಮನ ಒಲಿಸಿ, ಸೂಕ್ತ ವೈದ್ಯಕೀಯ ಮತ್ತು ಆಪ್ತ ಸಲಹೆಯ ಸಹಾಯ ನೀಡಿ ಗಾಂಜಾದಂತಹ ಮಾದಕ ದ್ರವ್ಯದ ಪಾಶದಿಂದ ಹೊರಬರುವಂತೆ ಚಿಕಿತ್ಸೆ ನೀಡಲಾಯಿತು. ಆದರೆ ಎಲ್ಲಾ ಘಟನೆಗಳಲ್ಲೂ ಹೀಗೆ ಸುಲಭವಾಗಿ ಸಮಸ್ಯೆಯಿಂದ

ಹೊರಬರಲು ಸಾಧ್ಯವಾಗುವುದಿಲ್ಲ. ದೈಹಿಕ ಮಾನಸಿಕ ಆರ್ಥಿಕವಾಗಿ ಅನೇಕ ಕಷ್ಟ ನಷ್ಟಗಳನ್ನು ಅನುಭವಿಸಬೇಕಾಗುತ್ತದೆ ಮತ್ತು ಇದರ ಅಮಲಿಗೆ ಬಲಿಯಾಗಿ ಅನೇಕ ಮಂದಿ ಪ್ರಾಣ ತೆತ್ತವರೂ ಇದ್ದಾರೆ. ಹಾಗಾಗಿ ಈ ಸಮಸ್ಯೆಗೆ ತುತ್ತಾಗಿ ಬಳಲುವುದಕ್ಕಿಂತ ಅದರ ಅಮಲಿನಿಂದ ದೂರ ಇರುವುದೇ ಉತ್ತಮ.

- ಗಾಂಜಾ ಒಂದು ಕೂಲ್ ಡ್ರಗ್ ಎಂಬುದು ಸುಳ್ಳು,
- ಗಾಂಜಾ ಅಥವಾ ಯಾವುದೇ ಮಾದಕ ದ್ರವ್ಯಗಳ ಹೊರತಾಗಿಯೂ ನಾವು ಸೃಜನಶೀಲ ಮತ್ತು ಕ್ರಿಯಾಶೀಲರಾಗಿರಬಹುದು.
- ಹಲವು ವಿದ್ಯಾರ್ಥಿಗಳು ಆತಂಕ, ಖಿನ್ನತೆ ಮುಂತಾದ ಮನೋವೈಕಲ್ಯಗಳನ್ನು ಮರೆಯಲು ಗಾಂಜಾ, ಅಫೀಮು, ಮದ್ಯ ಬಳಸುತ್ತಾರೆ. ಇದನ್ನು "Self medication Hypothesis" ಎಂದು ವೈದ್ಯಕೀಯ ಭಾಷೆಯಲ್ಲಿ ಕರೆಯುತ್ತಾರೆ.
- ಗಾಂಜಾ ಮನುಷ್ಯನ ಮನಸ್ಸು ಮತ್ತು ದೇಹಕ್ಕೆ ಒಳ್ಳೆಯದಲ್ಲ. ಇದರ ಸೇವನೆಯಿಂದ ಖಿನ್ನತೆ, ಆತಂಕ, ಸ್ಕೀಜೋಫ್ರೇನಿಯಾದಂತಹ ಮಾನಸಿಕ ಕಾಯಿಲೆಗಳು ಮತ್ತು ನಪುಂಸಕತೆ, ವೀರ್ಯಾಣುಗಳ ಕೊರತೆಗಳಂತಹ ಸಮಸ್ಯೆಗಳು ಕೂಡ ಸಂಭವಿಸುತ್ತದೆ.

## 5

# ಮಕ್ಕಳೇ ಏಕೆ?
# ಎಲ್ಲರನ್ನು ಕಾಡುವ ಪ್ರಶ್ನೆ ಇದು

ಡಾ. ಅರವಿಂದರು ಮಂಗಳೂರಿಗೆ ವೈದ್ಯಕೀಯ ಕಾಲೇಜಿಗೆ ಸೆಮಿನಾರ್ ಒಂದಕ್ಕೆ ಹೋಗಿದ್ದರು. ಆಗಷ್ಟೇ ಸಮಾರೋಪ ಸಮಾರಂಭ ಮುಗಿದಿತ್ತು. ಇನ್ನೇನು ಹೊರಡಬೇಕು ಅನ್ನುವಷ್ಟರಲ್ಲಿ, ''ಸರ್, ನಾನು ಸರ್ ಸಲ್ಮಾನ್, ಹಿಂದೆ ನಿಮ್ಮ ಕ್ಲಿನಿಕ್ಕಿಗೆ ಬಂದಿದ್ದೆ, ನೆನಪಾಯಿತಾ? ನಾನೀಗ ಮೊದಲ ವರ್ಷದ ಎಂ.ಬಿ.ಬಿ.ಎಸ್. ಕಲಿಯುತ್ತಿದ್ದೇನೆ'' ಎಂದು ಆ ಹುಡುಗ ಅವರನ್ನು ಆತ್ಮೀಯತೆಯಿಂದ ಮಾತನಾಡಿಸಿದ. ಅವನ ಗುರುತು ಹಿಡಿದ ಡಾ. ಅರವಿಂದರು ಆತನ ಶಿಕ್ಷಣ, ತಂದೆ ತಾಯಿಯ ಆರೋಗ್ಯ ಇತ್ಯಾದಿ ವಿಚಾರಿಸಿ ಅವನನ್ನು ಬೀಳ್ಕೊಟ್ಟರು. ಈ ಅನಿರೀಕ್ಷಿತ ಭೇಟಿ ಡಾ. ಅರವಿಂದರನ್ನ ಆ ಹುಡುಗ ಅವರ ಕ್ಲಿನಿಕ್ಕಿಗೆ ಬಂದಿದ್ದು, ಅವನ ಸಮಸ್ಯೆ, ಅದರಿಂದ ಅವನು ಪಟ್ಟ ಪಾಡು ಇತ್ಯಾದಿ ಎಲ್ಲವನ್ನೂ ನೆನಪು ಮಾಡಿಕೊಳ್ಳುವಂತೆ ಮಾಡಿತು.

ಕೆಲವು ವರ್ಷಗಳ ಹಿಂದೆ ಡಾ. ಅರವಿಂದರ ಕ್ಲಿನಿಕ್‌ಗೆ ತನ್ನ ಅಮ್ಮನೊಂದಿಗೆ ಬಂದಿದ್ದ ಆತನ ಹೆಸರು ಸಲ್ಮಾನ್. ಆಗ ಎಂಟನೇ ತರಗತಿಯಲ್ಲಿ ಕಲಿಯುತ್ತಿದ್ದ ಸಲ್ಮಾನ್ ಶಾಲೆಯಲ್ಲಿ ಆಟ ಪಾಟ ಪಠ್ಯೇತರ ಯಾವುದೇ ಚಟುವಟಿಕೆಗಳನ್ನು ನೋಡಿದರೂ ಮೊದಲಿಗ. ಶಿಕ್ಷಕರ ನೆಚ್ಚಿನ ವಿದ್ಯಾರ್ಥಿಯಾಗಿದ್ದ ಈತ ಇತರ ಮಕ್ಕಳೊಂದಿಗೂ ಉತ್ತಮ ಹೊಂದಾಣಿಕೆ, ತಾಯಿ ತಂದೆಯರಿಗೆ ವಿಧೇಯನಾಗಿ ಒಬ್ಬ ''ಮಾದರಿ'' ವಿದ್ಯಾರ್ಥಿಯಾಗಿದ್ದ. ತಾಯಿ ಸಲ್ಮಾ ಬ್ಯಾಂಕ್ ಉದ್ಯೋಗಿ. ತಂದೆ ನಜೀರ್ ಒಬ್ಬ ಪಶು ವೈದ್ಯ. ಈ ದಂಪತಿಗಳ ಮೊದಲ ಮಗನಾಗಿದ್ದ ಈತ. ಈತನಿಗೆ ಸನಮ್ ಎಂಬ ಒಬ್ಬಳು ತಂಗಿಯಿದ್ದಳು. ಅವಳು ಈತನಿಗಿಂತ ಮೂರು ವರ್ಷ ಸಣ್ಣವಳು.

ಇವರ ತಾಯಿ ತಂದೆ ಇಬ್ಬರು ಕೆಲಸಕ್ಕೆ ಹೋಗುತ್ತಿದ್ದರಿಂದ ಸಲ್ಮಾನ್ ಮತ್ತು ಸನಮ್ ಇಬ್ಬರೂ ಹೆಚ್ಚಾಗಿ ತಮ್ಮ ಮನೆಯ ಕೆಲಸದವನಾದ ಅಕ್ಬರನೊಂದಿಗೆ ಇರುತ್ತಿದ್ದರು. ಅರವತ್ತು ವರ್ಷ ಪ್ರಾಯದ ಅಕ್ಬರ್ ಮಕ್ಕಳನ್ನು ತನ್ನ ಪ್ರಾಣಕ್ಕಿಂತ ಹೆಚ್ಚು ಪ್ರೀತಿಸುತ್ತಿದ್ದ. ಈತ ಮೂಲತಃ ಉತ್ತರ ಪ್ರದೇಶದವನಾಗಿದ್ದು, ಸಲ್ಮಾನಿಗೆ ಐದು ವರ್ಷ ಪ್ರಾಯ ಇರುವಾಗಿದ್ದಾಗಿನಿಂದ ಇವರ ಮನೆಯಲ್ಲಿ ಇದ್ದ. ಸಲ್ಮಾನ್ ಮತ್ತು ಸನಮ್ ಇಬ್ಬರಲ್ಲಿ ಈತ ಸಲ್ಮಾನನನ್ನು ಹೆಚ್ಚು ಪ್ರೀತಿಸುತ್ತಿದ್ದ. ಯಾವಾಗಲೂ ಹೊಗಳುತ್ತಿದ್ದ. ಸಲ್ಮಾನ್ ಕೂಡ ಆತನಿಗೆ ಬಹಳ ಹತ್ತಿರವಾಗಿದ್ದ. ಇವರಿಬ್ಬರ ಅನ್ಯೋನ್ಯತೆಯನ್ನು ತಂದೆ ನಜೀರ್ ಮತ್ತು ತಾಯಿ ಸಲ್ಮಾ ಗಮನಿಸಿ ಸಂತೋಷಿಸುತ್ತಿದ್ದರು.

ಎಂಟನೇ ತರಗತಿಯ ಅಕ್ಟೋಬರ್ ರಜೆಯಲ್ಲಿ ಮುಂಬಯಿಗೆ ತನ್ನ ತಂದೆಯ ತಮ್ಮ ರಝಾಕಿನ ಮನೆಗೆ ತೆರಳಿದ್ದ. ಸಲ್ಮಾನ್ ಮತ್ತು ಸನಮ್ ಮುಂಬಯಿಂದ ಬಂದ ಮೇಲೆ ತಾಯಿ ತಂದೆಯರು ಸಲ್ಮಾನಿನಲ್ಲಿ ಹಲವು ಬದಲಾವಣೆಗಳನ್ನು ಕಂಡರು.

ಸಲ್ಮಾನ್ ತುಂಬ ಖಿನ್ನನಾಗಿದ್ದ. ಮಾತನಾಡುವುದನ್ನು ಕಡಿಮೆ ಮಾಡಿದ್ದ. ತನ್ನ ಪ್ರಾಣಕ್ಕಿಂತ ಹೆಚ್ಚು ಪ್ರೀತಿಸುತ್ತಿದ್ದ ಅಕ್ಬರನನ್ನು ದೂರ ಮಾಡುತ್ತಿದ್ದ. ಶಾಲೆಯಲ್ಲಿ ಶಿಕ್ಷಕರು ಕೂಡ ಸಾಕಷ್ಟು ಬದಲಾವಣೆಗಳನ್ನು ಗಮನಿಸಿದರು. ಶಾಲೆಯಲ್ಲಿ ಆತ ಯಾರೊಂದಿಗೆ ಬೆರೆಯುತ್ತಿರಲಿಲ್ಲ. ಫುಟ್ಬಾಲ್ ಆಟಗಾರನಾಗಿದ್ದ ಅವನು, ಮೊದಲಿನಂತೆ ಲವಲವಿಕೆಯಿಂದ ಆಟವಾಡುತ್ತಿರಲಿಲ್ಲ. ತನ್ನ ಪ್ರೀತಿಯ ಅಧ್ಯಾಪಕರಾಗಿದ್ದ ರವಿ ಸರ್‌ನ್ನು ಕೂಡ ದೂರ ಮಾಡಿದ್ದ. ಮುಂಬಯಿಯಿಂದ ಬಂದು ಎರಡು ತಿಂಗಳು ಕಳೆಯಿತು. ಮನೆಯವರು ಮತ್ತು ಶಾಲೆಯ ಟೀಚರ್ಸ್ ಬಹಳ ಆತಂಕಿತರಾದರು. ತಂದೆ ನಜೀರ್ ಮುಂಬಯಿಯಲ್ಲಿ ಏನೋ ಘಟನೆ ಸಂಭವಿಸಿರಬಹುದೆಂದು ಮುಂಬಯಿಯಲ್ಲಿ ತಮ್ಮ ರಝಾಕನನ್ನು ವಿಚಾರಿಸಿದರು. ರಝಾಕ್ ಕೂಡಾ ವಿಚಾರಿಸಿ ನೋಡಿದ. ಯಾವುದೇ ಅಹಿತಕರ ಘಟನೆಯ ಸುಳಿವು ಆತನಿಗೂ ದೊರಕಲಿಲ್ಲ.

ಸಲ್ಮಾನ್ ಮತ್ತು ಆತನ ತಂಗಿ ಸನಮ್ ಮತ್ತು ರಝಾಕರ ಮಗ ಹಸನ್ ಮುಂಬಯಿಯ ಥಾಣೆಯಲ್ಲಿದ್ದ ಒಂದು "ಪ್ರೇರಣ" ಎಂಬ ಸಂಸ್ಥೆ ನಡೆಸುತ್ತಿದ್ದ "ವ್ಯಕ್ತಿತ್ವ ವಿಕಸನ" ಕಾರ್ಯಕ್ರಮಕ್ಕೆ ಹೋಗುತ್ತಿದ್ದರು. ಬಹಳ ಖುಷಿಯಿಂದ ಅಲ್ಲಿ ಎಲ್ಲಾ ಕಾರ್ಯಕ್ರಮಗಳಲ್ಲಿ ಭಾಗವಹಿಸಿದ್ದರು ಎಂಬುದನ್ನು ತಿಳಿಸಿದ. ತಾಯಿ-ತಂದೆಯರು ಸಲ್ಮಾನ್‌ನ ಖಿನ್ನತೆಯ ಬಗ್ಗೆ ಚಿಂತಾಕ್ರಾಂತರಾಗಿದ್ದಾಗಲೇ ಇದ್ದಕ್ಕಿದ್ದಂತೆಯೇ ಒಂದು ದಿನ ಅಕ್ಬರ್ ಮನೆಯಿಂದ ಕಾಣೆಯಾದ. ಬಹುಶಃ, ಸಲ್ಮಾನನು ಈತನನ್ನು ಕಡೆಗಣಿಸಿರುವುದನ್ನು ಕಂಡು ಬೇಸರಗೊಂಡು ಅಕ್ಬರ್ ಮನೆ ಬಿಟ್ಟಿದ್ದಾನೆಂದು ಮನೆಯವರು ಯೋಚಿಸಿದರು. ಈ ಮಧ್ಯೆ ಸಲ್ಮಾನಿನ ಮನೋಸ್ಥಿತಿ ಕೂಡ ಬಿಗಡಾಯಿಸತೊಡಗಿತು.

ಸಲ್ಮಾನ್ ತನ್ನ ಶಾಲಾ ನೋಟ್ ಬುಕ್ ಒಂದರಲ್ಲಿ ಒಂದು ಸೀಲಿಂಗ್ ಫ್ಯಾನ್ನಿನ ಚಿತ್ರ ಬರೆದು, ಅದಕ್ಕೆ ನೇತಾಡುತ್ತಿದ್ದ ಒಂದು ಹುಡುಗನ ಚಿತ್ರ ಬಿಡಿಸಿದ್ದ. ಆ ಹುಡುಗನ ಹೆಸರು "ಸಲ್ಮಾನ್" ಎಂದು ಬರೆದಿದ್ದ. ಇದನ್ನು ನೋಡಿದ ತರಗತಿ ಶಿಕ್ಷಕಿ ರಮಾ ಆ ಕೂಡಲೇ ತಂದೆ ಡಾ.ನಜೀರ್‌ರನ್ನು ಕರೆಸಿದರು. ತುರ್ತಾಗಿ ಮನೋವೈದ್ಯ ಡಾ. ಅರವಿಂದರನ್ನು ಸಂಪರ್ಕಿಸಲು ತಿಳಿಸಿದರು. ಡಾ.ನಜೀರ್ ಸ್ವಲ್ಪ ಗಾಬರಿಯಾಗಿದ್ದರು. ಅವರು ಪರಿಸ್ಥಿತಿಯ ಗಂಭೀರತೆಯನ್ನು ಅರಿತಿದ್ದರು. ಡಾ. ಅರವಿಂದರ "ಮನೋವಿಶ್ವಾಸ" ಮಾನಸಿಕ ಆರೋಗ್ಯ ಕೇಂದ್ರಕ್ಕೆ ಕರೆದುಕೊಂಡು ಬಂದರು.

ಕಿಕ್ಕಿರಿದ ಹೊರರೋಗಿ ವಿಭಾಗದಲ್ಲಿ ರಮಾ ಟೀಚರ್‌ಅವರ ಶಿಫಾರಸ್ಸು ಇರುವುದರಿಂದ, ಸಲ್ಮಾನ್ ಮತ್ತು ಆತನ ತಾಯಿ ತಂದೆಯರಿಗೆ ಆದ್ಯತೆಯ ಮೇರೆಗೆ ಡಾ. ಅರವಿಂದ್ ರವರ

ಸಹೋದ್ಯೋಗಿ ಕೌನ್ಸಿಲರ್ ಡಾ.ಸುಮ ಮೊದಲು ನೋಡಿ ಬಳಿಕ ಡಾ. ಅರವಿಂದರ ಕೊಠಡಿಗೆ ಕರೆದುಕೊಂಡು ಬಂದರು.

ಮೊದಲು ಸಲ್ಮಾನ್‌ನನ್ನು ಡಾ.ಅರವಿಂದ್ ಕರೆದು ಒಂಟಿಯಾಗಿ ಮಾತನಾಡಿದರು. ಸುಮಾರು ಇಪ್ಪತ್ತು ನಿಮಿಷಗಳ ಕಾಲ ಆತನಿಗೆ ಹಲವು ಪ್ರಶ್ನೆಗಳನ್ನು ಕೇಳಿದರು. ನಂತರ ನಜೀರ್ ಮತ್ತು ಸಲ್ಮಾ ದಂಪತಿಗಳ ಹತ್ತಿರ ಹತ್ತು ನಿಮಿಷ ಮಾತನಾಡಿದರು. ತನ್ನ ಸಹೋದ್ಯೋಗಿ ಡಾ.ಸುಮಳನ್ನು ಕರೆದು ಹಲವು ಟಿಪ್ಪಣಿಗಳನ್ನು ಸಲ್ಮಾನ್‌ನ ಕಡತದಲ್ಲಿ ಬರೆದುಕೊಂಡರು.

ಸಲ್ಮಾನ್ ತನಗೆ ನೆನಪಿನ ಶಕ್ತಿ ಬಂದ ಸಮಯದಿಂದಲೇ ಹೆಚ್ಚಾಗಿ ಅಕ್ಬರ್ ಮಾಮನ ಮಡಿಲಲ್ಲೇ ಬೆಳೆದಿದ್ದ. ತಾಯಿ ತಂದೆ ಇಬ್ಬರು ಕೆಲಸಕ್ಕೆ ಹೋಗುತ್ತಿದ್ದುದರಿಂದ ಈತನನ್ನು ನೋಡಿಕೊಳ್ಳುತ್ತಿದ್ದುದು ಹೆಚ್ಚಾಗಿ ಅಕ್ಬರ್ ಮಾಮನೇ. ಅಕ್ಬರ್ ಮಾಮ ಸಲ್ಮಾನನನ್ನು ಬಹಳ ಪ್ರೀತಿಸುತ್ತಿದ್ದ. ಆತ ಸಲ್ಮಾನನೊಂದಿಗೆ ವಿಚಿತ್ರ ಆಟಗಳನ್ನು ಆಡುತ್ತಿದ್ದ. ಈ ಆಟವನ್ನು ಆತ ''ರಾಕೆಟ್'' ಆಟ ಎಂದು ಕರೆಯುತ್ತಿದ್ದ. ಐದು ವರ್ಷದ ಸಲ್ಮಾನ್ ಈ ಆಟದಲ್ಲಿ ಖುಷಿಯಾಗಿ ಭಾಗಿಯಾಗುತ್ತಿದ್ದ. ಈ ಆಟದಲ್ಲಿ, ಅಕ್ಬರ್ ಮಾಮ ಸಲ್ಮಾನನಿಗೆ ತನ್ನ ಪ್ಯಾಂಟಿನೊಳಗೆ ಕೈ ಹಾಕಿಸಿ, ತನ್ನ ಜನನೇಂದ್ರಿಯಗಳನ್ನು ಮುಟ್ಟುವಂತೆ ಮಾಡುತ್ತಿದ್ದ. ನಂತರ, ಅದೇ ರೀತಿ ಕೈ ಹಾಕಿ ಸಲ್ಮಾನ್‌ನ ಜನನೇಂದ್ರಿಯಗಳನ್ನು ಮುಟ್ಟುತ್ತಿದ್ದ. ಈ ಆಟದ ಬಗ್ಗೆ ಯಾರೊಂದಿಗೂ ಹೇಳಕೂಡದೆಂದು ಆಗಾಗ ತಾಕೀತು ಮಾಡುತ್ತಿದ್ದ. ಯಾವಾಗಲೂ ಸಲ್ಮಾನನನ್ನು ಕಣ್ಣಲ್ಲಿ ಕಣ್ಣಿಟ್ಟು ನೋಡುತ್ತಿದ್ದ ಅಕ್ಬರ್, ಆತನಿಗೆ ಚಾಕ್ಲೇಟು, ಹೊಸ ಬಟ್ಟೆ, ಆಟದ ಸಾಮಾನು ಹೀಗೆ ಹಲವು ವಸ್ತುಗಳನ್ನು ತಂದುಕೊಡುತ್ತಿದ್ದ. ಅವರಿಬ್ಬರೇ ಇರುವಾಗ, ಆತ ಸಲ್ಮಾನ್‌ನನ್ನು ಸುಮ್ಮಸುಮ್ಮಗೆ ಮುತ್ತಿಡುತ್ತಿದ್ದ. ಆತನ ಎದೆಯನ್ನು ಸವರುತ್ತಿದ್ದ. ಅಕ್ಬರ್ ಮಾಮನ ಈ ವರ್ತನೆಗಳು ಸಲ್ಮಾನ್‌ನಿಗೆ ವಿಚಿತ್ರವಾಗಿ ಕಂಡರೂ, ಆತನು ಮುಗ್ಧನಾಗಿದ್ದ. ಆ ವರ್ತನೆಗಳ ಹಿಂದಿರುವ ಕ್ರೌರ್ಯ ಈತನಿಗೆ ಅರ್ಥವಾಗಿರಲೇ ಇಲ್ಲ.

ಈತ ಮುಂಬಯಿ ನಗರಕ್ಕೆ ಹೋದಾಗ ಅಲ್ಲಿ ಥಾಣೆಯಲ್ಲಿ ನಡೆದ ವ್ಯಕ್ತಿತ್ವ ವಿಕಸನ ಶಿಬಿರದಲ್ಲಿ ಡಾ.ಭೂಷಣ್ ಎಂಬ ಮನೋವೈದ್ಯರು ನಡೆಸಿದ ಕಾರ್ಯಕ್ರಮವೊಂದರಲ್ಲಿ ಆತ ಮಕ್ಕಳ ಲೈಂಗಿಕ ಶೋಷಣೆಯ ಬಗ್ಗೆ ಮೊದಲ ಬಾರಿಗೆ ತಿಳಿದುಕೊಂಡಿದ್ದ. ಆಗಲೇ ಅವನಿಗೆ ಅರ್ಥವಾಗಿದ್ದು, ತಾನು ಈ ಶೋಷಣೆಗೆ ಒಳಗಾಗಿದ್ದೇನೆ ಎಂದು. ಈ ವಿಷಯವನ್ನು ಯಾರೊಂದಿಗೂ ಹೇಳಲು ಆತನಿಗೆ ಇಷ್ಟವಾಗಲಿಲ್ಲ. ಸಲ್ಮಾನ್ ಅವಮಾನಿತನಾಗಿ ಒಳಗೊಳಗೆ ಕುದಿಯುತ್ತಿದ್ದ. ಮುಂಬಯಿಯಿಂದ ಊರಿಗೆ ಬಂದೊಡನೆ ಅಕ್ಬರ್ ಮಾಮ ರಾಕೆಟ್ ಆಟವನ್ನು ಆಡಲು ಕರೆದಾಗ ಸಿಟ್ಟಿನಲ್ಲಿ ಆತನ ಕೆನ್ನೆಗೆ ಎರಡು ಬಾರಿಸಿದ್ದ. ಬಳಿಕ ಆತನೊಂದಿಗೆ ಮಾತು ಬಿಟ್ಟಿದ್ದ.

ಎಂಟು ವರ್ಷಗಳಿಂದ ಅನುಭವಿಸಿಕೊಂಡು ಬಂದ ಶೋಷಣೆಯನ್ನು ಯಾರೊಂದಿಗೂ ಹೇಳಲಾರದೆ, ದುಃಖ ದುಮ್ಮಾನವನ್ನು ನುಂಗುತ್ತಾ ಕೂತ ಸಲ್ಮಾನ್ ಬೇಸರಗೊಂಡು ತಪ್ಪಿತಸ್ಥ ಮನೋಭಾವದಿಂದ ಬಳಲುತ್ತಿದ್ದ. ತಾನು ದೊಡ್ಡ ಪಾಪವನ್ನು ಮಾಡಿದ್ದೇನೆ ಎಂದು ಪದೇ ಪದೇ ಅಂದುಕೊಳ್ಳುತ್ತಿದ್ದ. ಯಾರೊಂದಿಗೂ ಬೆರೆಯುತ್ತಿರಲಿಲ್ಲ. ಆಟ, ಪಾಠಗಳ ಬಗ್ಗೆ ಆಸಕ್ತಿ ಕಳೆದುಕೊಂಡಿದ್ದ. ಆತ್ಮಹತ್ಯೆಯ ಯೋಚನೆ ಮಾಡಲಾರಂಭಿಸಿದ. ಇತ್ತ ತನ್ನ ಗುಟ್ಟು ಬಯಲಾಗುತ್ತದೆಂದು ಹೆದರಿ ಅಕ್ಬರ್ ಮಾಮ ಮನೆಯಿಂದ ಜಾಗ ಖಾಲಿ ಮಾಡಿದ.

ಸಲ್ಮಾನ್ ದೀರ್ಘಕಾಲೀನ ಲೈಂಗಿಕ ಶೋಷಣೆಯಿಂದ ಖಿನ್ನತೆ ಎಂಬ ಮನೋರೋಗಕ್ಕೆ ತುತ್ತಾಗಿದ್ದ ಸಲ್ಮಾನನಿಗೆ ಖಿನ್ನತೆ ನಿವಾರಕ ಮಾತ್ರೆಗಳನ್ನು ನೀಡಲಾಯಿತು. ಡಾ.ಸುಮ ಆತನ ಮನೋವಿಶ್ವಾಸವನ್ನು ಹೆಚ್ಚಿಸುವ ಸಲುವಾಗಿ ಮತ್ತು ತನ್ನ ದುಗುಡವನ್ನು ಹೊರಹಾಕಲು ಸಹಾಯ ಆಗುವಂತೆ ''ಮನೋಚಿಕಿತ್ಸೆ''ಯಲ್ಲಿ ತೊಡಗಿಸಿಕೊಂಡರು.

ಮೂರು ತಿಂಗಳಲ್ಲಿ ಸುಮಾರು ಹನ್ನೆರಡು ಒಂದೊಂದು ಗಂಟೆಯ ಅವಧಿಯ ಮಾತುಕಥೆ (ಕೌನ್ಸಲಿಂಗ್)ಯಿಂದ ಸಲ್ಮಾನ್ ತನ್ನ ಮನೋಧೈರ್ಯವನ್ನು ಹೆಚ್ಚಿಸಿಕೊಂಡ. ಖಿನ್ನತೆ ನಿವಾರಕ ಮಾತ್ರೆಗಳನ್ನು ಒಂದು ವರ್ಷದವರೆಗೆ ಕೊಡಲಾಯಿತು. ಹತ್ತನೇ ತರಗತಿಯಲ್ಲಿ ಸಲ್ಮಾನ್ 98ಶೇ. ಪಡೆದು ಆತನ ಜಿಲ್ಲೆಯಲ್ಲೇ ಪ್ರಥಮನಾಗಿ ಉತ್ತೀರ್ಣನಾದ. ಡಾ. ಅರವಿಂದರಿಗೆ ಅಲ್ಲಿಂದ ಇಲ್ಲಿಯ ತನಕ ಯಾವುದೇ ರೀತಿಯ ಸಂಪರ್ಕವಿರಲಿಲ್ಲ. ಆದರೆ ಈಗ ಎಂ.ಬಿ.ಬಿ.ಎಸ್. ವಿದ್ಯಾರ್ಥಿಯಾಗಿದ್ದ. ತನ್ನದೇ ವೃತ್ತಿ ಆರಿಸಿಕೊಂಡದ್ದಕ್ಕೆ ಡಾ. ಅರವಿಂದರ ಮನಸ್ಸಿಗೆ ಬಹಳ ಸಂತೃಪ್ತಿ ಸಿಕ್ಕಿತು. ಮನಸ್ಸು ಖುಷಿಗೊಂಡಿತು.

ಇದು ಲೈಂಗಿಕ ಶೋಷಣೆಗೆ ಒಳಗಾಗಿದ್ದ ಒಬ್ಬ ಬಾಲಕನ ನೈಜ ಕಥೆ. ''ಆಲ್ ಈಸ್ ವೆಲ್'' ಇಷ್ಟಪಡುವ, ಹ್ಯಾಪಿ ಎಂಡಿಂಗ್ ಬಯಸುವ ನಮಗೆಲ್ಲರಿಗೂ ಮನಸ್ಸಿಗೆ ಈ ಕಥೆ ಸಮಾಧಾನ ತಂದಿದೆ. ಆದರೆ ಹಲವು ಮಕ್ಕಳು ಲೈಂಗಿಕ ಶೋಷಣೆಗೆ ಒಳಗಾಗಿ ತಮ್ಮ ಜೀವನದಲ್ಲಿ ಅನೇಕ ಸಮಸ್ಯೆಗಳನ್ನು ಅನುಭವಿಸುತ್ತಾರೆ. ಯಾರಿಗೂ ಹೇಳಲಾಗದೆ ಹಲವು ಮನೋ ಸಾಮಾಜಿಕ ತೊಂದರೆಗಳಿಗೆ ತುತ್ತಾಗುತ್ತಾರೆ.

**ಮಕ್ಕಳ ಮೇಲಾಗುವ ಈ ಲೈಂಗಿಕ ಶೋಷಣೆಯ ಬಗ್ಗೆ ಗಮನಿಸಬೇಕಾದ ಅಂಶಗಳು ಯಾವುವು?**

- ನಮ್ಮ ದೇಶದಲ್ಲಿ ಗಂಡು ಹೆಣ್ಣೆನ್ನದೆ ಮಕ್ಕಳ ಮೇಲೆ ಲೈಂಗಿಕ ಶೋಷಣೆ ಆಗುತ್ತದೆ. 2015ರ ಅಂಕಿ ಅಂಶದ ಪ್ರಕಾರ ಭಾರತದ ಉತ್ತರ ಪ್ರದೇಶ ರಾಜ್ಯದಲ್ಲಿ ಅತೀ ಹೆಚ್ಚು ಲೈಂಗಿಕ ಶೋಷಣೆಯ ಪ್ರಕರಣಗಳು ದಾಖಲಾಗಿದ್ದು, ಕರ್ನಾಟಕ ನಾಲ್ಕನೇ ಸ್ಥಾನದಲ್ಲಿದೆ.

- ಲೈಂಗಿಕ ಶೋಷಣೆಗೆ ಒಳಗಾಗುವ ಸಂಭವ ಹುಡುಗರಿಗೆ ಹೆಚ್ಚು! ಹೌದು, ಭಾರತ ಸರಕಾರದ ಅಂಕಿ ಅಂಶದ ಪ್ರಕಾರ ಲೈಂಗಿಕ ಶೋಷಣೆಗೆ ಒಳಗಾಗುವ ಮಕ್ಕಳಲ್ಲಿ 57 ಶೇಕಡ ಗಂಡು ಮಕ್ಕಳೇ ಆಗಿದ್ದಾರೆ. ಆದರೆ, ಇವನ್ನು ಮಾಡುವವರು ಕೂಡ ಗಂಡಸರೇ ಆಗಿದ್ದಾರೆ!
- ಲೈಂಗಿಕ ಶೋಷಣೆ ಮಾಡುವವರು ಹೆಚ್ಚಾಗಿ ಅಪರಿಚಿತರು ಅಥವಾ ಮಾನಸಿಕ ರೋಗಿಗಳು ಎಂಬ ಭಾವನೆ ಇದೆ. ಆದರೆ, ಈ ಲೈಂಗಿಕ ಶೋಷಣೆ ಮಾಡುವವರು ಪರಿಚಯಸ್ಥರು ಇಲ್ಲವೇ ಹತ್ತಿರದ ಸಂಬಂಧಿಗಳು ಮತ್ತು ಹಲವು ಸಂದರ್ಭಗಳಲ್ಲಿ ಸಮಾಜ ನಂಬಿಕೊಂಡು ಬಂದಿರುವ ಉನ್ನತ ಮಟ್ಟದಲ್ಲಿರುವ ವ್ಯಕ್ತಿಗಳೇ ಎಂಬುದನ್ನು ಗಮನಿಸಿ. ನ್ಯಾಷನಲ್ ಕ್ರೈಮ್ ರೆಕಾರ್ಡ್ಸ್ ಬ್ಯೂರೊ ಅಂಕಿ ಅಂಶದ ಪ್ರಕಾರ 94.8 ಶೇಕಡದಷ್ಟು ಲೈಂಗಿಕ ಶೋಷಣೆಗಳು ಮಕ್ಕಳಿಗೆ ಪರಿಚಯ ಇರುವವರಿಂದಲೇ ಆಗಿದೆ. ಇದರಲ್ಲಿ ಹತ್ತಕ್ಕಿಂತ ಹೆಚ್ಚು ಶೇಕಡ ದೌರ್ಜನ್ಯ ಹತ್ತಿರದ ಸಂಬಂಧಿಗಳಿಂದ ಆಗಿದೆ. ಹಲವು ಲೈಂಗಿಕ ದೌರ್ಜನ್ಯಗಳು ಮಗುವಿನ ತಂದೆ ಅಥವಾ ಸಾಕು ತಂದೆ, ಮಗುವಿನ ಮಾವ, ಮಗುವಿನ ಅಣ್ಣ/ತಮ್ಮ, ಅಜ್ಜ ಹೀಗೆ ಮಗುವನ್ನು ಕಾಪಾಡುವ ಸ್ಥಾನದಲ್ಲಿರುವವರೇ ಆಗಿರುತ್ತಾರೆ. ಹಾಗೆಯೇ ದೀರ್ಘ ಕಾಲದಿಂದ ಮನೆಯಲ್ಲಿ ನೆಲೆಸಿರುವ ಕೆಲಸದವರು, ನಂಬುಗೆಯ ವಾಹನ ಚಾಲಕರು, ಹೀಗೆ ನಮ್ಮ ನಿಮ್ಮ ನಡುವಿನವರೇ ಆಗಿರುತ್ತಾರೆ.
- ಮಾನಸಿಕ ಅಸ್ವಸ್ಥರು ಲೈಂಗಿಕ ದೌರ್ಜನ್ಯವನ್ನು ಎಸಗುವುದಕ್ಕಿಂತ "ಸ್ವಸ್ಥ"ರೆಂದೆನಿಸಿಕೊಳ್ಳುವ ವಿಕೃತಕಾಮಿಗಳು ಈ ಲೈಂಗಿಕ ದೌರ್ಜನ್ಯಗಳನ್ನು ಎಸಗುವುದು ಹೆಚ್ಚು. ಈ ವಿಕೃತಕಾಮಿಗಳಿಗೆ "ಬಾಲರತಿ", ಅಂದರೆ ಮಕ್ಕಳೊಂದಿಗೆ ಲೈಂಗಿಕ ಕ್ರಿಯೆಗಳನ್ನು ಮಾಡುವ ಒಂದು "ಹುಚ್ಚು" ಇರುತ್ತದೆ. ಇವರುಗಳು ನಮ್ಮ ನಿಮ್ಮ ಮಧ್ಯದಲ್ಲೇ ಇದ್ದುಕೊಂಡು ಈ ಚಟ ನೀಗಿಸಿಕೊಳ್ಳುತ್ತಿರುತ್ತಾರೆ.

## ಮಕ್ಕಳೇ ಏಕೆ? ಎಲ್ಲರನ್ನೂ ಕಾಡುವ ಪ್ರಶ್ನೆ ಇದು!

- ಈ ಕಥೆಯಲ್ಲಿ ಕಾಣುವ ಸಲ್ಮಾನನ ಹಾಗೆ ಹಲವು ಮಕ್ಕಳಿಗೆ ಇದು "ಅಸಹಜ" ಕ್ರಿಯೆ ಎಂದು ತಿಳಿದುಕೊಳ್ಳುವುದಕ್ಕೆ ತಡವಾಗುತ್ತದೆ. ತಿಳಿದ ಮೇಲೆ ಮಕ್ಕಳು ಎಚ್ಚರಗೊಳ್ಳುತ್ತಾರೆ. ಆದರೂ ಅದನ್ನು ಹೊರಗೆ ಹೇಳುವುದು ಕಷ್ಟಕರವಾಗುತ್ತದೆ.
- ಮಕ್ಕಳಿಗೆ ಹಲವು ಉಡುಗೊರೆಗಳ ಮುಖಾಂತರ ಅಥವಾ ಹೆದರಿಕೆ ಹುಟ್ಟಿಸಿ ಈ ವಿಕೃತರು ಬಾಯಿ ಮುಚ್ಚಿಸುತ್ತಾರೆ. ಮಕ್ಕಳು ಇಂಥ ಪ್ರಲೋಭನೆಗಳಿಗೆ ಒಳಗಾಗುವುದು ಸುಲಭ.
- ಮಕ್ಕಳು ಕೆಲವೊಮ್ಮೆ ಯಾರೊಂದಿಗಾದರೂ ಹೇಳಿದರೆ, ಅದನ್ನು ನಂಬುವವರು ಕಡಿಮೆ. ಮಗು ಸುಳ್ಳು ಹೇಳುತ್ತದೆ ಅಥವಾ ತನ್ನವೇ ಕಥೆಗಳನ್ನು ಹೆಣೆಯುತ್ತದೆ,

ಟಿ.ವಿ. ಅಥವಾ ಸಿನಿಮಾ ನೋಡಿ ಪ್ರಭಾವಗೊಂಡಿದೆ ಎಂದು ನಂಬುವವರೇ ಹೆಚ್ಚು. "ವಯಸ್ಕ ಪ್ರಧಾನ" ಈ ಸಮಾಜದಲ್ಲಿ ಈ ಮುಗ್ಧ ಮಕ್ಕಳ ಮಾತು ಕೇಳಿಸಿಕೊಳ್ಳುವವರು ಯಾರು?

## ಲೈಂಗಿಕ ದೌರ್ಜನ್ಯಕ್ಕೆ ಒಳಗಾದವರ ಸಮಸ್ಯೆಗಳೇನು?

- ಲೈಂಗಿಕ ದೌರ್ಜನ್ಯಕ್ಕೆ ತುತ್ತಾದವರು ಅನೇಕರು ದೀರ್ಘಕಾಲೀನ ಸಮಸ್ಯೆಗಳಿಂದ ಬಳಲುತ್ತಾರೆ. ಹೇಳಲು ಆಗದೇ, ನುಂಗಲೂ ಆಗದೇ ಮನಸ್ಸಿನಲ್ಲಿ ಹಲವಾರು ದ್ವಂದ್ವಗಳನ್ನು ಅನುಭವಿಸುತ್ತಾ, ಯಾರಿಂದಲೋ ಲೈಂಗಿಕ ದೌರ್ಜನ್ಯಕ್ಕೆ ಒಳಗಾಗಿ, ಮುಂದೆ ಯಾರನ್ನೂ ನಂಬದೆ, ಯಾವುದೇ ಸಂಬಂಧಗಳನ್ನು ಗಟ್ಟಿ ಮಾಡಿಕೊಳ್ಳದೆ, ಎಲ್ಲರೊಂದಿಗೆ ಅಪನಂಬಿಕೆಯಿಂದ ಇರುವವರ ಸಂಖ್ಯೆಯೇ ಹೆಚ್ಚು. ಈ ಲೈಂಗಿಕ ದೌರ್ಜನ್ಯದ ಫಲವಾಗಿ ಸಂವಹನ, ಸಂವೇದನೆಗಳ ಕೊರತೆಯಿಂದ ಬಳಲುತ್ತಾರೆ. ಹಲವರು ಒಬ್ಬಂಟಿಗರಾಗಿ, ಎಲ್ಲರನ್ನೂ ಅಪನಂಬಿಕೆಯಿಂದ ನೋಡಿಕೊಂಡು, ಇಡೀ ಸಮಾಜವೇ ಕ್ರೂರ ಎಂಬ ಭಾವನೆಯೊಂದಿಗೆ ಬದುಕುತ್ತಾರೆ.
- ಇನ್ನು ಕೆಲವರ ಇಡಿ ಜೀವನವೇ ಗೊಂದಲದ ಗೂಡಾಗುತ್ತದೆ. ಇದು ಸಮಾಜದ ತಪ್ಪಲ್ಲ. ವ್ಯಕ್ತಿಯೊಬ್ಬನ ತಪ್ಪು ಎಂಬುದನ್ನು ಅರಿತುಕೊಂಡು ಹೊಂದಾಣಿಕೆ ಮಾಡಿಕೊಂಡು ಮುನ್ನುಗ್ಗುವವರು, ಕಷ್ಟಗಳು ಬಂದಾಗ ಇದೇ ಹಳೆಯ ವಿಚಾರಗಳನ್ನು ನೆನಪಿಸಿಕೊಂಡು ಕೊರಗುತ್ತಾ ದೀರ್ಘಕಾಲೀನ ಮತ್ತು ಅಲ್ಪ ಮಟ್ಟದ ಮನೋಗೊಂದಲಗಳು, ಅಲ್ಪ ಮಟ್ಟದ ಖಿನ್ನತೆ, ಆತಂಕದ ತೊಂದರೆ, ಮನೋಲೈಂಗಿಕ ಸಮಸ್ಯೆಗಳು ಮುಂತಾದವುಗಳನ್ನು ಅನುಭವಿಸುತ್ತಾರೆ. ಜೀವನ ಕಾಲಚಕ್ರದಲ್ಲಿ ಮುಂದೆ ಮತ್ತೊಮ್ಮೆ ಎಂದಾದರೂ ದೌರ್ಜನ್ಯ ನಡೆದರೆ ಆ ಸಂದರ್ಭದಲ್ಲಿ ತೀವ್ರ ಬಗೆಯ ಮಾನಸಿಕ ಅಸ್ವಸ್ಥತೆಗಳಾದ ಚಿತ್ತ ವಿಕಲತೆ, ತೀವ್ರ ಖಿನ್ನತೆ, ಆತ್ಮಹತ್ಯಾ ಆಲೋಚನೆ, ಉನ್ಮಾದ ಸ್ಥಿತಿ ಮುಂತಾದವುಗಳಿಂದ ಬಳಲುತ್ತಾರೆ.
- ಕೆಲವರು, ಅದರಲ್ಲೂ ಪ್ರಮುಖವಾಗಿ ಹದಿಹರೆಯದ ಮಕ್ಕಳು ಲೈಂಗಿಕ ದೌರ್ಜನ್ಯಕ್ಕೆ ಒಳಗಾದರೆ ಆ ಸಂದರ್ಭದಲ್ಲಿ "ಪೋಸ್ಟ್ ಟ್ರಾಮಾಟಿಕ್ ಸ್ಟ್ರೆಸ್ ಡಿಸಾರ್ಡರ್" (Post Traumatic Stress Disorder) ಎಂಬ ಒಂದು ತೀವ್ರ ತರದ ಆತಂಕಕ್ಕೆ ಒಳಗಾಗುತ್ತಾರೆ. ಈ ಪರಿಸ್ಥಿತಿಯಲ್ಲಿ ಅವರು ಪದೇ ಪದೇ ಆ ಘಟನೆಯನ್ನು ನೆನೆದುಕೊಂಡು ಹೆದರುವುದು, ಅಳುವುದು, ಎದೆಬಡಿತ ಹೆಚ್ಚಾಗುವುದು ಹಾಗೂ ತೀವ್ರ ಬಗೆಯ ಆತಂಕಕ್ಕೆ ಒಳಗಾಗುವುದು ಕಂಡುಬರುತ್ತದೆ.
- ಒಟ್ಟಿನಲ್ಲಿ, ಈ "ಲೈಂಗಿಕ ದೌರ್ಜನ್ಯ" ಮಕ್ಕಳ ಪಾಲಿಗೆ ಒಂದು ಶಾಪವೇ ಸರಿ. ಇಂಥ ದೌರ್ಜನ್ಯ ಯಾವ ವಯಸ್ಸಿನಲ್ಲಿ ನಡೆಯಿತು, ಎಷ್ಟು ಬಾರಿ ನಡೆಯಿತು, ಇದನ್ನು

ಮಾಡಿದ ವ್ಯಕ್ತಿ ಯಾರು? ಮತ್ತು ಎಷ್ಟು ವರ್ಷಗಳಿಂದ ಇದು ನಡೆದು ಬರುತ್ತಿದೆ ಎನ್ನುವುದರ ಮೇಲೆ ಈ ದೌರ್ಜನ್ಯದ ದುಷ್ಪರಿಣಾಮಗಳು ನಿರ್ಭರವಾಗುತ್ತದೆ.

## ಲೈಂಗಿಕ ದೌರ್ಜನ್ಯಕ್ಕೆ ಒಳಗಾದ ಮಗುವಿಗೆ ಯಾವ ರೀತಿಯ ಸಹಾಯಗಳನ್ನು ಮಾಡಬೇಕು?

- ಲೈಂಗಿಕ ದೌರ್ಜನ್ಯಕ್ಕೆ ಒಳಗಾದ ಮಗುವು ತನಗೆ ಈ ರೀತಿ ಸಮಸ್ಯೆಯಾಗಿದೆ ಎಂದು ಹೇಳಿದಾಗ ನಂಬುವುದು ಮತ್ತು ಮಗುವಿನ ಮಾತುಗಳನ್ನು ಕೇಳುವುದು ನಾವು ಮಾಡಬಹುದಾದ ಮೊದಲ ಮತ್ತು ಪ್ರಮುಖ ಸಹಾಯ.

- ಈ ಮಗುವನ್ನು ನುರಿತ ವೈದ್ಯರಲ್ಲಿ ತೋರಿಸಬೇಕಾಗುತ್ತದೆ. ಹಲವೊಮ್ಮೆ ಮಗುವು ಇಂತಹದೊಂದು ಅಸಹಜ ನಡವಳಿಕೆಗೆ ಬಲಿಯಾದಾಗ ಮೈಮೇಲೆ ಗಾಯಗಳು, ಜನನಾಂಗಗಳಿಗೆ ಮತ್ತು ದೇಹದ ವಿವಿಧ ಭಾಗಗಳಿಗೆ ನೋವು ಮುಂತಾದವು ಆಗಿರುವ ಸಂಭವವಿರುತ್ತದೆ. ಈ ವಿಷಯಗಳನ್ನು ತಿಳಿಸಿ, ನುರಿತ ವೈದ್ಯರಿಂದ ಪರೀಕ್ಷಿಸುವುದು ಸೂಕ್ತ.

## ಲೈಂಗಿಕ ದೌರ್ಜನ್ಯ ನಡೆದಿದೆ ಎಂದು ಮನವರಿಕೆಯಾದ ಮೇಲೆ ಮುಂದೇನು?

- ದೈಹಿಕ ನೋವು, ಗಾಯಗಳಂತೆ ಮಗುವಿಗೆ ಮಾನಸಿಕ ತೊಂದರೆಗಳು, ಗಾಯಗಳು ಆಗುತ್ತದೆ. ಮಗುವನ್ನು ಮಕ್ಕಳ ಮಾನಸಿಕ ತೊಂದರೆಗಳ ಬಗ್ಗೆ ಮಾಹಿತಿಯಿರುವ ಹಾಗೂ ಆಸಕ್ತಿಯಿರುವ ಮನೋರೋಗ ತಜ್ಞ ಅಥವಾ ಮನಶಾಸ್ತ್ರಜ್ಞ ಅಥವಾ ಮನೋಸಾಮಾಜಿಕ ಕಾರ್ಯಕರ್ತರಲ್ಲಿ ತೋರಿಸುವುದು ಸೂಕ್ತ. ಈ ನೋವಿನಿಂದ ಹೊರಬರುವುದು ಹಲವು ದಿನ, ತಿಂಗಳು, ವರ್ಷಗಳ ಪ್ರಕ್ರಿಯೆ.

- ಮಗುವಿನಲ್ಲಾಗುವ ಮಾನಸಿಕ ಬದಲಾವಣೆಗಳು ಹೆಚ್ಚಾಗಿ ಹಲವು ವಿಷಯಗಳ ಮೇಲೆ ನಿರ್ಧಾರವಾಗಿರುತ್ತವೆ.

  - ಶೋಷಣೆ ಮಾಡುವವರು ಯಾರು? ತಂದೆ, ಅಣ್ಣ/ತಮ್ಮನಾದರೆ ಮನಸ್ಸಿನ ತೊಂದರೆಯ ತೀಕ್ಷ್ಣತೆ ಹೆಚ್ಚು. ಶಾಲೆಯ ಟೀಚರ್ ಆದರೂ ತೀಕ್ಷ್ಣತೆ ಹೆಚ್ಚು.

  - ಮಗುವಿನಲ್ಲಿ ಲೈಂಗಿಕ ವಿಷಯಗಳ ಬಗ್ಗೆ ಅರಿವು ಕಡಿಮೆ ಇರುವಾಗ ಮಗುವಿಗೆ ಈ ಶೋಷಣೆಯ ಬಗ್ಗೆ ಏನು ಅನ್ನಿಸುವುದಿಲ್ಲ. ಆದರೆ, ಅರಿವು ಮೂಡಿದಾಗ ಅದರಲ್ಲೂ "ಹದಿಹರೆಯ"ದಲ್ಲಿ ಗೊಂದಲಗಳ ನಡುವೆ ಇಂತಹ ಒಂದು ವಿಷಯ ಮನೋಸ್ಥಿತಿಯನ್ನು ಇನ್ನೂ ಹದಗೆಡಿಸುತ್ತದೆ.

- ಲೈಂಗಿಕ ಶೋಷಣೆಯ ಅವಧಿ-ದೀರ್ಘಕಾಲೀನ ಲೈಂಗಿಕ ಶೋಷಣೆ, ಪದೇ ಪದೇ ನಡೆಯುವ ಲೈಂಗಿಕ ಶೋಷಣೆ, ಹಲವು ಜನರಿಂದ ನಡೆಯುವ ಲೈಂಗಿಕ ಶೋಷಣೆ ಮಗುವನ್ನು ಇನ್ನೂ ಹೆಚ್ಚು ದುರ್ಬಲನನ್ನಾಗಿ ಮಾಡುತ್ತದೆ.

## ಲೈಂಗಿಕ ಶೋಷಣೆಯಾದ ಮಗುವಿನ ಮನೆಯವರ ಪಾತ್ರ ಏನು?

- ಮಗುವಿನ ಸಮಸ್ಯೆಯನ್ನು "ಕೇಳಿ" ಭಾಷಣ ಬಿಗಿಯಬಾರದು, ಸಿಟ್ಟುಗೊಳ್ಳಬಾರದು.

- ಮಗುವಿಗೆ ಧೈರ್ಯ ಹೇಳಬೇಕು. ನಮ್ಮ ಅಧೈರ್ಯ, ಅಸಹಾಯಕತೆಯನ್ನು ಮಗುವಿನ ಮೇಲೆ ತೋರ್ಪಡಿಸಬಾರದು. ನಾವು ಧೈರ್ಯವಾಗಿ ಇದನ್ನು ಎದುರಿಸಿದರೆ, ಮಗು ಧೈರ್ಯವಾಗಿರುತ್ತದೆ.

- ಮಗುವನ್ನು ನುರಿತ ಮನೋಚಿಕಿತ್ಸಕರ ಬಳಿಗೆ ಕರೆದುಕೊಂಡು ಹೋಗಬೇಕು.

- ಮಗುವಿನೊಂದಿಗೆ ಪದೇ ಪದೇ ಆ ಶೋಷಣೆಯ ವಿಷಯಗಳನ್ನು ಮಾತನಾಡಬಾರದು.

- ಶೋಷಕ ಯಾರೇ ಇರಲಿ, ಆತನಿಂದ ಆದಷ್ಟು ಬೇಗನೇ ಮಗುವನ್ನು ಬೇರ್ಪಡಿಸ ಬೇಕಾಗುತ್ತದೆ. "ಶೋಷಕ" ಹಲವೊಮ್ಮೆ ತುಂಬಾ ಹತ್ತಿರದ ಸಂಬಂಧಿ ಅಥವಾ ನಮ್ಮ ಮೇಲಾಧಿಕಾರಿ ಅಥವಾ ನಮಗೆ ತುಂಬಾ ಸಹಾಯ ಮಾಡುವವರಿರಬಹುದು. ಆದರೂ, ಆ ಕೂಡಲೇ ಆತನಿಂದ ನಮ್ಮ ಮಗು ದೂರ ಇರುವುದು ಅತೀ ಅಗತ್ಯ. ಇದರ ಬಗ್ಗೆ ಯಾವುದೇ ರಾಜಿ ಬೇಡ.

## ಮಗುವಿನ ಮೇಲೆ ಲೈಂಗಿಕ ದೌರ್ಜನ್ಯ: ಶೋಷಕರಿಗೆ ಶಿಕ್ಷೆ ಹೇಗೆ?

ಅದು ಯಾರೇ ಆಗಿದ್ದರೂ ಶೋಷಕನಿಗೆ ಶಿಕ್ಷೆ ಅತೀ ಅಗತ್ಯ. ನಿಮ್ಮ ಮಗುವಿನ ರಕ್ಷಣೆಗಾಗಿ ಹಾಗೆಯೇ ಇತರ ಮಕ್ಕಳ ಮೇಲೆ ಈತ ದೌರ್ಜನ್ಯ ಮಾಡದ ಹಾಗೆ ನಾವು ಈ ಶೋಷಕನನ್ನು ಶಿಕ್ಷಿಸಲೇ ಬೇಕಾಗುತ್ತದೆ. ಪೋಕ್ಸೋ –2012 (POCSO ACT-2012) ಕಾಯಿದೆಯ ಅಡಿಯಲ್ಲಿ ಶೋಷಿತ ಮಗು ಅಥವಾ ಮಗುವಿನ ಪೋಷಕರು ಈ ದೌರ್ಜನ್ಯದ ಬಗ್ಗೆ ದೂರು ನೀಡಬಹುದು.

ಒಂದುವೇಳೆ, ಇಲ್ಲಿ ದೂರು ಸ್ವೀಕರಿಸದಿದ್ದಲ್ಲಿ ಅಥವಾ ಎಫ್.ಐ.ಆರ್. ಮಾಡದೇ ಆರೋಪಿಯ ಪರವಾಗಿ ಕಾರ್ಯನಿರ್ವಹಿಸುವುದು ಕಂಡುಬಂದಲ್ಲಿ ಸೆಕ್ಷನ್ 154 (3) ಸಿ.ಆರ್.ಪಿ.ಸಿ. ಅಡಿಯಲ್ಲಿ ಜಿಲ್ಲಾ ಪೊಲೀಸ್ ಅಧೀಕ್ಷಕ (ಎಸ್.ಪಿ.) ರಿಗೆ ದೂರು ನೀಡುವುದು. ಜಿಲ್ಲಾ ಪೊಲೀಸ್ ಅಧೀಕ್ಷಕರು, ದೂರಿನ ಮೇಲೆ ಕ್ರಮಕೈಗೊಳ್ಳದಿದ್ದಲ್ಲಿ ಸೆಕ್ಷನ್ 156 (3) ಸಿ.ಆರ್.ಪಿ.ಸಿ. ಅಡಿಯಲ್ಲಿ ಮುಖ್ಯ ನ್ಯಾಯಿಕ ದಂಡಾಧಿಕಾರಿಯವರಿಗೆ ದೂರು ನೀಡುವುದು.

ಶೋಷಣೆಗೆ ಸಂಬಂಧಪಟ್ಟ ಯಾವುದೇ ತುರ್ತು ಪರಿಸ್ಥಿತಿಯಲ್ಲಿ 1098 ನಂಬರಿಗೆ ಯಾವುದೇ ಸ್ಥಿರ ದೂರವಾಣಿ ಮುಖಾಂತರ ಸಂಪರ್ಕಿಸಬಹುದು. ಅದು ನೆನಪಿಗೆ ಬಾರದಿದ್ದಲ್ಲಿ ಅಥವಾ ಲಭ್ಯತೆ ಇಲ್ಲದಿದ್ದಲ್ಲಿ ಪೊಲೀಸ್ ಸಹಾಯವಾಣಿ ಸಂಖ್ಯೆ 100ಕ್ಕೆ ದೂರು ಕೊಡುವುದು ಅತ್ಯಂತ ಸುಲಭ.

ಮಕ್ಕಳ ಸಹಾಯವಾಣಿ 1098ಕ್ಕೆ ವಿಷಯ ತಿಳಿದ ಕೂಡಲೇ, ಇಲ್ಲಿನ ಸಹಾಯಕರು ಶೋಷಿತ ಮಗುವನ್ನು ಸಂಪರ್ಕಿಸಿ ಕೂಡಲೇ ಆ ಮಗುವಿಗೆ ಬೇಕಾದ ವೈದ್ಯಕೀಯ, ಮನೋ ಸಾಮಾಜಿಕ ಹಾಗೂ ಮಗುವನ್ನು ಶೋಷಿತನಿಂದ ಬೇರ್ಪಡಿಸುವ ಇತ್ಯಾದಿ ಸಹಾಯ ಮಾಡಲು ಪ್ರಯತ್ನಿಸುತ್ತಾರೆ. ಇದಕ್ಕೆ ಅಗತ್ಯವಾದ ಸರಕಾರೇತರ ಹಾಗೂ ಸರಕಾರಿ ಸಂಸ್ಥೆಗಳ ಸಹಾಯವನ್ನು ಪಡೆಯುತ್ತಾರೆ.

ಪ್ರತೀ ಜಿಲ್ಲೆಯಲ್ಲಿ ಜಿಲ್ಲಾ ಮಕ್ಕಳ ರಕ್ಷಣಾ ಘಟಕ ಮತ್ತು ಮಕ್ಕಳ ಕಲ್ಯಾಣ ಸಮಿತಿ ಇದೆ. ಇದು ಹೆಂಗಸರ ಮತ್ತು ಮಕ್ಕಳ ಕಲ್ಯಾಣ ಇಲಾಖೆಯಡಿಯಲ್ಲಿ ಕೆಲಸ ಮಾಡುತ್ತದೆ. ಉಡುಪಿ ಜಿಲ್ಲೆಯಲ್ಲಿ, ಜಿಲ್ಲಾ ಮಕ್ಕಳ ರಕ್ಷಣಾ ಘಟಕ, 2ನೇ ಬ್ಲಾಕ್, ಒಂದನೇ ಮಹಡಿ, ರಜತಾದ್ರಿ, ಜಿಲ್ಲಾ ಕಚೇರಿಗಳ ಸಂಕೀರ್ಣ, ಮಣಿಪಾಲ, ಉಡುಪಿ ಇಲ್ಲಿ ದೂರು ಸಲ್ಲಿಸಬಹುದು. ಹೀಗೆ ಪ್ರತಿ ಜಿಲ್ಲೆಯಲ್ಲೂ ಇದೆ.

ಈಗ ಪ್ರಕ್ರಿಯೆಯನ್ನು ಇನ್ನೂ ಲಭ್ಯಗೊಳಿಸಲು ಆನ್ ಲೈನ್ ದೂರು ನೀಡಲು ಅವಕಾಶ ಇದೆ. ಮಕ್ಕಳ ರಕ್ಷಣೆಗಾಗಿ ರಾಷ್ಟ್ರೀಯ ಆಯೋಗದ ಆನ್ ಲೈನ್ ಸ್ಥಾಪಿಸಿದ್ದು ಅದರ ಆನ್ ಲೈನ್ ವಿಳಾಸ ಈ ಕೆಳಗೆ ನೀಡಿದಂತೆ ಇದೆ.

**1. http://ncpcr.gov.in/**

**2. http://nhrc.nic.in**

ಇಲ್ಲದಿದ್ದಲ್ಲಿ, ಈ ಕೆಳಗಿನ ವಿಳಾಸಕ್ಕೂ ದೂರು ಸಲ್ಲಿಸಬಹುದು.

Chairperson

**National Commission for Protection of Child Rights**

5th Floor, Chanderlok building, 36, Janpath,

NEW DELHI-110001.

Email: complaints.ncpcrgmail.com

## ಪೋಕ್ಸೋ ಕಾಯಿದೆ-2012 (POCSO Act-2012) ಎಂದರೆ ಏನು?

2012 ರಲ್ಲಿ ಜಾರಿಗೆ ಬಂದ ಈ ಕಾಯಿದೆಯ ವಿಸ್ತರಣ ರೂಪ "ಲೈಂಗಿಕ ಅಪರಾಧಗಳಿಂದ ಮಕ್ಕಳ ರಕ್ಷಣೆಯ ಕಾಯಿದೆ" ಅಥವಾ ಪ್ರೊಟೆಕ್ಷನ್ ಆಫ್ ಚಿಲ್ಡ್ರನ್ ಫ್ರಮ್ ಸೆಕ್ಷುಯಲ್ ಅಫೆನ್ಸಸ್ ಆಕ್ಟ್ (POCSO) ಎಂದು.

ಇದರ ಪ್ರಕಾರ, "ಮಗು" ಎಂದರೆ 18 ವರ್ಷದವರೆಗಿನ ವ್ಯಕ್ತಿ.

ಹದಿನೆಂಟು ವರ್ಷದ ವರೆಗಿನ ಮಕ್ಕಳ ಶೋಷಣೆಯ ಬಗ್ಗೆ ಈ ಕಾಯಿದೆಯನ್ವಯ ಕಾನೂನು ಕ್ರಮ ಕೈಗೊಳ್ಳಬಹುದು.

ಮಕ್ಕಳ ಮೇಲೆ ಲೈಂಗಿಕ ಶೋಷಣೆಯಲ್ಲದೆ, ಮಕ್ಕಳಿಗೆ ಲೈಂಗಿಕ ವಿಷಯಗಳ ಬಗ್ಗೆ, ಓದುವಿಕೆ ಇಲ್ಲವೇ ವಿಡಿಯೋ ಸಾಮಾಗ್ರಿ ಅಥವಾ ಎಂ.ಎಂ.ಎಸ್. ದೃಶ್ಯಗಳನ್ನು ತೋರಿಸುವುದು, ಮಕ್ಕಳನ್ನು ಲೈಂಗಿಕ ವಿಡಿಯೋ ಚಿತ್ರೀಕರಣಕ್ಕೆ ಬಳಸುವುದು ಮುಂತಾದವುಗಳು ಕೂಡ ಶಿಕ್ಷಾರ್ಹ ಅಪರಾಧವಾಗಿದೆ. ಲೈಂಗಿಕ ಅತ್ಯಾಚಾರವೆಸಗಿದವರಿಗೆ ಮೂರು ವರ್ಷದಿಂದ ಜೀವಾವಧಿ ಶಿಕ್ಷೆಯವರೆಗಿನ ಶಿಕ್ಷೆ ವಿಧಿಸುವ ಅವಕಾಶ ಈ ಕಾಯಿದೆಯಲ್ಲಿದೆ.

ಬಹಳ ಮುಖ್ಯವಾಗಿ, ದೂರು ಕೊಟ್ಟ ಮಕ್ಕಳನ್ನು ಹೇಗೆ ನಡೆಸಿಕೊಳ್ಳಬೇಕು, ಅವರ ವೈದ್ಯಕೀಯ ಹಾಗೂ ಮಾನಸಿಕ ತಪಾಸಣೆ, ಈ ಶೋಷಣೆಯ ಬಗ್ಗೆ ಮಾಧ್ಯಮಗಳಲ್ಲಿ ಪತ್ರಕರ್ತರ ಪಾತ್ರ, ಮಕ್ಕಳ ಕಲ್ಯಾಣ ಸಮಿತಿಯ ಪಾತ್ರ, ಮಕ್ಕಳ ಶೋಷಣೆಯ ಬಗ್ಗೆ ವಿಶೇಷ ಕೋರ್ಟ್‌ಗಳ ನಿರ್ವಹಣೆ, ಹೀಗೆ ಹಲವು ವಿಷಯಗಳ ಬಗ್ಗೆ ಪೋಕ್ಸೋ ಕಾಯಿದೆ ಸ್ಪಷ್ಟವಾಗಿ ತಿಳಿಸುತ್ತದೆ.

## ಸಮಾಜ ಹಾಗೂ ನಮ್ಮ ನಿಮ್ಮ ಪಾತ್ರ ಏನು?

- ಹಿಂದೆ ಮಕ್ಕಳ ಮೇಲಾಗುವ ಶೋಷಣೆಗಳ ಕುರಿತಾಗಿ ಯಾವುದೇ ಗಮನ ಹಾಗೂ ಕಾಯಿದೆ ಕಾನೂನು ಇರಲಿಲ್ಲ. ಆದರೆ ಈಗ ಮಾಹಿತಿ ತಂತ್ರಜ್ಞಾನದಿಂದಾಗಿ ಅನೇಕ ಕಡೆ ಮಕ್ಕಳ ಮೇಲಾಗುತ್ತಿರುವ ಶೋಷಣೆಯ ಕುರಿತು ಜನರು ಜಾಗೃತರಾಗಿದ್ದಾರೆ. ಹೆಣ್ಣು ಮಕ್ಕಳ ಮೇಲಾಗುವ ಶೋಷಣೆಯನ್ನು ಮರ್ಯಾದೆ ಪ್ರಶ್ನೆಯ ಕಾರಣದಿಂದ ಹೇಳುತ್ತಿರಲಿಲ್ಲ. ಈಗ ಹೆಣ್ಮಕ್ಕಳ ಮೇಲಾಗುವ ಶೋಷಣೆಯನ್ನು ಸಮಾಜ ಖಂಡಿಸುತ್ತದೆ ಮತ್ತು ಮುಕ್ತವಾಗಿ ಮಾತನಾಡುವ ಅವಕಾಶ ಕಲ್ಪಿಸುವ ವ್ಯವಸ್ಥೆಯನ್ನು ಮಾಡಲಾಗಿದೆ. ಇದಕ್ಕೆ ದೆಹಲಿಯ ನಿರ್ಭಯ ಪ್ರಕರಣಕ್ಕೆ ಸಿಕ್ಕ ಜನಸ್ಪಂದನವೇ ಸಾಕ್ಷಿ.
- ಹೆಣ್ಮಕ್ಕಳ ಮೇಲಾಗುವ ಶೋಷಣೆಯ ವ್ಯಾಪ್ತಿಗೆ ಹೋಲಿಸಿದರೆ ಆ ಕುರಿತು ಇರುವ ಅರಿವಿನ ಪ್ರಮಾಣ ಗಣನೀಯವಾಗಿ ಹೆಚ್ಚಾಗಬೇಕಾಗಿದೆ. ನಗರ ಪ್ರದೇಶಗಳಿಗೆ ಹೋಲಿಸಿದಾಗ ಗ್ರಾಮೀಣ ಪ್ರದೇಶದಲ್ಲಿ ಈ ಕುರಿತು ಅರಿವು ಹೆಚ್ಚಬೇಕಾಗಿದೆ ಮತ್ತು ಶೋಷಣೆಯನ್ನು ಹೊರಗೆ ಹೇಳುವ, ಖಂಡಿಸುವ ಸ್ಥೈರ್ಯ ತುಂಬಬೇಕಾಗಿದೆ. ಇನ್ನೂ ಹೆಚ್ಚು ಹೆಚ್ಚು ಮಕ್ಕಳು ತಮಗಾಗುವ ಶೋಷಣೆಯನ್ನು ಹೆತ್ತವರ ಬಳಿ ಭಯ ಪಡದೆ ಮುಜುಗರ ಇಲ್ಲದೆ ಹೇಳುವ ಪರಿಸ್ಥಿತಿ ನಿರ್ಮಾಣ ಆಗಬೇಕಾಗಿದೆ.

- ಆದರೆ, ಗಂಡು ಮಕ್ಕಳ ಮೇಲಾಗುವ ಶೋಷಣೆಯ ಕುರಿತಾಗಿ ಸಮಾಜ ಅಷ್ಟು ಗಂಭೀರವಾದ ನಿಲುವನ್ನು ತಾಳುತ್ತಿಲ್ಲ. ತನಗೆ ಒಬ್ಬ ಗಂಡಸಿನಿಂದ ಹೆಂಗಸಿನಿಂದ ಶೋಷಣೆ ಆಗಿದೆ ಎಂದು ಗಂಡು ಹುಡುಗ ಹೇಳಿಕೊಂಡರೆ ಅವನ ಸ್ನೇಹಿತರಿಗೆ ತಮಾಷೆಯ ವಸ್ತುವಾಗುತ್ತದೆ. ಅನೇಕ ಹೆತ್ತವರಿಗೆ ಅದು ಅರ್ಥವಾಗುವುದೇ ಕಷ್ಟವಾಗಿ ಹೀಗೂ ಆಗುತ್ತದೆಯೆ ಎಂದು ಆಶ್ಚರ್ಯ ವ್ಯಕ್ತಪಡಿಸುವ ಸಂದರ್ಭವೇ ಹೆಚ್ಚು. ಇದರಿಂದಾಗಿ ಗಂಡು ಮಕ್ಕಳು ತಮಗಾಗುವ ಶೋಷಣೆಯನ್ನು ಮುಕ್ತವಾಗಿ ಹೇಳುವಂತಿಲ್ಲ.
- ನಮ್ಮ ಸಮೂಹ ಮಾಧ್ಯಮಗಳು ಕೂಡ ಅನೇಕ ಬಾರಿ ಸಂವೇದನಾಹೀನರಾಗಿ ವರ್ತಿಸುತ್ತವೆ. ಉದಾಹರಣೆಗೆ ಗಂಡು ಹೆಣ್ಣಿಗೆ ಹೊಡೆಯುವುದು ಶೋಷಣೆಯಾಗಿ ನೋಡಿದರೆ, ಹೆಣ್ಣು ಗಂಡಿಗೆ ಹೊಡೆಯುವುದನ್ನು ಕೇವಲ ಹಾಸ್ಯದ ವಸ್ತುವಾಗಿ ಪರಿಗಣಿಸಲಾಗುತ್ತದೆ. ಅನೇಕ ಸಿನಿಮಾಗಳಲ್ಲಿ ಗಂಡೊಂದು ಇನ್ನೊಂದು ಗಂಡಿನ ದೇಹದ ಅಸಮಂಜಸ ಜಾಗಗಳನ್ನು ಮುಟ್ಟುವುದನ್ನು ತಮಾಷೆಯಾಗಿ ಬಿಂಬಿಸಲಾಗಿದೆ.
- ನಾವೂ ಇನ್ನೂ 'ಇನ್ಕ್ಲೂಸಿವ್' (Inclusive) ಆಗಬೇಕಿದೆ. ಶೋಷಣೆ ಯಾರ ಮೇಲಾದರೂ ಶೋಷಣೆಯೇ ಎನ್ನುವ ನಿಲುವು ಪ್ರಕಟಿಸಿ, ಗಂಡ ಹೆಣ್ಣು ಮಕ್ಕಳು ಇಬ್ಬರೂ ಶೋಷಣೆಗೆ ಒಳಗಾಗುವುದನ್ನು ಮುಕ್ತವಾಗಿ ಹಂಚಿಕೊಳ್ಳುವಂತೆ ಅವಕಾಶ ರೂಪಿಸಬೇಕಾಗಿದೆ.
- ಸಿನಿಮಾ ತಾರೆಯರು, ಸಂಗೀತಗಾರರು, ಖ್ಯಾತನಾಮರು ಮತ್ತು ಪ್ರಸಿದ್ಧ ವ್ಯಕ್ತಿಗಳು ತಾವು ಬಾಲ್ಯದಲ್ಲಿ ಅನುಭವಿಸಿದ ಶೋಷಣೆಯ ಕುರಿತು ಹೇಳಿ ಉಳಿದವರಿಗೆ ಮಾದರಿ ಆಗಬೇಕು. ಒಬ್ಬ ಸಾಮಾನ್ಯ ವ್ಯಕ್ತಿ ಹೇಳುವುದಕ್ಕಿಂತ ಇಂತಹ ಪ್ರಸಿದ್ಧರು ಹೇಳಿದಾಗ ಅದು ಹೆಚ್ಚು ಜನರಿಗೆ ತಲುಪುವಲ್ಲಿ ಮತ್ತು ಜನರಿಗೆ ಧೈರ್ಯ ತುಂಬುವಲ್ಲಿ ತೀವ್ರತೆ ಜಾಸ್ತಿ ಇರುತ್ತದೆ.

ಕೊನೆಯದಾಗಿ, ಮಕ್ಕಳ ಮೇಲಿನ ಶೋಷಣೆ ಮಕ್ಕಳ ಪೋಷಣೆಯ ಮೇಲೆ ಸಾಕಷ್ಟು ತೊಂದರೆಯುಂಟು ಮಾಡುತ್ತದೆ. ಮಕ್ಕಳ ಬೆಳವಣಿಗೆಯನ್ನು ಕುಂಠಿತಗೊಳಿಸುತ್ತದೆ. ಆದುದರಿಂದ, ಈ ವಿಷಯದ ಬಗ್ಗೆ ನಾವು ಜಾಗೃತರಾಗಿ ಹೆಚ್ಚಿನ ಮಾಹಿತಿ ಪಡೆದು ನಮ್ಮ ಮಕ್ಕಳನ್ನು ರಕ್ಷಿಸೋಣ. ಮಕ್ಕಳಿಗೆ ಸುರಕ್ಷಿತ ಮತ್ತು ನೆಮ್ಮದಿಯ ಜೀವನ ಒದಗಿಸಿಕೊಡುವುದು ಸಮಾಜವಾಗಿ ನಮ್ಮ ಜವಾಬ್ದಾರಿಯಾಗಿದೆ.

- ಭಾರತದಲ್ಲಿ ಐವತ್ತು ಶೇಕಡಕ್ಕಿಂತ ಹೆಚ್ಚಿನ ಮಕ್ಕಳು ಲೈಂಗಿಕ ಶೋಷಣೆಗೆ ಒಳಗಾಗುತ್ತಾರೆ. ಇದರಲ್ಲಿ ಗಂಡು ಹೆಣ್ಣು ಇಬ್ಬರ ಮೇಲೂ ಶೋಷಣೆ ನಡೆಯುತ್ತದೆ. ಹುಡುಗರಿಗೂ ಇದು ಮಾನಸಿಕ ಘಾಸಿಯನ್ನು ತರುತ್ತದೆ.
- ಅಪರಿಚಿತರಿಗಿಂತ ಪರಿಚಿತರು ಮತ್ತು ಹತ್ತಿರದ ಸಂಬಂಧಿಗಳೇ ಹೆಚ್ಚು ಲೈಂಗಿಕ ದೌರ್ಜನ್ಯ ನಡೆಸುವವರು.
- ಲೈಂಗಿಕ ದೌರ್ಜನ್ಯ ಎಸಗುವ ಎಲ್ಲರೂ ಮಾನಸಿಕ ರೋಗಿಗಳಲ್ಲ. ಅನೇಕ ಬಾರಿ ಶಿಕ್ಷೆ ಮತ್ತು ಮುಜುಗರದಿಂದ ತಪ್ಪಿಸಿಕೊಳ್ಳಲು ಅಪರಾಧಿಗಳನ್ನು ಮಾನಸಿಕ ರೋಗಿಗಳು ಎಂದು ಸುಳ್ಳು ಹೇಳುವುದು ಕಾಣಬಹುದು.
- ಮಕ್ಕಳ ಮೇಲೆ ಹೆಚ್ಚಾಗಿ ಲೈಂಗಿಕ ಶೋಷಣೆ ನಡೆಯಲು ಕಾರಣ ಮಕ್ಕಳ ಮುಗ್ಧತೆ ಮತ್ತು ಅಸಹಾಯಕತೆ.
- ಲೈಂಗಿಕ ದೌರ್ಜನ್ಯದಿಂದ ಹಲವು ಬಗೆಯ ಮನೋದೈಹಿಕ ಅಸಮತೋಲನ ಉಂಟಾಗಬಹುದು.
- ಶೋಷಣೆಗೆ ಒಳಪಟ್ಟವರನ್ನು ಪರಿಣಿತರಿಂದ ಆಪ್ತ ಸಮಾಲೋಚನೆ ದೊರಕಿಸಿ ಸಮಸ್ಯೆಗಳನ್ನು ಕಡಿಮೆ ಮಾಡಬಹುದು.
- ಮಕ್ಕಳಿಗೆ ಚಿಕ್ಕ ವಯಸ್ಸಿನಲ್ಲಿ ಗುಡ್ ಮತ್ತು ಬ್ಯಾಡ್ ಟಚ್ ಬಗ್ಗೆ ಮಾಹಿತಿ ನೀಡಬೇಕು.
- ಲೈಂಗಿಕ ಶೋಷಣೆ ಆದ ಮಾತ್ರಕ್ಕೆ ಆ ಹುಡುಗ ಅಥವಾ ಹುಡುಗಿ ಬದುಕಲು ಯೋಗ್ಯರಲ್ಲ ಅಥವಾ ಅವರ ಜೀವನದಲ್ಲಿ ಎಲ್ಲ ಮುಗಿದು ಹೋಯ್ತು ಎಂಬ ಧೋರಣೆ ಸರಿಯಲ್ಲ.

6

# ಅರಳುವ ಹೂವುಗಳು

ಡಾ. ಅರವಿಂದ್ ತಮ್ಮ ಕ್ಲಿನಿಕ್ಕಿನಲ್ಲಿ ಕೆಲಸದಲ್ಲಿ ನಿರತರಾಗಿದ್ದಾಗ ಬಂದವನೇ ಏಳನೇ ತರಗತಿಯ ಹುಡುಗ ಉಮರ್. ಆತನ ತಂದೆ ಸಾದಿಕ್ ಸರಕಾರಿ ಕಾಲೇಜೊಂದರಲ್ಲಿ ಪಿಯೋನ್ ಹಾಗೂ ತಾಯಿ ಆಸಿಯಾ ಬ್ಯಾಂಕೊಂದರಲ್ಲಿ ಆಯಾ ಕೆಲಸವನ್ನು ಮಾಡುತ್ತಿದ್ದರು. ಮೊದಲನೇ ಮಗ ಸಿರಾಜ್ ದುಬೈಯಲ್ಲಿ ವಾಹನ ಚಾಲಕನ ಕೆಲಸ ಮಾಡುತ್ತಿದ್ದ. ಈ ಕಾರಣ ಉಳಿದ ಮೂರು ಮಕ್ಕಳಿಗೆ ಉತ್ತಮ ಶಿಕ್ಷಣ ಕೊಡಿಸಿ ಜೀವನದಲ್ಲಿ ಮುಂದೆ ಬರುವಂತೆ ಮಾಡಲು ಉತ್ತಮ ಶಾಲೆಯೊಂದರಲ್ಲಿ ಮೂರು ಮಕ್ಕಳನ್ನು ಸೇರಿಸಿದ್ದರು. ಶಾಲೆಗೆ ಎಸ್.ಎಸ್.ಎಲ್.ಸಿ. ಪರೀಕ್ಷೆಯಲ್ಲಿ ಪ್ರತೀ ವರ್ಷ 100% ಫಲಿತಾಂಶ ಬರುತ್ತಿತ್ತು. ತಿಂಗಳಿಗೆ ಎರಡು ಸಾವಿರ ರೂಪಾಯಿ ಫೀಸ್ ಕಟ್ಟಬೇಕಾಗಿತ್ತು. ಶಾಲೆಯ ಟೀಚರ್ಸ್ ಬಹಳ ಕಟ್ಟುನಿಟ್ಟಾಗಿ ಮಕ್ಕಳಿಗೆ ಬಹಳ ಕಷ್ಟಪಟ್ಟು ಓದಿಸುತ್ತಿದ್ದರು. ಶಾಲೆಯಲ್ಲಿ ಪ್ರತಿ ನಡೆಯಲ್ಲೂ ಶಿಸ್ತು ವಿರಾಜಮಾನವಾಗಿರುತ್ತಿತ್ತು. ಆ ಭಾಗದಲ್ಲಿ ತಾಯಿ ತಂದೆಯರ ಕನಸು ಯಾವಾಗಲೂ "ನನ್ನ ಮಗ ಅಥವಾ ಮಗಳು ಈ ಶಾಲೆಯಲ್ಲಿ ಓದಬೇಕು" ಎಂಬುದೇ ಆಗಿತ್ತು.

ಉಮರ್ ತಲೆ ತಗ್ಗಿಸಿಯೇ ಡಾ. ಅರವಿಂದರವರ ಕ್ಲಿನಿಕ್ಕಿನ ಒಳಗೆ ಬಂದ. ಬಿಕ್ಕಿ ಬಿಕ್ಕಿ ಅಳುತ್ತಿದ್ದ. ತಾಯಿ ಆಸಿಯಾ ಕೂಡಾ ಅಳುತ್ತಿದ್ದಳು. ಸಾರ್, ನನ್ನ ಮಗ ಶಾಲೆಗೆ ಹೋಗೆಂದರೆ ಕೇಳುತ್ತಿಲ್ಲ. ದಯವಿಟ್ಟು ಹೇಗಾದರೂ ಅವನಿಗೆ ಶಾಲೆಗೆ ಹೋಗುವಂತೆ ಮಾಡಿ. ನಾವು ಇಷ್ಟೆಲ್ಲಾ ಕಷ್ಟಪಟ್ಟು ಒಳ್ಳೆಯ ಶಾಲೆಗೆ ಹಾಕಿದ್ದು ಅವನು ಓದಬೇಕೆಂದು. ಅವನಿಗೆ ನಮ್ಮ ಸಮಸ್ಯೆಯೇ ಅರ್ಥವಾಗುತ್ತಿಲ್ಲ. ಎಂದು ಆಸಿಯಾ ಒಂದೇ ಸಮನೆ ಗೊಗರೆಯತೊಡಗಿದಳು. ಡಾ. ಅರವಿಂದ್, ಆಸಿಯಾಳನ್ನು ಹೊರಗೆ ಕಳುಹಿಸಿ ಉಮರ್‌ನೊಂದಿಗೆ ಮಾತನಾಡತೊಡಗಿದರು.

ಉಮರ್, 5ನೇ ತರಗತಿಯವರೆಗೆ ಸರಕಾರಿ ಪ್ರಾಥಮಿಕ ಶಾಲೆಯಲ್ಲಿ ಓದಿದ್ದ. ಅಣ್ಣ ಸಿರಾಜ್, ದುಬೈಗೆ ಹೋದ ಮೇಲೆ ಆತ ಕಳುಹಿಸಿಕೊಡುತ್ತಿದ್ದ ಹಣದಿಂದ ಉಮರನನ್ನು ಎರಡು ವರ್ಷದ ಹಿಂದೆ ಈ ಪ್ರತಿಷ್ಠಿತ ಶಾಲೆಗೆ ಹಾಕಿದ್ದರು. ಈ ಶಾಲೆಯಲ್ಲಿ ಉಮರನಿಗೆ ಪ್ರತೀ ತಿಂಗಳು ಟೆಸ್ಟ್ (ಪರೀಕ್ಷೆ) ಇರುತ್ತಿತ್ತು. ಹಾಗೆಯೇ ಪ್ರತೀ ತಿಂಗಳು ತಾಯಿ ಅಥವಾ ತಂದೆ ಶಾಲೆಗೆ ಬಂದು ಹೋಗಬೇಕಿತ್ತು. ಉಮರ್ ಓದುವುದರಲ್ಲಿ ಅಷ್ಟೊಂದು ಹುಷಾರಿರಲಿಲ್ಲ.

ಆತನಿಗೆ ಯಾವಾಗಲೂ ಸಿ ಅಥವಾ ಡಿ ದರ್ಜೆ ಬರುತ್ತಿತ್ತು. ಶಾಲೆಯ ಇತರ ಮಕ್ಕಳ ತಾಯಿ ತಂದೆಯರಂತೆ ಈತನ ತಾಯಿ ತಂದೆ ಹೆಚ್ಚು ಓದಿದವರಲ್ಲ. ಆದ್ದರಿಂದ ಆತನಿಗೆ ಮನೆಯಲ್ಲಿ ಯಾರೂ ಕೂಡಾ ಹೇಳಿಕೊಡುವವರು ಇರಲಿಲ್ಲ. ಟ್ಯೂಷನ್ನಿಗೆ ಹಾಕಲು ತಾಯಿ ತಂದೆಯರಿಗೆ ಇನ್ನೂ ಇಬ್ಬರು ಮಕ್ಕಳ ಶಾಲಾ ಶುಲ್ಕ ಮತ್ತು ಪ್ರಯಾಣದ ಖರ್ಚುವೆಚ್ಚಗಳಿಗೆ ಹಣ ದುಬೈನಿಂದ ಬಂದರೂ ಸಾಕಾಗುತ್ತಿರಲಿಲ್ಲ.

ಈ ಕಾರಣದಿಂದ ಯಾವಾಗಲೂ ಶಾಲೆಯಲ್ಲಿ ನೀನು ದಡ್ಡ, ಪೆದ್ದ, ಶನಿ ಮುಂತಾದ ಶಬ್ದಗಳನ್ನು ಟೀಚರ್ ಮತ್ತು ಇತರ ಮಕ್ಕಳಿಂದ ಆತ ಕೇಳಿಸಿಕೊಳ್ಳಬೇಕಾಗುತ್ತಿತ್ತು. ಲೆಕ್ಕದ ಶಿಕ್ಷಕರು ರಾಮನ್ ಕೆಲವೊಮ್ಮೆ ಕಿವಿ ಹಿಂಡುತ್ತಿದ್ದರು. ಇನ್ನು ಕೆಲವೊಮ್ಮೆ ಕೈ ಮುಷ್ಠಿ ಬಿಗಿ ಹಿಡಿದು ಆತನ ತಲೆಗೆ ಕುಟ್ಟಿ ಕೊಡುತ್ತಿದ್ದರು. ನೀನು ಸರ್ಕಾರಿ ಶಾಲೆಗೆ ವಾಪಾಸ್ ಹೋಗು ಎಂದು ಪದೇ ಪದೇ ಹೇಳುತ್ತಿದ್ದರು. ತಾಯಿ ತಂದೆಯರು ಕೂಡಾ ಪ್ರತೀ ತಿಂಗಳು ಶಾಲೆಗೆ ಬಂದು ಪೆಚ್ಚು ಮುಖ ಹಾಕಿಕೊಂಡು ವಾಪಾಸ್ ಹೋಗುತ್ತಿದ್ದರು.

ಆದರೆ, ಇಂದು ಉಮರ್ ಬಂದ ಕಾರಣವೇ ಬೇರೆ. ಆತನಿಗೆ ಲೆಕ್ಕದ ಪರೀಕ್ಷೆಯಲ್ಲಿ ಸೊನ್ನೆ ಅಂಕ ಬಂದಿತ್ತು. ಅದನ್ನು ರಾಮನ್ ಮಾಸ್ಟರ್ ಶಾಲೆಯ ಸೂಚನ ಫಲಕದಲ್ಲಿ ಹಾಕಿ ಶಾಲೆಯ ಎಲ್ಲಾ ಮಕ್ಕಳಿಗೂ ಗೊತ್ತಾಗುವಂತೆ ಮಾಡಿದ್ದರು. ಇದನ್ನು ನೋಡಿ ಶಾಲೆಯ ಮಕ್ಕಳೆಲ್ಲರೂ ನಗುತ್ತಿದ್ದರು. ಇದರಿಂದಾಗಿ ಉಮರ್ ಖಿನ್ನನಾಗಿದ್ದ. ಶಾಲೆಗೆ ಇನ್ನು ಎಂದಿಗೂ ಹೋಗುವುದಿಲ್ಲ ಎಂದು ನಿರ್ಧರಿಸಿದ್ದ. ಆವತ್ತು ರಾತ್ರಿಯೆಲ್ಲಾ ಜ್ವರದಿಂದ ಕನವರಿಸುತ್ತಿದ್ದ ಮತ್ತು ತಾನು ತನ್ನ ತಾಯಿ ತಂದೆಯರ ಮರ್ಯಾದೆ ತೆಗೆದೆ, ತಾನು ನಿರುಪಯೋಗಿ ಎಂದೆಲ್ಲಾ ಮಾತನಾಡುತ್ತಿದ್ದ. ಉಮರನ ಖಿನ್ನತೆಗೆ ಕಾರಣವಾಗಿದ್ದು ಶಾಲೆಯಲ್ಲಾದ ಅವಮಾನ. ಆತನ ಮಾನಸಿಕ ಸ್ಥಿತಿಯ ಮೇಲೆ ಆ ಘಟನೆ ಬಹಳ ತೀವ್ರವಾದ ಪರಿಣಾಮವನ್ನು ಬೀರಿತ್ತು.

ಶಾಲೆಗಳಲ್ಲಿ ಮಕ್ಕಳಿಗೆ ದೈಹಿಕ ದಂಡನೆ– ಹೊಡೆಯುವುದು, ಚಿವುಟುವುದು ಸರ್ವೇ ಸಾಮಾನ್ಯ. Spare The Rod, Spoil The child ಅಂದರೆ, 'ಛಡಿ ಬಳಸದೆ ಇದ್ದರೆ ಮಗುವನ್ನು ಹಾಳು ಮಾಡಿದಂತೆ' ಎಂಬ ಹಳೆ ಗಾದೆ ಮಾತು ಇದೆ. ಹಾಗೆ ಮರಾಠಿ ಭಾಷೆಯ ''ಛಡಿ ಲಾಗೆ ಚಂ ಚಂ ವಿಧ್ಯಾ ಯ್ಯಯಿ ಘಂ ಘಂ'' ಎನ್ನುವ ನಾಣ್ಣುಡಿಯೂ ಕೂಡ ಕರ್ನಾಟಕ ಹಾಗೂ ಮಹಾರಾಷ್ಟ್ರದಲ್ಲಿ ಪ್ರಚಲಿತದಲ್ಲಿದೆ. ಆದರೆ, ಇದು ಖಂಡಿತವಾಗಿಯೂ ತಪ್ಪು. ಎಷ್ಟೋ ಮಂದಿ ತಾಯಿ, ತಂದೆಯರು ಶಾಲೆಗೆ ಬಂದು ನಮ್ಮ ಮಕ್ಕಳಿಗೆ ಸ್ವಲ್ಪವೂ ಭಯ ಇಲ್ಲ, ನೀವು ಚೆನ್ನಾಗಿ ಹೊಡೆಯಿರಿ ಎಂದು ಹೇಳುತ್ತಾರೆ. ಇದನ್ನು ಹಲವು ಶಿಕ್ಷಕರು ಕೂಡ ಡಾ. ಅರವಿಂದರಲ್ಲಿ ತಿಳಿಸಿದ್ದರು.

ಮಕ್ಕಳ ಮೇಲೆ ದೌರ್ಜನ್ಯ ಎನ್ನುವಾಗ ಕೇವಲ ದೈಹಿಕ ಮತ್ತು ಲೈಂಗಿಕ ದೌರ್ಜನ್ಯ ಮಾತ್ರವಲ್ಲ; ಮಕ್ಕಳನ್ನು ಮೂದಲಿಸುವುದು, ಅಲಕ್ಷ್ಯ ಮಾಡುವುದು, ವಿನಾಕಾರಣ

ದೂಷಿಸುವುದು ಕೂಡ ದೌರ್ಜನ್ಯವಾಗುತ್ತದೆ. ಹಾಗೆಯೇ ಮಕ್ಕಳಿಗೆ ನೀನು ದಡ್ಡ, ನೀನು ಪೆದ್ದ, ಅವಿವೇಕಿ, ಇಡಿಯಟ್, ಸ್ಟುಪಿಡ್, ಲೇಜ಼ಿ ಮುಂತಾದ ಪದಗಳನ್ನು ಬಳಸುವುದು ಸರ್ವೇ ಸಾಮಾನ್ಯ. ತುಂಬಿದ ಕ್ಲಾಸಿನ ಮುಂದೆ ಈ ರೀತಿಯ ಮೂದಲಿಕೆ ಖಂಡಿತವಾಗಿಯೂ ಒಂದು ರೀತಿಯ ಶೋಷಣೆಯೇ. ಮಕ್ಕಳ ಮೃದು ಮನಸ್ಸಿನ ಮೇಲೆ ಶಿಕ್ಷಕರು ಮಾಡುವ ಈ ದಾಳಿ– ಹಲವು ಮಕ್ಕಳನ್ನು ಕುಗ್ಗಿಸುತ್ತದೆ. ಇದನ್ನು ಭಾವನಾತ್ಮಕ ಶೋಷಣೆ (Emotional Abuse) ಎಂದು ಹೇಳುತ್ತಾರೆ.

ಭಾವನಾತ್ಮಕ ಶೋಷಣೆಗಳ ವಿಧಗಳು ಅನೇಕ. ಅವಮಾನಿಸುವುದು (HUMILIATION) ಕೂಡ ಇವುಗಳಲ್ಲಿ ಒಂದು. ಮಕ್ಕಳನ್ನು ತರಗತಿಯ ಮುಂದೆ ಅವಮಾನಿಸುವುದು, ಸ್ನೇಹಿತರ ಮುಂದೆ ಹೀಯಾಳಿಸುವುದು, ಒಂದು ಮಗುವನ್ನು ಇನ್ನೊಂದು ಮಗುವಿನೊಂದಿಗೆ ತುಲನೆ ಅಥವಾ ಹೋಲಿಕೆ ಮಾಡುವುದು ಇತ್ಯಾದಿಗಳ ಬಗ್ಗೆ ತಾಯಿ, ತಂದೆಯರು, ಶಿಕ್ಷಕರು ಗಮನ ಕೊಡುವ ಅಗತ್ಯ ಇದೆ.

ನಮ್ಮ ಮಕ್ಕಳನ್ನು ಅವಮಾನಿಸಿ ಅಥವಾ ತುಲನೆ ಮಾಡಿ ಅವರ ತಪ್ಪುಗಳನ್ನು ಸರಿಪಡಿಸಲು ಸಾಧ್ಯವಿಲ್ಲ. ಹಾಗೆಯೇ ಶಿಕ್ಷಕರು, ಕೇವಲ ಅಂಕ ತೆಗೆಯಲಿಲ್ಲ ಎಂಬ ಕಾರಣಕ್ಕಾಗಿ ಯಾವುದೇ ಮಗುವನ್ನು ಶಾಲೆಯಲ್ಲಿ ಯಾವುದೇ ರೀತಿಯಲ್ಲೇ ಆಗಲಿ ಅವಮಾನಿಸುವುದು, ಮಗು ಪಡೆದ ಅಂಕಗಳನ್ನು ಸೂಚನಫಲಕದಲ್ಲಿ ಹಾಕಿ ಬಹಿರಂಗಪಡಿಸುವುದು ಇತ್ಯಾದಿಗಳೆಲ್ಲವೂ ಮಕ್ಕಳ ಹಕ್ಕುಗಳ ಘೋರ ಉಲ್ಲಂಘನೆಯಾಗಿದೆ.

ಮಕ್ಕಳ ಬೆಳವಣಿಗೆಯಲ್ಲಿ ಮುಖ್ಯವಾದ ಒಂದು ಅಂಶವೆಂದರೆ, ಭಾವನಾತ್ಮಕ ಮನ್ನಣೆ. ತಾಯಿ, ತಂದೆ ಇಲ್ಲವೇ ಶಿಕ್ಷಕರು ತಾವು ಮಾಡುತ್ತಿರುವ ಕೆಲಸಗಳ ಬಗ್ಗೆ ಮೆಚ್ಚುಗೆ ಸೂಚಿಸಬೇಕು, ತಮಗೆ ಮನ್ನಣೆ ನೀಡಬೇಕು, ಹೊಗಳಬೇಕು ಎಂದು ಪ್ರತಿಯೊಂದು ಮಗುವೂ ಬಯಸುತ್ತದೆ. ಆದರೆ, ಹಲವು ಮನೆಗಳಲ್ಲಿ ಮತ್ತು ಶಾಲೆಗಳಲ್ಲಿ ಈ ಮಕ್ಕಳಿಗೆ ಸಿಗುವುದು ನಿರ್ಲಕ್ಷ್ಯ, ಶಿಕ್ಷೆ, ಒತ್ತಡ ಮತ್ತು ಇತರ ಮಕ್ಕಳೊಂದಿಗೆ ತುಲನೆ. ಇದರಿಂದಾಗಿ ಮಕ್ಕಳ ದೈಹಿಕ, ಮಾನಸಿಕ ಮತ್ತು ಭಾವನಾತ್ಮಕ ಬೆಳವಣಿಗೆಯ ಮೇಲೆ ಸಾಕಷ್ಟು ಪರಿಣಾಮ ಬೀರುತ್ತದೆ.

> ಭಾರತ ದೇಶದಲ್ಲಿ ಮಹಿಳಾ ಮತ್ತು ಮಕ್ಕಳ ಕಲ್ಯಾಣ ಇಲಾಖೆಯ ಅಂಕಿ ಅಂಶಗಳ ಪ್ರಕಾರ–
>
> - ಮಕ್ಕಳ ಭಾವನಾತ್ಮಕ ಶೋಷಣೆ ಶೇಕಡ 50ರಷ್ಟು ಇದೆ.
> - ಗಂಡು ಮತ್ತು ಹೆಣ್ಣು ಮಕ್ಕಳು ಇಬ್ಬರೂ ತಾತ್ಸಾರಕ್ಕೆ ಒಳಗಾಗುತ್ತಾರೆ.
> - ಶೇಕಡ 83% ತಾಯಿ ತಂದೆಯರು ಈ ಶೋಷಣೆ ಮಾಡುವವರಾಗಿದ್ದಾರೆ.

ಡಾ. ಅರವಿಂದ್ ಗಮನಿಸುತ್ತಿದ್ದಂತೆ, ಯಾವ ಶಾಲೆಯಲ್ಲಿ ಶಾಲಾ ಶುಲ್ಕ ಹೆಚ್ಚು ಇರುತ್ತೋ, ಅಲ್ಲಿ ಫಲಿತಾಂಶ ಉತ್ತಮವಾಗಿರುತ್ತಿತ್ತು ಮತ್ತು ಮಕ್ಕಳನ್ನು ಶಿಕ್ಷಿಸುವುದು ಬಹಳ ನಡೆಯುತ್ತಿತ್ತು. ತಾಯಿ ತಂದೆಯರು ಅಂತಹ ಶಾಲೆಗಳನ್ನು ಇಷ್ಟಪಡುವುದು ವಿಪರೀತವಾಗಿತ್ತು. ಮಕ್ಕಳನ್ನು ಓದು, ಓದು ಎಂದು ಒತ್ತಡಕ್ಕೆ ಒಳಪಡಿಸುವುದು, ಅಪೇಕ್ಷಿತ ಅಂಕಗಳು ಬರದೇ ಇದ್ದರೆ ಸ್ಟೇಟ್ ಬೋರ್ಡ್ ಅಥವಾ ಸರಕಾರಿ ಶಾಲೆಗೆ ಹೋಗು ಎಂದು ಮೂದಲಿಸುವುದು, ಟಿಸಿ ಕೊಟ್ಟು ಕಳಿಸುತ್ತೇನೆ, ನಿನ್ನ ಮಾರ್ಕ್ಸ್‌ನ್ನು ಪತ್ರಿಕೆಗೆ ಹಾಕಬೇಕು ಮುಂತಾದ ಮೂದಲಿಕೆಗಳು ಸರ್ವೇ ಸಾಮಾನ್ಯವಾಗಿರುತ್ತಿತ್ತು.

ನಿನ್ನ ಮಾರ್ಕ್ಸ್ ಕಾರ್ಡ್‌ಗೆ ಸಹಿ ಹಾಕುವುದಿಲ್ಲ, ನೀನು ನನ್ನ ಮಗನೇ ಅಲ್ಲ, ನೀನು ದಂಡ, ಯಾವುದಕ್ಕೂ ಪ್ರಯೋಜನ ಇಲ್ಲ, ಯಾವುದಾದರೂ ಹೋಟೇಲಿನಲ್ಲಿ ವೇಟರ್ ಕೆಲಸ ಮಾಡು ಮುಂತಾಗಿ ತಾಯಿ ತಂದೆಯರು ಹೇಳುವುದು ಸಾಮಾನ್ಯವಾಗಿ ಕಂಡುಬರುತ್ತದೆ.

## ಶಿಕ್ಷೆ ಯಾಕೆ ಪ್ರಯೋಜನಕಾರಿಯಲ್ಲ?

ಅನೇಕ ಶಿಕ್ಷಕರು ಹಾಗೂ ಪೋಷಕರಲ್ಲಿ ನಾವು ಶಿಕ್ಷೆ ನೀಡುವುದು ಮಕ್ಕಳು ಕಲಿಯಬೇಕು ಮತ್ತು ಶಿಸ್ತಿನಿಂದ ಇರಬೇಕು ಎಂಬ ಉದ್ದೇಶದಿಂದ ವಿನಃ ಮಕ್ಕಳಿಗೆ ನೋವು ಮಾಡುವುದಕ್ಕಾಗಿ ಅಲ್ಲ. ಅಷ್ಟಾಗಿ ನಾವು ಬಯಸುವುದು ಅವರ ಒಳಿತೇ ಅಲ್ಲವೆ? ಎಂಬ ನಂಬಿಕೆ ಇದೆ.

ಆದರೆ ನಾವು ಇಲ್ಲಿ ಗಮನಿಸಬೇಕಾದದ್ದು, ಅವರ ಉದ್ದೇಶ ಒಳ್ಳೆಯದಾಗಿದ್ದರೂ ಅದನ್ನು ಸಾಧಿಸುವ ಮಾರ್ಗ ಸರಿ ಇದೆಯೇ? ಎಂದು. ಅವರು ನೀಡುವ ಶಿಕ್ಷೆಯಿಂದ ಅವರು ಉದ್ದೇಶಿಸಿರುವ ಕಾರ್ಯ ಸಾಧಿಸುವುದಿಲ್ಲ. ಬದಲಾಗಿ ಮಕ್ಕಳನ್ನು ಇನ್ನೂ ಒತ್ತಡಕ್ಕೆ ಸಿಲುಕಿಸಿ ಆಗುವ ಕಲಿಕೆಯನ್ನೂ ಹಾಳು ಮಾಡುತ್ತದೆ. ಅದು ಹೇಗೆ ಎಂದು ಕೆಳಗಿನ ರೂಪಕದಿಂದ ನೋಡೋಣ.

ಕಾಡು ದಾರಿಯಲ್ಲಿ ಹೋಗುತ್ತಿದ್ದ ಹುಡುಗನೋರ್ವನಿಗೆ ದರೋಡೆಕೋರರು ಎದುರಾದಾಗ ಹೋರಾಡು ಇಲ್ಲವೇ ಓಡು ಎನ್ನುವ ಪರಿಸ್ಥಿತಿ ಬಂದೊದಗುತ್ತದೆ. ಈ ಅಪಾಯದ ಪರಿಸ್ಥಿತಿಯ ಅರಿವಾದೊಡನೆ ಅಡ್ರಿನಾಲಿನ್ ಎನ್ನುವ ಹಾರ್ಮೋನು ರಕ್ತಪ್ರವಾಹಕ್ಕೆ ಬಂದು ಸೇರಿಕೊಳ್ಳುತ್ತದೆ. ಇದು ಆ ಕ್ಷಣದಲ್ಲಿ ಉಪಯೋಗಕ್ಕೆ ಬಾರದ ದೇಹದ ಇತರ ಭಾಗಗಳಿಂದ (ಉದಾಹರಣೆಗೆ ಜೀರ್ಣ ವ್ಯವಸ್ಥೆಯಿಂದ) ಆಮ್ಲಜನಕದ ಪ್ರಮಾಣವನ್ನು ಅಗತ್ಯವಿರುವ ಭಾಗಗಳಿಗೆ (ಉದಾಹರಣೆಗೆ ಕಾಲುಗಳಿಗೆ) ರವಾನಿಸಿ ಪರಿಸ್ಥಿತಿಯನ್ನು ನಿರ್ವಹಿಸುವಂತೆ ಮಾಡುತ್ತದೆ.

ಇದಾದ ನಂತರ ಕ್ರಮೇಣ ಮತ್ತು ನಿಧಾನವಾಗಿ ಕಾರ್ಟಿಸೋಲ್ (Cortisol) ಎನ್ನುವ ಇನ್ನೊಂದು ಹಾರ್ಮೋನು ರಕ್ತಪ್ರವಾಹಕ್ಕೆ ಬಂದು ಸೇರುತ್ತದೆ. ಇದು

ದೇಹದಲ್ಲಿರುವ ಮಾಂಸಖಂಡ ಮತ್ತು ಕೊಬ್ಬಿನ ಶೇಖರಣೆಯಲ್ಲಿ ಸಂಗ್ರಹಿಸಲ್ಪಟ್ಟಿರುವ ಶಕ್ತಿಯನ್ನು ಅನಿವಾರ್ಯ ಸಂದರ್ಭದಲ್ಲಿ ಎರವಲು ಪಡೆದಿರುವ ಭಾಗಗಳಿಗೆ (ನಮ್ಮ ಉದಾಹರಣೆಯಲ್ಲಿ ಜೀರ್ಣ ವ್ಯವಸ್ಥೆಯಿಂದ ಎರವಲು ಪಡೆಯಲಾಗಿತ್ತು) ಕಳುಹಿಸುವ ಮೂಲಕ ಹಿಂದೆ ಆಗಿರುವ ಅಸಮತೋಲನವನ್ನು ಸರಿದೂಗಿಸುವ ಕೆಲಸ ಮಾಡುತ್ತದೆ. ಅಷ್ಟು ಮಾತ್ರವಲ್ಲದೆ ಈ ಕಾರ್ಟಿಸೋಲ್ ಹಾರ್ಮೋನು ಮಿದುಳಿನ ಹಿಂಪೋಕ್ಯಾಂಪಸ್ ಎನ್ನುವ ಭಾಗದಲ್ಲಿ ಈ ಘಟನೆಯನ್ನು ಸದಾ ನೆನಪಿನಲ್ಲಿರುವಂತೆ ಮಾಡುತ್ತದೆ ಮತ್ತು ಈ ನೆನಪು ಇಂತಹ ಸಂದರ್ಭಗಳು ಮುಂದೆ ಬಂದಾಗ ತಟ್ಟನೆ ಪ್ರತಿಕ್ರಿಯಿಸಲು ಸಹಕಾರಿಯಾಗಿಸುತ್ತದೆ.

ಇದು ಒತ್ತಡದ ಸನ್ನಿವೇಶವನ್ನು ನಿರ್ವಹಿಸಲು ನಮ್ಮ ದೇಹ ರೂಪಿಸಿಕೊಂಡಿರುವ ಸಹಜ ಮತ್ತು ಒಂದು ಅದ್ಭುತ ಪ್ರಕ್ರಿಯೆ. ಆದರೆ ಇದು ಕೇವಲ ದರೋಡೆಕೋರರು ಅಥವಾ ಅಂತಹ ಪ್ರತಿಕೂಲ ಸನ್ನಿವೇಶಗಳಲ್ಲಿ ಮಾತ್ರ ಉಂಟಾಗುವ ಪ್ರಕ್ರಿಯೆ ಅಲ್ಲ. ದಿನನಿತ್ಯದ ಸಂದರ್ಭಗಳಲ್ಲಿ ಕೂಡ ಮಕ್ಕಳು ಮತ್ತು ವಯಸ್ಕರಲ್ಲಿ ಹೀಗಾಗುತ್ತದೆ. ವಿಶೇಷವಾಗಿ ಮಕ್ಕಳಿಗೆ ಶಾಲೆಯಲ್ಲಿ ಏಟು ಬೀಳುವಾಗ, ಅವಮಾನ, ನಿಂದನೆ ಮಾಡಿದಾಗ, ಹೋಮ್‌ವರ್ಕ್ ಮುಗಿಸಲಾರದೆ ಭಯದಿಂದ ಶಿಕ್ಷಕರನ್ನು ಎದುರಿಸುವಾಗ, ಹೆತ್ತವರಿಂದ ಹೋಲಿಕೆಗೆ ಒಳಪಟ್ಟಾಗ, ಸ್ನೇಹಿತರಿಂದ ಬೆದರಿಕೆಗೆ ಒಳಪಟ್ಟಾಗ ಆಗುವ ಒತ್ತಡದಿಂದ ಈ ರೀತಿಯ ದೈಹಿಕ ಮತ್ತು ಮಾನಸಿಕ ಪ್ರಕ್ರಿಯೆ ಆಗುತ್ತದೆ. ಆದರೆ ಇದರ ಪ್ರಮಾಣದಲ್ಲಿ ವ್ಯತ್ಯಾಸ ಇರಬಹುದು ಅಷ್ಟೇ.

ಈ ಪ್ರಕ್ರಿಯೆ ಆದರೆ ಒಳ್ಳೆಯದೇ ಅಲ್ಲವೇ? ಮಗುವಿನ ನೆನಪಿನ ಶಕ್ತಿಗೆ ಮತ್ತು ಒತ್ತಡ ನಿರ್ವಹಣೆಗೆ ಸೂಕ್ತವಾಗುತ್ತದೆ ಅಲ್ಲವೇ? ಎಂದು ನೀವು ಭಾವಿಸಬಹುದು.

ಆದರೆ, ಕಾರ್ಟಿಸೋಲ್ ಎನ್ನುವ ಹಾರ್ಮೋನು ಪದೇ ಪದೇ ಮಿದುಳಲ್ಲಿ ಉತ್ಪತ್ತಿ ಆದರೆ ಕೆಲವು ಅಡ್ಡ ಪರಿಣಾಮಗಳನ್ನು ಉಂಟುಮಾಡುತ್ತದೆ. ಅವುಗಳನ್ನು ಈ ಎರಡು ಪ್ರಮುಖವಾದವು;

- ದೀರ್ಘಕಾಲಿಕವಾಗಿ ಕಾರ್ಟಿಸೋಲ್ ಬಿಡುಗಡೆ ಆಗುವುದರಿಂದ ಅಧಿಕ ರಕ್ತದೊತ್ತಡ, ಅಲ್ಸರ್ ಮತ್ತು ಹೃದಯ ಸಂಬಂಧಿ ಕಾಯಿಲೆಗಳು ಉಂಟಾಗುತ್ತದೆ.
- ಅತೀ ಹೆಚ್ಚು ಮತ್ತು ನಿರಂತರವಾಗಿ ಈ ಗ್ರಂಥಿಯ ಉತ್ಪತ್ತಿಯಿಂದ ಮಿದುಳಿನ ಹಿಂಪೋಕ್ಯಾಂಪಸ್ ಎಂಬ ಭಾಗದಲ್ಲಿ ಅನೇಕ ನಿರ್ಣಾಯಕ ನರಕೋಶಗಳ (Neurons) ನಾಶವಾಗುತ್ತದೆ. ಇದು ಮಕ್ಕಳ ನೆನಪಿನ ಶಕ್ತಿ ಮತ್ತು ಕಲಿಕಾ ಸಾಮರ್ಥ್ಯವನ್ನು ಗಣನೀಯವಾಗಿ ಕುಂಠಿತಗೊಳಿಸುತ್ತದೆ.

ಮೇಲೆ ಹೇಳಿರುವುದರಲ್ಲಿ ಎರಡನೇ ಅಂಶ ಬಹಳ ಮುಖ್ಯ. ಏಕೆಂದರೆ ನಮ್ಮ ಶಿಕ್ಷಕರು ಮತ್ತು ಹೆತ್ತವರು ಹೇಳುವಂತೆ ಚೆನ್ನಾಗಿ ಕಲಿಕೆ ಆಗಬೇಕೆಂದು ಉದ್ದೇಶಿಸಿ ಮಕ್ಕಳನ್ನು ಭಯ

**ಹಾಗಾದರೆ, ಕಲಿಕೆ ಹೇಗಾಗುತ್ತದೆ?**

ಶಿಕ್ಷೆ ಅಥವಾ ಭಯದಿಂದ ಯಾವುದೇ ತೆರನಾದ ಕಲಿಕೆ ಆಗುವುದಿಲ್ಲ ಎಂದು ಅನೇಕ ಸಂಶೋಧನೆಗಳು ಸಾಧಿಸಿ ತೋರಿಸಿವೆ.

ಮಕ್ಕಳು ಜ್ಞಾನವನ್ನು ಕಟ್ಟಿಕೊಳ್ಳುವಲ್ಲಿ ಶಕ್ತರಾಗಿದ್ದು ಅದಕ್ಕೆ ಪೂರಕ ವಾತಾವರಣ ನಿರ್ಮಾಣ ಮಾಡಬೇಕು.

ಕಲಿಕೆ ಆಗಬೇಕಾದರೆ ಮಕ್ಕಳಲ್ಲಿ ಕಲಿಕೆಗೆ ಆಸಕ್ತಿ ಮೂಡಿಸಬೇಕು. ಆಸಕ್ತಿ ಮೂಡಿಸಲು ಧನಾತ್ಮಕ ಪ್ರೇರಕಗಳಾದ - ಕಲಿಕೆಯಲ್ಲಿ ಹಾಡು, ನೃತ್ಯ, ಬಹುಮಾನ, ಹೊಗಳಿಕೆ ಇತ್ಯಾದಿಗಳು ಒಂದು ಪ್ರಮಾಣದಲ್ಲಿ ಸಹಕಾರಿ ಆಗುತ್ತದೆ.

ಆದರೆ ಕಲಿಕಾ ಪ್ರಕ್ರಿಯೆ ಆಸಕ್ತಿದಾಯಕವಾಗಬೇಕಾದರೆ ಅದು ವೈಜ್ಞಾನಿಕವಾಗಿ ರೂಪಿತವಾಗಬೇಕು. **'ವಿದ್ಯಾರ್ಥಿಯ ಸಾಮರ್ಥ್ಯ'** ಮತ್ತು ತರಗತಿಯಲ್ಲಿ ನೀಡುವ **'ಕಲಿಕಾ ಚಟುವಟಿಕೆಗಳ'** ಮಟ್ಟದ ನಡುವೆ ಹೊಂದಿಕೆ ಆಗಿರಬೇಕು. ವಿದ್ಯಾರ್ಥಿಯ ಸಾಮರ್ಥ್ಯ ಮೇಲಿನ ಮಟ್ಟದಲ್ಲಿದ್ದು ಕಲಿಕಾ ಚಟುವಟಿಕೆ ಕೆಳಮಟ್ಟದಲ್ಲಿದ್ದರೆ ವಿದ್ಯಾರ್ಥಿಗೆ ಅತೀ ಸುಲಭವಾಗಿ ಆಸಕ್ತಿ ಕಳೆದುಕೊಳ್ಳುವಂತಾಗುತ್ತದೆ. ಹಾಗೆ ವಿದ್ಯಾರ್ಥಿಯ ಸಾಮರ್ಥ್ಯದ ಮಟ್ಟಕ್ಕೆ ತಕ್ಕುದಾದ ಕಲಿಕಾ ಚಟುವಟಿಕೆ ಇಲ್ಲದೇ ಅದಕ್ಕಿಂತ ಉನ್ನತ ಮಟ್ಟದಲ್ಲಿದ್ದರೆ ವಿದ್ಯಾರ್ಥಿಗೆ ಅತೀ ಕಷ್ಟವಾಗಿ ಆಸಕ್ತಿ ಕಳೆದುಕೊಳ್ಳುವಂತಾಗುತ್ತದೆ.

ವಿದ್ಯಾರ್ಥಿಯ ಸಾಮರ್ಥ್ಯ ಮಟ್ಟಕ್ಕೆ ಪೂರಕವಾಗಿ ಕಲಿಕಾ ಚಟುವಟಿಕೆಗಳಿದ್ದು ಹಂತ ಹಂತವಾಗಿ ಸವಾಲು ನೀಡುತ್ತ ಬಂದಾಗ ವಿದ್ಯಾರ್ಥಿಯ ಆಸಕ್ತಿ ಉಳಿದು ಕಲಿಕಾ ಪ್ರಕ್ರಿಯೆಯಲ್ಲಿ ಸಕ್ರಿಯ ಪಾಲುದಾರನಾಗುತ್ತಾನೆ.

ಪಡಿಸಿದರೆ ಅದರಿಂದ ಆ ಉದ್ದೇಶ ನೆರವೇರುವುದಿಲ್ಲ. ಮಕ್ಕಳನ್ನು ಭಯಪಡಿಸಿ, ಅವಹೇಳನೆ, ನಿಂದನೆ ಮಾಡಿದಾಗ ಒತ್ತಡ ಉಂಟಾಗಿ ಕಲಿಕೆ ಮತ್ತು ನೆನಪಿನ ಶಕ್ತಿ ಕುಂದುತ್ತದೆ.

ಇದು ಮನೋವೈಜ್ಞಾನಿಕ ಕಾರಣವಾದರೆ, ಮಾನವೀಯ ನೆಲೆಯಲ್ಲಿ ನೋಡಿದರೆ ಯಾರಿಗೆ ತಾನೇ ಅವಮಾನ, ನಿಂದನೆ, ಹೆದರಿಕೆ ಇಷ್ಟ? ನೀವೇ ಹೇಳಿ? ನಾವು ಇಂದು ವಯಸ್ಕರ ನೆಲೆಯಲ್ಲಿ ನಿಂತು ಹಿಂದೆ ನಮ್ಮ ಶಿಕ್ಷಕರು ಛಡಿ ಏಟು ಕೊಟ್ಟಿದ್ದರಿಂದ ನಾವು ಕಲಿತೆವು ಎಂದು ಸಮರ್ಥಿಸುತ್ತೇವೆ. ಆದರೆ ಮಕ್ಕಳಾಗಿದ್ದಾಗ ನಮಗೆ ಇಷ್ಟ ಇಲ್ಲದ್ದು ಈಗ ಮಕ್ಕಳಿಗೆ ಇಷ್ಟ ಆಗುತ್ತದೆಯೇ?

'ನಮ್ಮ ಮಗು, ಒಂದು ಅರಳುವ ಹೂವು'. ಹೂವು ಅರಳಬೇಕಾದರೆ ಪ್ರೀತಿ, ಪ್ರಶಂಸೆ, ಧೈರ್ಯ ತುಂಬುವಿಕೆಯಂತಹ ನೀರು ನೀವು ದಿನ ನಿತ್ಯ ಸುರಿಯಬೇಕು. ಹೊಗಳಿಕೆ ಅಂದರೆ ಬರೇ ಹುಸಿ ಹೊಗಳಿಕೆ ಎಂದರ್ಥ ಅಲ್ಲ. ಪ್ರತೀ ಮಗುವಿನಲ್ಲೂ ಹಲವು ಉತ್ತಮ ಅಂಶಗಳು ಇರುತ್ತವೆ. ಆ ಉತ್ತಮ ಅಂಶಗಳನ್ನು ಗಮನಿಸಿ, ಗುರುತಿಸಿ, ಅದನ್ನು ಹೊಗಳಬೇಕು. ಈ ಹುರಿದುಂಬಿಸುವಿಕೆ ಮಗುವಿನ ಮನಸ್ಸನ್ನು ಅರಳಿಸುತ್ತದೆ. ಬರೇ ತೆಗಳಿಕೆ, ಈ ಹೂವುಗಳನ್ನು ಬಾಡುವಂತೆ ಮಾಡಿಬಿಡುತ್ತದೆ. ಹಾಗೆಂದು ಮಕ್ಕಳು ತಪ್ಪು ಮಾಡುವುದಿಲ್ಲ ಮತ್ತು ತಪ್ಪು ಮಾಡಿದಾಗ ಸುಮ್ಮನಿರಬೇಕು ಎಂದು ಅರ್ಥವಲ್ಲ. ಆದರೆ ಅದಕ್ಕೆ ರಚನಾತ್ಮಕವಾಗಿ ಪ್ರತಿಕ್ರಿಯಿಸಬೇಕಾಗುತ್ತದೆ. ಅದು ಹೇಗೆ ಅನ್ನುವುದರ ಕುರಿತು ಇದೇ ಪುಸ್ತಕದ "ಹದಿಹರೆಯದ ಮಕ್ಕಳ ಪಾಲನೆ ಪೋಷಣೆ ಒಂದು ಕಲೆ "ಎನ್ನುವ ಅಧ್ಯಾಯದಲ್ಲಿ ನೀಡಲಾಗಿದೆ.

ಒಂದು ಆಪ್ತಸಮಾಲೋಚನೆಯಲ್ಲಿ ಹದಿಹರೆಯದ ವಿದ್ಯಾರ್ಥಿಯೋರ್ವ, "ನಮ್ಮ ಶಿಕ್ಷಕರು ತಮಗೆ ಸಿಟ್ಟು ತರಿಸಬೇಡಿ ಅಂತಾರೆ, ಅಪ್ಪ ಅಮ್ಮ ತಮಗೆ ಹರ್ಟ್ ಮಾಡಬೇಡಿ ಅನ್ನುತ್ತಾರೆ, ಹಾಗಾದರೆ ನಮಗೂ ಭಾವನೆಗಳು ಇಲ್ಲವೇ ಸರ್?" ಎಂದು ಕೇಳಿರುವ ಪ್ರಶ್ನೆ ಅನುದಿನವೂ ನನಗೆ ಮತ್ತೇ ಮತ್ತೇ ಕೇಳಿಸುತ್ತದೆ.

ಅನೇಕ ಹೆಸರಾಂತ ಶಾಲೆಗಳು ಹೆಚ್ಚು ಹಣ ಸಂಪಾದಿಸಿ, ಶಿಕ್ಷಕರ ಮೇಲೆ ಒತ್ತಡ ಹೇರಿ, ಆ ಶಿಕ್ಷಕರು ಅಮಾಯಕ ಮಕ್ಕಳ ಮೇಲೆ ಹೌಹಾರಿ ಮಕ್ಕಳನ್ನು ಬಯ್ದು, ಹೊಡೆದು ಅವಮಾನಿಸಿ ಹೆಚ್ಚು ಹೆಚ್ಚು ಅಂಕಗಳನ್ನು ತೆಗೆಯಲು ಒತ್ತಡ ಹೇರುವುದು ಸಾಮಾನ್ಯ. ಉಮರ್‌ನಂತಹ ಹೂವುಗಳು ಬಾಡುವುದು ಹೀಗೆಯೆ. ಹಾಗಿದ್ದರೆ, "ಶಿಕ್ಷಣ" ಎಂದರೆ "ಶಿಕ್ಷೆ" + "ಹಣ" ಎಂದು ಅರ್ಥವಾಗಿಬಿಟ್ಟಿದ್ದೆಯೇ? ಈ ಲೆಕ್ಕಾಚಾರದ ಪ್ರಪಂಚದಲ್ಲಿ ಅರಳಿ ಘಮಘಮಿಸಬೇಕಾದ ಹೂವುಗಳನ್ನು ಬಾಡಿಸುವುದು ತರವೇ?

- ಭಾರತ ದೇಶದಲ್ಲಿ ಮಹಿಳಾ ಮತ್ತು ಮಕ್ಕಳ ಕಲ್ಯಾಣ ಇಲಾಖೆಯ ಅಂಕಿ ಅಂಶಗಳ ಪ್ರಕಾರ ಶೇಖಡ ಐವತ್ತರಷ್ಟು ಮಕ್ಕಳು ಲೈಂಗಿಕ ಮತ್ತು ದೈಹಿಕ ಶೋಷಣೆಗೆ ಒಳಗಾಗುತ್ತಾರೆ. ಆದರೆ ಭಾವನಾತ್ಮಕ ಶೋಷಣೆಯು ಇದಕ್ಕಿಂತ ಹೆಚ್ಚಿನ ಪ್ರಮಾಣದಲ್ಲಿ ಆಗುತ್ತದೆ.
- ಮಕ್ಕಳಲ್ಲಿರುವ ಒಳ್ಳೆಯ ಗುಣಗಳನ್ನು, ಪ್ರತಿಭೆ ಸಾಧನೆಗಳನ್ನು ಗುರುತಿಸಿ, ಪ್ರಶಂಸಿಸಿ, ಪ್ರೋತ್ಸಾಹಿಸಿ, ನಂತರ ತಪ್ಪುಗಳ ಕುರಿತು ತಿಳಿಹೇಳುವುದು ಉತ್ತಮ.

- ಮಕ್ಕಳ ಆರೈಕೆಯಲ್ಲಿ ಮೊದಲು ಅವರು ಇದ್ದಹಾಗೆ ಅವರನ್ನು ಸ್ವೀಕರಿಸಿ, ಮುಂದಿನ ಬದಲಾಣೆಗೆ ಪ್ರೋತ್ಸಾಹ ಮತ್ತು ಸೂಕ್ತ ಮಾರ್ಗದರ್ಶನ ನೀಡುವ "Unconditional positive regard" ಬಹಳ ಮುಖ್ಯ.
- ಅದರೆ ಹುಸಿ ಪ್ರಶಂಸೆ ಅಥವಾ ಹೊಗಳಿಕೆ ಬೇಡ, ಸಮಯ ಸಂದರ್ಭಕ್ಕೆ ಅನುಸಾರವಾದ ಪ್ರತಿಕ್ರಿಯೆ ಇರಲಿ. ಎಲ್ಲರ ಎದುರಲ್ಲಿ ಖಂಡಿಸುವ ಅಥವಾ ಶಿಕ್ಷಿಸುವ ತರಾತುರಿ ಸರಿಯಲ್ಲ.
- ಮಕ್ಕಳ ಬದುಕನ್ನು ರೂಪಿಸುವಲ್ಲಿ ಶಿಕ್ಷೆ ಯಾವತ್ತೂ ಪರಿಣಾಮಕಾರಿ ಮಾರ್ಗವಲ್ಲ. ಬದಲಾಗಿ ಅದು ಇನ್ನಷ್ಟು ಭಯ, ಆತಂಕ, ಹಿಂಜರಿಕೆ, ದುಃಖ ತರುತ್ತದೆ.

# 7

# ಅಯ್ಯೋ...ನಾಳೆ ಪರೀಕ್ಷೆ ಇದೆ...

ಉಮಾ ಹಾಗೂ ಅವಳ ತಾಯಿ ಡಾ. ಅರವಿಂದ್ ಅವರ ಕ್ಲಿನಿಕ್ಕಿಗೆ ಅವಸರ ಅವಸರವಾಗಿ ಬಂದು ರಿಸೆಪ್ಶನಿನಲ್ಲಿ ಒಂದೇ ಸಮನೇ ಕಿರಿಕಿರಿ ಮಾಡುತ್ತಿದ್ದರು. "ಉಮಾಳಿಗೆ ಪರೀಕ್ಷೆ ಇದೆ. ಇನ್ನು ಒಂದು ವಾರ ಮಾತ್ರ ಬಾಕಿ ಇದೆ. ಪೂರ್ವಭಾವಿ ಪರೀಕ್ಷೆಗೆ ಹೆದರಿದ್ದಾಳೆ. ಬೇಗ ಒಳಗೆ ಬಿಡಿ" ಎಂದು ತಾಯಿ ಮಮತಾ ಗೋಗರೆಯುತ್ತಿದ್ದಾಳೆ. ತಮ್ಮ ಕೋಣೆಯಿಂದಲೆ ಸಿಸಿ ಟಿವಿಯಲ್ಲಿ ಈ ಆತಂಕವನ್ನು ಗಮನಿಸಿದ ಡಾ ಅರವಿಂದ್ ಅವರು ಉಮಾ ಮತ್ತು ಅವಳ ತಾಯಿಯನ್ನು ಒಳಗೆ ಕಳುಹಿಸುವಂತೆ ಹೇಳಿದರು.

ಬಡ ವರ್ಗದ ಗೌಡ ಸಾರಸ್ವತ ಬ್ರಾಹ್ಮಣರ ಕುಟುಂಬದ ಉಮಾ ಹತ್ತನೇ ತರಗತಿಯಲ್ಲಿ ಕಲಿಯುತ್ತಿದ್ದಾಳೆ. ಶಾಲೆಯಲ್ಲಿ ಯಾವಾಗಲೂ ಇವಳೇ ಫಸ್ಟ್. ಆದರೆ ಯಾವಾಗಲೂ ಪರೀಕ್ಷೆಗೆ ಹೆದರಿಯೇ ಇವಳು ಪರೀಕ್ಷೆ ಬರೆಯುವುದು.

ಉಮಾಳ ತಂದೆ ಸಣ್ಣ ಕ್ಯಾಂಟೀನ್ ಒಂದನ್ನು ಮಾರಿಗುಡಿಯ ಮುಂದೆ ನಡೆಸುತ್ತಾನೆ. ಅಪ್ಪಟ ಬ್ರಾಹ್ಮಣ. ತನ್ನ ಒಬ್ಬಳೇ ಮಗಳು ಮುಂದೆ ಓದಿ, ತನಗೆ ನೆಮ್ಮದಿಯ ಜೀವನ ಒದಗಿಸುತ್ತಾಳೆ ಎಂಬ ದೃಢ ನಂಬಿಕೆ. ದೇವಿಯ ಮೇಲೆ ಅಪಾರ ಭಕ್ತಿ. ದಿನಾ ಬೆಳಿಗ್ಗೆ ಮಗಳನ್ನು ನಾಲ್ಕು ಗಂಟೆಗೆ ಎಬ್ಬಿಸಿ ಮಾರಿಗುಡಿಗೆ ಕರೆದುಕೊಂಡು ಹೋಗಿ ಬಂದು, ನಂತರ ಬಸ್ ಸ್ಟಾಂಡ್‌ನ ಮುಂದೆ ಒಂದು ಗಾಡಿಯಲ್ಲಿ ಬೆಳಿಗ್ಗೆ ಐದರಿಂದ ಒಂಭತ್ತು ಗಂಟೆಯವರೆಗೆ ಕ್ಯಾಂಟೀನ್ ನಡೆಸಿ, ನಂತರ ಹತ್ತು ಗಂಟೆಯಿಂದ ಸಂಜೆ ಆರು ಗಂಟೆಯವರೆಗೆ ಮಾರಿಗುಡಿಯ ಮುಂದೆ ಹೋಟೆಲಿನಲ್ಲಿ ಕೆಲಸ ಮಾಡಿ, ಅದಾದನಂತರ ಪುನಃ ಬಸ್ ಸ್ಟಾಂಡ್ ಮುಂದೆ ಗಾಡಿಯಲ್ಲಿ ರಾತ್ರಿ ಒಂಭತ್ತು ಗಂಟೆಯವರೆಗೆ ಕೆಲಸ ನಡೆಸಬೇಕು. ಇದು ಇವರ ದಿನನಿತ್ಯದ ಕಾಯಕದ ದಿನಚರಿ. ತಂದೆಗೆ ಹುಷಾರಿಲ್ಲದಾಗ ತಾಯಿ ಮಮತಾಳು ಕೂಡಾ ಕ್ಯಾಂಟೀನ್ ಮತ್ತು ಗಾಡಿಗಳಲ್ಲಿ ಕೆಲಸ ಮಾಡಬೇಕು.

ಇದರಿಂದ ಬಂದ ಹಣ ಒಟ್ಟು ಮಾಡಿ ಮಗಳಿಗೆ ಅತ್ಯಂತ ದುಬಾರಿ ಕಾಲೇಜೊಂದರಲ್ಲಿ ಪಿಯುಸಿ ಶಿಕ್ಷಣ ಕೊಡಿಸಬೇಕು ಮತ್ತು ಅದರಿಂದ ಅವಳು ಸರಕಾರಿ ಕಾಲೇಜಿನಲ್ಲಿ ವೈದ್ಯಕೀಯ ಸೀಟು ಗಿಟ್ಟಿಸಿಕೊಳ್ಳಬೇಕು ಎಂಬುವುದು ತಂದೆಯ ಆಸೆ. ತಾಯಿ ಕೂಡ ಯಾವಾಗಲೂ ಹೇಳುವುದು "ನಾವು ಬಡವರು, ನಮಗೆ ಯಾವುದೇ ಪ್ರಭಾವ ಇಲ್ಲ. ನೀನು ಕಷ್ಟಪಟ್ಟು ಓದಿ,

ನಮಗೇ ಮುಂದೆ ದಾರಿದೀಪವಾಗಬೇಕು. ನಮ್ಮ ಈ ಗಾಡಿ, ಕ್ಯಾಂಟೀನಿನ ಜೀವನ ಸಾಕು'' ಎಂಬ ಇತ್ಯಾದಿ ಮಾತುಗಳು.

ಡಾ. ಅರವಿಂದರು ತಮ್ಮ ಆಪ್ತ ಸಮಾಲೋಚಕರು ಬರೆದಿದ್ದ ಸಾರಾಂಶ ಓದಿದವರು. ಉಮಾಳ ಆತಂಕಕ್ಕೆ ಕಾರಣವಾದ ವಿಷಯಗಳ ಕುರಿತು ಅವರಿಗೆ ಅರ್ಥವಾಗಿತ್ತು. ಹೆತ್ತವರ ಅಪೇಕ್ಷೆಗಳನ್ನು ನನಗೆ ಈಡೇರಿಸಲು ಆಗುತ್ತದೊ ಇಲ್ಲವೊ? ನಾನು ಒಳ್ಳೆಯ ಅಂಕ ಗಳಿಸಲು ವಿಫಲಳಾದರೆ ಏನು ಮಾಡುವುದು, ನಾನು ಎಷ್ಟು ಓದಿದರೂ ಸಾಲುತ್ತಿಲ್ಲಾವಲ್ಲಾ, ಓದಿದ್ದು ನೆನಪಿಗೆ ಬರದಿದ್ದರೆ ಏನು ಮಾಡುವುದು, ಹೇಗೆ ಪರೀಕ್ಷೆ ಬರೆಯುವುದು ಎಂಬ ಆತಂಕಗಳು ಉಮಾಳನ್ನು ಬಾಧಿಸುತ್ತಿದೆ ಮತ್ತು ಪರೀಕ್ಷೆ ಎದುರಿಸಲು ಆತ್ಮಸ್ಥೈರ್ಯ ಇಲ್ಲದಂತೆ ಮಾಡಿದೆ.

ಪರೀಕ್ಷಾ ದಿನಗಳು ಬಂದವೆಂದರೆ ಡಾ. ಅರವಿಂದರ ಆತಂಕವೂ ಜಾಸ್ತಿಯಾಗುತ್ತಿತ್ತು. ಪರೀಕ್ಷಾ ಹೆದರಿಕೆಯಿಂದ ಇಂತಹ ಅನೇಕ ಹತ್ತನೇ ತರಗತಿಯ ಮತ್ತು ಪಿಯುಸಿಯ ಮಕ್ಕಳು ಹಾಗೂ ಇವರ ತಾಯಿ ತಂದೆಯರು ಸದಾ ''ಮನೋವಿಶ್ವಾಸ'' ಕ್ಲಿನಿಕ್ಕಿಗೆ ಭೇಟಿ ನೀಡುತ್ತಾರೆ ಮತ್ತು ಮನೋವಿಶ್ವಾಸ ಕ್ಲಿನಿಕ್‌ನ ಇತರ ಸಂದರ್ಶಕರು ಹಾಗೂ ಉದ್ಯೋಗಿಗಳ ಮೇಲೂ ಒತ್ತಡ ತರುತ್ತಾರೆ. ಹಾಗಾಗಿ ನಾವು ಪರೀಕ್ಷಾ ಆತಂಕದ ಕುರಿತು ಇನ್ನೂ ವಿವರವಾಗಿ ತಿಳಿಯೋಣ.

ಪರೀಕ್ಷಾ ಆತಂಕ ಕೇವಲ ಮಕ್ಕಳನ್ನು ಮಾತ್ರ ಕಾಡುವುದಲ್ಲ. ಇದು ಹಲವಾರು ಬಾರಿ ತಾಯಿ, ತಂದೆಯರನ್ನು ಹಾಗೂ ಈಗ ಶಿಕ್ಷಣ ಇಲಾಖೆಯ ''100% ಫಲಿತಾಂಶ'' ಎಂಬ ಗೀಳಿನಿಂದ ಶಿಕ್ಷಕ, ಮುಖ್ಯ ಶಿಕ್ಷಕರನ್ನೂ ಕಾಡುತ್ತದೆ. ಇತ್ತೀಚಿನ ದಿನಗಳಲ್ಲಿ ಒಂದು ಎರಡನೆ ತರಗತಿಯಲ್ಲಿ ಓದುತ್ತಿರುವ ಮಕ್ಕಳು ಮತ್ತು ಅವರ ಹೆತ್ತವರು ಕೂಡ ಪ್ರತಿವಾರ ''ಅಯ್ಯೋ... ನಾಳೆ ಪರೀಕ್ಷೆ ಇದೆ..., ''ಅಯ್ಯೋ... ನಾಳೆ ಪರೀಕ್ಷೆ ಇದೆ...'' ಎಂದು ಬಡಬಡಿಸುವುದು ದಿನನಿತ್ಯ ನೋಡುತ್ತೇವೆ. ಡಾ. ಅರವಿಂದರು ಹಲವಾರು ಶಾಲೆಗಳಿಗೂ ಹೋಗಿ, ''ಪರೀಕ್ಷೆ ಎದುರಿಸುವುದು ಹೇಗೆ?'' ಎಂಬುದರ ಬಗ್ಗೆ ಮಾತನಾಡುತ್ತಿದ್ದರು.

**ಮೊದಲು ನಾವು ಯಾಕೆ ಓದಬೇಕು? ಎಂದು ತಿಳಿಯಬೇಕು.**

ನಾವು ಹೆಚ್ಚಾಗಿ ಶಿಕ್ಷಕರು ಹೇಳುತ್ತಾರೆ, ಹೆತ್ತವರು ಹೇಳುತ್ತಾರೆ, ಪರೀಕ್ಷೆಯಲ್ಲಿ ಅಂಕ ಗಳಿಸಲು, ಮುಂದೆ ಕೆಲಸ ಸಿಗಲು ಇತ್ಯಾದಿ ಕಾರಣಗಳಿಗಾಗಿ ಓದುತ್ತೇವೆ. ಆದರೆ ಓದಿನ ಮುಖ್ಯ ಕಾರಣ ನಮ್ಮ ಅರಿವನ್ನು ಹೆಚ್ಚಿಸುವುದು. ಈ ಓದಿನ ಮುಖಾಂತರ ಪಡೆದಿರುವ ಜ್ಞಾನವನ್ನು ಸಮರ್ಪಕವಾಗಿ ಕಲಿತಿರುವುದರ ಬಗ್ಗೆ ಖಾತ್ರಿ ಪಡಿಸಲು ಮತ್ತು ಒಂದು ವ್ಯವಸ್ಥೆಯನ್ನು ಸುವ್ಯವಸ್ಥಿತವಾಗಿ ಮುನ್ನಡೆಸಿಕೊಂಡು ಹೋಗಲು ಪರೀಕ್ಷೆ ಎನ್ನುವ ಪದ್ಧತಿಯೇ ವಿನಃ ಪರಿಕ್ಷೆಗಾಗಿಯೇ ಓದು ಅಲ್ಲ.

ಒಂದು ಉತ್ತಮ ಜೀವನ ನಡೆಸಲು ಒಬ್ಬ ವ್ಯಕ್ತಿಗೆ ಮೂಲಭೂತವಾದ ಭಾಷೆಯ ಜ್ಞಾನ, ಗಣಿತ ಮತ್ತು ಲೆಕ್ಕಾಚಾರ, ವಿಜ್ಞಾನದ ಮಾಹಿತಿ ಮತ್ತು ವೈಜ್ಞಾನಿಕ ಚಿಂತನೆ, ನಮ್ಮ ಇತಿಹಾಸ, ಸರಕಾರ, ರಾಜಕೀಯ ಮತ್ತು ಕಾನೂನಿನ ಕುರಿತಾದ ಅರಿವು ಇರುವುದು ಮುಖ್ಯ. ಇದಕ್ಕಾಗಿ ನಮ್ಮ ಪ್ರಾಥಮಿಕ ಮತ್ತು ಪ್ರೌಢ ಶಾಲಾ ಪಠ್ಯಕ್ರಮದಲ್ಲಿ ಈ ವಿಷಯಗಳು ಇವೆ ಮತ್ತು ಅವುಗಳನ್ನು ಕಲಿಯುವುದು ಮುಂದಿನ ಶಿಕ್ಷಣಕ್ಕೆ ತಳಪಾಯವಾಗಿದೆ ಮತ್ತು ಈ ವ್ಯವಸ್ಥೆಯಲ್ಲಿ ಮುಂದಿನ ಶಿಕ್ಷಣ ಪಡೆಯಲು ಕಡ್ಡಾಯ ಅರ್ಹತೆಯೂ ಆಗಿದೆ.

ಆದರೂ ಅನೇಕ ಕಾರಣಗಳಿಂದ ಕೆಲವು ವಿದ್ಯಾರ್ಥಿಗಳಿಗೆ ಗಣಿತ ಕಷ್ಟ ಆಗುತ್ತದೆ, ಕೆಲವರಿಗೆ ಭಾಷೆ, ಕೆಲವರಿಗೆ ವಿಜ್ಞಾನ, ಕೆಲವರಿಗೆ ಸಮಾಜ ವಿಜ್ಞಾನ ಹೀಗೆ ಯಾವುದಾದರೂ ವಿಷಯ ಕಷ್ಟವಿರುತ್ತದೆ. ಇದು ಕೆಲವೊಮ್ಮೆ ಮಕ್ಕಳ ವೈಯಕ್ತಿಕ ನ್ಯೂನತೆಯಿಂದ ಆದರೆ, ಹೆಚ್ಚಿನ ಸನ್ನಿವೇಶಗಳಲ್ಲಿ ಹೆತ್ತವರ ಒತ್ತಡದಿಂದ, ತರಗತಿ ಪರಿಸ್ಥಿತಿ, ಶಿಕ್ಷಕರ ವರ್ತನೆ ಮತ್ತು ಕಲಿಸುವ ಪದ್ಧತಿಯೂ ಕಾರಣವಾಗುತ್ತದೆ. ಆದರೆ ಮುಂದಿನ ಜೀವನಕ್ಕೆ ಈ ಮೂಲಭೂತ ಜ್ಞಾನ ಬಹಳ ಪ್ರಮುಖವಾದ್ದರಿಂದ ಕಷ್ಟವಾಗಿರುವ ವಿಷಯಗಳನ್ನು ಕೂಡ ಸ್ವಲ್ಪ ಹೆಚ್ಚು ಗಮನ ಕೊಟ್ಟು ಸ್ನೇಹಿತರಿಂದ, ಶಿಕ್ಷಕರಿಂದ, ಸಂಬಂಧಿಕರಿಂದ ಸಹಾಯ ಪಡೆದು ಓದಬೇಕು. ಹೇಗೊ ಹತ್ತನೆ ತರಗತಿ ಮುಗಿಸಿದರೆ ಮುಂದಿನ ವಿದ್ಯಾಭ್ಯಾಸದಲ್ಲಿ ವಿದ್ಯಾರ್ಥಿಗೆ ಆಸಕ್ತಿದಾಯಕವಾಗಿರುವ ಮತ್ತು ಸುಲಭವಾಗಿರುವ ವಿಷಯವನ್ನು ಆರಿಸಬಹುದು.

ಹೆಚ್ಚಾಗಿ ಪರೀಕ್ಷಾ ಸಂದರ್ಭಗಳಲ್ಲಿ ಯುದ್ಧಕಾಲೇ ಶಸ್ತ್ರಾಭ್ಯಾಸ ಮಾಡುತ್ತೇವೆ. ಇದು ಹೆಚ್ಚು ಒತ್ತಡವನ್ನು ತರುತ್ತದೆ. ಆದರೆ ವಿದ್ಯಾರ್ಥಿಗಳು ತಮ್ಮ ದಿನನಿತ್ಯದ ಚಟುವಟಿಕೆಗಳಿಗೆ ನಿಗದಿತವಾದ ಸಮಯ ನಿಗದಿ ಮಾಡಿ ವೇಳಾಪಟ್ಟಿ ತಯಾರಿಸುವುದು ಉತ್ತಮ. ಈ ವೇಳಾಪಟ್ಟಿಯಂತೆ ದಿನನಿತ್ಯ ಓದುವ ಹವ್ಯಾಸ ಮಾಡಿಕೊಂಡರೆ ಪರೀಕ್ಷಾ ಸಮಯದಲ್ಲಿ ಹೆಚ್ಚು ಒತ್ತಡ ಆಗುವುದಿಲ್ಲ ಮತ್ತು ಅಗತ್ಯಕ್ಕಿಂತ ಹೆಚ್ಚು ಶ್ರಮ ಪಡುವ ಅನಿವಾರ್ಯತೆ ಬರುವುದಿಲ್ಲ. ಆದರೆ ಈ ವೇಳಾಪಟ್ಟಿ ಕೇವಲ ಓದಿನಿಂದ ಮಾತ್ರ ತುಂಬಿರಬಾರದು. ಶಾಲಾ ಪಠ್ಯಗಳ ಓದಿನ ಜೊತೆಗೆ ಇತರ ಸಾಮಾನ್ಯ ಜ್ಞಾನ ಮತ್ತು ಮಕ್ಕಳ ಸಾಹಿತ್ಯದ ಓದು, ಆಟ, ಸಂಗೀತ, ನೃತ್ಯ, ವ್ಯಾಯಾಮ ಇತ್ಯಾದಿಗಳು ಸೇರಿರಬೇಕು. ಸಹಪಠ್ಯ ಚಟುವಟಿಕೆಯಲ್ಲೂ ಭಾಗವಹಿಸುವ ಮಕ್ಕಳಲ್ಲಿ ಪಠ್ಯ ವಿಷಯಗಳನ್ನು ಸುಲಭವಾಗಿ ಅರಗಿಸಿಕೊಳ್ಳುವ ಸಾಮರ್ಥ್ಯ ಇರುತ್ತದೆ ಎಂದು ಹೇಳಲಾಗುತ್ತದೆ.

ವಿದ್ಯಾರ್ಥಿಗಳು ಪರೀಕ್ಷೆ ಎದುರಿಸಲು ಐದು 'ಡಿ' (D) ಸೂತ್ರಗಳನ್ನು ಅಳವಡಿಸಿಕೊಳ್ಳಬೇಕು.

**ಮೊದಲ 'ಡಿ' ಡ್ರೀಮ್ ಅಥವಾ ಡಿಸೈರ್ : ಅಂದರೆ ಕನಸು ಅಥವಾ ಬಯಕೆ**

ಪರೀಕ್ಷೆಗೆ ನಲವತ್ತು ದಿನಗಳಿರುವಾಗ ತಮ್ಮ ಹಿಂದಿನ ಅಂಕಗಳನ್ನು ನೋಡಿಕೊಂಡು ಮಗು ಒಂದು ನಿರ್ದಿಷ್ಟ ಗುರಿಯನ್ನು ಇಟ್ಟುಕೊಳ್ಳಬೇಕು. ಆ ಗುರಿ ಬರೇ ಒಣ ಗುರಿಯಾಗಿರದೇ ವಿದ್ಯಾರ್ಥಿಯ ಕನಸು ಮತ್ತು ಬಯಕೆ ಆಗಿರಬೇಕು. ಆಗ ಮಾತ್ರ ಅದು ಭಾವನೆಯೊಂದಿಗೆ ಬೆರೆತು ಓದಲು ಛಲ ಮತ್ತು ಹುಮಸ್ಸನ್ನು ನೀಡುತ್ತದೆ. ಹಿಂದೆ 30 ಅಂಕ ಪಡೆದ ಮಗು ಇನ್ನೂ ಒಂದು ತಿಂಗಳು ಪ್ರಯತ್ನಿಸಿದರೆ ಕನಿಷ್ಠ 50 ಅಂಕ ಪಡೆಯಬಹುದು. ಇದೇ ಮಗುವಿನ ಪ್ರಮುಖ ಗುರಿಯಾಗಬೇಕು. ಹಾಗೆಯೇ 60 ಅಂಕ ತೆಗೆದ ಮಗು 80 ಅಂಕದ ಗುರಿ ಇರಿಸಿಕೊಳ್ಳಬೇಕು. ಅಂದರೆ ತನ್ನ ಅರ್ಹತೆಗೆ ಅನುಗುಣವಾಗಿ ಪ್ರತೀ ಮಗುವೂ ಒಂದು ಗುರಿಯನ್ನು ಇಟ್ಟುಕೊಳ್ಳಬೇಕು. ತಾಯಿ ತಂದೆಯರು ಕೂಡಾ ಇದನ್ನು ತಿಳಿದುಕೊಂಡು ಮಗುವಿನ ಈ ಗುರಿಯ ಬಗ್ಗೆ ತೃಪ್ತಿಪಟ್ಟುಕೊಳ್ಳಬೇಕು.

**ಎರಡನೇ 'ಡಿ' ಡಿಸಿಪ್ಲಿನ್: ಅಂದರೆ ಶಿಸ್ತು:**

ಪರೀಕ್ಷೆಯ ಮುಂಚಿನ ನಲವತ್ತು ದಿನಗಳಲ್ಲಿ ಶಿಸ್ತು ಬಹಳ ಮುಖ್ಯ. ಏನೂ ಓದದ ಮಗು ಕೂಡಾ ಕೊನೆಯ ಕ್ಷಣದಲ್ಲಿ, ಕೊನೆಯ ನಲವತ್ತು ದಿನಗಳಲ್ಲಿ ಓದಿ ಉತ್ತಮ ಅಂಕಗಳನ್ನು ಪಡೆದ ಹಲವು ಉದಾಹರಣೆಗಳನ್ನು ಡಾ. ಅರವಿಂದ್ ನೋಡಿದ್ದರು. ಆದರೆ ಅದರ ಅರ್ಥ ಕೊನೆಯ ಗಳಿಗೆಯಲ್ಲಿ ಓದಿದರೆ ಸಾಕು, ಪಾಸಾಗಬಹುದು ಎಂದು ಅರ್ಥ ಅಲ್ಲ. ಆದರೆ ಧೈರ್ಯಗೆಡುವ ಅಗತ್ಯ ಇಲ್ಲ, ಕೊನೆಯ ಗಳಿಗೆಯಲ್ಲಾದರೂ ಶ್ರಮವಹಿಸಿ ಓದುವುದು ಮುಖ್ಯ ಎಂದಷ್ಟೇ. ಶಾಲೆಯ ''ಓದಿನ ರಜೆ'' (STUDY HOLIDAY) ಬರುವವರೆಗೆ ಕನಿಷ್ಠ ಮೂರು ಗಂಟೆ ಮಕ್ಕಳು ಓದುವ ಅಭ್ಯಾಸವನ್ನು ಮಾಡಿಕೊಳ್ಳಬೇಕು. ''ಓದಿನ ರಜೆ'' ಬಂದ ಕೂಡಲೇ ಕನಿಷ್ಠ ಆರು ಗಂಟೆ ಓದುವುದು ಅನಿವಾರ್ಯ. ಆರು ಗಂಟೆ!! ಹೌದು. ಆದರೆ ಆರು ಗಂಟೆ ಅಂದರೆ ಒಂದೆ ಸಮನೇ ಆರು ಗಂಟೆ ಅಲ್ಲ. ಓದುವ ವಿಧಾನದ ಬಗ್ಗೆ ಇದೇ ಬರಹದಲ್ಲಿ ಮುಂದೆ ನೀಡಲಾಗಿದೆ.

**ಮೂರನೇ 'ಡಿ' ಡಿಟರ್ಮಿನೇಶನ್: ಅಂದರೆ ದೃಢವಾದ ಸಂಕಲ್ಪ**

ಪರೀಕ್ಷಾ ಸಮಯದಲ್ಲಿ ಧೃಡವಾದ ಸಂಕಲ್ಪ ಮುಖ್ಯವಾಗಿ ಇರಬೇಕಾದ ಒಂದು ಗುಣ. ಪರೀಕ್ಷೆಯ ಓದಿನ ಸಮಯವಾದ ಫೆಬ್ರವರಿ ತಿಂಗಳಲ್ಲಿ ಸಾಮಾನ್ಯವಾಗಿ ಬರುವ ಕ್ರಿಕೆಟ್ ಮ್ಯಾಚ್‌ಗಳು, ಚಳಿಗಾಲದಲ್ಲಿ ಬರುವ ಉತ್ಸವ 'ತೇರು'ಗಳು ಮಕ್ಕಳನ್ನು ಆಕರ್ಷಿಸುವುದರಲ್ಲಿ ಸಂಶಯವಿಲ್ಲ. ಆದರೆ 'ಗೆಲುವು ನನ್ನದೇ' ಎಂಬ ಕನಸು ಕಾಣುವ ಮಗು ಮುಂದಿನ ನಲವತ್ತು ದಿನಗಳಲ್ಲಿ 'ಓದು' ನನ್ನ ಒಂದೇ ಗುರಿ ಎಂಬ ಧ್ಯೇಯವಾಕ್ಯವನ್ನಿಟ್ಟು

ಕೊಳ್ಳಬೇಕು. ಉತ್ತಮ ಸಿನಿಮಾ, ಕೊಡಿಯಾಲ್ ತೇರು, ಕೊಡಿ ಹಬ್ಬ, ಊರ ಜಾತ್ರೆ, ಎಲ್ಲವೂ ಮುಂದೆಯೂ ಬರುತ್ತದೆ. ಆದರೆ ಈ ಬಾರಿ "ಓದು", ಇದು ಮಕ್ಕಳ ಗುರಿಯಾಗಬೇಕು.

ಮುಂದಿನ ನಲವತ್ತು ದಿನಗಳಲ್ಲಿ ಸಮಯ ಹಾಳು ಮಾಡುವ ಟಿವಿ, ಮೊಬೈಲ್, ಸೈಬರ್, ಪೂಲ್, ಎಫ್‌ಎಂ ರೇಡಿಯೋ, ಫೇಸ್ ಬುಕ್ಕು, ವಾಟ್ಸಾಪ್ ಬಗ್ಗೆ ನಿಗಾ ಇರಲಿ. ಇವುಗಳನ್ನು ಮುಂದಿನ ನಲವತ್ತು ದಿನ ಮುಟ್ಟುವುದೇ ಇಲ್ಲ ಎಂದರೆ, ಹತ್ತು ಅಂಕಗಳ ಮುನ್ನಡೆ ಖಂಡಿತ.

ಹಬ್ಬ ಹರಿದಿನಗಳ ಭೂರಿಭೋಜನ ಬೇಡ. ಹಾಗಂತ, ಹೊಟ್ಟೆ ಕಟ್ಟಿ ಓದುವುದೂ ಬೇಡ. ಪರೀಕ್ಷಾ ಸಮಯದಲ್ಲಿ ಉಪವಾಸದ ಅಥವಾ ಅಪರಿಮಿತ ಭೋಜನದ ಸಹವಾಸ ಸರಿ ಅಲ್ಲ. ಹಿತಮಿತವಾದ ಭೋಜನ ನಿಯಮಿತ ಸಮಯಕ್ಕೆ ಸರಿಯಾಗಿ ಮಾಡುವುದು ಬಹಳ ಮುಖ್ಯ.

**ನಾಲ್ಕನೇ 'ಡಿ' 'ಡೆಡಿಕೇಶನ್': ಅಂದರೆ ಓದಿಗಾಗಿ ಸಮರ್ಪಣಾ ಮನೋಭಾವ:**

ಓದಲು ಕುಳಿತ ಮೇಲೆ ಮನಸ್ಸು ಕ್ರಿಕೆಟ್ ಬಗ್ಗೆ, ಸಿನಿಮಾ ಇಲ್ಲವೇ ಟಿವಿ ಬಗ್ಗೆ ಹರಿದಾಡುವುದು ಸಹಜ. ಅರ್ಧ ಗಂಟೆ ಓದುವ ಸಮಯ ಪ್ರಾರಂಭವಾದಾಗ ಇವನ್ನೆಲ್ಲಾ ಬದಿಗೆ ಇರಿಸಿ ಓದುವುದು ಪ್ರಾರಂಭಿಸಿ. ಮೊದಲು ಕಷ್ಟವೆನಿಸಬಹುದು. ಆದರೆ, ರೂಢಿಯಾಗುತ್ತಾ ಬಂದಂತೆ ಮನಸ್ಸು ಹತೋಟಿಗೆ ಬರುತ್ತದೆ. ಅರ್ಧ ಗಂಟೆ ಓದಲು ಕುಳಿತಾಗ, ಅಲಾರಮ್ ಇಟ್ಟು ಓದಲು ಕುಳಿತುಕೊಳ್ಳಿ. ಆಗಾಗ ಗಡಿಯಾರ ನೋಡುವುದು ತಪ್ಪುತ್ತದೆ. ಸಮಯ ಮುಗಿಯಿತೇ? ಎಂದು ಅಮ್ಮನಲ್ಲಿ ಕೇಳುವುದು ಬೇಡ. ಒಂದೇ ಸ್ಥಳದಲ್ಲಿ ಕುಳಿತು ಕೇವಲ ಅರ್ಧ ಗಂಟೆಯಂತೆ ದಿನಕ್ಕೆ 6 ರಿಂದ 7 ಬಾರಿ ಓದಲು ಪ್ರಯತ್ನಿಸಿ. ಈ ಸಂದರ್ಭದಲ್ಲಿ ಯಾವುದೇ ಇತರ ವಿಚಾರಗಳ ಬಗ್ಗೆ ಯೋಚಿಸಬೇಡಿ.

**ಐದನೇ 'ಡಿ': ಇದನ್ನು ಡೈಸ್ ಅಥವಾ ಡಿವೈನ್ ಇಂಟರ್ವೆನ್ಶನ್ ಎಂದು ಹೇಳಬಹುದು. (Dice/ probability or divine intervention)**

ಮೇಲೆ ತಿಳಿಸಿರುವ ಎಲ್ಲಾ 'ಡಿ'ಗಳ ಮೇಲೆ ಕೆಲಸ ಮಾಡಿದರೂ ಸಹ ನಮ್ಮ ಹಿಡಿತದಲ್ಲಿ ಇರದೇ ಇರುವ ಕೆಲವು ವಿಚಾರಗಳಿರುತ್ತದೆ. ಅದಕ್ಕೆ ಡೈಸ್ ಅಥವಾ ದಾಳದ ಸಂಭವನೀಯತೆ ಎಂದು ಹೇಳಬಹುದು. ಉದಾಹರಣೆಗೆ: ಪರೀಕ್ಷೆಯಲ್ಲಿ ನಮಗೆ ಹೆಚ್ಚು ಪರಿಣತಿ ಇರುವ ಪ್ರಶ್ನೆಗಳು ಹೆಚ್ಚು ಬರುವುದು ಅಥವಾ ಬರದಿರುವುದು. ಶಾಲಾ ಪರೀಕ್ಷೆ ಅಥವಾ ಸ್ಪರ್ಧಾ ಪರೀಕ್ಷೆಗಳಲ್ಲಿ ಇತರ ಅಭ್ಯರ್ಥಿಗಳ ಹೆಚ್ಚು ಅಥವಾ ಕಡಿಮೆ ಅಂಕ ಗಳಿಕೆ ಇಂದ ನಮ್ಮ ರ್‍ಯಾಂಕ್ ಹೆಚ್ಚು ಕಡಿಮೆ ಆಗುವುದು ಇತ್ಯಾದಿ. ಇದು ಪರೀಕ್ಷೆಯಲ್ಲಿ ಮಾತ್ರವಲ್ಲ ಜೀವನದಲ್ಲೂ ಕೂಡ ನಿರ್ಣಾಯಕ ಅಂಶವಾಗಿರುತ್ತದೆ. ಹಲವು ಜನರಲ್ಲಿ ಕನಸುಗಳು, ಪ್ರತಿಭೆ ಮತ್ತು

ಶ್ರಮ ಪಟ್ಟಿದ್ದರೂ ಕೂಡ ಯಶಸ್ಸು ದೊರಕದೆ ಇರುವ ನಿದರ್ಶನಗಳಿವೆ. ಇದನ್ನು ಚಾನ್ಸ್ ಫ್ಯಾಕ್ಟರ್ ಎಂದು ವಿಜ್ಞಾನಿಗಳು ಕರೆಯುತ್ತಾರೆ. ಇನ್ನು ನಮ್ಮ ಸಂಸ್ಕೃತಿಯಲ್ಲಿ ಇದನ್ನು ಕಾಲ ಕೂಡಿ ಬರಬೇಕು ಅಥವಾ ದೈವೇಚ್ಛೆ ಎಂದು ಹೇಳುವುದು ಉಂಟು. ಅದೇನೆ ಆದರೂ ವಿದ್ಯಾರ್ಥಿಗಳು ಹೆಚ್ಚು ಯಶಸ್ಸು ಮತ್ತು ಪ್ರತಿಫಲದ ಕುರಿತು ಆಲೋಚಿಸ ಬಾರದು. ನಾನು ನನ್ನ ಪ್ರಯತ್ನವನ್ನು ಮಾಡುತ್ತೇನೆ. ಅಂಕಗಳ ಬಗ್ಗೆ ಒಂದು ಗುರಿ ಇಟ್ಟುಕೊಂಡಿದ್ದೇನೆ. ಆದರೆ ಅದರ ಬಗ್ಗೆ ಯೋಚಿಸಿಕೊಂಡು ಸಮಯ ವ್ಯರ್ಥ ಮಾಡುವುದಿಲ್ಲ. ನಾನೀಗ ಆದಷ್ಟೂ ಓದುತ್ತೇನೆ ಎಂಬ ಮಾತುಗಳನ್ನು ನಿಮಗೆ ನೀವು ಆಡಿಕೊಳ್ಳುತ್ತಿರಬೇಕು.

## ಅಧ್ಯಯನದ ವಿಧಾನ ಹೇಗೆ?

ಮೊದಲು ನಿಮಗೆ ಒಗ್ಗುವ ಓದಿನ ಪ್ರಕಾರ ಯಾವುದು ಎಂದು ತಿಳಿದಿಕೊಳ್ಳಬೇಕು. ಕೆಲವರಿಗೆ ನೀರಸವಾಗಿ ಓದಿಕೊಂಡು ಹೋದರೂ ಅರ್ಥವಾಗುತ್ತದೆ, ಕೆಲವರಿಗೆ ತರಗತಿಯಲ್ಲಿ ಪಾಠ ಕೇಳಿದರೆ ಸಾಕು, ಇನ್ನು ಕೆಲವರಿಗೆ ಬರೆದು ಓದಬೇಕು, ಇನ್ನು ಕೆಲವರಿಗೆ ಚಿತ್ರಗಳ ಮೂಲಕ, ಮೈಂಡ್ ಮ್ಯಾಪ್ ಅಥವಾ ನಕ್ಷೆ ತಯಾರಿಸುವುದರಿಂದ, ಪರಿಕಲ್ಪನೆಗಳನ್ನು ಸಂಕೇತಗಳನ್ನಾಗಿ (ಕೋಡ್ ವರ್ಡ್) ಮಾಡಿಕೊಂಡು ಓದುವುದರಿಂದ ಅರ್ಥ ಆಗುತ್ತದೆ. ಇನ್ನೂ ಕೆಲವರಿಗೆ ಒಮ್ಮೆ ಓದಿದರೆ ತಿಳಿಯುತ್ತದೆ. ಇನ್ನು ಕೆಲವರಿಗೆ ಒಂದಕ್ಕಿಂತ ಹೆಚ್ಚು ಬಾರಿ. ಹೀಗೆ ಎಲ್ಲರ ಓದಿನ ರೀತಿ ಬೇರೆ ಬೇರೆ ಇರುತ್ತದೆ.

ಹಾಗಾಗಿ ನಮಗೆ ಸೂಕ್ತವಾದ ಪದ್ಧತಿ ಯಾವುದು ಎಂದು ತಿಳಿದು ಆ ಪ್ರಕಾರವಾಗಿಯೇ ಯೋಜನೆ ರೂಪಿಸಿ ಓದಿದರೆ ಚೆನ್ನ. ಆದರೆ ಕೇವಲ ಓದುವುದು ಮಾತ್ರ ಪರೀಕ್ಷಾ ತಯಾರಿ ಅಲ್ಲ. ಇಲ್ಲಿ ಪರೀಕ್ಷೆಗಾಗಿ ಮಾಡುವ ತಯಾರಿಯನ್ನು ಅಧ್ಯಯನ (study) ಎಂದು ಕರೆಯುತ್ತೇವೆ. ಅಧ್ಯಯನದಲ್ಲಿ ಓದು ಒಂದು ಪ್ರಮುಖ ಅಂಗ, ಆದರೆ ಅದರ ಜೊತೆಗೆ ಓದಿದ್ದನ್ನು ನೆನಪಿಟ್ಟುಕೊಳ್ಳುವುದು, ಪುನರಾವರ್ತನೆ ಮಾಡುವುದು, ಪರೀಕ್ಷೆಯಲ್ಲಿ ಅದನ್ನು ಉತ್ತರದ ರೂಪದಲ್ಲಿ ಉತ್ತರಿಸುವುದು ಇತ್ಯಾದಿ ಸೇರಿರುತ್ತದೆ. ಓದು ವಿಶಾಲ ವ್ಯಾಪ್ತಿಯನ್ನು ಹೊಂದಿದ್ದರೆ ಅಧ್ಯಯನದ ಉದ್ದೇಶ ಇಲ್ಲಿ ಪರೀಕ್ಷೆಯಲ್ಲಿ ಉತ್ತಮ ಅಂಕಗಳಿಸುವುದು ಆಗಿರುತ್ತದೆ. ಹಾಗಾಗಿ ಅಧ್ಯಯನವನ್ನು ವ್ಯವಸ್ಥಿತವಾಗಿ ರೂಪಿಸಿಕೊಂಡು ಮಾಡಬೇಕು.

- ನಿಮಗೆ ಕಷ್ಟ ಎನಿಸುವ ವಿಷಯವನ್ನು ಮೊದಲು ಅಧ್ಯಯನ ನಡೆಸಬೇಡಿ. ಇಷ್ಟದ ವಿಷಯದಿಂದ ಓದಲು ಪ್ರಾರಂಭಿಸಿ. ಮಧ್ಯದಲ್ಲಿ ಸ್ವಲ್ಪ ಆಸಕ್ತಿ ಬಂದ ಮೇಲೆ, ಕಷ್ಟದ ವಿಷಯವನ್ನು ಓದಿ. ಪ್ರತಿಯೊಬ್ಬರಿಗೂ ಕೆಲವು ಕಬ್ಬಿಣದ ಕಡಲೆ ಎಂದು ಕರೆಸಿಕೊಳ್ಳುವ ವಿಷಯಗಳು ಇರುತ್ತವೆ. ಕಷ್ಟದ ವಿಷಯಗಳನ್ನು ಓದುವುದನ್ನು ಮುಂದೂಡಬೇಡಿ. ಇಂತಹ ವಿಷಯಗಳನ್ನು ನಿಮ್ಮ ಮಿತ್ರರ ಸಹಾಯ ಪಡೆದು ಅಥವಾ ಅವರ ಜೊತೆಗೂಡಿ ಓದಿದರೂ ಸುಲಭವಾಗುತ್ತದೆ.

- ಅಧ್ಯಯನ ಮಾಡುವಾಗ ಇಡೀ ದಿನ ಒಂದೇ ಸಮನೆ ಓದಿದರೆ ಅರ್ಥವಾಗದು. ಒಮ್ಮೆ ಓದಲು ಕುಳಿತರೆ ಅರ್ಧ ಗಂಟೆ ಓದಿ. ಓದಿದ ನಂತರ ಹದಿನೈದು ನಿಮಿಷ ವಿಶ್ರಾಂತಿ ಮಾಡಿ. ಮತ್ತೊಮ್ಮೆ ಅರ್ಧ ಗಂಟೆ ಓದಿ. ಹೀಗೆ ನಿಮ್ಮ ಓದುವ ಕ್ರಮ ಇರಬೇಕು. ಒಂದೇ ಸ್ಥಳದಲ್ಲಿ ಕುಳಿತು ಓದುವ ಅಭ್ಯಾಸ ಒಳ್ಳೆಯದು. ಓದಲು ನಿರ್ದಿಷ್ಟ ಸಮಯ ಪಾಲಿಸುವುದು ಕೂಡಾ ಬಹಳ ಒಳ್ಳೆಯದು.

- ಗಣಿತ, ಭೌತಶಾಸ್ತ್ರದ ಸಮಸ್ಯೆಗಳು ಮತ್ತು ಸಂಖ್ಯಾಶಾಸ್ತ್ರದ ಸಮಸ್ಯೆಗಳನ್ನು ಕಲಿಯುವಾಗ ಬರೆದು ಕಲಿಯುವುದು ಉತ್ತಮ.

- ನೀವು ಓದಿದ ನಂತರ, ಓದಿರುವ ವಿಷಯಗಳನ್ನು ನೆನಪು ಮಾಡಿಕೊಂಡು ಟಿಪ್ಪಣಿ ರೂಪದಲ್ಲಿ ಬರೆಯುವುದು ಒಳ್ಳೆಯದು. ಓದಿರುವ ವಿಷಯಗಳನ್ನು ಪ್ರಶ್ನೆಗಳಾಗಿ ರೂಪಿಸಿ, ಅವಕ್ಕೆ ಉತ್ತರಿಬೇಕು.

- ಓದಿರುವ ವಿಷಯಗಳನ್ನು ಪಾಯಿಂಟ್ಸ್ ರೂಪದಲ್ಲಿ ಬರೆದಿಡಿ. ಇದು ಪರೀಕ್ಷಾ ದಿನಗಳು ಹತ್ತಿರ ಬರುವಾಗ ಓದಲು ಸಹಾಯವಾಗುವಂತೆ ಮತ್ತು ಸಂಕ್ಷಿಪ್ತವಾಗಿ ನೆನಪಿಟ್ಟುಕೊಳ್ಳಲು ಸಲಭವಾಗುವಂತೆ ಮಾಡುತ್ತದೆ.

- ಬಾಯಿಪಾಠ ಮಾಡಿ ಕಲಿಯುವುದಕ್ಕಿಂತ ಹೆಚ್ಚಾಗಿ ಸಂಕೇತದ ರೂಪದಲ್ಲಿ, ಚಿತ್ರ ಹಾಗೂ ನಕ್ಷೆಗಳ ರೂಪದಲ್ಲಿ ಕಲಿತರೆ ಹೆಚ್ಚು ನೆನಪಿನಲ್ಲಿ ಉಳಿಯುತ್ತದೆ.

- ದೊಡ್ಡ ದೊಡ್ಡ ಉತ್ತರಗಳನ್ನು ಬಾಯಿ ಪಾಠ ಮಾಡಿದರೂ ಅದು ನೆನಪಲ್ಲಿ ಉಳಿಯುವುದು ಕಷ್ಟ. ಹಾಗಾಗಿ ಬಾಯಿಪಾಠಕ್ಕಿಂತ ವಿಷಯಗಳನ್ನು ಅರ್ಥಮಾಡಿಕೊಂಡು ನಿಮ್ಮದೇ ಪದಗಳಲ್ಲಿ ಬರೆಯುವುದು ಉತ್ತಮ. ನಿಮ್ಮದೇ ಪದಗಳಲ್ಲಿ ಬರೆಯಲು ಸೃಜನಶೀಲತೆ ಮತ್ತು ಉತ್ತಮ ಪದಸಂಗ್ರಹಣೆ ಬೇಕು. ಅದಕ್ಕಾಗಿ ನೀವು ಇತರ ಪುಸ್ತಕ, ಪತ್ರಿಕೆ ಓದುವ ಹವ್ಯಾಸ ಮೊದಲಿನಿಂದಲೂ ರೂಢಿಸಿಕೊಂಡರೆ ಸ್ವಂತವಾಕ್ಯದಲ್ಲಿ ಬರೆಯಲು ಸಹಕಾರಿಯಾಗುತ್ತದೆ.

- ಸಾಧ್ಯ ಇರುವ ಸಂದರ್ಭಗಳಲ್ಲೆಲ್ಲಾ ಪುಸ್ತಕದಲ್ಲಿ ಓದುತ್ತಿರುವುದನ್ನು ನಮ್ಮ ನಿಜ ಜೀವನದ ಘಟನೆಗಳೊಂದಿಗೆ, ಅನುಭವಗಳೊಂದಿಗೆ ಸಮೀಕರಿಸಿದಾಗ ಅದು ಸುಲಭವಾಗಿ ನೆನಪಿನಲ್ಲಿ ಉಳಿಯುತ್ತದೆ.

- ಅಧ್ಯಯನ ನಡೆಸುವಾಗ ಗುಂಪು ಚರ್ಚೆಯ ಮೂಲಕ ಮಾಡುವುದು ಕೂಡ ಒಳ್ಳೆಯ ವಿಧಾನ. ಆದರೆ ಗುಂಪು ಚರ್ಚೆಯ ಸಂದರ್ಭದಲ್ಲಿ ಸಮಯ ವ್ಯರ್ಥ ಆಗದಂತೆ ನೋಡಿಕೊಳ್ಳಬೇಕು. ಗುಂಪು ಚರ್ಚೆಯ ಸಂದರ್ಭದಲ್ಲಿ ವಿಷಯದ ಕುರಿತು ಸಂವಾದ ಅಥವಾ ಚರ್ಚೆಯ ಮುಖಾಂತರ ಕಲಿಯಬಹುದು, ಪರಸ್ಪರ ಪ್ರಶ್ನೆ ಕೇಳಿಕೊಂಡು ಕೂಡ ಕಲಿಯಬಹುದು.

- ನೀವು ಓದಿರುವುದನ್ನು ನಿಮ್ಮ ಸ್ನೇಹಿತರಿಗೆ ಹೇಳಿಕೊಡುವ ಅವಕಾಶ ಸಿಕ್ಕರೆ ಖಂಡಿತ ಉಪಯೋಗಿಸಿಕೊಳ್ಳಿ. ಮನುಷ್ಯ ಇನ್ನೊಬ್ಬರಿಗೆ ಹೇಳಿಕೊಡುವಾಗ ಹೆಚ್ಚು ಕಲಿಯುತ್ತಾನೆ ಎಂದು ಅಧ್ಯಯನಗಳು ಹೇಳುತ್ತವೆ.

- ಪರೀಕ್ಷೆಗಾಗಿ ಓದುವಾಗ ಓದಿದ್ದನ್ನು ಪುನಾರವರ್ತನೆ ಮಾಡುವುದು ಕೂಡ ಬಹಳ ಮುಖ್ಯ. ಮೂರು ಗಂಟೆಯ ಓದಿನಲ್ಲಿ ಕನಿಷ್ಠ ಒಂದು ಗಂಟೆ ಪುನರಾವರ್ತನೆ ಮಾಡಲು ಮೀಸಲಿಡುವುದು ಒಳ್ಳೆಯದು.

- ಇಂದು ಓದಿದ ವಿಷಯವನ್ನು ನಾಳೆ ಪುನಃ ಒಂದು ಬಾರಿ ಮನಸ್ಸಿನಲ್ಲೇ ಮರು ನೆನಪು ಮಾಡಿಕೊಂಡು, ಮುಂದಿನ ವಾರ ಇದೇ ದಿನ ಪುನಃ ನೆನಪು ಮಾಡಬೇಕು.

- ಪುನರಾವರ್ತನೆ ಮಾಡುವಾಗ ಓದಿರುವ ವಿಚಾರಗಳನ್ನು ಸಾರಾಂಶ ರೂಪದಲ್ಲಿ ನೆನಪು ಮಾಡಿಕೊಳ್ಳಲು ಪ್ರಯತ್ನಿಸಿಬೇಕು. ಸಾರಾಂಶಗಳನ್ನು ಬರೆದು ಟಿಪ್ಪಣಿ ಮಾಡಿಕೊಂಡರೂ ಉತ್ತಮ.

- ಸಾಧ್ಯವಾದಲ್ಲಿ ನಕ್ಷೆಗಳ ಅಥವಾ ಚಿತ್ರಗಳ ರೂಪದಲ್ಲಿ ನೆನಪು ಮಾಡಿಕೊಂಡಿದ್ದನ್ನು ಚಿತ್ರಿಸಬೇಕು. ಕಲಿತಿರುವ ಪರಿಕಲ್ಪನೆಗಳನ್ನು ಆದಷ್ಟೂ ಒಂದಕ್ಕೊಂದು ಸಂಬಂಧ ಕಲ್ಪಿಸಿಕೊಂಡು ನೆನಪಿಟ್ಟುಕೊಳ್ಳಲು ಪ್ರಯತ್ನಿಸಿದರೆ ಉತ್ತಮ.

- ಹಿಂದಿನ ವರ್ಷದ ಪರೀಕ್ಷೆಯಲ್ಲಿ ಕೇಳಲಾಗಿರುವ ಪ್ರಶ್ನೆಗಳನ್ನು ಅಧ್ಯಯನ ಮಾಡಬೇಕು. ಒಂದು ವಿಷಯದ ಪರೀಕ್ಷೆಯಲ್ಲಿ ಯಾವ ಪ್ರಕಾರದ ಪ್ರಶ್ನೆಯನ್ನು ಕೇಳಲಾಗುತ್ತದೆ, (ಉದಾಹರಣೆಗೆ: ಒಂದು ವಾಕ್ಯದ ಉತ್ತರ, ಹೊಂದಿಸಿ ಬರೆ, ಬಿಟ್ಟಸ್ಥಳ ತುಂಬುವುದು, ಚಿತ್ರ ಬಿಡಿಸುವುದು, ಟಿಪ್ಪಣಿ ಬರೆಯುವುದು, ಸಾರಾಂಶ ಬರೆಯುವುದು, ಐದಾರು ವಾಕ್ಯದಲ್ಲಿ ಉತ್ತರಿಸಿ ಇತ್ಯಾದಿ) ಎಂದು ತಿಳಿದು ಆ ಪ್ರಕಾರದ ಪ್ರಶ್ನೆಗಳಿಗೆ ತಯಾರಿ ನಡೆಸಬೇಕು. ಆ ಪ್ರಶ್ನೆಗಳಿಗೆ ಉತ್ತರಗಳನ್ನು ಬರೆದು ಕಲಿಯಬೇಕು.

- ನಿಮ್ಮ ಫಲಿತಾಂಶ ನಿರ್ಧಾರವಾಗಿರುವುದು ನೀವು ಓದಿರುವುದನ್ನು ಎಷ್ಟು ಸಮರ್ಪಕವಾಗಿ ಪರೀಕ್ಷೆಯಲ್ಲಿ ಬರೆದಿದ್ದೀರಿ ಎನ್ನುವುದರ ಮೇಲೆ. ಹಾಗಾಗಿ ಅಧ್ಯಯನದ ಪ್ರಕ್ರಿಯೆಯಲ್ಲಿ ಪರೀಕ್ಷೆಗೆ ಉತ್ತರ ಬರೆಯುವುದನ್ನು ಅಭ್ಯಾಸ ಮಾಡುವುದು ಮುಖ್ಯ. ಇದರಿಂದಾಗಿ ಪರೀಕ್ಷೆಯಲ್ಲಿ ಉತ್ತರಿಸಲು ಬೇಕಾದ ಸಮಯ, ಪದ ಸಂಗ್ರಹಣೆ, ವಾಕ್ಯ ರಚನೆ ಇತ್ಯಾದಿಗಳು ಪಕ್ವವಾಗುತ್ತದೆ.

ಬಹಳ ಮುಖ್ಯವಾಗಿ ಮಕ್ಕಳು ಆತಂಕರಹಿತವಾಗಿ, ಶಾಂತ ಮತ್ತು ಮುಕ್ತ ಮನಸ್ಸಿನಿಂದ ಕ್ರಮಬದ್ಧವಾಗಿ ಓದಿದರೆ ಮಾತ್ರ ಓದಿದ್ದು ನೆನಪಿನಲ್ಲಿ ಇರಬಹುದೇ ವಿನಃ ನೆನಪಿನ ಶಕ್ತಿ ಹೆಚ್ಚಿಸಲು ಯಾವುದೇ ಮಾತ್ರೆ, ಮದ್ದು, ಪೌಷ್ಟಿಕಾಂಶದ ಪೌಡರ್, ಕಷಾಯ ಅಥವಾ

ಯಾವುದೇ ತರಬೇತಿ ಇಲ್ಲ. ಅವೆಲ್ಲವೂ ನಮ್ಮನ್ನು ಮರುಳು ಮಾಡುವ ಮಾರುಕಟ್ಟೆ (ಕು) ತಂತ್ರಗಳಷ್ಟೇ.

## ಪರೀಕ್ಷಾ ಆತಂಕ: ತಾಯಿ-ತಂದೆಯರ ಕರ್ತವ್ಯಗಳು

ಪರೀಕ್ಷಾ ಸಮಯ ಮಕ್ಕಳಲ್ಲಿ ಎಷ್ಟು ಆತಂಕವನ್ನು ಉಂಟುಮಾಡುತ್ತದೆಯೋ, ಅಷ್ಟೇ ತಾಯಿ-ತಂದೆಯರನ್ನು ಕೂಡ ಬಾಧಿಸುತ್ತದೆ. ತಾಯಿ-ತಂದೆಯರು ತಮ್ಮಿಂದ ಪೂರೈಸಲಾಗದ ಅಭಿಲಾಷೆಗಳು, ತಮ್ಮ ಅಕ್ಕ-ಪಕ್ಕದವರ ಅಥವಾ ಸಹೋದ್ಯೋಗಿಗಳ ಮಕ್ಕಳ ಬುದ್ಧಿವಂತಿಕೆಯನ್ನು, ಅವರು ಗಳಿಸಿದ ಸೀಟುಗಳು ಅಥವಾ ಪಡೆದ ಕೀರ್ತಿಯನ್ನು ಕಟ್ಟಿಕೊಂಡು ತಮ್ಮ ಮಕ್ಕಳ ಮೇಲೆ ಇಡುವ ನಿರೀಕ್ಷೆಗಳು ಮಕ್ಕಳಲ್ಲಿ ಒತ್ತಡವನ್ನು ಉಂಟುಮಾಡಬಹುದು.

ಅದೇ ರೀತಿ ಹದಿಹರೆಯದ ವಯಸ್ಸಿನಲ್ಲಿರುವ ಮಕ್ಕಳು ತಾಯಿ-ತಂದೆಯರನ್ನು ವಿರೋಧಿಸುವುದು ಒಂದು ಸಹಜ ನೈಸರ್ಗಿಕ ಬೆಳವಣಿಗೆ. ಆ ಕಾರಣ ಮನೆಯಲ್ಲಿ ಪೋಷಕರು ಮತ್ತು ಮಕ್ಕಳ ನಡುವೆ ಸಂಘರ್ಷ ಸಾಮಾನ್ಯ. ಇದನ್ನು ಪೋಷಕರು ಗಮನದಲ್ಲಿಟ್ಟುಕೊಂಡು ಮಕ್ಕಳ ಪರೀಕ್ಷಾ ಸಮಯದಲ್ಲಿ ಜವಾಬ್ದಾರಿಯುತವಾಗಿ ವರ್ತಿಸಬೇಕು.

## ಪೋಷಕರು ಗಮನ ವಹಿಸಬೇಕಾದ ವಿಚಾರಗಳು:

1. ಒಂದು ಮಗುವನ್ನು ಮನೆಯಲ್ಲೇ ಇರುವ ಅಥವಾ ಪಕ್ಕದ ಮನೆಯವರ ಮಕ್ಕಳೊಂದಿಗೆ ಹೋಲಿಸಬಾರದು. ಅವರ ಸಾಧನೆಯನ್ನು ಈ ಮಕ್ಕಳೊಂದಿಗೆ ಹೋಲಿಸಿ ನಿಂದನೆ ಮಾಡಬಾರದು. ಹೀಗೆ ಅವಮಾನ ಮಾಡಿದರೆ ಪ್ರತೀಕಾರದಿಂದಾದರೂ ಛಲ ತಂದುಕೊಂಡು ಕಾರ್ಯಪ್ರವೃತ್ತರಾಗಬಹುದು ಎಂಬ ದೊಡ್ಡವರ ತರ್ಕವನ್ನು ಮುಗ್ಧ ಮಕ್ಕಳ ಮೇಲೆ ಪ್ರಯೋಗಿಸಿ ಅವರ ಮನೋಬಲವನ್ನು ಕುಗ್ಗಿಸಬಾರದು.
2. ಮಗುವಿನ ತಪ್ಪನ್ನು ಪದೇ ಪದೇ ಹೇಳುವುದು, ಬೈಯ್ಯುವುದು ಒಳ್ಳೆಯದಲ್ಲ. ತಿಳಿಸಿ ಹೇಳುವ ಮತ್ತು ಸಕರಾತ್ಮಕ ರೀತಿಯಲ್ಲಿ ಉತ್ತೇಜಿಸಿ ಪ್ರೇರಣೆ ನೀಡುವ ವ್ಯವಧಾನ ನಮ್ಮಲ್ಲಿ ಇದ್ದರೆ ಚೆನ್ನ.
3. ಮಗುವಿನ ಓದಿನ ಸಮಯದಲ್ಲಿ ಟಿ.ವಿ ಹಾಕುವುದು, ಹರಟೆ ಹೊಡೆಯುವುದು ಮಗುವಿನ ಓದಿಗೆ ಅಡ್ಡಿಯಾಗಬಹುದು. ಮಕ್ಕಳು ಮೊಬೈಲು ಮತ್ತು ಸಾಮಾಜಿಕ ಜಾಲತಾಣಗಳ ಬಳಕೆ ಕಡಿಮೆ ಮಾಡುವಂತೆ ನಿಗಾ ವಹಿಸಬೇಕಾಗುತ್ತದೆ.

4. ಪೋಷಕರು ಜಗಳವನ್ನು ಎಂದಿಗೂ ಮಾಡಬಾರದು. ಆದರೆ ಪರೀಕ್ಷಾ ಸಮಯದಲ್ಲಂತೂ ಮಕ್ಕಳ ಮುಂದೆ ಖಂಡಿತಾ ಜಗಳ ಮಾಡಬಾರದು. ಹೆತ್ತವರ ಜಗಳ ಮಕ್ಕಳ ಮಾನಸಿಕ ನೆಮ್ಮದಿಯ ಮೇಲೆ, ಓದಿಗೆ ಬೇಕಾಗಿರುವ ಗಮನ ಮತ್ತು ಶಾಂತತೆಯ ಮೇಲೆ ವ್ಯತಿರಿಕ್ತ ಪರಿಣಾಮಗಳನ್ನು ತರುತ್ತದೆ.

5. ಮಕ್ಕಳಿಗೆ ನಿರ್ದಿಷ್ಟವಾಗಿ ತರಗತಿಯಲ್ಲಿ ನೀನೇ ಮೊದಲು ಬರಬೇಕು, 9.9 ಸಿ.ಜಿ.ಪಿ.ಎ. ತೆಗೆಯಬೇಕು, ನಿನ್ನ ಹೆಸರು ಪೇಪರ್‌ನಲ್ಲಿ ನೋಡಬೇಕು ಮುಂತಾದವುಗಳನ್ನು ಅತಿಯಾಗಿ ಹೇಳಬಾರದು. ಈ ತರಹದ ಅತಿಯಾದ ಅಪೇಕ್ಷೆ ಮಕ್ಕಳ ಮೇಲೆ ಒತ್ತಡ ತರುತ್ತದೆ. ನಿಮ್ಮ ಮಕ್ಕಳ ಸಾಮರ್ಥ್ಯವನ್ನು ಸರಿಯಾಗಿ ಅರಿತು, ಅದಕ್ಕೆ ತಕ್ಕುದಾದ ನಿರೀಕ್ಷೆ ಮತ್ತು ಗುರಿಗಳನ್ನು ಇಟ್ಟುಕೊಂಡು ಮಕ್ಕಳಿಗೆ ಬೆಂಬಲ ನೀಡಿ.

6. ಪರೀಕ್ಷಾ ಸಮಯದಲ್ಲಿ ಮಕ್ಕಳ ಊಟ, ನಿದ್ರೆಯ ಬಗ್ಗೆ ಪೋಷಕರು ಗಮನ ಕೊಡುವುದು ಸೂಕ್ತ. ಹದಿಹರೆಯದವರು ಕನಿಷ್ಠ ಏಳು ಗಂಟೆ ನಿದ್ರೆ, ಸಮಯಕ್ಕೆ ಸರಿಯಾಗಿ ಊಟ-ತಿಂಡಿ ಮಾಡುವುದು ಆರೋಗ್ಯದಾಯಕ. ನಿದ್ರೆ ಊಟ ಬಿಟ್ಟು ಓದುವ ಮಗು ಇನ್ನೂ ಹೆಚ್ಚಿನ ಒತ್ತಡವನ್ನು ತಂದುಕೊಳ್ಳುತ್ತದೆ.

7. ಎಲ್ಲಾ ಮಕ್ಕಳು ಒಂದೇ ರೀತಿ ಇರುವುದಿಲ್ಲ ಎಂಬುದನ್ನು ನಾವು ಗಮನಿಸಿಬೇಕಾಗುತ್ತದೆ. ಮಕ್ಕಳ ಸಾಮರ್ಥ್ಯಕ್ಕೆ ತಕ್ಕಂತೆ ಅವರ ಮೇಲೆ ನಿರೀಕ್ಷೆ ಇಡಬೇಕು. ಎಲ್ಲಾ ಮಕ್ಕಳಿಗೂ ಒಂದಲ್ಲಾ ಒಂದು ವಿಷಯವು ಕಷ್ಟದಾಯಕವಾಗಿರುತ್ತದೆ. ಅವರ ಇಷ್ಟ ಮತ್ತು ಸಾಧನೆ ಗಮನಿಸಿ. ಮುಂದೆ ಅವರು ಆಯ್ದುಕೊಳ್ಳುವ ವಿಷಯಗಳನ್ನು ಅವರೇ ನಿರ್ಧರಿಸುವುದು ಸೂಕ್ತ. ಬೇಕಿದ್ದರೆ ಶಿಕ್ಷಕರ ಮತ್ತು ವೃತ್ತಿ ಆಪ್ತಸಲಹೆಗಾರರ ಸಲಹೆಯನ್ನು ಪಡೆಯಬಹುದು.

8. ಪರೀಕ್ಷಾ ಆತಂಕವೂ ಮಕ್ಕಳಲ್ಲಿ ಮಾನಸಿಕ ಖಿನ್ನತೆ, ಆತ್ಮಹತ್ಯಾ ಯೋಚನೆಗಳನ್ನು ಪ್ರಚೋದಿಸಬಹುದು ಎಂಬುದು ನಮಗೆ ತಿಳಿದಿರಲಿ. **ಆತ್ಮಹತ್ಯೆಯ ಬಗ್ಗೆ ಮಾತನಾಡುವ ಮಗುವನ್ನು ತುಂಬಾ ಗಮನವಿರಿಸಿ ನೋಡಿಕೊಳ್ಳುವುದು ಪೋಷಕರ ಕರ್ತವ್ಯ.**

## ಶಿಕ್ಷಕರು ಮತ್ತು ಶಾಲೆಗಳ ಕರ್ತವ್ಯ

1. ಮಕ್ಕಳಲ್ಲಿ ಆತ್ಮ ವಿಶ್ವಾಸ ಬೆಳೆಸುವುದರಲ್ಲಿ ಶಿಕ್ಷಕರ ಪಾತ್ರ ಬಹಳವಿರುತ್ತದೆ. 30 ಅಂಕ ತೆಗೆದು ಬೇಸರಗೊಂಡಿರುವ ಮಗುವನ್ನು ಏಕೆ ಇಷ್ಟು ಕಡಿಮೆ ತೆಗಿದಿದ್ದೀಯಾ ಎಂದು ಮೂದಲಿಸುವುದಕ್ಕಿಂತ ಇನ್ನೂ ಒಂದು ತಿಂಗಳಿದೆ, ಮನಸ್ಸಿಟ್ಟು ಓದಿದರೆ ಖಂಡಿತ ಉತ್ತಮ ಅಂಕವನ್ನು ತೆಗೆಯುವೆ ಎಂದು ಹೇಳಿ. ಕುಳಿತು ಶಾಂತ ರೀತಿಯಲ್ಲಿ ಮಾತನಾಡಿದರೆ ಮಗುವಿನಲ್ಲಿ ಸಾಕಷ್ಟು ಬದಲಾವಣೆಗಳನ್ನು ನಿರೀಕ್ಷಿಸಬಹುದು.

2. ಮಕ್ಕಳಿಗೆ ಕಷ್ಟವಾಗುವ ವಿಷಯಗಳಾದ ಗಣಿತ, ಸಮಾಜ ಶಾಸ್ತ್ರ, ಭೌತಶಾಸ್ತ್ರ ಮುಂತಾದವುಗಳನ್ನು ಕಲಿಯುವುದು ಹೇಗೆ, ನೆನಪಿಟ್ಟುಕೊಳ್ಳುವುದು ಹೇಗೆ ಎಂಬುದರ ಬಗ್ಗೆ ಮಕ್ಕಳಿಗೆ ತಿಳಿದಿರುವುದಿಲ್ಲ. ಈ ಬಗ್ಗೆ ಶಿಕ್ಷಕರು ತಿಳಿ ಹೇಳಿ ಮಕ್ಕಳಿಗೆ ಅಣಕು ಪರೀಕ್ಷೆಗಳನ್ನು ಮಾಡಿ ಅದರಲ್ಲಿ ಅವರ ಸಮಸ್ಯೆಗಳನ್ನು ಗುರುತಿಸಿದರೆ ತಕ್ಕ ಪರಿಹಾರವನ್ನು ಸೂಚಿಸಬಹುದು.

3. ಮಕ್ಕಳನ್ನು ಹೀಯಾಳಿಸುವ ಅಥವಾ ಒತ್ತಡ ತರುವಂತೆ ಮಾಡುವ ಬದಲು, ಒಂದು ಮಗು ಯಾಕಾಗಿ ಉತ್ತಮ ಅಂಕ ಗಳಿಸಲು ಆಗುತ್ತಿಲ್ಲ. ಯಾವ ಕಾರಣಗಳಿಂದಾಗಿ ಮಗುವಿನ ಓದು ಮತ್ತು ಕಾರ್ಯಕ್ಷಮತೆಗೆ ತೊಡಕುಂಟಾಗಿದೆ ಎಂದು ತಿಳಿದು ಅವುಗಳನ್ನು ಹೋಗಲಾಡಿಸಲು ಪ್ರಯತ್ನಿಸುವುದು ಸೂಕ್ತ ಮಾರ್ಗ.

4. ಪರೀಕ್ಷಾ ಆತಂಕದಿಂದ, ಪರೀಕ್ಷೆ ಕೊಠಡಿಗೆ ಹೋಗಲು ಹಿಂಜರಿದಿದ್ದ ಅನೇಕ ವಿದ್ಯಾರ್ಥಿಗಳನ್ನು ಶಿಕ್ಷಕರೇ ಹುರಿದುಂಬಿಸಿ ಪರೀಕ್ಷೆ ಬರೆದು, ಉತ್ತಮ ಅಂಕಗಳನ್ನು ಗಳಿಸಿದ್ದ ಉದಾಹರಣೆಗಳು ಸಾಕಷ್ಟಿವೆ.

### ಪರೀಕ್ಷಾ ಆತಂಕ ನಿರ್ವಹಣೆಯಲ್ಲಿ ಮಾನಸಿಕ ತಜ್ಞರ ಪಾತ್ರ

ಮೊದಲ ಆದ್ಯತೆಯಲ್ಲಿ ಪರೀಕ್ಷಾ ಭಯದಿಂದ ಉಂಟಾಗಿರುವ ಬಿಕ್ಕಟ್ಟಿನ ನಿವಾರಣೆಗೆ ಪ್ರಯತ್ನ ಮಾಡಬೇಕಾಗುತ್ತದೆ. ಇದಕ್ಕೆ ಕ್ರೈಸಿಸ್ ಇಂಟರ್ವೆನ್ಶನ್ ಎನ್ನುತ್ತೇವೆ. ಮಕ್ಕಳು ಕೆಲವು ತಪ್ಪು ಗ್ರಹಿಕೆಗಳಿಂದಾಗಿ ಪರೀಕ್ಷಾ ಆತಂಕ ಎದುರಿಸುತ್ತಾರೆ. ಅವುಗಳನ್ನು ಗುರುತಿಸುವುದು ಬಹಳ ಮುಖ್ಯ. ಆ ತಪ್ಪು ಗ್ರಹಿಕೆಗಳು ಯಾವುವು ಎಂದರೆ:

1. ನಾನು ಓದಿದ ವಿಷಯ ಬಿಟ್ಟು ಬೇರೆ ವಿಷಯಗಳನ್ನು ಕೇಳುತ್ತಾರೆ.
2. ನಾನು ತುಂಬಾ ಸಮಯ ಹಾಳು ಮಾಡಿದೆ, ಮೊದಲಿಂದಲೇ ಓದಬೇಕಿತ್ತು.
3. ಪರೀಕ್ಷಾ ಕೊಠಡಿಗೆ ಹೋದೊಡನೆ ನನಗೆ ಓದಿದ್ದೆಲ್ಲಾ ಮರೆತು ಹೋಗುತ್ತದೆ.
4. ನಾನು ಕಡಿಮೆ ಅಂಕ ತೆಗೆದರೆ ನನ್ನ ಜೀವನವೇ ಮುಗಿದು ಹೋಯ್ತು.
5. ನಾನು ಕಡಿಮೆ ಅಂಕ ಪಡೆಯುವುದರಿಂದ ನನ್ನ ಮನೆಯವರು ನನ್ನನ್ನು ಅಸಡ್ಡೆ ಮಾಡುತ್ತಾರೆ, ಇತ್ಯಾದಿ.

ಹಲವು ಮಕ್ಕಳು ಪರೀಕ್ಷಾ ಆತಂಕದಿಂದ 'ಆತ್ಮಹತ್ಯೆ' ಪ್ರಯತ್ನ ಮಾಡುವುದು ಕೂಡಾ ನಿಜ. ಈ ಬಿಕ್ಕಟ್ಟಿನ ನಿವಾರಣೆಯಲ್ಲಿ ಈ ತಪ್ಪು ಗ್ರಹಿಕೆಗಳನ್ನು ಸರಿಪಡಿಸುವ ಪ್ರಯತ್ನ ಮಾಡಲಾಗುವುದು. ಮಕ್ಕಳಿಗೆ ಧೈರ್ಯ ಹೇಳುವುದು, ಕೆಲವೊಮ್ಮೆ ಅವರ ಈ ನಕಾರಾತ್ಮಕ

ನಿಲುವುಗಳನ್ನು ತಪ್ಪು ಎಂಬುದನ್ನು ಅವರದೇ ಜೀವನದ ಕೆಲವು ಘಟನೆಗಳನ್ನು ತೋರಿಸಿ ಧೈರ್ಯ ತುಂಬುವುದು, ಅವರಿಗೆ ಆತಂಕ ಕಡಿಮೆ ಮಾಡಲು ಆತಂಕ ಶಮನ ಮಾಡುವಂತಹ ವ್ಯಾಯಾಮಗಳನ್ನು ಹೇಳಿಕೊಡುವುದು ಮಾಡಲಾಗುವುದು.

ತೀವ್ರ ಬಗೆಯ ಆತಂಕದ ಸಂದರ್ಭಗಳಲ್ಲಿ ಪರೀಕ್ಷಾ ಕೊಠಡಿಗೆ ಹೋಗಲು ನಿರಾಕರಿಸುವ ಮಕ್ಕಳನ್ನು ಹಾಗೂ, ಆತ್ಮಹತ್ಯಾ ಯೋಚನೆ ತೀವ್ರವಾಗಿರುವ ಮಕ್ಕಳನ್ನು ಗುರುತಿಸಿ ಅವರಿಗೆ ಆತಂಕ ನಿವಾರಕ ಮಾತ್ರೆಗಳನ್ನು ಪರೀಕ್ಷೆಯ ಒಂದು ವಾರದ ಮುಂಚೆ ಪ್ರಾರಂಭಿಸಿ, ನಂತರ ಪರೀಕ್ಷೆ ಮುಗಿದ ಕೂಡಲೇ ನಿಲ್ಲಿಸಲಾಗುವುದು.

ಪರೀಕ್ಷಾ ಆತಂಕ ಇರುವ ಮಕ್ಕಳ ಪೋಷಕರು, ಶಿಕ್ಷಕರು ಗಮನಿಸಬೇಕಾದ ವಿಷಯವೆಂದರೆ, ಯಾವ ಮಕ್ಕಳಿಗೆ ಆತಂಕ ಜಾಸ್ತಿ ಇದೆ ಎಂದು ನಿಮಗೆ ಅನ್ನಿಸಿದಲ್ಲಿ, ಅಂತಹ ಮಕ್ಕಳಿಗೆ ಪರೀಕ್ಷೆಯ ಮೂರರಿಂದ ಆರು ತಿಂಗಳ ಹಿಂದಿನಿಂದಲೇ ನುರಿತ ವೈದ್ಯರ ಸಹಾಯ ಪಡೆಯುವುದು ಮುಖ್ಯ. ಮನೋಶಾಸ್ತ್ರಜ್ಞರು ನೀಡುವ ಅರಿವಿನ ವರ್ತನಾ ಚಿಕಿತ್ಸೆ **(Cognitive Behaviour Therapy)ಎಂಬ ವಿಶೇಷ ಚಿಕಿತ್ಸೆಯ ಜೊತೆಗೆ ವಿಶ್ರಾಂತಿಯ ವ್ಯಾಯಾಮಗಳು (jacobsons progressive muscular relaxation technique)** ಅಥವಾ ಯೋಗ ಗುರುಗಳಿಂದ ಮನಸ್ಸಿನ ಕಳವಳ ಕಡಿಮೆ ಮಾಡಿಸುವಂತಹ ಯೋಗ ಅಥವಾ ಪ್ರಾಣಾಯಾಮ ಚಿಕಿತ್ಸೆಗಳು ಬಹಳ ಪರಿಣಾಮಕಾರಿಯಾಗಬಲ್ಲದು. ಆದರೆ ಕಲಿತು ಪ್ರತಿನಿತ್ಯ ಅದರ ಅಭ್ಯಾಸ ಮಾಡಿದರೆ ಮಾತ್ರ ಫಲಿತಾಂಶ ಬರುವುದು. ಆದರೆ ನಾಯಿಕೊಡೆಯಂತೆ ಎಲ್ಲೆಂದರಲ್ಲಿ ಹಬ್ಬಿರುವ ಇಂತಹ ಕೇಂದ್ರಗಳ ನಡುವೆ ನುರಿತ ಮತ್ತು ಸೂಕ್ತ ತರಬೇತಿ ಹೊಂದಿರುವ ಯೋಗ ಕೇಂದ್ರ ಮತ್ತು ಗುರುಗಳನ್ನು ಸ್ವಲ್ಪ ಮುತುವರ್ಜಿ ವಹಿಸಿ ಆಯ್ಕೆ ಮಾಡುವುದು ಉತ್ತಮ.

ಕೊನೆಯದಾಗಿ, ಇವತ್ತಿನ ಸಮಾಜದಲ್ಲಿ ಗೆದ್ದಿರುವ ಕುದುರೆಗೆ ಬೆಲೆ ಜಾಸ್ತಿ ಇರುವ ಸಂದರ್ಭದಲ್ಲಿ ಪರೀಕ್ಷೆಯಲ್ಲಿ ಅಂಕ ಗಳಿಸಿರುವ ಮಕ್ಕಳು, ಅವರ ಪೋಷಕರನ್ನು, ಶಿಕ್ಷಕರನ್ನು ಮತ್ತು ಶಾಲೆಯನ್ನು ಹೊಗಳಿ ಅಟ್ಟಕ್ಕೇರಿಸುವುದು ಸಾಮಾನ್ಯವಾಗಿದೆ. ಅಂದರೆ ಚೆನ್ನಾಗಿ ಓದಿರುವ ಮಕ್ಕಳನ್ನು, ಅದಕ್ಕೆ ಬೆಂಬಲ ನೀಡಿದವರನ್ನು ಶ್ಲಾಘಿಸಬಾರದು ಎಂದು ಇದರ ತಾತ್ಪರ್ಯ ಅಲ್ಲ. ಅಂತಹವರನ್ನು ಶ್ಲಾಘಿಸುವುದು ಇನ್ನೂ ಉತ್ತಮ ಅಂಕ ಹಾಗೂ ಜೀವನದಲ್ಲಿ ಪ್ರಗತಿ ಸಾಗಿಸಲು ಪ್ರೇರಣೆ ಆಗುತ್ತದೆ. ಆದರೆ ಕೆಲವು ಕಾರಣಗಳಿಂದ ಅಪೇಕ್ಷಿತ ಫಲಿತಾಂಶ ಪಡೆಯಲಾರದ ಮಕ್ಕಳು ಯಾವುದಕ್ಕೂ ಸಲ್ಲ ಎಂಬ ಧೋರಣೆ ಹುಟ್ಟಿಕೊಳ್ಳಬಾರದು. ಉತ್ತಮ ಅಂಕ ಗಳಿಸುವುದು ಬದುಕಿನ ಒಂದು ಅಂಶವೇ ಹೊರತು ಅಂಕವನ್ನು ಮೀರಿ ಬದುಕು ಕಟ್ಟಿಕೊಳ್ಳುವ, ವಿಶಾಲ ದೃಷ್ಟಿಕೋನದಲ್ಲಿ ಬದುಕನ್ನು ನೋಡುವ ಸಾಧ್ಯತೆಗಳನ್ನು ತೆರೆದಿಡುವುದು ನಮ್ಮ ಸಮಾಜದ ಕರ್ತವ್ಯವಾಗುತ್ತದೆ.

- ಚೆನ್ನಾಗಿ ಓದುವ ಮಕ್ಕಳು ಕೂಡ ಪರೀಕ್ಷಾ ಆತಂಕದಿಂದ ಬಳಲಬಹುದು.

- ಯುದ್ಧಕಾಲೇ ಶಸ್ತ್ರಾಭ್ಯಾಸ ಆತಂಕಕ್ಕೆ ಹೆಚ್ಚು ಕಾರಣವಾಗಬಲ್ಲದು.

- Read, Remember, Revision, Recite, Reproduce ಎಂಬ ಐದು 'R'ಗಳು. ಇದು ಪರೀಕ್ಷಾ ಓದಿಗೆ ಸಹಕಾರಿಯಾಗುತ್ತದೆ.

- ಇಂದು ಓದಿದ ವಿಷಯ ನಾಳೇ ಓದು, ಪುನಃ ಮುಂದಿನ ವಾರ ಇದೇ ದಿನ ಓದು, ಮತ್ತೊಮ್ಮೆ ಮುಂದಿನ ತಿಂಗಳು ಇದೇ ದಿನಾಂಕದಂದು ಓದು. ಪದೇ ಪದೇ ಓದುವುದು, ನೆನಪಿಸಿಕೊಳ್ಳುವುದು ನೆನಪನ್ನು ವೃದ್ಧಿಸಿಕೊಳ್ಳಲು ಸಹಾಯಕಾರಿ.

- ಒಂದೇ ಸ್ಥಳ, ಒಂದೇ ಸಮಯ ಆರಿಸಿ ಓದುವುದು ಒಳಿತು.

- ಬೇರೆಯವರ ಜೊತೆಗಿನ ತುಲನೆ ಮತ್ತು ಸ್ಪರ್ಧೆಗಳಿಗಿಂತ ಮಕ್ಕಳ ಸಾಮರ್ಥ್ಯಕ್ಕೆ ಸರಿಯಾದ ಗುರಿ ಇಟ್ಟುಕೊಳ್ಳುವುದು ಸೂಕ್ತ.

- ಪರೀಕ್ಷಾ ಆತಂಕದ ಮಕ್ಕಳಿಗೆ ಸೂಕ್ತ ಸಮಯದಲ್ಲಿ ನೆರವು ಮುಖ್ಯ.

## 8

# ನಮ್ಮ ವೃತ್ತಿ ನಮ್ಮ ಆಯ್ಕೆ

ಬಹಳ ಸಮಯದ ಬಳಿಕ ಬೆಂಗಳೂರಿನಲ್ಲೇ ಅನೇಕ ವರ್ಷಗಳಿಂದ ವಾಸವಾಗಿದ್ದ ಆಪ್ತ ಸ್ನೇಹಿತರೊಬ್ಬರ ಮಗ ಡಾ. ಅರವಿಂದರಿಗೆ ಸಿಕ್ಕಿದ್ದ. ಉಭಯ ಕುಶಲೋಪರಿಯ ನಂತರ ಹೇಗಿದೆ ಹೊಸ ಕೆಲಸ, ಜೀವನ ಇತ್ಯಾದಿ ಎಂದು ಕೇಳಿದಾಗ ಆತನ ಮುಖದ ಭಾವ ಅಷ್ಟೇನೂ ಸಮಾಧಾನವನ್ನು ಸೂಚಿಸುತ್ತಿರಲಿಲ್ಲ. ವಿಷಯ ಏನು ಎಂದು ಡಾ. ಅರವಿಂದರು ವಿವರವಾಗಿ ಕೇಳಿದಾಗ ಸಂಬಳವೇನೊ ಚೆನ್ನಾಗಿದೆ, ಕಂಪೆನಿಯೂ ಚೆನ್ನಾಗಿದೆ, ಮುಂದೆ ಈ ಕೆಲಸದಲ್ಲಿ ಮುಂದುವರಿದರೆ ಬೆಳವಣಿಗೆಯೂ ಚೆನ್ನಾಗಿದೆ. ಆದರೆ ನನಗೆ ಸರಿ ಹೊಂದುವ ಕೆಲಸ ಅಂತ ಅನ್ನಿಸುತ್ತಿಲ್ಲ ಎಂದು ಆದಿತ್ಯ ತನ್ನ ಪರಿಪಾಟಲುಗಳನ್ನು ವಿವರವಾಗಿ ಹೇಳಿದ. ಇವತ್ತು ಆದಿತ್ಯವಾರ ಆದ್ದರಿಂದ ಡಾ. ಅರವಿಂದರು ಸ್ವಲ್ಪ ಬಿಡುವಿನಲ್ಲಿಯೇ ಇದ್ದರು.

ಆದಿತ್ಯ ಮಧ್ಯಮ ಮೇಲ್ವರ್ಗದ ಕುಟುಂಬದಲ್ಲಿ ಬೆಳೆದವ. ತಂದೆ ಪಿ.ಡಬ್ಲ್ಯೂ.ಡಿ. ಇಲಾಖೆಯಲ್ಲಿ ಹಿರಿಯ ಇಂಜಿನಿಯರ್ ಆಗಿ ನಿವೃತ್ತಿ ಹೊಂದಿದ್ದರು. ತಾಯಿ ಗೃಹಿಣಿಯಾಗಿದ್ದರು. ಆದಿತ್ಯನ ಅಕ್ಕನಿಗೆ ಮದುವೆ ಆಗಿ, ಆಕೆಯ ಗಂಡ ವಿಪ್ರೋ ಕಂಪೆನಿಯಲ್ಲಿ ಸಾಫ್ಟ್ ವೇರ್ ಇಂಜಿನಿಯರ್ ಆಗಿ ಕೆಲಸ ಮಾಡುತ್ತಿದ್ದಾರೆ. ಅಣ್ಣನೂ ಕೂಡ ಅಕ್ಸೆಂಚರ್ ಕಂಪೆನಿಯಲ್ಲಿ ಐಟಿ ಉದ್ಯೋಗ ಮಾಡುತ್ತಿದ್ದಾನೆ. ಆದಿತ್ಯನು ಕೂಡ ಬೆಂಗಳೂರಿನ ಪ್ರತಿಷ್ಠಿತ ಕಾಲೇಜಿನಲ್ಲಿ ಕಂಪ್ಯೂಟರ್ ಇಂಜಿನಿಯರಿಂಗ್ ಕಲಿತಿದ್ದ. ಕ್ಯಾಂಪಸ್ ಆಯ್ಕೆಯಲ್ಲಿ ಇನ್ಫೋಸಿಸ್ ಕಂಪೆನಿ ಸೇರಿ ಎರಡು ವರ್ಷ ಕೆಲಸ ಮಾಡಿ ಈಗಷ್ಟೇ ಹೊಸ ಕಂಪೆನಿ ಸೇರಿದ್ದ.

ಆದರೆ ಆದಿತ್ಯನಿಗೆ ಸಾಫ್ಟ್ ವೇರ್ ಕಂಪೆನಿಯ ಕೆಲಸ ರುಚಿಸುತ್ತಿರಲಿಲ್ಲ. ಅದೇ ಕಂಪ್ಯೂಟರುಗಳು, ಅದೇ ಪ್ರೋಗ್ರಾಮುಗಳು, ಕ್ಲೈಂಟ್ ಮೀಟಿಂಗುಗಳು, ಟಾರ್ಗೆಟ್ಟುಗಳು, ಡೆಡ್‌ಲೈನುಗಳು – ಜೀವನ ಬೋರು ಅನ್ನುವಷ್ಟು ಆಗಿದೆ. ಅದಕ್ಕೂ ಹೆಚ್ಚಾಗಿ ಆತನ ಆಸಕ್ತಿ ಬೇರೆ ಇತ್ತು. ಆದರೆ ಅಪ್ಪನ ಒತ್ತಾಯಕ್ಕಾಗಿ ಮತ್ತು ತನ್ನ ಅಣ್ಣ ಹಾಗೂ ದೊಡ್ಡಪ್ಪ ಚಿಕ್ಕಪ್ಪನ ಮಕ್ಕಳು ಕೂಡ ಇಂಜಿನಿಯರ್‌ಗಳೇ ಆಗಿದ್ದರಿಂದ ತಾನೂ ಸೇರಲೇಬೇಕಾಯಿತು. ತಂದೆಯನ್ನು ವಿರೋಧಿಸಲಾಗದೆ, ತನ್ನ ಆಸಕ್ತಿಯ ಕೆಲಸಕ್ಕೆ ಹೋಗಬೇಕಾದರೂ ಏನು ಮಾಡಬೇಕು ಎಂದು ತಿಳಿಯದೆ ಇದ್ದದ್ದು ಕಾರಣವಾಯಿತು. ಅದರ ಜೊತೆಗೆ ತಾನು ಆಯ್ಕೆ ಮಾಡುವ ಕ್ಷೇತ್ರದ ಕುರಿತು ತಂದೆ ತಾಯಿಯರಿಗೆ ಖಂಡಿತ ಇಷ್ಟವಾಗುವುದಿಲ್ಲ, ನಮ್ಮಂತ

ಕುಟುಂಬದಿಂದ ಬಂದವರು ಇದನ್ನೆಲ್ಲ ಮಾಡಲು ಆಗುವುದಿಲ್ಲ ಎಂದು ಹೇಳುತ್ತಾರೆ ಎಂದು ಗೊತ್ತಿರುವುದರಿಂದ ಈ ವಿಚಾರವನ್ನು ಯಾರಿಗೂ ಹೇಳಲಿಲ್ಲ. ಕೊನೆಗೂ ಇಂಜಿನಿಯರಿಂಗ್ ಮುಗಿಸಿ ಕೆಲಸ ಗಿಟ್ಟಿಸಿಕೊಂಡು ಎಲ್ಲರಿಂದಲೂ ಶಹಭಾಸ್ ಅನ್ನಿಸಿಕೊಂಡು ಮದುವೆಯ ಮಾರುಕಟ್ಟೆಯಲ್ಲಿ ಸ್ಪರ್ಧಿಸಬಲ್ಲ ಪ್ರಬಲ ಕ್ಯಾಂಡಿಡೇಟ್ ಅದರೂ ಈಗ ಈ ಪಾಡು.

ಆದಿತ್ಯ ತನ್ನ ಮಾತು ಮುಂದುವರೆಸಿದ, ಅಂಕಲ್, ಇತ್ತೀಚೆಗಂತೂ ನನಗೆ ಕೆಲಸ ಮಾಡಲು ವ್ಯವಧಾನವೇ ಇಲ್ಲಾ. ಎಷ್ಟು ದಿನ ಅಂತ ಈ ಜೀವ ಇರದ ಕಂಪ್ಯೂಟರ್ ಜೊತೆಗೆ ಸಂಸಾರ ನಡೆಸಲಿ. ನಾವು ಜೀವ ಕೊಟ್ಟ ವಸ್ತು ನಮ್ಮದೇ ಜೀವ ತಿಂತದೆ ನೋಡಿ. ನಮ್ಮ ಬಾಸ್‌ಗಳು ಕೊಟ್ಟಿರುವ ಕೆಲಸ ಮಾಡಬೇಕು. ನಮ್ಮ ಸೃಜನಶೀಲತೆಗೆ, ಸ್ವಾತಂತ್ರಕ್ಕೆ ಬೆಲೆ ಇಲ್ಲ. ಬೇರೆಯವರು ಹೇಳೊದನ್ನ ಯಥಾವತ್ತಾಗಿ ಮಾಡೊದಕ್ಕೆ ಮನುಷ್ಯರು ಯಾಕೆ ಬೇಕು ಅಂಕಲ್. ನಾವ್ ಮಾಡಿರೊ ಕೆಲಸಕ್ಕೆ ಅವರು ಕೋಟಿ ಕೋಟಿ ದುಡಿದು ನಮಗೆ ಬರೇ ಸಾವಿರದಲ್ಲಿ ಕೊಡ್ತಾರೆ. ಅದು ಇರ್ಲಿ ಅಂಕಲ್, ಆದ್ರೆ ಇದು ನನ್ನ ಕೆಲ್ಸಾನೆ ಅಲ್ಲ. ನನ್ನ ಉಸಿರಿಗೂ ಅದರ ಲಯಕ್ಕೂ ತಾಳೆ ಆಗೋದಿಲ್ಲ ಅಂತ ಗೊತ್ತಾಗಿದೆ.

ಸಮಸ್ಯೆಗಳನ್ನು ಹೇಳುವಾಗಲೂ ಕಾವ್ಯಾತ್ಮಕವಾಗಿ ವಿವರಿಸುತ್ತಿದ್ದ ಆದಿತ್ಯನ ಮಾತುಗಳಿಗೆ ಮೆಚ್ಚಿದ ಡಾ. ಅರವಿಂದ್ ಅನುಕಂಪದಿಂದ ಹಾಗಾದರೆ ನಿನ್ನ ಇಷ್ಟದ ಕೆಲಸ ಯಾವುದು? ಅಂತ ಕೇಳಿದರು.

ಅಂಕಲ್, ಅಭಿನಯ, ನಾಟಕ, ಸಿನಿಮಾ, ಸಾಹಿತ್ಯ ನಂಗೆ ಇಷ್ಟ. ಚಿಕ್ಕಂದಿನಿಂದ ಅದೇ ಹುಚ್ಚು ಅದನ್ನು ಹೇಳುತ್ತಿರುವಾಗಲೇ ಆದಿತ್ಯನ ಕಣ್ಣಿನಲ್ಲಿ ಮಿಂಚು ಹರಿದಂತೆ ಭಾಸವಾಯಿತು. ಅವನ ಮನಸ್ಸಿನಲ್ಲಿ ಕಲೆಯ ಆಸಕ್ತಿ ಎಷ್ಟು ಗಟ್ಟಿಯಾಗಿ ಕೂತಿದೆ ಎಂದು ತಿಳಿಯುತ್ತಿತ್ತು

ಆದಿತ್ಯ ಮುಂದುವರೆಸುತ್ತ, ಆದರೆ, ಇದೆಲ್ಲವನ್ನು ಡೀಸೆಂಟ್ ಎಂದು ಕರೆಸಿಕೊಳ್ಳುವ ಕುಟುಂಬದಲ್ಲಿ ಮುಚ್ಚಿ ಇಟ್ಟುಕೊಳ್ಳಬೇಕಲ್ವಾ ಅಂಕಲ್. ಮುಂಚೆ ಮನೆಯಲ್ಲಿ ಆವಾಗಾವಾಗ ಸಿನಿಮಾ ನೋಡುತ್ತಿದ್ದೆ. ಆದರೆ ಒಂದಿನ ಹೈಸ್ಕೂಲ್ನಲ್ಲಿ ಇರೋವಾಗ ನನ್ನ ಗೆಳೆಯರು ಜೆ.ಪಿ. ನಗರದಲ್ಲಿರೊ ರಂಗಶಂಕರಕ್ಕೆ ನಾಟಕ ನೋಡೊಕೆ ಕರಕಂಡ್ ಹೋದ್ರು. ಸ್ವಲ್ಪ ದಿನ ಹಿಂದಷ್ಟೇ ರಂಗಶಂಕರ ಉದ್ಘಾಟನೆ ಆಗಿತ್ತು. ಶೇಕ್ಸಪಿಯರಿನ ಕಿಂಗ್ ಲಿಯರ್ ನಾಟಕವನ್ನು ಕನ್ನಡದಲ್ಲಿ ಮಾಡಿದ್ದರು. ಮೊದಲಬಾರಿಗೆ ಸ್ಟೇಜಿನಲ್ಲಿ ನಾಟಕ ನೋಡಿದ್ದೆ, ಮೈ ಜುಂ ಅಂತ್ತಿತ್ತು. ಕಿಂಗ್ ಲಿಯರ್‌ನ ನಟನೆ, ಸ್ಟೇಜ್ ಮೇಲ್ ಲೈಟು, ಸಂಗೀತ ನೋಡ್ತಾ ಇದ್ರೆ ರೋಮಾಂಚನ ಆಗ್ತಿತ್ತು. ಆದರೆ ಮನೆಗೆ ಬಂದು ಎಲ್ಲರಿಗೂ ಆ ಡೈಲಾಗುಗಳನ್ನ ಹೇಳಿದ್ರೆ , ಹಾಂಗೆಲ್ಲಾ ಮಾಡಬೇಡ, ಅದು ನಮ್ಮಂತವರಿಗಲ್ಲಾ ಅಂತಿದ್ರೂ. ಅಲ್ಲಿಂದ ಇಲ್ಲಿ ತನಕ ನಾನು ಇವುಗಳ ಬಗ್ಗೆ ಮನೆಯಲ್ಲಿ ಮಾತಾಡೋದೇ ಇಲ್ಲ. ನಮ್ಮ ಅಮ್ಮ ಸೀರಿಯಲ್ ನೋಡ್ತಾರೆ ಆದರೆ

ಮಗ ಅದರಲ್ಲಿ ನಟನೆ ಮಾಡೋದು ಸರಿ ಅಲ್ಲಂತೆ. ನಮ್ಮ ಅಣ್ಣಂಗಂತೂ ಕಥೆ ಪುಸ್ತಕ ಕೊಟ್ರೆ ಎರಡು ಪುಟ ಓದುವಾಗ ನಿದ್ರೆ ಮಾಡ್ತಾನೆ, ಅಪ್ಪನ ವಿಷಯ ಅಂತು ನಿಮಗೆ ಗೊತ್ತೇ ಇದೆ ಬಿಡಿ. ಇಂತವರ ಜೊತೆ ನಂಗೆ ಇಂತಹದೊಂದು ಕನಸು ಇದೆ ಅಂತ ಹೇಗೆ ಹೇಳಲಿ ಅಂಕಲ್. ಇದು ಅವರಿಗೆ ಅರ್ಥ ಆಗಲ್ಲಾ. ಅರ್ಥ ಆದ್ರೂ ಜೀರ್ಣ ಆಗಲ್ಲಾ ಎಂದು ತನ್ನ ಅಳಲನ್ನು ತೋಡಿಕೊಂಡ.

ಆದರೂ ನಾನ್ ಬಿಡಲ್ಲಾ ಅಂಕಲ್, ಮನೆಯಲ್ಲಿ ಯಾರು ಇಲ್ದಾಗ, ಕನ್ನಡಿ ಮುಂದೆ ಮೇಕಪ್ ಮಾಡಿಕೊಂಡು ನಟನೆ ಮಾಡ್ತೀನಿ. ಆವಾಗ ಪಠ್ಯ ಪುಸ್ತಕದ ಒಳಗೆ ಕಾರಂತ, ತೇಜಸ್ವೀ ಅವರ ಪುಸ್ತಕ ಓದುತ್ತಿದ್ದೆ. ಈಗಲೂ ಕದ್ದು ಮುಚ್ಚಿ ರಂಗಶಂಕರಕ್ಕೆ, ಕನ್ನಡ ಸಿನಿಮಾಗಳಿಗೆ ಹೋಗಿ ಬರ್ತೀನಿ. ಇಂಟರ್ನೆಟ್ಟಿನಲ್ಲಿ ಇರಾನಿ ಸಿನಿಮಾ, ಮಳಯಾಳಂ ಸಿನಿಮಾಗಳನ್ನು ನೋಡ್ತೀನಿ. ಕೆಲವು ಕವನ ಕಥೆಗಳನ್ನು ಬರೆದು ಇಟ್ಟಿದ್ದೀನಿ. ಅದೆಲ್ಲಾ ಇರಲಿ ಈಗ, ಜಾಬ್ ಬಿಡಬೇಕು ಅಂಥ ನಿರ್ಧಾರ ಮಾಡಿಬಿಟ್ಟಿದ್ದೀನಿ. ಏನು ತೊಂದರೆ ಆದರೂ ಪರ್ವಾಗಿಲ್ಲ, ಮನೆಯಲ್ಲಿ ಏನು ಅಂದುಕೊಂಡರೂ ಪರವಾಗಿಲ್ಲ ಮಾಡೋದ್ ಮಾಡೋದೆ. ಆದರೆ ಮೊದಲು ಏನು ಮಾಡಬೇಕು, ಹೇಗೆ ಮಾಡಬೇಕು ಎಂದು ಇನ್ನೂ ಸ್ಪಷ್ಟ ಇಲ್ಲ. ರಂಗಶಂಕರಕ್ಕೆ ಹೋದಾಗ ಕೆಲವರಿಗೆ ಕೇಳಿದ್ರೆ ಯಾವುದಾದರು ನಾಟಕ ಶಾಲೆ ಸೇರು ಅಂತಾರೆ. ಇನ್ನೂ ಫರ್ಮ್ ಆಗಿ ನಿರ್ಧಾರ ತಗೋಬೇಕು, ಪ್ಲೀಸ್ ಗೈಡ್ ಮಿ ಅಂಕಲ್ ಎಂದು ಆದಿತ್ಯ ತನ್ನ ಮಾತು ಮುಗಿಸಿದ.

ಆದಿತ್ಯನ ಮಾತುಗಳನ್ನು ಪೂರ್ತಿಯಾಗಿ ಕೇಳಿಸಿಕೊಂಡ ನಂತರ ಡಾ. ಅರವಿಂದ್ ತಮ್ಮ ಮಾತು ಶುರುಮಾಡಿದರು. ಈವಾಗಲಾದರೂ ನೀನು ಈ ನಿರ್ಧಾರ ತೆಗೆದುಕೊಳ್ಳುತ್ತಿರುವುದು ನನಗೆ ಸಂತೋಷ ತಂದಿದೆ. ನನಗೂ ಸ್ವಲ್ಪ ಕಲೆಯ ಬಗ್ಗೆ ಆಸಕ್ತಿ ಇರುವುದರಿಂದ ಕೆಲವು ವಿಚಾರಗಳನ್ನು ನಿನಗೆ ಹೇಳಬಹುದು. ಮೊದಲಿಗೆ ನೀನು ಇನ್ನೂ ಸ್ವಲ್ಪ ಸಮಯ ಕೆಲಸ ಮಾಡಿ ಒಂದಿಷ್ಟು ಹಣ ಒಟ್ಟುಗೂಡಿಸಿಕೊಂಡು ಇಟ್ಟುಕೊ. ಸಿನಿಮಾ ಅಥವಾ ನಾಟಕ ಅಷ್ಟು ಸುಲಭದ ಕ್ಷೇತ್ರ ಅಲ್ಲ. ಜೊತೆಗೆ ಬಂದ ಸಾವಿರಾರು ಜನರ ಮಧ್ಯೆ ರಾಜಕುಮಾರ್ ಆಗಿದ್ದು ಅವರೊಬ್ಬರೆ. ಆದರೆ ಅವರಂತಹ ರಾಜಕುಮಾರರು ಎಷ್ಟೋ ಜನ ಅಂದು ಬಂದಿದ್ದರು, ಇಂದಿಗೂ ಬರುತ್ತಿದ್ದಾರೆ, ಬಂದು ಅಡ್ರೆಸ್ ಇಲ್ಲದೆಯೂ ಬದುಕುತ್ತಿದ್ದಾರೆ. ಇವತ್ತು ಹಿಂದಿಯ ನವಾಜುದ್ದೀನ್ ಸಿದ್ದೀಕಿ ಬಹು ಬೇಡಿಕೆಯ ಮತ್ತು ಪ್ರಜ್ಞಾವಂತ ನಟ ಎಂದಷ್ಟೇ ನಮಗೆ ಗೊತ್ತು. ಆದರೆ ದೆಹಲಿಯ ರಾಷ್ಟ್ರೀಯ ರಂಗ ಶಾಲೆಯಲ್ಲಿ ನಾಟಕ ಪದವಿ ಪಡೆದರೂ, ಪರಿಣಿತ ಹೊಂದಿದ ಅದ್ಭುತ ಕಲಾವಿದನಾದರೂ ಅವಕಾಶ ಸಿಗದೆ ಮುಂಬಯಿಯಲ್ಲಿರುವ ಹಿರಿಯ ನಿರ್ದೇಶಕರ ರೂಮಿನಲ್ಲಿ ಅಡಿಗೆ ಸಹಾಯ ಮಾಡಿ ಬದುಕುವ ಅನಿವಾರ್ಯತೆ ಬಂದಿತ್ತು. ಇದನೆಲ್ಲಾ ಯಾಕೆ ಹೇಳುತ್ತಿದ್ದೇನೆ ಎಂದರೆ ನಿನ್ನಲ್ಲಿ ಈಗ ಇರುವ ಬದ್ಧತೆ, ಛಲ ಮುಂದೆಯೂ ಇರಬೇಕಾಗುತ್ತದೆ. ಸಿನಿಮಾ ಎಂದರೆ ಮಾಯೆ, ನಿನ್ನ ಪರಿಶ್ರಮದ ಜೊತೆಗೆ ಇನ್ನೂ ಅನೇಕ ನಿರ್ಧಾರಕ ಅಂಶಗಳು ಕೆಲಸ ಮಾಡುತ್ತವೆ. ಸುಲಭದಲ್ಲಿ ದೊರಕಿದ ಒಂದು

ಅವಕಾಶ ಬದುಕನ್ನೇ ಬದಲಿಸಬಹುದು, ಒಂದೇ ಅವಕಾಶಕ್ಕಾಗಿ ಬದುಕಿಡೀ ಕಾಯುವ ಸಂದರ್ಭ ಬಂದರೂ ಬರಬಹುದು. ಎರಡಕ್ಕೂ ತಯಾರಿರಬೇಕು. ಕೆಲಸದಿಂದ ಬಿಡುಗಡೆ ಹೊಂದಿದ ಮೇಲೆ ನಟನೆಯಲ್ಲಿ ಪರಿಣತಿ ಪಡೆದೇ ಕ್ಷೇತ್ರದ ಒಳಗೆ ಹೋಗಬೇಕು. ಅದಕ್ಕಾಗಿ ನೀನಾಸಂ, ರಂಗಾಯಣದಂತಹ ಸಂಸ್ಥೆಯಿಂದ ನಟನಾ ತರಬೇತಿ ಪಡೆಯುವುದು ಉತ್ತಮ. ಇನ್ನೆಲ್ಲಾ ಅವರು ಹೇಳ್ತಾರೆ, ಉಳಿದದ್ದು ಬದುಕು ಕಲಿಸುತ್ತೆ, ಆಲ್ ದಿ ಬೆಸ್ಟ್ ಮೈ ಬಾಯ್. ಹಾಗೆ ನಿನ್ನ ಮನೆಯವರಿಗೂ ನಿಧಾನವಾಗಿ ತಿಳಿ ಹೇಳು, ಸಿನಿಮಾ, ನಾಟಕ ಜಗತ್ತಿನಲ್ಲಿ ಇದ್ದೂ ಸಭ್ಯ ಜೀವನ ನಡೆಸುತ್ತಿರುವವರ ಕುರಿತು ಹೇಳು ಎಂದು ಹೇಳಿ ಡಾ. ಅರವಿಂದ್ ಆದಿತ್ಯನ ಬೆನ್ನು ತಟ್ಟಿ ಕಳುಹಿಸಿದರು.

ಇದು ಆದಿತ್ಯನ ಕಥೆ. ಇತನ ವಿಚಾರದಲ್ಲಿ ಒಳ್ಳೆಯ ಸಂಬಳ ಮತ್ತು ಅಷ್ಟೇನೂ ಪ್ರಮುಖವಲ್ಲದ ಜವಾಬ್ದಾರಿ ಮತ್ತು ಒತ್ತಡಗಳು ಇಲ್ಲದೆ ಇರುವುದರಿಂದ ನಿರ್ಧರಿಸುವುದು ಅಷ್ಟೇನು ಕಷ್ಟ ಅಲ್ಲ. ಮನೆಯವರ ಮನವೊಲಿಸುವುದು ಮತ್ತು ಸೂಕ್ತ ಮಾರ್ಗದರ್ಶನದ ಅವಶ್ಯಕತೆ ಇತ್ತು ಅಷ್ಟೇ.

ಆದರೆ ಇತ್ತೀಚೆಗಷ್ಟೇ ಡಾ. ಅರವಿಂದರವರ ಕ್ಲಿನಿಕ್ಕಿಗೆ ಬಂದಿದ್ದ ಸೌಂದರ್ಯಳ ಸಮಸ್ಯೆಗಳೇ ಬಹಳ ಸಂಕೀರ್ಣವಾಗಿತ್ತು. ಸೌಂದರ್ಯಾಳಿಗೆ ಸಮಾಜಕಾರ್ಯದಲ್ಲಿ (ಸೋಶಿಯಲ್ ವರ್ಕ್) ಸ್ನಾತಕೋತ್ತರ ಪದವಿ ಪಡೆದು ಸಮಾಜಕಾರ್ಯ ಕ್ಷೇತ್ರದಲ್ಲಿ ಕಾರ್ಯ ನಿರ್ವಹಿಸುವ ಆಸೆ. ಆದರೆ ತಂದೆಗೆ ಈಕೆ ಅರ್ಥಶಾಸ್ತ್ರದಲ್ಲಿ ಜೆ.ಎನ್.ಯು. ಇಂದ ಪಿ.ಎಚ್.ಡಿ. ಪಡೆಯಬೇಕೆಂದು ಅಪೇಕ್ಷೆ. ಹಾಗಾಗಿ ಮಂಗಳೂರಿನ ಕಾಲೇಜು ಒಂದರಿಂದ ಅರ್ಥಶಾಸ್ತ್ರದಲ್ಲಿ ಪದವಿಯೂ ಮುಗಿಯಿತು. ಈಗಲಾದರೂ ಸಮಾಜ ಕಾರ್ಯದಲ್ಲಿ ಸ್ನಾತಕೋತ್ತರ ಪದವಿ ಮಾಡೋಣ ಅಂದರೆ ಅದಕ್ಕೆ ಹತ್ತು ಹಲವಾರು ತೊಡಕುಗಳು. ಮನೆಯಲ್ಲಿ ತಾಯಿ ಒಂದು ಕಾಲದಲ್ಲಿ ಮಾಡಿದ ತಪ್ಪಿನಿಂದಾಗಿ ದೊಡ್ಡ ಮೊತ್ತದ ಸಾಲ ಪಡೆದು ಇಂದು ಅಪ್ಪ ತಿಂಗಳಿಗೆ ಎಂಬತ್ತು ಸಾವಿರ ದುಡಿದರೂ ಮನೆಯ ಬಾಡಿಗೆ ಮತ್ತು ಖರ್ಚುವೆಚ್ಚ ಹೋಗಿ ಉಳಿದೆಲ್ಲವು ಸಾಲದ ಅಸಲು, ಬಡ್ಡಿ ಕಟ್ಟಲು ಆಗುತ್ತಿದೆ. ಇನ್ನೂ ಎಷ್ಟು ವರ್ಷ ತೀರಿಸಿದರೂ ಮುಗಿಯುವುದು ಕಷ್ಟ ಎಂದು ಅಪ್ಪ ಹೇಳುತ್ತಿರುತ್ತಾರೆ. ಇದೇ ವಿಚಾರಕ್ಕೆ ಅಪ್ಪ ಅಮ್ಮನ ನಡುವೆ ದಿನನಿತ್ಯ ಜಗಳ ಆಗುತ್ತದೆ. ಖಾಸಗಿ ಕಂಪೆನಿಯಲ್ಲಿ ಕೆಲಸ ಮಾಡುವ ಅಪ್ಪನಿಗೂ ವಯಸ್ಸಾಗುತ್ತ ಬಂದಿದೆ. ಆಕೆಯ ಅಣ್ಣನು ಕೂಡ ಯಾವುದೇ ಜವಾಬ್ದಾರಿ ವಹಿಸಿಕೊಳ್ಳುತ್ತಿಲ್ಲ. ಯಾವುದೇ ಕೆಲಸ ಮಾಡದೆ ನಾಲ್ಕು ವರ್ಷದಲ್ಲಿ ಏಳು ಬಾರಿ ಸಿ.ಎ. ಪರೀಕ್ಷೆಗೆ ಪ್ರಯತ್ನಿಸಿ ಯಶಸ್ವಿಯಾಗದೆ ಕೂತಿದ್ದಾನೆ. ಮುಂದೆ ತಾನು ತಂದೆಯ ಬೆಂಬಲಕ್ಕೆ ನಿಲ್ಲದಿದ್ದರೆ ಈ ಸಾಲ ಖಂಡಿತಾ ತೀರುವುದಿಲ್ಲ, ಬದಲಾಗಿ ಮನೆ ಹರಾಜಾಗುತ್ತದೆ. ಸಮಾಜಕಾರ್ಯದಲ್ಲಿ ಸ್ನಾತಕೋತ್ತರ ಪದವಿ ಪಡೆದರೂ ಅದು ಹೆಚ್ಚು ಸಂಬಳ ಪಡೆಯುವ ಕೆಲಸ ಕೊಡಿಸುವುದು ಕಷ್ಟ. ಅದಕ್ಕಾಗಿ ಅರ್ಥಶಾಸ್ತ್ರದ ಒಂದು ವಿಷಯವಾದ ಎಕಾನೊಮೆಟ್ರಿಕ್ಸ್ ಓದಿದರಾದರೂ ಒಳ್ಳೆಯ ಕಂಪೆನಿಯಲ್ಲಿ ಕೆಲಸ ಗಿಟ್ಟಿಸಿಕೊಂಡು

ತಂದೆಗೆ ನೆರವಾಗಬಹುದೆಂದು ಅವಳ ಆಲೋಚನೆ. ಹಾಗಾಗಿ ಹತ್ತಿರದ ಕಾಲೇಜಿನಲ್ಲಿ ಎಮ್.ಎ.ಎಕೋನಾಮಿಕ್ಸ್‌ಗೆ ದಾಖಲು ಮಾಡಿಕೊಂಡಳು. ಪದವಿಯಲ್ಲಿ ಈ ಎಲ್ಲಾ ಕಾರಣಗಳಿಂದ ಸರಿಯಾಗಿ ಅಭ್ಯಾಸ ಮಾಡದ ಕಾರಣ ಕಡಿಮೆ ಅಂಕ ಗಳಿಸಿದ್ದರಿಂದ ಉತ್ತಮ ಕಾಲೇಜಿನಲ್ಲಿ ಪ್ರವೇಶಾತಿ ಪಡೆಯಲು ಆಗಲಿಲ್ಲ ಎಂದು ಕೊರಗಿದೆ. ಇದರ ಮಧ್ಯೆ ಇತ್ತೀಚೆಗೆ, ಅಪ್ಪ ಅಮ್ಮನಿಗೆ ಹೇಳಲಾಗದ್ದನ್ನು ಹಂಚಿಕೊಳ್ಳಲು ಮತ್ತು ತನಗಾದಷ್ಟು ಸಮಾಧಾನ ಮಾಡುತ್ತಿದ್ದ ಆತ್ಮೀಯ ಗೆಳತಿ ಅಪಘಾತದಿಂದ ಹಠಾತ್ತನೆ ಮಡಿದಳು. ಉತ್ತಮ ಶಾಲೆಯಲ್ಲಿ ಸೀಟು ಸಿಕ್ಕಿದ್ದರೂ ಕೂಡ ಅವಳು ಇವಳಿಗೋಸ್ಕರ ಸೌಂದರ್ಯಳ ಕಾಲೇಜೇ ಸೇರಿದ್ದಳು. ಈ ಎಲ್ಲಾ ಘಟನೆಗಳು ನನ್ನ ಜೀವನದಲ್ಲೇ ಯಾಕೆ ಆಗುತ್ತೆ ಎಂಬ ಅವಳ ಪ್ರಶ್ನೆಗೆ ಡಾ. ಅರವಿಂದರ ಬಳಿ ಉತ್ತರ ಇರಲಿಲ್ಲ. ಈಗ ಮತ್ತೊಂದು ಸಮಸ್ಯೆ ಎದುರಾಗಿದೆ. ಎಕಾನೊಮೆಟ್ರಿಕ್ಸ್ ವಿಷಯದ ತುಂಬ ಲೆಕ್ಕಗಳು, ಅಂಕಿಅಂಶಗಳು, ಸೂತ್ರಗಳು ಇರುದರಿಂದ ಹಾಗೂ ಪದವಿ ಹಂತದಲ್ಲೂ ಸರಿಯಾಗಿ ವ್ಯಾಸಂಗ ಮಾಡದ ಕಾರಣ ಓದಿನಲ್ಲಿ ಪ್ರಗತಿ ಮತ್ತು ಮನಸ್ಸು ಕೊಡುವುದು ಕಷ್ಟ ಆಗಿದೆ. ಅದರ ಜೊತೆಗೆ ಇದು ತನ್ನ ಆಸಕ್ತಿ ವಿಚಾರ ಅಲ್ಲ ಎಂಬುವುದು ತಿಳಿಯುತ್ತಿದೆ. ಮತ್ತೆ ಟಾಟಾ ಇನ್ಸ್ಟಿಟ್ಯೂಟ್ ಮುಂಬಯಿಯಲ್ಲಿ ಸಮಾಜ ಕಾರ್ಯ ವ್ಯಾಸಂಗ ಮಾಡಿ ಅದೇ ಕ್ಷೇತ್ರದಲ್ಲಿ ಕೆಲಸ ಮಾಡಬೇಕು ಎಂದು ಆಸೆಯಾಗುತ್ತಿದೆ. ಹಣ ಮತ್ತು ಅನಿವಾರ್ಯತೆಯಿಂದ ಇಲ್ಲಿ ದಾಖಲಾದರೂ ಒಂದೊಂದು ಕ್ಷಣವೂ ಬರ್ಬರವಾಗುತ್ತಿರುವಾಗ ದಿನ ದೂಡುವುದು ಹೇಗೆ? ಆದರೆ ಈಗ ಏನು ಮಾಡುವುದು, ಕಾಲೇಜು ಶುಲ್ಕ ಕಟ್ಟಿ ಸೇರಿಯಾಗಿದೆ, ಇದನ್ನು ಇಲ್ಲೇ ಬಿಟ್ಟು ಮತ್ತೆ ಶುಲ್ಕ ಕಟ್ಟಿ ಬೇರೆ ಕಡೆ ಹೋಗಲು ಆಗುವುದಿಲ್ಲ. ಈಗ ಇಲ್ಲಿರಲಾರೆ ಅಲ್ಲಿಗೂ ಹೋಗಲಾರೆ ಎನ್ನುವ ಪರಿಸ್ಥಿತಿಯಲ್ಲಿರುವ ಸೌಂದರ್ಯಳಿಗೆ ಡಾ. ಅರವಿಂದ್ ಏನು ಹೇಳುವುದು ಎಂದು ತೋಚದಂತಾದರು. ಒಂದೇ, ಧೈರ್ಯ ಮಾಡಿ ಮುನ್ನುಗ್ಗಬೇಕು, ಇಲ್ಲದಿದ್ದರೆ ಇರುವುದಕ್ಕೆ ಹೊಂದಾಣಿಕೆ ಮಾಡಿಕೊಳ್ಳಬೇಕು. ಎಷ್ಟು ದಿನ ಈ ಗೊಂದಲದಲ್ಲಿ ಬದುಕಲು ಸಾಧ್ಯ. ಹಾಗೆ ದ್ವಂದ್ವದಲ್ಲಿ ಬದುಕಿದರೆ ಮಾನಸಿಕ ಸ್ಥಿತಿ ಏನಾಗಬೇಕು?

ಹೀಗೆ ಎಷ್ಟೋ ಜನರಿಗೆ ತಾನು ಮಾಡೊ ಕೆಲಸ, ಓದೊ ವಿಷಯ ಇಷ್ಟ ಇರುವುದಿಲ್ಲ. ಆದರೂ ಮಾಡ್ತಾರೆ. ಮತ್ತೆ ನಡುವಿನಲ್ಲಿ ಬಿಟ್ಟು ಇನ್ನೇನೊ ಮಾಡ್ತಾರೆ, ಮತ್ತೆ ಅದರಲ್ಲಿಯೂ ನೆಮ್ಮದಿ ಇರುವುದಿಲ್ಲ. ಇದಕೆಲ್ಲ ಬಹಳ ಮುಖ್ಯವಾದ ಕಾರಣ ವೃತ್ತಿ ಜೀವನದ ಯೋಜನೆ ಇಲ್ಲದಿರುವುದು. ಸರಿಯಾದ ಸಮಯದಲ್ಲಿ ತಿಳುವಳಿಕೆ ಸಿಗದಿರುವುದು, ಅಂದರೆ ವೃತ್ತಿ ಯೋಜನೆ ಮಾಡಲು ಸರಿಯಾದ ಸಮಯ ಹದಿಹರೆಯದ ದಿನಗಳು. ಆದರೆ ಆ ಸಮಯದಲ್ಲೂ ಸೂಕ್ತ ಮಾರ್ಗದರ್ಶನ ಇಲ್ಲದಿರುವುದು. ಕೆಲವೊಮ್ಮೆ ಸಿಕ್ಕರೂ ಬಹಳ ಆದರ್ಶವಾದ ಸಲಹೆ ಸೂಚನೆಗಳು. ಅವುಗಳ ಅನುಷ್ಠಾನಕ್ಕೆ ಪೂರಕ ವಾತಾವರಣ, ಮನೋಬಲ ಮತ್ತು ಸಹಕಾರ ಇಲ್ಲದಿರುವುದು ಕೂಡ ಕಾರಣ. ಅದರ ಬಗ್ಗೆ ಸ್ವಲ್ಪ ತಿಳಿಯೋಣ.

## ವೃತ್ತಿ ಯೋಜನೆ ಅಥವಾ ಕರಿಯರ್ ಪ್ಲಾನಿಂಗ್ ಯಾಕೆ ಮಾಡಬೇಕು?

- ಹೆಚ್ಚಿನ ಹದಿಹರೆಯದ ವಯಸ್ಸಿನ ಮಕ್ಕಳಿಗೆ ಮುಂದೆ ನಾನೇನು ಮಾಡುತ್ತೇನೆ? ಹೇಗೆ ಮಾಡುತ್ತೇನೆ? ಅದಕ್ಕಾಗಿ, ನಾನು ಓದುವ ವಿಷಯ ಸೂಕ್ತವಾಗಿದೆಯೇ? ನಿಜವಾಗಿಯೂ ನಾನಂದುಕೊಂಡದ್ದನ್ನು ಮಾಡಬಲ್ಲೆನಾ? ಒಂದು ವೇಳೆ ಮಾಡಲಾಗದಿದ್ದರೆ ಬೇರೆ ಏನು ಆಯ್ಕೆಗಳಿವೆ ? ಏನೇನು ರಿಸ್ಕ್ ತೆಗೆದುಕೊಳ್ಳಬೇಕಾಗಿತ್ತದೆ ಎಂಬಂತಹ ಇನ್ನೂ ಅನೇಕ ಗೊಂದಲಗಳಿರುತ್ತದೆ.
- ಎಲ್ಲಾ ಮನುಷ್ಯರು ವಿಶಿಷ್ಟ ಮತ್ತು ಅನನ್ಯವಾಗಿರುತ್ತಾರೆ. ಎಲ್ಲರಿಗೂ ತಮ್ಮದೇ ಆದ ಇಷ್ಟ ಅಯಿಷ್ಟಗಳು, ಕೌಶಲ್ಯ, ಪ್ರತಿಭೆಗಳು ಇರುತ್ತದೆ. ಆ ಪ್ರಕಾರವಾಗಿ ನಮ್ಮ ಜೀವನ ನಡೆಸಬೇಕಾಗುತ್ತದೆ.
- ನಮ್ಮ ಜೀವನದ ಅತ್ಯಮೂಲ್ಯ ನಲವತ್ತು ವರ್ಷವನ್ನು ನಮ್ಮ ವೃತ್ತಿ ಜೀವನದಲ್ಲಿ ಕಳೆಯುತ್ತೇವೆ. ಅಂದರೆ ಎಂಬತ್ತು ಸಾವಿರದಷ್ಟು ಗಂಟೆಗಳನ್ನು ನಾವು ನಮ್ಮ ವೃತ್ತಿಗಾಗಿ ವ್ಯಯಿಸುತ್ತೇವೆ.

ಹೀಗಿರುವಾಗ ನಾವು ಇಷ್ಟು ವರ್ಷಗಳನ್ನು ಮತ್ತು ಗಂಟೆಗಳನ್ನು ಅರ್ಥಪೂರ್ಣವಾಗಿ ಕಳೆಯಬೇಕಲ್ಲವೆ? ಅದನ್ನು ಅರ್ಥಪೂರ್ಣವಾಗಿಸಲು ನಮಗಿರುವ ಗೊಂದಲಗಳನ್ನು ನಿವಾರಿಸಿಕೊಳ್ಳಬೇಕಲ್ಲವೆ? ಆವಾಗ ನಮ್ಮ ಸಹಾಯಕ್ಕೆ ಬರುವುದು ವೃತ್ತಿ ಯೋಜನೆ.

## ಆದರೆ ನಾವೇನು ಮಾಡುತ್ತೇವೆ?

- ನಾವು ಮುಂದಿನ ಜೀವನಕ್ಕಾಗಿ ಯೋಜನೆ ರೂಪಿಸುವುದಿಲ್ಲ.
- ನಮ್ಮ ಗೆಳೆಯರನ್ನೂ, ಸಂಬಂಧಿಕರನ್ನೂ, ಅಥವಾ ನಮಗೆ ಹತ್ತಿರವಿರುವ ಗುಂಪನ್ನೂ ಫಾಲೋ ಮಾಡುತ್ತೇವೆ. ಇವರ ಪ್ರಭಾವಕ್ಕೆ ಒಳಗಾಗಿ ನಮ್ಮ ನಿರ್ಧಾರವನ್ನು ಕೈಗೊಳ್ಳುತ್ತೇವೆ.
- ತಂದೆ ತಾಯಿಯ ನಿರ್ಧಾರವನ್ನು ಅಥವಾ ನಮ್ಮ ಮನೆಯ ಯಾರಾದರೂ ಸದಸ್ಯರ ನಿರ್ಧಾರವನ್ನು ಅಂತಿಮ ಎಂದು ತಿಳಿದು, ಅದನ್ನೇ ನಮ್ಮ ನಿರ್ಧಾರವೆಂದುಕೊಳ್ಳುತ್ತೇವೆ. ಕೆಲವೊಮ್ಮೆ ಅದು ಬೇರೆ ವಿಧಿ ಇಲ್ಲದೇ ಆಗಿರಬಹುದು ಇಲ್ಲವೇ ನಮ್ಮ ಆಯ್ಕೆಯ ಕುರಿತು ಸ್ಪಷ್ಟತೆ ಇಲ್ಲದೆಯೂ ಆಗಿರಬಹುದು.
- ಕೆಲವೊಮ್ಮೆ ಹದಿಹರೆಯದ ಫ್ಯಾಂಟಸಿಯ ಕಾರಣದಿಂದ ವಾಸ್ತವದಿಂದ ದೂರವಾದ ಆಯ್ಕೆಗಳನ್ನು ಮಾಡುತ್ತಾರೆ. ತಮ್ಮ ಪ್ರತಿಭೆ, ಕೌಶಲ್ಯ ಮತ್ತು ಆಸಕ್ತಿಗಿಂತ ಸಂಬಳ ಅಥವಾ ಸ್ಟೇಟಸ್ ಎನ್ನುವ ಆಮಿಷಗಳಿಗೆ ಬಲಿ ಬಿದ್ದು ತಪ್ಪು ನಿರ್ಧಾರ ಮಾಡುತ್ತಾರೆ.

ಅಷ್ಟು ಮಾತ್ರವಲ್ಲದೇ ಹದಿಹರೆಯದಲ್ಲಿ ಒಂದು ಫೋಕಸ್ ಇಲ್ಲದೇ ಎಲ್ಲವನ್ನೂ ಸ್ವಲ್ಪ ಸ್ವಲ್ಪ ಮಾಡುವ ಮತ್ತು ಬೋರ್ ಎನ್ನಿಸಿ ಬದಲಾವಣೆ ಮಾಡುವ ಆತುರಕ್ಕೆ ಒಳಗಾಗುತ್ತೇವೆ.

## ಹಾಗಾದರೆ ಕರಿಯರ್ ಪ್ಲಾನ್ ಮಾಡುವುದು ಹೇಗೆ?

ಕರಿಯರ್ ಪ್ಲಾನ್ ಎಂದರೆ ನಮ್ಮ ಆಸಕ್ತಿ, ಕೌಶಲ್ಯ, ಸಾಮರ್ಥ್ಯ, ವೈಯಕ್ತಿಕ ಮೌಲ್ಯಗಳು ಹಾಗೂ ನಮ್ಮ ವ್ಯಕ್ತಿತ್ವವನ್ನು ಅರಿತುಕೊಂಡು, ಅದಕ್ಕೆ ತಕ್ಕುದಾದ ಮತ್ತು ನಮಗೆ ಲಭ್ಯ ಇರುವ ಅವಕಾಶ ಹಾಗೂ ಸೌಲಭ್ಯ ಸೌಕರ್ಯಗಳ ಆಧಾರದ ಮೇಲೆ ಮುಂದಿನ ವೃತ್ತಿಯ ಆಯ್ಕೆಗಳ ಕುರಿತು ಯೋಜನೆ ಮತ್ತು ಅದಕ್ಕೆ ತಯಾರಿ ನಡೆಸುವುದು.

**ಹಾಗಾಗಿ ವೃತ್ತಿ ಯೋಜನೆಯು ಐದು ಅವಶ್ಯ ಹಂತಗಳನ್ನು ಹೊಂದಿದೆ.**

1. ಸ್ವ-ಅರಿವು (Understanding the self)
2. ಪರಿಶೋಧನೆ (Exploration)
3. ಗುರಿನಿರ್ಧಾರ (Determining Aim)
4. ಯೋಜನೆ (Planning)
5. ಅನುಷ್ಠಾನ (Implementation)

## ಸ್ವ ಅರಿವು :

ಯಾವುದೇ ವೃತ್ತಿಯು ಒಬ್ಬ ವ್ಯಕ್ತಿಯ ಆಸಕ್ತಿ, ಕೌಶಲ್ಯ, ಸಾಮರ್ಥ್ಯ, ವೈಯಕ್ತಿಕ ಮೌಲ್ಯಗಳು ಮತ್ತು ವ್ಯಕ್ತಿತ್ವಕ್ಕೆ ಪೂರಕವಾಗಿದ್ದಲ್ಲಿ ಅಥವಾ ಸೂಕ್ತವಾಗಿದ್ದಲ್ಲಿ ಆ ವ್ಯಕ್ತಿಗೆ ಆಸಕ್ತಿದಾಯಕವಾಗಿರುತ್ತದೆ. ಹಾಗಾಗಿ ಮೊದಲಿಗೆ ತನ್ನ ಆಸಕ್ತಿಯನ್ನು ಅರಿಯಬೇಕು. ಅದರ ಜೊತೆಗೆ ಆಸಕ್ತಿ ಇರುವ ವಿಷಯಗಳಲ್ಲಿ ಪರಿಣತಿ ಪಡೆಯಲು ನನಗೆ ಸಾಧ್ಯವೇ ಎಂದು ತನ್ನ ಸಾಮರ್ಥ್ಯ ಮತ್ತು ಕೌಶಲ್ಯಗಳ ಕುರಿತು ಅವಲೋಕಿಸಬೇಕು. ಉದಾ: ತಾಂತ್ರಿಕತೆಗೆ ಸಂಬಂಧಪಟ್ಟ ಹುದ್ದೆಗೆ ಹೋಗುವವರು ಚಿಕ್ಕ ಮಕ್ಕಳಿರುವಾಗಲಿಂದಲೇ ಆಟದ ಸಾಮಾನುಗಳನ್ನು, ಆಟದ ಕಾರು, ಬೈಕುಗಳನ್ನು ಬಿಡಿಸುವುದು, ಜೋಡಿಸುವುದು ಮಾಡುತ್ತಿರುತ್ತಾರೆ.

ನಟನೆ, ತರಬೇತಿ, ಶಿಕ್ಷಣ, ಹಾಗೂ ಸಂಬಂಧಿತ ವೃತ್ತಿಗಳಿಗೆ ಹೋಗುವವರು, ಚಿಕ್ಕನಿಂದಲೇ ಮಾತಾಡುವ, ಅಭಿವ್ಯಕ್ತಿಸುವ ಕಲೆಯನ್ನು ಕಾಪಾಡಿಕೊಳ್ಳಲು ಪ್ರಾರಂಭಿಸಿಕೊಂಡಿರುತ್ತಾರೆ.

ಹಾಗೂ ಅವರ ಆಸಕ್ತಿಯ ಜೊತೆಗೆ ಸ್ವಲ್ಪ ಮಟ್ಟಿಗೆ ಸ್ವಾಭಾವಿಕ ಕೌಶಲ್ಯ ಇರುವುದೂ ಕಾಣುತ್ತದೆ. ಹಾಗೆಂದರೆ, ಚಿಕ್ಕಂದಿನಲ್ಲಿರುವಾಗ ಪ್ರತಿಭೆ, ಸಾಮರ್ಥ್ಯ ಹೊಂದಿದ್ದರೆ ಮಾತ್ರ ಮುಂದೆ ಆ ಕೆಲಸ ಮಾಡಬೇಕು ಎಂದರ್ಥವಲ್ಲ. ಪ್ರಯತ್ನ ಪಟ್ಟರೆ ಯಾವ ಕೌಶಲ್ಯವನ್ನಾದರೂ, ಯಾವ ಸಮಯದಲ್ಲಾದರೂ ಕರಗತ ಮಾಡಿಕೊಳ್ಳಬಹುದು. ಆದರೆ, ಅದಕ್ಕೆ ತಕ್ಕುದಾದ ತಯಾರಿ, ಸಮಯ, ಮಾರ್ಗದರ್ಶನದ ಅವಕಾಶ ಇದೆಯಾ ಎಂದು ನೋಡಬೇಕಾಗುತ್ತದೆ.

ನಮ್ಮ ಇಷ್ಟ, ಅಯಿಷ್ಟ ಹಾಗೂ ಆಸಕ್ತಿಯನ್ನು ಅರಿಯುವುದು ಮುಖ್ಯವಾಗುತ್ತದೆ. ಅವುಗಳನ್ನು ಅರಿಯಲು ನಾವೇ ಸ್ವತಃ ಪ್ರಯತ್ನ ಮಾಡಬಹುದು. ಹೆತ್ತವರ ಅಥವಾ ಶಿಕ್ಷಕರ ಸಹಾಯ ಪಡೆಯಬಹುದು ಅಥವಾ ವೃತ್ತಿಪರ ಕರಿಯರ್ ಕೌಶಲ್ಯಗಳಿಂದ ಅದಕ್ಕೆಂದು ತಯಾರಿಸಲ್ಪಟ್ಟಿರುವ ಪರೀಕ್ಷೆಗಳ ಮುಖಾಂತರ ಕೂಡ ಸಹಾಯ ಪಡೆಯಬಹುದು.

## ಹುಡುಕಾಟ/ಶೋಧನೆ

ಇದು ಸರಿಯಾದ ಮಾಹಿತಿಯನ್ನು ಕ್ರೋಢೀಕರಿಸಿ ಆಯ್ಕೆ ಮಾಡಲು ಸಹಕಾರಿಯಂತೆ ಮಾಡಿಕೊಳ್ಳುವ ಹಂತ. ಇಲ್ಲಿ ನಮಗೆ ಆಸಕ್ತಿ ಇರುವ ಕ್ಷೇತ್ರ ಹೇಗಿದೆ? ಅದಕ್ಕೇನು ತಯಾರಿ ಬೇಕು, ಹೇಗೆ ಅಧ್ಯಯನ ಮಾಡಬೇಕು, ಎಲ್ಲಿ ಮಾಡಬೇಕು ಇತ್ಯಾದಿ ಪ್ರಶ್ನೆಗಳಿಗೆ ಉತ್ತರ ಹುಡುಕುವ ಸಮಯ. ಅದನ್ನು ಈ ರೀತಿಯಾಗಿ ಮಾಡಬಹುದು.

- ಮೊದಲಿಗೆ ಬಾಲ್ಯದಿಂದ ನಿಮಗೆ ಆಸಕ್ತಿ ಇರುವ ವೃತ್ತಿಗಳ ಪಟ್ಟಿ ಮಾಡಿಕೊಂಡು, ಅದರಲ್ಲಿ ಅತೀ ಮುಖ್ಯವಾದ ಮೂರನ್ನು ಪರಿಗಣಿಸಿ ಇಟ್ಟುಕೊಳ್ಳಬೇಕು. ಸಾಮಾನ್ಯವಾಗಿ ಎಲ್ಲರಿಗೂ ಬಾಲ್ಯದಲ್ಲಿ ಡ್ರೈವರ್ ಆಗುವ, ಪೈಲಟ್ ಆಗುವ ಮತ್ತು ಟೀಚರ್ ಆಗುವ ಬಯಕೆ ಇರುತ್ತದೆ. ಆದರೆ ಇಲ್ಲಿ ಸ್ವಲ್ಪ ಗಂಭೀರವಾಗಿ ಮತ್ತು ಸೂಕ್ತವಾಗುವುದನ್ನು ಆಲೋಚಿಸಬೇಕಾಗುತ್ತದೆ.
- ನಂತರ ಆಯ್ಕೆ ಮಾಡಿದ ಈ ಮೂರು ವೃತ್ತಿಗಳ ಕುರಿತು ನಿಮ್ಮ ತಂದೆ, ತಾಯಿ, ಹಿರಿಯರು ಮತ್ತು ಶಿಕ್ಷಕರು ತಿಳಿದಿರಬೇಕು.
- ಪತ್ರಿಕೆ ಮತ್ತು ಇತರ ಸಂಪನ್ಮೂಲಗಳಲ್ಲಿ, ಈ ವೃತ್ತಿಗಳ ಕುರಿತು ಬರುವ ಜಾಹೀರಾತು ಮತ್ತು ಮಾಹಿತಿಗಳನ್ನು ಸಂಗ್ರಹಿಸಿ. ಇದರಿಂದ ಮತ್ತಷ್ಟು ಏನೇನು ಕೆಲಸ ಇರಬಹುದು ಎಂದು ತಿಳಿದುಕೊಳ್ಳಲು ಸಹಾಯವಾಗುತ್ತದೆ.
- ಈಗಾಗಲೇ ನೀವು ಆಯ್ಕೆ ಮಾಡಿರುವ ವೃತ್ತಿಯಲ್ಲಿ ಕಾರ್ಯ ನಿರ್ವಹಿಸುತ್ತಿರುವವರನ್ನು ಸಂಪರ್ಕಿಸಿ ಮತ್ತು
- ಈ ವೃತ್ತಿಗಳ ಕುರಿತು ಕೂಲಂಕಷವಾಗಿ ತಿಳಿದುಕೊಳ್ಳಿ. ಹಾಗೇ ಮಾಡುವಾಗ ಒಬ್ಬರಿಗಿಂತ ಹೆಚ್ಚು ಜನರಲ್ಲಿ ಕೇಳುವುದು ಉತ್ತಮ. ಇಲ್ಲದಿದ್ದರೆ ಬರೇ ಸಕಾರಾತ್ಮಕ ಅಥವಾ

ನಕಾರಾತ್ಮಕ ಅಭಿಪ್ರಾಯಗಳೇ ಸಿಗಬಹುದು.ಉದಾಹರಣೆಗೆ: ನಿಮಗೆ ಆಸಕ್ತಿಯಿದ್ದಲ್ಲಿ ಒಬ್ಬ ಸರಕಾರಿ ಆಫೀಸರ್ ಆಗಬೇಕು ಅಥವಾ ಆರ್ಟಿಸ್ಟ್ ಆಗಬೇಕು ಎಂಬ ಆಸಕ್ತಿಯಿದ್ದಲ್ಲಿ, ಸಂಬಂಧ ಪಟ್ಟ ಕ್ಷೇತ್ರಗಳಲ್ಲಿ ಕಾರ್ಯ ನಿರ್ವಹಿಸುತ್ತಿರುವ ವ್ಯಕ್ತಿಗಳ ಬಳಿ ಹೋಗಿ ಮತ್ತು ಕೆಲವು ಪ್ರಶ್ನೆಗಳನ್ನು ಕೇಳಿ. ಈ ಮೂಲಕ ಅನೇಕ ವಿಷಯಗಳನ್ನು ಖಾತ್ರಿ ಪಡಿಸಿಕೊಳ್ಳಬೇಕು. ಆ ಪ್ರಶ್ನೆಗಳು ಹೀಗೂ ಇರಬಹುದು

- ಈ ವೃತ್ತಿಯಲ್ಲಿ ಒಟ್ಟಾರೆ ನಡೆಸುವ ಕಾರ್ಯಗಳೇನು ಮತ್ತು ದಿನನಿತ್ಯ ಮಾಡುವ ಕಾರ್ಯಗಳೇನು?
- ಯಾವ ಶಿಕ್ಷಣ ಪಡೆದರೆ ಹಾಗೂ ಎಲ್ಲಿ ಪಡೆದರೆ ಉತ್ತಮ?
- ಈ ವೃತ್ತಿಯನ್ನು ನಿರ್ವಹಿಸಲು ಯಾವ ಕೌಶಲ್ಯ ಮತ್ತು ಸಾಮರ್ಥ್ಯಗಳು ಬೇಕು?
- ಆ ಕೆಲಸದಲ್ಲಿ ಮುಂದೆ ಅಭಿವೃದ್ಧಿ ಮತ್ತು ಜೀವನ ನಡೆಸುವ ಬಗೆ ಹೇಗೆ? ಇತ್ಯಾದಿ ಪ್ರಶ್ನೆಗಳನ್ನು ಪರಿಹರಿಸಿಕೊಳ್ಳಬಹುದು.

**ಗುರಿ ನಿರ್ಧಾರ :**

ಇಷ್ಟೆಲ್ಲಾ ಮಾಹಿತಿ ಕಲೆ ಹಾಕಿದ ಮೇಲೆ ಅತೀ ಆಸಕ್ತಿದಾಯಕ ಮತ್ತು ತನ್ನ ಸಾಮರ್ಥ್ಯ, ಅವಕಾಶಗಳ ಸಾಧ್ಯತೆ ಮತ್ತು ಆರ್ಥಿಕ ಪರಿಸ್ಥಿತಿಗಳನ್ನು ಪರಿಗಣಿಸಿ ಒಂದು ಗುರಿಯನ್ನು ಗುರುತಿಸಿಕೊಳ್ಳಬೇಕು.

ಹಾಗೇ ಒಂದು ಪರ್ಯಾಯ ಗುರಿಯನ್ನು ಇಟ್ಟುಕೊಳ್ಳುವುದು ಕೂಡ ಒಳಿತು. ಇತ್ತೀಚಿನ ದಿನಮಾನಗಳಲ್ಲಿ ಸ್ಪರ್ಧೆ ಮತ್ತು ಅವಕಾಶ ಏಕಮುಖವಾಗಿ ಹೆಚ್ಚುತ್ತಿರುವಾಗ ನಾವು ಎಣಿಸುವ ಗುರಿ ಸಾಧ್ಯತೆ ಹೆಚ್ಚಿದರೂ ಕೂಡ ಕೆಲವೊಮ್ಮೆ ಅನಿವಾರ್ಯ ಕಾರಣಗಳಿಂದ ಸಾಧನೆಗೆ ಕಷ್ಟ ಆಗಬಹುದು. ಅಂತಹ ಸಂದರ್ಭಗಳಲ್ಲಿ ಈ ಪರ್ಯಾಯ ಗುರಿಯ ಕುರಿತು ಆಲೋಚನೆ ಇಟ್ಟುಕೊಳ್ಳುವುದು ಸುರಕ್ಷಿತ.

**ಯೋಜನೆ ಮತ್ತು ಅನುಷ್ಠಾನ:**

ಗುರಿ ಇಟ್ಟು ಕೊಂಡಾಕ್ಷಣ, ನಾವು ಗುರಿ ಮುಟ್ಟುವುದಿಲ್ಲ. ತಯಾರಿ ಮತ್ತು ಅನುಷ್ಠಾನ ಸಲುವಾಗಿ ಸರಿಯಾದ ಮಾಹಿತಿಯನ್ನು ಸಂಗ್ರಹಿಸಿ, ನಮ್ಮ ಗುರಿಯನ್ನು ನಿರ್ಧರಿಸಿದ ನಂತರ, ಯೋಜನೆ ರೂಪಿಸಬೇಕಾಗುತ್ತದೆ. ಆಗ ಗಮನಿಸಬೇಕಾದ ಅಂಶಗಳು ಈ ಕೆಳಗಿನಂತಿವೆ.

- ನಾವು ದಾಖಲಾಗುವ ಕೋರ್ಸ್‌ಗಳ ಕುರಿತಾದ ಪ್ರಕ್ರಿಯೆಗಳ ಮಾಹಿತಿ, ಕೋರ್ಸ್‌ಗಳ ಆರಂಭ ಯಾವಾಗ ಎಂದು ತಿಳಿದುಕೊಳ್ಳಬೇಕು.

- ಯಾವ ತಿಂಗಳಿಂದ ಪ್ರವೇಶ ಅರ್ಜಿ ಸ್ವೀಕಾರ ಪ್ರಕ್ರಿಯೆ ಯಾವಾಗ ಶುರುವಾಗುತ್ತದೆ ಮತ್ತು ಮುಗಿಯುತ್ತದೆ ಎಂಬ ಮಾಹಿತಿ ತಿಳಿಯಬೇಕು.
- ಪ್ರವೇಶ ಪ್ರಕ್ರಿಯೆಯಲ್ಲಿ ವಿಷಯವಸ್ತುಗಳ ಮೇಲೆ ಪರೀಕ್ಷೆ ಮತ್ತು ಸಂದರ್ಶನ ಇರುತ್ತದೆ ಎಂದಾದರೆ, ಅದರ ಕುರಿತು ಕೂಡ ಮಾಹಿತಿ ಪಡೆದು ಸೂಕ್ತ ತಯಾರಿ ಮಾಡಿಕೊಳ್ಳಬೇಕು. ಹಿಂದೆ ಅದಕ್ಕೆ ತಯಾರಿ ಮಾಡಿ ತೇರ್ಗಡೆ ಹೊಂದಿದವರೊಂದಿಗೆ ಚರ್ಚಿಸಿ ಮಾರ್ಗದರ್ಶನ ಪಡೆದರೆ ಉತ್ತಮ.
- ಎಲ್ಲಾ ವೃತ್ತಿಯಲ್ಲೂ 'ಕಡ್ಡಾಯ' ಎನ್ನುವ ವಿಷಯಗಳು ಇರುತ್ತವೆ. ಅವುಗಳ ಕುರಿತು ಮಾಹಿತಿ ಪಡೆದು ತಯಾರಿ ಮಾಡಿಕೊಳ್ಳಬೇಕು. ಉದಾ: ಸೈನ್ಯ ಸೇರಬೇಕು ಎಂದಾದಲ್ಲಿ ದೈಹಿಕ ಕ್ಷಮತೆ ಬಹಳ ಮುಖ್ಯ. ಅದಕ್ಕಾಗಿ ತಯಾರಿ ಬೇಗನೇ ಶುರುಮಾಡಿಕೊಳ್ಳಬೇಕು. ವೈದ್ಯಕೀಯ ಪದವಿ ಪಡೆಯಲು ಪಿ.ಯು.ಸಿ.ಯಲ್ಲಿ ಜೀವಶಾಸ್ತ್ರ ಕಡ್ಡಾಯ ವಿಷಯವಸ್ತುವಾಗಿ ಓದಲೇಬೇಕು, ಇತ್ಯಾದಿ
- ಹೀಗೆ ತಯಾರಿ ನಡೆಸಿ, ಅದಕ್ಕೆ ಸರಿಯಾದ ಸಮಯದಲ್ಲಿ, ಅರ್ಜಿ ಸಲ್ಲಿಸಿ, ಪೂರಕ ದಾಖಲೆಗಳನ್ನು (ಉದಾ: ಜಾತಿ, ಆದಾಯ, ಶೈಕ್ಷಣಿಕ) ತಯಾರಿಟ್ಟುಕೊಂಡು ಮುನ್ನಡೆಯುವುದು ಉತ್ತಮ.

## ಕರಿಯರ್ ಪ್ಲಾನ್ ಎಂದರೆ ಓದಿನ/ಶೈಕ್ಷಣಿಕ ತಯಾರಿ ಮಾತ್ರವೇ?

ಖಂಡಿತ ಅಲ್ಲ, ಕರಿಯರ್ ಪ್ಲಾನ್‌ನಲ್ಲಿ ಓದು ಮತ್ತು ಅದರ ಮುಖಾಂತರ ಶೈಕ್ಷಣಿಕ ಅರ್ಹತೆ ಪಡೆಯುವುದು ಒಂದು ಮುಖ್ಯ ಅಂಶವೇ ಹೊರತು, ಅಷ್ಟಕ್ಕೇ ನನ್ನ ವೃತ್ತಿ ಯೋಜನೆ ಸಂಪೂರ್ಣ ಎಂದು ತಿಳಿಯುವ ಹಾಗಿಲ್ಲ. ಪ್ರತಿಯೊಂದು ವೃತ್ತಿಯನ್ನು ಸಮರ್ಪಕವಾಗಿ ನಡೆಸಲು ಕೆಲವು ಸಮರ್ಪಕವಾದ ಕೌಶಲ್ಯ ಮತ್ತು ಜ್ಞಾನದ ಅವಶ್ಯಕತೆ ಇರುತ್ತದೆ. ಈಗಿನ ದುರಂತ ಎಂದರೆ ಇಂತಹ ಕೌಶಲ್ಯಗಳನ್ನು ನಮ್ಮ ಔಪಚಾರಿಕ ಶಿಕ್ಷಣ ವ್ಯವಸ್ಥೆ ನೀಡದೇ ಇರುವುದು. ನಮ್ಮ ಶಾಲಾ ಓದು ಮತ್ತು ಡಿಗ್ರೀ ಒಂದು ಕಡ್ಡಾಯ ಅರ್ಹತೆ ಮತ್ತು ಕೆಲವು ಮೂಲಭೂತ ಜ್ಞಾನವನ್ನು ನೀಡುತ್ತದೆಯೇ ವಿನಃ ಅದು ಆ ಕೆಲಸವನ್ನು ನಿರ್ವಹಿಸಲು ಬೇಕಾದ ಎಲ್ಲಾ ಕೌಶಲ್ಯವನ್ನು ನೀಡುವುದಿಲ್ಲ. ಅದಕ್ಕೆ ಒಂದು ಸಮಗ್ರವಾದ ಕರಿಯರ್ ಪ್ಲಾನ್ ಬೇಕಾಗುತ್ತದೆ.

ಉದಾಹರಣೆಗೆ: ಪ್ರತ್ರಿಕೋದ್ಯಮವನ್ನು ವೃತ್ತಿಯಾಗಿ ಆಯ್ಕೆ ಮಾಡುವ ವಿದ್ಯಾರ್ಥಿಗೆ ಎಂ. ಎ.ಜರ್ನಲಿಸಮ್ ಮಾಸ್ ಕಮ್ಯೂನಿಕೇಶನ್ ಅನ್ನುವುದು ಒಂದು ಶೈಕ್ಷಣಿಕ ಅರ್ಹತೆ ಮತ್ತು ಕೆಲವು ಮೂಲಭೂತ ಜ್ಞಾನ ಮತ್ತು ಕೌಶಲ್ಯವನ್ನು ಕೊಡುತ್ತದೆ. ಆದರೆ ಆ ವೃತ್ತಿಯನ್ನು ಇನ್ನೂ ಅರ್ಥಪೂರ್ಣವಾಗಿ ನಿರ್ವಹಿಸಲು ಹೆಚ್ಚಿನ ಜ್ಞಾನ ಮತ್ತು ಕೌಶಲ್ಯ ಬೆಳೆಸಿಕೊಳ್ಳಬೇಕಾಗುತ್ತದೆ.

ಅದಕ್ಕಾಗಿ ವಿದ್ಯಾರ್ಥಿ ದೆಸೆಯಲ್ಲಿಯೇ ತಾನು ಮುಂದೆ ಪತ್ರಿಕೋದ್ಯಮದಲ್ಲಿ ಯಾವ ಪ್ರಕಾರದ ಅಂದರೆ ಮುದ್ರಣ ಮಾಧ್ಯಮ, ದೃಶ್ಯ ಮಾಧ್ಯಮಗಳಲ್ಲಿ ಯಾವುದನ್ನು ಆಯ್ಕೆ ಮಾಡುತ್ತೇನೆ ಎನ್ನುವುದನ್ನು ಗಮನದಲ್ಲಿ ಇಟ್ಟುಕೊಂಡು ತಯಾರಿ ಈಗಲೇ ಶುರುಮಾಡಬೇಕಾಗುತ್ತದೆ. ಅದಕ್ಕೆ ಬೇಕಾಗಿರುವ ಕೌಶಲ್ಯಗಳಾದ ಬರವಣಿಗೆ, ಮಾತು, ಅಭಿವ್ಯಕ್ತಿ, ಮಾಹಿತಿ ಸಂಗ್ರಹಣೆ ಹಾಗೂ ಇತರ ಸಂವಹನ ಕೌಶಲ್ಯಗಳನ್ನು ಬೆಳೆಸಿಕೊಳ್ಳಲು ತಯಾರಿ ಮಾಡಿಕೊಳ್ಳಬೇಕು. ಇದಕ್ಕಾಗಿ ಶಾಲಾ ದಿನಗಳಲ್ಲಿ ಎನ್.ಎಸ್.ಎಸ್. ಇಂಟರ‍್ಯಾಕ್ಟ್, ಸಾಂಸ್ಕೃತಿಕ ಸಂಘ, ನಾಟಕ, ಭಾಷಣ, ಇತ್ಯಾದಿಗಳನ್ನು ಭಾಗವಹಿಸಿ ತನ್ನ ಕೌಶಲ್ಯವನ್ನು ಹೆಚ್ಚಿಸಿಕೊಳ್ಳಬೇಕು. ಅದರ ಜೊತೆ ಪತ್ರಿಕೋದ್ಯಮದಲ್ಲಿ ಒಂದು ವಿಷಯದ ಮೇಲೆ ಪರಿಣತಿ ಪಡೆಯುವುದು ಕೂಡ ನಿರ್ಣಾಯಕವಾಗುತ್ತದೆ. ಹಾಗಾಗಿ ಕಲಿಕಾ ಹಂತದಿಂದಲೇ ಒಂದು ವಿಷಯವನ್ನು ಆಯ್ಕೆ ಮಾಡಿಕೊಂಡು ಅದರಲ್ಲಿ ಜ್ಞಾನ ಸಂಪಾದನೆ ಮಾಡುವುದು ಮುಖ್ಯ. ಉದಾಹರಣೆಗೆ: ಪತ್ರಿಕೋದ್ಯಮದಲ್ಲಿ ಸಾಹಿತ್ಯ, ಕಲೆ, ಸಿನಿಮಾ, ವಾಣಿಜ್ಯ, ಅರ್ಥಶಾಸ್ತ್ರ, ಗ್ರಾಮೀಣ ವರದಿ, ಕ್ರೀಡೆ, ರಾಜಕೀಯ ಇತ್ಯಾದಿಗಳು. ಇದರಲ್ಲಿ ಒಂದೆರಡು ವಿಷಯ ಆಯ್ದುಕೊಂಡು ಅದರ ಇತಿಹಾಸ ಮತ್ತು ಪ್ರಸ್ತುತ ಆಯಾಮಗಳಲ್ಲಿ ಜ್ಞಾನಗಳಿಸಿದಷ್ಟೂ, ತನ್ನ ಕೆಲಸಕ್ಕೆ ನ್ಯಾಯ ದೊರಕಿಸಲು ಆಗುತ್ತದೆ.

ಸಮಗ್ರತೆ ಅಂದಾಗ ಮೌಲ್ಯಗಳು ಕೂಡ ಸೇರುತ್ತವೆ. ಒಂದು ವೃತ್ತಿ ಅಂದಾಗ ಅದು ಕೇವಲ ಹಣ ಸಂಪಾದನೆ ಅಥವಾ ನಮ್ಮ ಜೀವನ ನಿರ್ವಹಣೆಗೆ ಮಾತ್ರ ಸೀಮಿತವಲ್ಲ. ಹಾಗೆ ಸೀಮಿತ ಇದ್ದರೂ ಇರದಿದ್ದರೂ ಪ್ರತಿಯೊಂದು ವೃತ್ತಿಗೆ ತನ್ನದೇ ಆದ ವೃತ್ತಿಧರ್ಮ ಅಥವಾ ಮೌಲ್ಯಗಳು ಇರುತ್ತದೆ. ಉದಾಹರಣೆಗೆ: ವೈದ್ಯಕೀಯ, ಕಾನೂನು, ಆಪ್ತಸಲಹೆಯಂತಹ ವೃತ್ತಿಗಳಲ್ಲಿ "ಗೌಪ್ಯತೆ" ಕಾಪಾಡಿಕೊಳ್ಳುವುದು ಒಂದು ವೃತ್ತಿಮೌಲ್ಯವಾದರೆ, ಪತ್ರಿಕೋದ್ಯಮದಲ್ಲಿ ವಸ್ತುನಿಷ್ಠತೆ, ಶಿಕ್ಷಕರಲ್ಲಿ ಮಕ್ಕಳ ಹಕ್ಕುಗಳಿಗೆ ಮನ್ನಣೆ, ಲೆಕ್ಕಪರಿಶೋಧಕನಿಗೆ ಲೆಕ್ಕಾಚಾರದಲ್ಲಿ, ಅಂಕಿ ಅಂಶದಲ್ಲಿ ವಸ್ತುನಿಷ್ಠತೆ. ಹೀಗೆ ಎಲ್ಲ ವೃತ್ತಿಗಳಿಗೆ ತಮ್ಮದೇ ಆದ ಮೌಲ್ಯಗಳು ಇರುವಾಗ ವೃತ್ತಿ ಯೋಜನೆಯಲ್ಲಿ ಆ ಮೌಲ್ಯಗಳ ಕುರಿತು ಅರಿತು, ಅಳವಡಿಸಿಕೊಳ್ಳುವ ಪ್ರಕ್ರಿಯೆಯನ್ನು ನಮ್ಮ ಓದಿನ ದಿನಗಳಿಂದಲೇ ಪ್ರಾರಂಭಿಸಬೇಕು. ಈ ಮೌಲ್ಯಗಳಿಗೆ ಬದ್ಧತೆ ಮಾತ್ರ ನಮ್ಮ ವೃತ್ತಿಪರತೆಯಲ್ಲಿ ಸಮಗ್ರತೆ ತರಲು ಸಾಧ್ಯ.

ಮನುಷ್ಯ ಮನಸ್ಸು ಮಾಡಿದರೆ ಸಾಧಿಸಲು ಅಸಾಧ್ಯ ಎನ್ನುವಂತಹ ಸಾಧ್ಯತೆಗಳು ಕಡಿಮೆ. ಈ ಸಾಧ್ಯತೆ ನಿರ್ಧಾರ ಆಗುವುದು ನಾವು ಎಷ್ಟರ ಮಟ್ಟಿಗೆ ಇದಕ್ಕೆ ಬದ್ಧರಾಗಿದ್ದೇವೆ ಮತ್ತು ಎಷ್ಟು ಪರಿಶ್ರಮ ಪಡುತ್ತಿದ್ದೇವೆ ಎನ್ನುವುದರ ಮೇಲೆ. ಸರಿಯಾದ ಮಾಹಿತಿ, ಸೂಕ್ತ ಯೋಜನೆ, ಅದಕ್ಕೆ ತಕ್ಕುದಾದ ತಯಾರಿ ಮತ್ತು ಪರಿಶ್ರಮ ಇದ್ದಲ್ಲಿ ನಾವೆಣಿಸಿದ್ದನ್ನು ಸಾಧಿಸುವುದು ಅಷ್ಟು ಕಷ್ಟ ಆಗದು.

ಆದರೆ ಇಷ್ಟೆಲ್ಲಾ ಯೋಜನೆ ತಯಾರಿ, ಪರಿಶ್ರಮ ಪಟ್ಟರೂ, ನಾವಂದುಕೊಂಡಂತೆ ಆಗುತ್ತದೆ ಎಂದು ಹೇಳಲು ಸಾಧ್ಯ ಇಲ್ಲ. ಮಾನವನ ಜೀವನ ತುಂಬ ಸಂಕೀರ್ಣ ಮತ್ತು ಕ್ಲಿಷ್ಟತೆಯಿಂದ ಕೂಡಿರುವುದರಿಂದ ಅನೇಕ ಅಂಶಗಳು ನಾವು ಗುರಿಮುಟ್ಟುವುದಕ್ಕೆ ಅಡಚಣೆಯಾಗಿ ಪರಿಣಮಿಸಬಹುದು. ಹಾಗಿದ್ದರೂ ತನಗೆ ಒದಗಿ ಬಂದಿರುವುದನ್ನೇ ಆನಂದಿಸಿ ಬದುಕನ್ನು ಸುಂದರವಾಗಿಸುವ ಕಲೆ ಮನುಷ್ಯನಿಗೆ ಇದೆ. ಹಾಗಾಗಿ ಸಿಗದೇ ಇರುವುದರ ಕುರಿತು ಯೋಚಿಸಿ ಕಾಲ ಮತ್ತು ನೆಮ್ಮದಿ ಕಳೆದುಕೊಳ್ಳುವುದಕ್ಕಿಂತ ನಮ್ಮ ಕೈಯಲ್ಲಿ ಇರುವುದನ್ನು ಇನ್ನೂ ಸಮರ್ಪಕವಾಗಿ ನಿರ್ವಹಿಸಲು ಏನು ಮಾಡಬಹುದು ಮತ್ತು ಇದರಿಂದ ಹೆಚ್ಚು ಸಮಾಧಾನ, ಸಂತೃಪ್ತಿ ಹೇಗೆ ಪಡೆಯಬಹುದು ಎಂದು ಪ್ರಯತ್ನ ಪಡುವುದು ಉತ್ತಮ. ಹಾಗಾಗಿ ವೃತ್ತಿಯ ವಿಚಾರದಲ್ಲಿ ನಮಗೆ ಇರುವ ಆಯ್ಕೆಗಳು ಎರಡೇ: ಒಂದು ನಮ್ಮ ಕನಸಿನ ವೃತ್ತಿಯನ್ನು ಪರಿಶ್ರಮದಿಂದ ಪಡೆದು ಆನಂದಿಸುವುದು ಇಲ್ಲವೇ ನಮಗೆ ದೊರಕಿರುವ ವೃತ್ತಿಯನ್ನು ಆಸಕ್ತಿದಾಯಕವಾಗಿಸಿಕೊಂಡು ಆನಂದಿಸುವುದು.

- ನಮ್ಮ ಜೀವನದ ಶಿಲ್ಪಿಗಳು ನಾವೇ ಆಗಿರುತ್ತೇವೆ.

- ನಮ್ಮ ಹಂಬಲ, ಆಕಾಂಕ್ಷೆ, ಆಸಕ್ತಿ, ವ್ಯಕ್ತಿತ್ವ, ಸಾಮರ್ಥ್ಯ ಮತ್ತು ಅವಕಾಶಗಳ ಅರಿವು ನಮ್ಮ ವೃತ್ತಿ ಆಯ್ದುಕೊಳ್ಳಲು ಮುಖ್ಯವಾಗುತ್ತದೆ.

- ನಮ್ಮ ಸ್ವ ಅರಿವು, ತಂದೆ ತಾಯಿ, ಶಿಕ್ಷಕರು ಮತ್ತು ಸ್ನೇಹಿತರ ಜೊತೆಗಿನ ಚರ್ಚೆ ವೃತ್ತಿ ಆಯ್ಕೆ ಪ್ರಕ್ರಿಯೆಯಲ್ಲಿ ಸಹಾಯ ಮಾಡುತ್ತದೆ. ವೃತ್ತಿ ಮಾರ್ಗದರ್ಶಕರ ಸಹಾಯ ಪಡೆಯುವುದು ಉತ್ತಮ. ಆದರೆ ಕೊನೆಗೆ ಸಬ್ ಕಾ ಸುನ್ ನಾ, ದಿಲ್ ಕಾ ಕರ್ ನಾ ಎಂಬುವುದೇ ಸೂಕ್ತವಾಗುತ್ತದೆ.

- ಪಠ್ಯದ ವಿಷಯಗಳು ಮಾತ್ರವಲ್ಲದೆ, ಸಹಪಠ್ಯ ಮತ್ತು ವ್ಯಕ್ತಿತ್ವ ವಿಕಸನಗೊಳ್ಳುವಂತಹ ಹಲವು ಚಟುವಟಿಕೆಗಳು ನಮ್ಮ ವೃತ್ತಿ ಜೀವನವನ್ನು ಯಶಸ್ವಿಯಾಗಿ ನಿರ್ವಹಿಸುವಲ್ಲಿ ಸಹಾಯವಾಗಿಸುತ್ತದೆ.

9

# ಏಕೆ ಕಾಡುವಿರಿ ಹೀಗೆ?

ಆತ ನನ್ನ ಕಿರಿಯ ಸಹಪಾಠಿಯಾಗಿದ್ದ. ಬಹಳ ಬುದ್ಧಿವಂತನಾಗಿದ್ದು ತನ್ನ ಮಾವನಂತೆ ಒಳ್ಳೆಯ ಶಸ್ತ್ರಚಿಕಿತ್ಸಕನಾಗಬೇಕು ಎಂದು ಕನಸುಗಳನ್ನು ಇಟ್ಟುಕೊಂಡಿದ್ದ. ಆದರೆ ತನ್ನ ಎಂ.ಬಿ.ಬಿ.ಎಸ್.ನ ಕೊನೆಯ ವರ್ಷದಲ್ಲಿ ಆತ ಖಿನ್ನತೆಗೆ ಒಳಗಾಗಿದ್ದ. ಯಾವಾಗಲೂ ಗ್ರಂಥಾಲಯದಲ್ಲಿ ನನ್ನ ಆತನ ಭೇಟಿ ಆಗುತ್ತಿತ್ತು. ಆದರೆ ಕೊನೆಯ ದಿನಗಳಲ್ಲಿ ಬಹಳ ಮಂಕಾಗಿ ಇರುತ್ತಿದ್ದ. ಯಾವುದರಲ್ಲಿಯೂ ಆಸಕ್ತಿ ಇರುತ್ತಿರಲಿಲ್ಲ. ನಾನು ಆತನಲ್ಲಿ ಯಾಕೆ ಹೀಗೆ ಆಗುತ್ತಾ ಇದೆ? ಎಂದು ಕೇಳಿದೆ. ಆತನ ವೇದನೆ, ಸಮಸ್ಯೆ ಎಲ್ಲವನ್ನೂ ಹೇಳಿದ. ನಾನು ಬದುಕಿರುವುದರಲ್ಲಿ ಯಾವುದೇ ಅರ್ಥ ಇಲ್ಲ, ಒಂದು ದಿನ ಸಾಯುತ್ತೇನೆ ಎಂದು ಹೇಳಿದ್ದ.

ನನಗೆ ಆಶ್ಚರ್ಯ ಆಯಿತು. ಸಾಯಲು ಆತನಿಗೆ ಏನು ಕಾರಣ ಎಂದೇ ತಿಳಿಯಲಿಲ್ಲ. ತರಗತಿಯಲ್ಲಿ ಪ್ರಥಮ ರ್‍ಯಾಂಕ್ ಬರುತ್ತಿದ್ದ. ಉನ್ನತ ಆರ್ಥಿಕ ಪರಿಸ್ಥಿತಿಯ ಮನೆಯಿಂದ ಬಂದಿದ್ದ. ತಂದೆ ವಿದೇಶದಲ್ಲಿ ವಿಜ್ಞಾನಿಯಾಗಿದ್ದರು. ತಾಯಿಯೂ ಕೂಡ ಹೆಸರಾಂತ ವೈದ್ಯೆಯಾಗಿದ್ದರು. ಇಂತಹ ಕುಟುಂಬದಿಂದ ಬಂದಿರುವ ಪ್ರತಿಭಾವಂತನಿಗೆ ಯಾಕೆ ಇಂತಹ ಆಲೋಚನೆ ಎಂದು ತಿಳಿಯುತ್ತಿರಲಿಲ್ಲ. ಆ ದಿನ ಆತನೊಂದಿಗೆ ಕೆಲವು ಗಂಟೆ ಕಳೆದ ನಾನು ನನ್ನ ಮಿತಿಯೊಳಗೆ ಆತನ ಮನ ಒಲಿಸಲು ನೋಡಿದೆ. ನಾವು ಸಕಾರಾತ್ಮಕವಾಗಿ ಆಲೋಚಿಸಬೇಕು, ನೋಡು ಮನುಷ್ಯರಾಗಿ ಹುಟ್ಟಲು ನಾವೆಷ್ಟು ಪುಣ್ಯ ಮಾಡಿದ್ದೇವೆ, ಬದುಕನ್ನು ಧೈರ್ಯವಾಗಿ ಎದುರಿಸಬೇಕು, ಕಷ್ಟಗಳು ಬರುತ್ತವೆ, ಹೋಗುತ್ತವೆ. ಹೀಗೆ ಹೇಳಿದ ನಂತರ, ಯೋಗ, ವ್ಯಾಯಾಮದ ಮುಖಾಂತರ ನೀನು ಲವಲವಿಕೆಯಿಂದ ಇರಬೇಕು ಎಂದೆಲ್ಲಾ ಬೋಧಿಸಿದೆ. ಆದರೆ ಹಿಂದೆ ಆತ ಹೇಳಿದ ಕೆಲವು ಮಾತುಗಳನ್ನು ನಾನು ಮರೆತಿದ್ದೆ. ನನಗೆ ಗಮನ ಕೇಂದ್ರೀಕರಿಸಲು ಆಗುತ್ತಿಲ್ಲ, ನನ್ನ ಮನಸ್ಸು ಒಂದೇ ಸರಿ ಬ್ಲ್ಯಾಂಕ್ ಆಗುತ್ತದೆ ಎಂದು ಆತ ಹೇಳಿದ್ದ.

ಇದಾದ ಮುಂದಿನ ಆರು ತಿಂಗಳಲ್ಲಿ ನನ್ನ ಇಂಟರ್ನ್‌ಷಿಪ್ ಮುಗಿದಿತ್ತು. ಮುಂದೆ ಮದುವೆಯೂ ಆಯಿತು. ನನಗೆ ಆತನ ಕುರಿತು ನೆನಪು ಆಗಿರಲಿಲ್ಲ. ಆದರೆ ಮದುವೆಗೆ ಕರೆಯೋಲೆ ಕಳಿಸಿದ್ದೆ. ಆವಾಗ ಮೊಬೈಲ್ ಫೋನುಗಳು ಇದ್ದಿರಲಿಲ್ಲ. ಆತನ ತಾಯಿ ನನ್ನ ಮದುವೆಯ ಎರಡು ದಿನಗಳ ನಂತರ ಮನೆಯ ದೂರವಾಣಿಗೆ ಕರೆ ಮಾಡಿ ಶುಭಾಶಯ

ತಿಳಿಸಿದರು. ಆದರೆ ಆತ ಇತ್ತೀಚೆಗೆ ನೇಣು ಬಿಗಿದುಕೊಂಡು ಆತ್ಮಹತ್ಯೆ ಮಾಡಿಕೊಂಡ ಎಂದು ತಿಳಿಸಿದರು. ನನಗೆ ಇದನ್ನು ನಂಬಲಾಗಲಿಲ್ಲ. ನನ್ನ ಮದುವೆಯ ಕರೆಯೋಲೆ ಸ್ವೀಕರಿಸಲು ಆತ ಜೀವಂತ ಇರಲಿಲ್ಲ. ನಾನು ಆತನನ್ನು ಮರೆತಿದ್ದೆ. ಆದರೆ ಆ ದಿನದಿಂದ ಆತ ನನ್ನ ನೆನಪಿನಿಂದ ಹೊರಗೆ ಹೋಗುತ್ತಿಲ್ಲ. ಆತ್ಮಹತ್ಯೆಯ ಕುರಿತು ಆಲೋಚಿಸಿದಾಗಲೆಲ್ಲಾ ಆತನ ನೆನಪಾಗುತ್ತದೆ. ಈಗ ದಿನನಿತ್ಯ ಪತ್ರಿಕೆಯಲ್ಲಿ ಮಾಧ್ಯಮಗಳಲ್ಲಿ ಆತ್ಮಹತ್ಯೆಗಳ ಘಟನೆಗಳನ್ನು ಓದಿದಾಗ, ಕೇಳಿದಾಗ ನನಗೆ ನನ್ನ ಸ್ನೇಹಿತನ ನೆನಪು ಬಹಳವಾಗಿ ಕಾಡುತ್ತದೆ. ಮತ್ತು ನಾನು ಮಾಡಿದ ಮೂರ್ಖತನದ ಕೆಲಸದ ಕುರಿತು ಪಶ್ಚಾತ್ತಾಪವಾಗುತ್ತದೆ.

ನನ್ನಂಥ ಅನೇಕರೊಂದಿಗೆ ಆತ ತನ್ನ ಸಮಸ್ಯೆಗಳನ್ನು ಹೇಳಿಕೊಂಡಿದ್ದಾನೆ. ಎಲ್ಲರೂ ಕೇಳಿಸಿಕೊಂಡಿದ್ದಾರೆ. ಆದರೆ ಯಾರೂ ಸಹಾಯದ ಹಸ್ತ ಚಾಚಲಿಲ್ಲ. ಎಲ್ಲರೂ ಬೋಧನೆ ಮಾಡಿದ್ದಾರೆ, ಬುದ್ಧಿವಾದ ಹೇಳಿದ್ದಾರೆ, ಉತ್ಸಾಹದ ಮಾತುಗಳನ್ನು ಆಡಿದ್ದಾರೆ. ಆದರೆ ಸಮಸ್ಯೆ ಏನು ಎಂದು ಅರಿಯಲಿಲ್ಲ. ಅದಕ್ಕಾಗಿ ಪರಿಹಾರ ಯೋಚಿಸಲಿಲ್ಲ.

ಆದರೆ ಇಂದು ಮನೋವೈದ್ಯಕೀಯ ಶಾಸ್ತ್ರದಿಂದ ನೋಡಿದಾಗ ನಮ್ಮ ಮೂರ್ಖತನದ ಅರಿವಾಗುತ್ತದೆ. ಆತ್ಮಹತ್ಯೆಯ ಕುರಿತು ನಾವು ಗಂಭೀರವಾಗಿ ತಿಳಿಯುವ ಅವಶ್ಯಕತೆ ಇದೆ. ಅದಕ್ಕಾಗಿ ಈ ಲೇಖನದ ಮುಂದಿನ ಭಾಗ.

## ಆತ್ಮಹತ್ಯೆಯ ಕುರಿತು ಇತಿಹಾಸದಲ್ಲಿ ಉಲ್ಲೇಖಗಳು

ಆತ್ಮಹತ್ಯೆ ಎನ್ನುವ ಸಮಸ್ಯೆ ಇಂದು ನಿನ್ನೆಯದಲ್ಲ. ಮನುಷ್ಯನ ಚರಿತ್ರೆಯಲ್ಲಿ ಬಹಳ ಹಿಂದಿನಿಂದಲೂ ನಡೆದು ಬಂದಿದೆ. ಪ್ರಪಂಚದ ಅನೇಕ ಭಾಗಗಳು, ಹಿಂದಿನ ಸಾಹಿತ್ಯಗಳು, ಚಿಂತಕರು ಹಾಗೂ ಧರ್ಮದ ಚಿಂತನೆಗಳು ಈ ಕುರಿತು ತಮ್ಮ ಅಭಿಮತಗಳನ್ನು ಹಂಚಿಕೊಂಡಿವೆ. ಭಾರತೀಯ ಪುರಾಣದ ಕಥೆಗಳಲ್ಲಿಯೂ ಆತ್ಮಹತ್ಯೆಯ ಉಲ್ಲೇಖಗಳಿವೆ. ರಾಮಾಯಣದಲ್ಲಿ ರಾಮನ ಅಂತ್ಯದ ಸುದ್ದಿ ಕೇಳಿ ಅನೇಕ ಪ್ರಜೆಗಳು ಆತ್ಮಹತ್ಯೆ ಮಾಡಿಕೊಂಡಿರುವ ಉಲ್ಲೇಖ ಇದೆ. ಭಾರತದಲ್ಲಿ ಚಾಲ್ತಿಯಲ್ಲಿದ್ದ ಸತಿಸಹಗಮನ ಮತ್ತು ಜೊಹರ್‌ಪದ್ಧತಿಯೂ ಬೇರೆ ಬೇರೆ ರಾಜಕೀಯ ಮತ್ತು ಸಾಮಾಜಿಕ ಕಾರಣಗಳಿಂದ ಪ್ರೇರಿತವಾಗಿದ್ದರೂ ಕೂಡ ಆತ್ಮಹತ್ಯೆಯ ಒಂದು ಸ್ವರೂಪವಾಗಿಯೇ ಇತ್ತು. ಗ್ರೀಸ್‌ನಲ್ಲಿ ಮಿಲಿಟಿಕಾ ಯುದ್ಧದಲ್ಲಿ ಸೋತವರು ಆತ್ಮಹತ್ಯೆ ಮಾಡಿಕೊಳ್ಳಲು ಅನುಮತಿ ಇದ್ದಿತ್ತು. ಪ್ರಾಚೀನ ಎಥೆನ್ಸಿನಲ್ಲಿ ಆತ್ಮಹತ್ಯೆ ಮೂಲಕ ಸತ್ತವರಿಗೆ ಸಾಮಾನ್ಯ ಗೌರವಯುತವಾದ ಅಂತ್ಯಸಂಸ್ಕಾರ ಪಡೆಯುವ ಹಕ್ಕಿರಲಿಲ್ಲ. ಅದೇ ರೀತಿ ಭಾರತೀಯ ಸಂಸ್ಕೃತಿಯಲ್ಲಿಯೂ ಅಂತಹವರಿಗೆ ಶ್ರಾದ್ಧದ ಸಂಸ್ಕಾರ ಪಡೆಯುವ ಹಕ್ಕಿರಲಿಲ್ಲ.

ಭಗವದ್ಗೀತೆ ಆತ್ಮಹತ್ಯೆಯನ್ನು ಖಂಡಿಸುತ್ತದೆ. ಉಪನಿಷತ್ತಿನಲ್ಲಿ ಆತ್ಮಹತ್ಯೆಯನ್ನು ಕೈಗೊಳ್ಳುವ ವ್ಯಕ್ತಿಯು ಸೂರ್ಯನಿಲ್ಲದ ಕತ್ತಲೆಯ ಪ್ರದೇಶಕ್ಕೆ ಹೋಗಲಿದ್ದಾನೆ ಎಂದು

ಹೇಳಲಾಗಿದೆ. ಇಸ್ಲಾಂ ಧರ್ಮದ ಪ್ರಕಾರ ಆತ್ಮಹತ್ಯೆ ನಿಷೇಧವಾಗಿದೆ ಮತ್ತು ಆತ್ಮಹತ್ಯೆ ಮಾಡಿಕೊಂಡವರು ನರಕಕ್ಕೆ ಹೋಗುತ್ತಾರೆ ಎಂದು ಹೇಳಲಾಗಿದೆ. ಕ್ರಿಶ್ಚಿಯನ್ ಧರ್ಮದ ಸಂಪ್ರದಾಯದ ಪ್ರಕಾರ ಆತ್ಮಹತ್ಯೆ ಅನ್ನುವುದು ದೇವರು ನೀಡಿರುವ ಈ ಭೌತಿಕ ಜೀವವೆಂಬ ಉಡುಗೊರೆಯ ನಿರಾಕರಣೆ ಆಗಿದೆ.

## ಆತ್ಮಹತ್ಯೆಯ ಸಮಸ್ಯೆಯ ಕುರಿತು ನಮಗೆಷ್ಟು ತಿಳಿದಿದೆ:

ಪ್ರಪಂಚದಲ್ಲಿ ಸಾವಿಗೀಡಾಗುವುದಕ್ಕೆ ಇರುವ ಅನೇಕ ಕಾರಣಗಳಲ್ಲಿ ಆತ್ಮಹತ್ಯೆಯೂ ಹತ್ತನೆಯ ಪ್ರಮುಖ ಕಾರಣವಾಗಿದೆ. ಪ್ರಪಂಚದಲ್ಲಿ ಪ್ರತಿ ನಲವತ್ತು ಸೆಕೆಂಡಿಗೆ ಒಬ್ಬ ವ್ಯಕ್ತಿ ಆತ್ಮಹತ್ಯೆಯನ್ನು ಕೈಗೊಂಡಿರುತ್ತಾನೆ. 15 ರಿಂದ 20 ವರ್ಷದ ವಯಸ್ಸಿನ ಒಳಗಿರುವವರ ಸಾವಿಗೆ ಆತ್ಮಹತ್ಯೆ ಎರಡನೇ ಪ್ರಮುಖ ಕಾರಣವಾಗಿದೆ.

ಭಾರತದ ಆತ್ಮಹತ್ಯೆಗಳ ಕುರಿತಾದ ಅಂಕಿ-ಅಂಶ ನೋಡುವುದಾದರೆ ಪ್ರಪಂಚದಲ್ಲಾಗುವ ಆತ್ಮಹತ್ಯೆಗಳಲ್ಲಿ ಶೇ.12 ರಷ್ಟು ಆತ್ಮಹತ್ಯೆ ಭಾರತದಲ್ಲಿ ಆಗುತ್ತದೆ. ದಕ್ಷಿಣ ಭಾರತದ ರಾಜ್ಯಗಳಲ್ಲಿ ಅತೀಹೆಚ್ಚು ಆತ್ಮಹತ್ಯೆಗಳು ನಡೆಯುತ್ತದೆ. ಅತೀಹೆಚ್ಚು ಆತ್ಮಹತ್ಯೆ ಮಾಡಿಕೊಳ್ಳುವವರು 15 ರಿಂದ 29 ವಯಸ್ಸಿನ ನಡುವೆ ಇರುತ್ತಾರೆ. ಅಂದರೆ ಹದಿಹರೆಯದವರ ಸಂಖ್ಯೆ ಹೆಚ್ಚಿದೆ. ಆತ್ಮಹತ್ಯೆ ಮಾಡಿಕೊಳ್ಳುವುದರಲ್ಲಿ ಶಿಕ್ಷಿತರು, ನಗರ ಪ್ರದೇಶದ ವಾಸಿಗಳು, ಆರ್ಥಿಕವಾಗಿ ಮೇಲ್ವರ್ಗದವರೇ ಹೆಚ್ಚಿದ್ದಾರೆ. ಹೆಂಗಸರಿಗಿಂತ ಪುರುಷರ ಆತ್ಮಹತ್ಯೆ ಪ್ರಮಾಣ ದುಪ್ಪಟ್ಟು ಹೆಚ್ಚಿದೆ. ಭಾರತದ ನ್ಯಾಷನಲ್ ಕ್ರೈಮ್ ರೆಕಾರ್ಡ್ ಬ್ಯೂರೋ ವರದಿಯ ಪ್ರಕಾರ 2014ರಲ್ಲಿ 1.31 ಲಕ್ಷ ಜನರು ಆತ್ಮಹತ್ಯೆ ಮಾಡಿಕೊಂಡಿದ್ದಾರೆ. ಮತ್ತು ಒಂದು ಗಂಟೆಗೆ 15 ಜನರಂತೆ ಆತ್ಮಹತ್ಯೆಯಿಂದ ಸಾಯುತ್ತಿದ್ದಾರೆ.

## ಆತ್ಮಹತ್ಯೆಯ ಕಾರಣಗಳು

ಕೆಲವೊಮ್ಮೆ ಆತ್ಮಹತ್ಯೆಗೆ ಇಂತಹುದೇ ಕಾರಣ ಎಂದು ಹೇಳಲು ಆಗುವುದಿಲ್ಲ. ಕೆಲವು ಮಾನಸಿಕ ತೊಂದರೆಗಳಿಂದಲೂ ಆತ್ಮಹತ್ಯೆ ಕೈಗೊಳ್ಳಬಹುದು. ಆದರೆ ಆತ್ಮಹತ್ಯೆ ಮಾಡಿಕೊಳ್ಳುವ ಎಲ್ಲರೂ ಮಾನಸಿಕ ಸಮಸ್ಯೆಯಿಂದ ಬಳಲುವವರಲ್ಲ. ಆತ್ಮಹತ್ಯೆಗೆ ಕೆಲವು ಪ್ರಮುಖ ಕಾರಣಗಳು ಇಂತಿವೆ.

- ಖಿನ್ನತೆ, ಉನ್ಮಾದಗಳಂತಹ ಮನಸ್ಸಿನ ಸ್ಥಿತಿಗೆ (ಮೂಡ್) ಸಂಬಂಧಿಸಿದ ಮಾನಸಿಕ ಖಾಯಿಲೆಗಳು, ಚಿತ್ತವಿಕಲತೆ, ವ್ಯಕ್ತಿತ್ವ ದೋಷಗಳ ಮತ್ತು ಆತಂಕದಂತಹ ಮಾನಸಿಕ ಖಾಯಿಲೆಗಳು ಆತ್ಮಹತ್ಯೆಯನ್ನು ಉಂಟುಮಾಡಬಹುದು.
- ಮದ್ಯ ಹಾಗೂ ಇತರ ಅಮಲು ಪದಾರ್ಥ ವ್ಯಸನ.

- ಕುಟುಂಬ ಮತ್ತು ಸ್ನೇಹಿತರೊಂದಿಗಿನ ದೀರ್ಘಕಾಲಿಕ ಮನಸ್ತಾಪಗಳು.
- ಬದುಕಲು ಆಸಕ್ತಿ ಇಲ್ಲದೆ ಇರುವುದು, ಬದುಕುವುದರಲ್ಲಿ ಭರವಸೆ ಕಾಣದಿರುವುದು.
- ಅತಿಯಾಗಿ ಪ್ರೀತಿಸುವ ವ್ಯಕ್ತಿಯನ್ನು ಕಳೆದುಕೊಂಡಾಗ, ಅವರ ಸಾವು ಸಂಭವಿಸಿದಾಗ, ಸಂಬಂಧಗಳು ಕಡಿದುಹೋದಾಗ, ಉದ್ಯೋಗ, ವ್ಯವಹಾರದಲ್ಲಿ ತೊಂದರೆ ಆದಾಗ, ಅವಮಾನ ಅಥವಾ ನಿಂದನೆ ಆದಾಗ.
- ಅತೀವವಾದ ದೈಹಿಕ ಮತ್ತು ಮಾನಸಿಕ ನೋವುಂಟಾದಾಗ.
- ಕೆಲವೊಮ್ಮೆ ಸಮೂಹ ಸನ್ನಿಯಾಗಿಯೂ ಆತ್ಮಹತ್ಯೆಗಳು ಸಂಭವಿಸಬಹುದು. ತಮ್ಮ ನೆಚ್ಚಿನ ರಾಜಕೀಯ ನಾಯಕ ಅಥವಾ ಸಿನಿಮಾ ನಾಯಕ ಅಥವಾ ನಾಯಕಿ ತೀರಿಕೊಂಡಾಗ ಅವರ ಅಭಿಮಾನಿಗಳು ಆತ್ಮಹತ್ಯೆ ಮಾಡಿಕೊಳ್ಳುತ್ತಾರೆ. ಖ್ಯಾತ ಪಾಪ್ ಗಾಯಕ ಮೈಕೆಲ್ ಜಾಕ್ಸನ್ ತೀರಿಕೊಂಡಾಗ ಆತನ 12ಕ್ಕಿಂತಲೂ ಹೆಚ್ಚಿನ ಅಭಿಮಾನಿಗಳು ಆತ್ಮಹತ್ಯೆ ಮಾಡಿಕೊಂಡಿದ್ದರು.
- ಕೆಲವೊಮ್ಮೆ ಗುಂಪು ಅಥವಾ ಸಮುದಾಯ ಆತ್ಮಹತ್ಯೆಗಳು ಉಂಟಾಗುತ್ತದೆ. ಉಗಾಂಡದಲ್ಲಿ 2000ನೇ ಇಸವಿಯಲ್ಲಿ ಒಂದು ಧಾರ್ಮಿಕ ಕಾರಣಕ್ಕಾಗಿ 778 ಆತ್ಮಹತ್ಯೆಗಳು, 1978ರಲ್ಲಿ ಗಯಾನದಲ್ಲಿ 918 ಮಂದಿ ಜೊತೆಗೆ ಆತ್ಮಹತ್ಯೆ ಕೈಗೊಂಡಿದ್ದರು. ಹೆಚ್ಚಿನ ಘಟನೆಗಳಿಗೆ ಧಾರ್ಮಿಕ ಸಂಬಂಧಿಸಿದ ಭಾವನೆಗಳೇ ಕಾರಣವಾಗಿದೆ. ಜೊಹರ್ ಆಚರಣೆಯಿಂದ ಭಾರತದ ಇತಿಹಾಸದಲ್ಲಿ ಹನ್ನೊಂದು ಬಾರಿ ದಾಖಲಾಗಿದ್ದು, 1535ನೇ ಇಸವಿಯಲ್ಲಿ ಚಿತ್ತೋರಿನ ಜೊಹರ್‌ನಲ್ಲಿ ಹದಿಮೂರು ಸಾವಿರ ಮಹಿಳೆಯರು ಗುಂಪು ಆತ್ಮಹತ್ಯೆ ಮಾಡಿಕೊಂಡಿದ್ದರು.
- ಭಾರತದಲ್ಲಿಯೂ ಸಾಮಾಜಿಕ ನಿಂದನೆಗಳಿಗಾಗಿ, ಕೌಟಂಬಿಕ ಅಥವಾ ಆರ್ಥಿಕ ಸಂಕಷ್ಟದಿಂದ ಕುಟುಂಬದ ಎಲ್ಲಾ ಸದಸ್ಯರು ಆತ್ಮಹತ್ಯೆ ಮಾಡಿಕೊಂಡಿರುವ ಘಟನೆಗಳು ಬಹಳಷ್ಟು ವರದಿಯಾಗಿವೆ.
- ಹೆಚ್ಚಿನ ಸಂದರ್ಭಗಳಲ್ಲಿ ಆತ್ಮಹತ್ಯೆಯ ಆಲೋಚನೆಯಲ್ಲಿ ಆ ಕ್ಷಣದಲ್ಲಿ ಬಂದು ಆತ್ಮಹತ್ಯೆಗೆ ಪ್ರೇರಣೆ ನೀಡುತ್ತದೆ. ಆ ಕ್ಷಣದಲ್ಲಿ ಅದರಿಂದ ವಿಚಲಿತರಾಗದೆ ಆತ್ಮಹತ್ಯೆಗೆ ಶರಣಾಗುತ್ತಾರೆ.

**ಆತ್ಮಹತ್ಯೆಯ ಚಿಹ್ನೆಗಳು ಮತ್ತು ಅಪಾಯದ ಮುನ್ಸೂಚನೆಗಳು:**

- ವ್ಯಕ್ತಿ ತೀವ್ರವಾದ ಖಿನ್ನತೆಯಿಂದ ಬಳಲುತ್ತಿದ್ದಾಗ.
- ಸಂಬಂಧಿಕರಿಂದ, ಮನೆಯವರಿಂದ ಮತ್ತು ಸ್ನೇಹಿತರಿಂದ ದೂರಾಗಲು ಬಯಸಿದಾಗ.
- ಅತಿಯಾದ ದುಃಖ ಮತ್ತು ಬದುಕಿನಲ್ಲಿ ಭರವಸೆ ಕಳೆದುಕೊಂಡಾಗ.

- ದಿನನಿತ್ಯದ ಚಟುವಟಿಕೆಗಳಲ್ಲಿ ಆಸಕ್ತಿ ಕಳೆದುಕೊಂಡಾಗ.
- ಹಿಂದೆ ಆತ್ಮಹತ್ಯೆಗೆ ಪ್ರಯತ್ನಿಸಿದವರು ಮುಂದೆಯೂ ಕೂಡ ಹೆಚ್ಚು ಆತ್ಮಹತ್ಯೆಗೆ ಒಳಗಾಗುವ ಸಾಧ್ಯತೆ ಇದೆ.
- ಸಾವಿನ ಬಗ್ಗೆ, ಆತ್ಮಹತ್ಯೆಯ ಬಗ್ಗೆ ಹೆಚ್ಚು ಚರ್ಚೆ ಮಾಡುವ, ಮಾತನಾಡುವ ಮತ್ತು ಬರೆಯುವ ಲಕ್ಷಣಗಳು ಕಂಡುಬಂದಾಗ.
- ಕೆಲವು ಕೆಲಸಗಳನ್ನು ಆತುರ ಆತುರವಾಗಿ ಮುಗಿಸುವುದು ಕಂಡುಬಂದಾಗ. ಉದಾಹರಣೆಗೆ, ಅವರ ಅಮೂಲ್ಯವಾದ ಖಾಸಗಿ ವಸ್ತುಗಳನ್ನು ಬೇರೆಯವರಿಗೆ ನೀಡುವುದು. ಮಕ್ಕಳು ತಮ್ಮ ಪ್ರೀತಿಯ ಗೊಂಬೆ, ನಾಯಿ ಮರಿ, ಅಥವಾ ವಸ್ತುಗಳನ್ನು ಹಸ್ತಾಂತರಿಸುವುದು, ದೊಡ್ಡವರು ಜೀವವಿಮೆ ಮತ್ತು ಆಸ್ತಿಯನ್ನು ಸೆಟಲ್ ಮಾಡುವುದು, ಗೆಳೆಯರಿಗೆ ವಿದಾಯ ಹೇಳುವುದು ಇತ್ಯಾದಿ.
- ಪತ್ರಿಕೆ, ಇಂಟರ್ನೆಟ್ಟಿನಲ್ಲಿ ಸಾವಿನ ಬಗ್ಗೆ ಆತ್ಮಹತ್ಯೆ ಮಾಡಿಕೊಳ್ಳುವ ಬಗೆಗಳ ಬಗ್ಗೆ ಹುಡುಕಿ ತಿಳಿಯುವುದು.
- ಅನಗತ್ಯವಾಗಿ ಹೆಚ್ಚಿನ ಮಾತ್ರೆ, ಹಗ್ಗ, ವಿಷ ಹಾಗೂ ಇತರ ಆತ್ಮಹತ್ಯೆಗೆ ಪೂರಕವಾಗಿರುವ ವಸ್ತುಗಳನ್ನು ತಂದು ಇಟ್ಟುಕೊಳ್ಳುವುದು.

## ಆತ್ಮಹತ್ಯೆಯ ಬಗ್ಗೆ ಇರುವ ಕೆಲವು ಅಪನಂಬಿಕೆಗಳು

**ಅಪನಂಬಿಕೆ:** ಆತ್ಮಹತ್ಯೆ ಬಗ್ಗೆ ಮಾತನಾಡುವವರು ಆತ್ಮಹತ್ಯೆ ಮಾಡಿಕೊಳ್ಳುವುದಿಲ್ಲ, ಸುಮ್ಮನೆ ಹೆದರಿಸುತ್ತಾರೆ ಎಂದು ಹೆಚ್ಚಿನ ಜನ ಹೇಳುತ್ತಾರೆ. ಅದಕ್ಕೆ ಒಕ್ಕಣೆಯಾಗಿ ಕಚ್ಚುವ ನಾಯಿ ಬೊಗಳುವುದಿಲ್ಲ, ಬೊಗಳೋ ನಾಯಿ ಕಚ್ಚೋದಿಲ್ಲ ಎಂಬ ಗಾದೆಯನ್ನೂ ಸೇರಿಸುತ್ತಾರೆ.

ಆದರೆ ವಾಸ್ತವದಲ್ಲಿ ಆತ್ಮಹತ್ಯೆ ಮಾಡಿಕೊಂಡಿರುವ ಹೆಚ್ಚಿನವರು ಆತ್ಮಹತ್ಯೆಯ ಕುರಿತು ಹಿಂದೆ ಮಾತನಾಡಿರುತ್ತಾರೆ ಮತ್ತು ಈ ಮೂಲಕ ಸೂಚನೆಯನ್ನು ನೀಡುತ್ತಾರೆ. ಹಾಗಾಗಿ ಇದನ್ನು ಗಂಭೀರವಾಗಿ ಸ್ವೀಕರಿಸಬೇಕಾಗುತ್ತದೆ.

**ಅಪನಂಬಿಕೆ:** ವ್ಯಕ್ತಿಯ ಬಳಿ ಆತ್ಮಹತ್ಯೆಯ ಬಗ್ಗೆ ಕೇಳುವುದು ಅಥವಾ ಮಾತನಾಡುವುದು ಅವರಿಗೆ ಆತ್ಮಹತ್ಯೆ ಮಾಡಿಕೊಳ್ಳಲು ಸೂಚಿಸಿದಂತಾಗುತ್ತದೆ ಎಂದು ಕೆಲವರು ಹೇಳುತ್ತಾರೆ.

ಆದರೆ ವಾಸ್ತವದಲ್ಲಿ ಹೀಗೆ ಕೇಳುವುದರಿಂದ ನಾವು ಸೂಚಿಸುವುದಕ್ಕಿಂತ ಅವರಿಗೆ ತಮ್ಮ ಮನಸ್ಸಿನಲ್ಲಿರುವುದನ್ನು ನಮ್ಮಲ್ಲಿ ಹೇಳಲು ಸಹಕಾರಿಯಾಗಿಸುತ್ತದೆ. ಇದು ಆತ್ಮಹತ್ಯೆಯ ಕುರಿತಾದ ಆತಂಕವನ್ನು ಕಡಿಮೆ ಮಾಡಲು ಕೂಡ ಸಹಾಯವಾಗುತ್ತದೆ.

**ಅಪನಂಬಿಕೆ:** ಉನ್ನತ ಆರ್ಥಿಕ ಪರಿಸ್ಥಿತಿ ಉಳ್ಳವರು ಮತ್ತು ವಿದ್ಯಾವಂತರು ಆತ್ಮಹತ್ಯೆ ಮಾಡಿಕೊಳ್ಳುವುದಿಲ್ಲ.

ವಾಸ್ತವದಲ್ಲಿ ಇದೂ ಕೂಡ ಒಂದು ತಪ್ಪು ನಂಬಿಕೆಯಾಗಿದೆ. ಅಂಕಿ ಅಂಶಗಳ ಪ್ರಕಾರ ಉತ್ತಮ ಆರ್ಥಿಕ ಸ್ಥಿತಿಯವರು ಕೂಡ ಆತ್ಮಹತ್ಯೆ ಮಾಡಿಕೊಳ್ಳುತ್ತಾರೆ. ಹಾಗೇ ವಿದ್ಯಾವಂತರು, ನಗರಪ್ರದೇಶದಲ್ಲಿ ಇರುವವರು ಸಹ ಆತ್ಮಹತ್ಯೆಗೆ ಒಳಪಡುತ್ತಾರೆ.

**ಅಪನಂಬಿಕೆ:** ಹೆಚ್ಚಿನ ಆತ್ಮಸ್ಥೈರ್ಯ ಉಳ್ಳವರು, ಸಾಧಕರು ಮತ್ತು ಸಮಾಜದಲ್ಲಿ ಘನತೆಯ ಸ್ಥಾನದಲ್ಲಿ ಇರುವವರು ಆತ್ಮಹತ್ಯೆ ಮಾಡಿಕೊಳ್ಳುವುದಿಲ್ಲ. ಹೆದರುಪುಕ್ಕಲರು ಮತ್ತು ಹೇಡಿಗಳು ಮಾತ್ರ ಆತ್ಮಹತ್ಯೆ ಮಾಡಿಕೊಳ್ಳುತ್ತಾರೆ.

ವಾಸ್ತವದಲ್ಲಿ ಇದು ಕೂಡ ಒಂದು ಅಪನಂಬಿಕೆಯಾಗಿದ್ದು, ಸಮಾಜದಲ್ಲಿ ಉತ್ತಮ ಸ್ಥಾನದಲ್ಲಿದ್ದರೂ, ಸಾಧಕರು, ಕಲಾವಿದರು, ನಾಯಕರು ಮತ್ತು ಉತ್ತಮ ಆತ್ಮಸ್ಥೈರ್ಯ ಉಳ್ಳವರು ಕೂಡ ಆತ್ಮಹತ್ಯೆ ಮಾಡಿಕೊಳ್ಳಬಹುದು. ಆತ್ಮಹತ್ಯೆ ಒಂದು ಕ್ಷಣಿಕದ ಪ್ರತಿಕ್ರಿಯೆ ಆಗಿದ್ದು ಎಂಥ ಆತ್ಮಸ್ಥೈರ್ಯ ಉಳ್ಳವರೂ ಕೂಡ ಸಾವಿಗೆ ಶರಣಾಗಬಹುದು.

**ಅಪನಂಬಿಕೆ:** ಆತ್ಮಹತ್ಯೆ ಮಾಡಿಕೊಳ್ಳುವವರು ಮಾನಸಿಕ ರೋಗಿಗಳಾಗಿರುತ್ತಾರೆ.

ಆದರೆ ವಾಸ್ತವವಾಗಿ ಮಾನಸಿಕ ತೊಂದರೆಗಳಿಂದ ವ್ಯಕ್ತಿ ಆತ್ಮಹತ್ಯೆ ಮಾಡಿಕೊಳ್ಳಬಹುದು. ಆದರೆ ಆತ್ಮಹತ್ಯೆ ಮಾಡಿಕೊಳ್ಳುವ ಎಲ್ಲರೂ ಮಾನಸಿಕ ತೊಂದರೆಯಿಂದ ಬಳಲಬೇಕು ಎಂದೇನಿಲ್ಲ.

**ಅಪನಂಬಿಕೆ:** ಆತ್ಮಹತ್ಯೆ ಮಾಡಿಕೊಳ್ಳಬಯಸುವವರು ಅವರ ಸಮಸ್ಯೆಗಳ ಬಗ್ಗೆ ಹೇಳಲು ಇಚ್ಚಿಸುವುದಿಲ್ಲ.

ವಾಸ್ತವದಲ್ಲಿ ಬೇರೆಯವರ ಬಳಿ ಸಮಸ್ಯೆ ಹೇಳಿಕೊಂಡರೆ ತಪ್ಪಾಗಿ ತಿಳಿಯುವರೆಂಬ ಭಯದಿಂದ ಕೆಲವೊಮ್ಮೆ ಸಮಸ್ಯೆ ಹೇಳದಿರುವ ಸಾಧ್ಯತೆಗಳಿವೆ. ಆದರೆ ಕೇಳುವವರಿದ್ದರೆ ಮತ್ತು ಸರಿಯಾಗಿ ಅರ್ಥಮಾಡಿಕೊಳ್ಳುವವರಿದ್ದಲ್ಲಿ ಖಂಡಿತ ತಮ್ಮ ಸಮಸ್ಯೆಗಳನ್ನು ಹಂಚಿಕೊಳ್ಳುತ್ತಾರೆ.

## ಆತ್ಮಹತ್ಯೆ ತಡೆಗಟ್ಟುವಲ್ಲಿ ನಮ್ಮ ಪಾತ್ರಗಳೇನು?

- ಯಾರಾದರೂ ಆತ್ಮಹತ್ಯೆಯ ಕುರಿತು ಮಾತನಾಡುತ್ತಿದ್ದರೆ ಅದನ್ನು ಗಂಭೀರವಾಗಿ ಪರಿಗಣಿಸಿ ಮತ್ತು ಅವರು ಸೂಕ್ತ ಸಹಾಯ ಪಡೆಯುವಂತೆ ಮಾಡಿ.
- ಆತ್ಮಹತ್ಯೆಯ ಕುರಿತು ಹೇಳಿಕೊಂಡವರಿಗೆ ಸುಮ್ಮನೆ ಬೋಧನೆ ಮಾಡಲು ಹೋಗಬೇಡಿ. ಆತ್ಮವಿಶ್ವಾಸವನ್ನು ತುಂಬುವ ಮಾತುಗಳು, ಸ್ಫೂರ್ತಿದಾಯಕ ವಿಷಯಗಳು ಅಥವಾ ವ್ಯಕ್ತಿತ್ವ ವಿಕಸನದ ಪುಸ್ತಕಗಳನ್ನು ಸೂಚಿಸಬೇಡಿ.
- ಬದಲಿಗೆ ಅವರು ಹೇಳುವುದನ್ನು ಪೂರ್ತಿಯಾಗಿ ಕೇಳಿಸಿಕೊಳ್ಳಿ. ಅವರ ಸಮಸ್ಯೆಗಳು ಏನೆಂದು ಕೇಳಿ, ವೇದನೆಗಳನ್ನು ಕೇಳಿಸಿಕೊಳ್ಳಿ. ಅದಕ್ಕೆ ಸೂಕ್ತವಾದ ಸಹಾಯ ಮಾಡಿ.

- ಅವರು ಖಿನ್ನತೆಯಿಂದ ಅಥವಾ ಬೇರೆ ಮಾನಸಿಕ ಸಮಸ್ಯೆಯಿಂದ ಬಳಲುತ್ತಿದ್ದಾರೆ ಎಂದಾದರೆ ಮನೋವೈದ್ಯರ ಬಳಿಗೆ ಕರೆದುತನ್ನಿ.

- ಕಾಲೇಜಿನಲ್ಲಿ ನಿಮ್ಮ ಸಹಪಾಠಿ ಅಥವಾ ಸ್ನೇಹಿತರಾದರೆ ಶಿಕ್ಷಕರ ಬಳಿ, ಅವರ ತಂದೆ ತಾಯಿಯ ಬಳಿ ಹೇಳಿ ಸೂಕ್ತ ಆಪ್ತಸಲಹೆಯ ಸಹಾಯ ಕೊಡಿಸಿರಿ. ತುರ್ತಿನ ಸಂದರ್ಭದಲ್ಲಿ ಈ ಕೆಲಸವನ್ನು ಮೊದಲು ಮಾಡಿ.

- ಆತ ಅಥವಾ ಆಕೆ ಯಾಕೆ ಆತ್ಮಹತ್ಯೆ ಮಾಡಿಕೊಳ್ಳಬೇಕು. ಅದಕ್ಕೇನು ಕಾರಣ ಎಂದೆಲ್ಲ ಅವರ ಅಥವಾ ಬೇರೆಯವರ ಜೊತೆ ವಿಮರ್ಶೆಗೆ ಹೋಗಬೇಡಿ. ಆ ಸಂದರ್ಭಕ್ಕೆ ಏನು ಸಹಾಯಬೇಕೋ ಅದನ್ನು ಮಾಡಿ.

- ಅಂತಹವರನ್ನು ಒಬ್ಬರೇ ಇರಲು ಬಿಡಬೇಡಿ. ಅಪಾಯದ ವಸ್ತುಗಳನ್ನು ಅವರಿಂದ ದೂರ ಇಡಿ.

- ಅವರು ನಮ್ಮೊಂದಿಗೆ ಹೇಳಿರುವುದನ್ನು ಎಲ್ಲರೊಂದಿಗೆ ಹಂಚಿಕೊಳ್ಳಬೇಡಿ. ಅವಶ್ಯಕತೆ ಇರುವ ಮತ್ತು ಸಹಾಯಕ್ಕೆ ಬರುವ ಆಪ್ತರೊಂದಿಗೆ ಮಾತ್ರ ಹೇಳಿ.

- ಆತ್ಮಹತ್ಯೆ ತಡೆಗಾಗಿ ಸ್ಥಾಪಿಸಲಾಗಿರುವ ಕೆಲವು ಸಹಾಯವಾಣಿಗಳ ಸಹಾಯವನ್ನು ತುರ್ತಿನ ಸಮಯದಲ್ಲಿ ಪಡೆಯಿರಿ. ಉದಾಹರಣೆಗೆ,

  ಆಸ್ರಾ : (ASSRA) 1–22–27546669 (24x7)

  ಒನ್ ಲೈಫ್ – 7893078930 (24x7)

  ವಂಡ್ರೇವಾಲಾ ಪ್ರತಿಷ್ಠಾನ – 1860–266–2345, 1860–233–3330

ಇತ್ತೀಚೆಗೆ ಬ್ಲೂವೇಲ್ ಎನ್ನುವ ಆತ್ಮಹತ್ಯೆಯನ್ನುಂಟು ಮಾಡುವ ಒಂದು ಗೇಮ್ ಬಹಳಷ್ಟು ವಿವಾದಾಸ್ಪದವಾಗಿತ್ತು. ಈ ಗೇಮ್‌ನಲ್ಲಿ ಐವತ್ತು ಚಟುವಟಿಕೆಗಳನ್ನು ನೀಡಲಾಗುತ್ತಿದ್ದು, ಕೊನೆಯ ಚಟುವಟಿಕೆಯಾಗಿ ಆತ್ಮಹತ್ಯೆ ಮಾಡಿಕೊಳ್ಳಲು ಸೂಚಿಸುವುದಾಗಿತ್ತು ಮತ್ತು ಅನೇಕ ಹದಿಹರೆಯದವರು ಇದರಿಂದಾಗಿ ಪ್ರಾಣ ಕಳೆದುಕೊಂಡಿದ್ದು ವರದಿಯಾಗಿತ್ತು. ಆದರೆ ನಾವಿಲ್ಲಿ ಗಮನಿಸಬೇಕಾಗಿದ್ದು, ಈ ಗೇಮನ್ನು ಕೇವಲ ಈ ಕೃತ್ಯಕ್ಕೆ ಪ್ರಚೋದನೆಯಾಗಿ ಮಾತ್ರ. ಆದರೆ, ಆತಂಕದ ವಿಷಯವಿರುವುದು ಒಂದುವೇಳೆ ಇಂತಹ ಗೇಮ್‌ಗಳು ಇರುವುದೇ ಹೌದಾದರೆ, ಇಂತಹುದಕ್ಕೆ ಸುಲಭವಾಗಿ ಬಲಿಯಾಗುವಂತೆ ನಮ್ಮ ಹದಿಹರೆಯದ ಮಕ್ಕಳ ಮನಸ್ಥಿತಿ ನಾವು ನಿರ್ಮಾಣ ಮಾಡಿದ್ದೇವೆ ಎನ್ನುವ ವಿಚಾರ. ಇಂತಹ ಇತರ ಗೇಮ್ ಅಥವಾ ಸಂದರ್ಭಗಳು ಕೇವಲ ಅವಕಾಶಗಳು ಆದರೆ ಇದಕ್ಕೆ ಬಲಿಯಾಗುವ ಮಾನಸಿಕ ಪರಿಸ್ಥಿತಿಯ ಕುರಿತು ನಾವು ಹೋರಾಡಬೇಕಿದೆ.

- ತೀವ್ರವಾಗಿ ಬರುವ ಆತ್ಮಹತ್ಯೆಯ ಯೋಚನೆಯನ್ನು ತಡೆಯಲು ಸಂಜೀವಿನಿಯಂತೆ ವಿದ್ಯುತ್ ಕಂಪನದ ಚಿಕಿತ್ಸೆಯನ್ನು (Electroconvulsive Therapy) ನೀಡಲಾಗುತ್ತದೆ.
- ಮನುಷ್ಯನ ಮಿದುಳಿನ ನರವಾಹಕಗಳಲ್ಲಿ ಪ್ರಮುಖವಾದ ಸೆರೊಟೊನಿನ್ ಆತ್ಮಹತ್ಯೆಯ ಯೋಚನೆ ಬರಲು ಮುಖ್ಯ ಕಾರಣಗಳಲ್ಲಿ ಒಂದಾಗಿದ್ದು, ಇದರ ನಿಯಂತ್ರಣಕ್ಕೆ ವಿದ್ಯುತ್ ಕಂಪನ ಚಿಕಿತ್ಸೆ ಸಹಕಾರಿಯಾಗಿದೆ.
- ಸಿನಿಮಾಗಳಲ್ಲಿ ತೋರಿಸುವ ಹಾಗೆ ಅಥವಾ ಜನಸಾಮಾನ್ಯರು ನಂಬುವ ಹಾಗೆ ಶಾಕ್ ಟ್ರೀಟ್‌ಮೆಂಟ್ ಅಮಾನವೀಯ ಅಲ್ಲ. ಇದು ಮಿದುಳನ್ನು ಡ್ಯಾಮೇಜ್ ಮಾಡುತ್ತದೆ ಎನ್ನುವುದು ತಪ್ಪು ನಂಬಿಕೆಯಾಗಿದೆ.
- ಈ ಚಿಕಿತ್ಸೆ ನೀಡುವಾಗಿ ಅರಿವಳಿಕೆ ಚಿಕಿತ್ಸೆ ನೀಡಿ, ಎಪ್ಪತ್ತು ಮಿಲಿ ವೋಲ್ಟನ್ನು 0.25–1.5 ಸೆಕೆಂಡ್‌ಗಳಷ್ಟು ಕಾಲ ಮಾತ್ರ ಮಿದುಳಿಗೆ ಸಂಚಾರವಾಗುವ ಹಾಗೆ ಮಾಡಿ ಮಿದುಳಿನಲ್ಲಿ ನರವಾಹಕಗಳ ಬದಲಾವಣೆ ಮಾಡಲಾಗುತ್ತದೆ.
- ಇದೊಂದು "ಲೈಫ್" ಸೇವಿಂಗ್ ಚಿಕಿತ್ಸೆ ಆಗಿದ್ದು ಆತ್ಮಹತ್ಯೆ ಯೋಚನೆಗಳನ್ನು ತಡೆಯುವಲ್ಲಿ ಬಹಳ ಸಹಕಾರಿಯಾಗಿದೆ.

ಕೊನೆಯದಾಗಿ ಹದಿಹರೆಯದಲ್ಲಿ ಆತ್ಮಹತ್ಯೆಗೆ ಒಳಗಾಗುವ ಸಂಭವಗಳು ಹೆಚ್ಚಿರುವುದರಿಂದ ಪೋಷಕರು ಮಕ್ಕಳಲ್ಲಿ ಆತ್ಮಹತ್ಯೆಯ ಸೂಚನೆಗಳು ಕಂಡುಬಂದಾಗ ಜಾಗೃತರಾಗಿ ಅಗತ್ಯ ನೆರವು ನೀಡಬೇಕು. ಕೋಪದಿಂದ ಹೀಗೆ ಮಾಡುತ್ತಾರೆ, ಮುಂದೆ ಸರಿ ಆಗುತ್ತಾರೆ ಎಂಬ ನಿರ್ಲಕ್ಷ್ಯ ಮಾಡಬಾರದು. ಏನೇ ಸಮಸ್ಯೆಯಿದ್ದರೂ ನಿಮ್ಮೊಂದಿಗೆ ಹಂಚಿಕೊಳ್ಳಲು ಆಗುವಂತೆ ನಿಮ್ಮ ಸಂಬಂಧವನ್ನು ರೂಪಿಸಿಕೊಳ್ಳಿ.

- ಯಾರೂ ಕೂಡ ಆತ್ಮಹತ್ಯೆಯ ಆಲೋಚನೆಯಿಂದ ಬಾಧಿತರಾಗಬಹುದು.
- ಜೀವನದ ಪ್ರತಿಕೂಲ ಸನ್ನಿವೇಶಗಳು ಮತ್ತು ಕೆಲವೊಮ್ಮೆ ಯಾವುದೇ ಕಾರಣವಿಲ್ಲದೆಯೂ ಕೂಡ ಮಿದುಳಿನ ರಾಸಾಯನಿಕಗಳ ಬದಲಾವಣೆಯಿಂದ ಆತ್ಮಹತ್ಯೆ ಆಲೋಚನೆಗಳು ಬರಬಹುದು.
- ಆತ್ಮಹತ್ಯೆಯ ಆಲೋಚನೆಗಳಿಂದ ಬಳಲುತ್ತಿರುವವರಿಗೆ ಆ ಸಂದರ್ಭದಲ್ಲಿ ಅನುಕಂಪಕ್ಕಿಂತ ಸೂಕ್ತ ನೆರವು ಸಿಗುವುದು ಮುಖ್ಯ.
- ಹದಿಹರೆಯದ ಮಕ್ಕಳು ಆತ್ಮಹತ್ಯೆಯ ಕುರಿತು ಮಾತನಾಡುತ್ತಿದ್ದರೆ ಅವರ ಕುರಿತು ಗಮನ ನೀಡುವುದು ಬಹಳ ಪ್ರಾಮುಖ್ಯ.

10

# ಇದೂ ಒಂದು ಭಾಷೆಯಲ್ಲವೇ?

ರವಿ ಉತ್ತರ ಕರ್ನಾಟಕದ ಯಾದಗಿರಿಯ ಒಂದು ಹಳ್ಳಿಯಲ್ಲಿ ಹತ್ತನೇ ತರಗತಿಯನ್ನು ಸರಕಾರಿ ಕನ್ನಡ ಮಾಧ್ಯಮ ಶಾಲೆಯಲ್ಲಿ ಮುಗಿಸಿದ್ದ ಹುಡುಗ. ಆದರೆ ಇಡೀ ಜಿಲ್ಲೆಯ ಎಸ್.ಎಸ್.ಎಲ್.ಸಿ. ಪರೀಕ್ಷೆಯ ಫಲಿತಾಂಶದಲ್ಲಿ ಜಿಲ್ಲೆಗೆ ಎರಡನೇ ರ್‍ಯಾಂಕ್ ಪಡೆದಿದ್ದ. ತಂದೆ ತಾಯಿ ಇಬ್ಬರು ಬೆಂಗಳೂರಿನಲ್ಲಿ ಕಟ್ಟಡ ನಿರ್ಮಾಣದ ಕೆಲಸದಲ್ಲಿ ದಿನಗೂಲಿ ಕೂಲಿ ಕಾರ್ಮಿಕರಾಗಿ ಕೆಲಸ ಮಾಡುತ್ತಿದ್ದರಿಂದ ರವಿ ಅಜ್ಜ, ಅಜ್ಜಿಯ ಮುದ್ದಿನ ಮೊಮ್ಮಗನಾಗಿ ಬೆಳೆದಿದ್ದ. ಹತ್ತಿಯ ಅಥವಾ ಜೋಳದ ಕಟಾವಿನ ಸಮಯ ಬಂತೆಂದರೆ ಮಕ್ಕಳನ್ನು ಶಾಲೆ ತಪ್ಪಿಸುವ ಪೋಷಕರೇ ಹೆಚ್ಚಿರುವ ಆ ಊರಿನಲ್ಲಿ ರವಿಯ ತಂದೆ, ತಾಯಿ ಮತ್ತು ಅಜ್ಜ, ಅಜ್ಜಿ ರವಿ ತಪ್ಪದೆ ಶಾಲೆಗೆ ಹೋಗುವಂತೆ ನೋಡಿಕೊಳ್ಳುತ್ತಿದ್ದರು. ರವಿಯೂ ಕೂಡ ಅಷ್ಟೇ ಆಸಕ್ತಿಯಿಂದ ತಾನೂ ಓದಬೇಕು, ಓದಿ ಒಳ್ಳೆಯ ಫಲಿತಾಂಶ ಪಡೆಯಬೇಕೆಂಬ ನಿರ್ಧಾರದಿಂದ ಪ್ರಯತ್ನ ಪಡುತ್ತಿದ್ದ. ಅಷ್ಟೇ ಸಮರ್ಪಕವಾಗಿ ಶಾಲೆಯ ಮುಖ್ಯಶಿಕ್ಷಕರು ಮತ್ತು ಉಳಿದ ಶಿಕ್ಷಕರ ಬೆಂಬಲ ಮತ್ತು ಸಹಕಾರ ಕೂಡ ದೊರಕುತ್ತಿತ್ತು. ಸರಕಾರಿ ಶಾಲೆ ಅವನಿಗೆ ನೀಡಿದ್ದ ಪ್ರೋತ್ಸಾಹ, ಸ್ವಾತಂತ್ರ್ಯ ಮತ್ತು ಕಲಿಕೆಯಿಂದ ಅವನು ಸಂತುಷ್ಟನಾಗಿದ್ದ.

ಯಾದಗಿರಿಯಲ್ಲಿಯೇ ಪದವಿಪೂರ್ವ ಶಿಕ್ಷಣದ ವ್ಯವಸ್ಥೆ ಇತ್ತು. ಆದರೆ ರವಿಯ ತಂದೆ ತಾಯಿಯರು ತಮ್ಮ ಮಗ ಬೆಂಗಳೂರಿನಲ್ಲಿ ಬಂದು ಚೆನ್ನಾಗಿ ಓದಬೇಕು ಎಂಬ ಹಂಬಲದಿಂದ ಮಗನನ್ನು ಬೆಂಗಳೂರಿಗೆ ಕರೆಸಿಕೊಂಡರು. ಮಗನನ್ನು ಹತ್ತಿರದ ಆಂಗ್ಲ ಮಾಧ್ಯಮ ಪದವಿ ಪೂರ್ವ ಶಾಲೆಗೆ ದಾಖಲಾತಿ ಮಾಡಿಸಿದರು. ಆದರೆ ಶುಲ್ಕ ಕಟ್ಟಲು ಒಮ್ಮೆಲೆ ಹಣ ಜಾಸ್ತಿ ಬಂದದ್ದರಿಂದ ತಮ್ಮ ಮೇಸ್ತ್ರಿಯ ಕೈಯಿಂದ ಮುಂಗಡ ಸಾಲ ಪಡೆದು ಗಂಡ ಹೆಂಡತಿ ಇಬ್ಬರೂ ಇನ್ನೂ ಎರಡು ವರ್ಷ ಅವನ ಬಳಿಯೇ ಕೂಲಿ ಮಾಡುತ್ತೇವೆ ಎಂಬ ಷರತ್ತಿಗೆ ಬದ್ಧರಾದರು. ರವಿ ಮೊದಮೊದಲು ಅಜ್ಜ, ಅಜ್ಜಿ, ತನ್ನ ಊರಿನ ಸ್ನೇಹಿತರು ಎಲ್ಲರನ್ನು ಬಿಟ್ಟು ಬರಲು ಒಲ್ಲೆ ಎಂದರೂ ಅಪ್ಪ ಅಮ್ಮನ ಒಲೈಕೆಯಿಂದ ಮತ್ತು ತಾನೂ ಚೆನ್ನಾಗಿ ಕಲಿಯಬೇಕು ಎಂಬ ಕಾರಣದಿಂದ ಬೆಂಗಳೂರಿಗೆ ಬರಲು ಒಪ್ಪಿದ.

ಬಹಳ ನಿರೀಕ್ಷೆಯಿಂದ ಕಾಲೇಜಿಗೆ ಹೋಗಿದ್ದ ರವಿಗೆ ಮೊದಲ ದಿನವೇ ನಿರಾಶೆ ಕಾದಿತ್ತು. ತನ್ನ ಊರಿನಿಂದ ಬೇರೆ ಯಾರೂ ತನ್ನ ತರಗತಿಯಲ್ಲಿ ಇರಲಿಲ್ಲ. ಆ ದಿನ ಹೊಸ

ಗೆಳೆಯರೆಂದು ಕೂಡ ಯಾರೂ ಆಗಲಿಲ್ಲ. ತನ್ನ ಹಳೆಯ ಮತ್ತು ಸಾಧಾರಣ ಬಟ್ಟೆಯನ್ನು ನಗರದ ಮಕ್ಕಳ ಬಣ್ಣದ ಬಟ್ಟೆಯೊಂದಿಗೆ ಹೋಲಿಸಿ ಚಿಂತಿತನಾದ. 'ನನ್ನ ಊರು ಯಾದಗಿರಿ ಜಿಲ್ಲೆಯಲ್ಲಿ' ಅಂದಾಗ ಯಾದಗಿರಿ ಎಂದರೆ ಎಲ್ಲಿ ಬರುತ್ತದೆ ಎಂದು ಕೇಳುವವರೇ ಎಲ್ಲರೂ. ಮೊದಲ ದಿನ ಇನ್ನೂ ತರಗತಿಗಳು ಹೇಗೆ ನಡೆಯುತ್ತದೆ, ಸಮಯ, ಶಿಸ್ತು, ಶಾಲೆಯ ನಿಯಮಗಳು ಇತ್ಯಾದಿಗಳ ಬಗ್ಗೆ ಶಿಕ್ಷಕರು ಬಂದು ಮಾಹಿತಿ ಕೊಡುತ್ತಿದ್ದರು. ಪ್ರತಿ ಶಿಕ್ಷಕರೂ ಬಂದಾಗ ಎಲ್ಲ ಮಕ್ಕಳು ಪರಿಚಯವನ್ನು 'ಇಂಗ್ಲೀಷಿನಲ್ಲಿ' ಹೇಳಬೇಕಿತ್ತು. ಆಗ ರವಿಯ ಆತ್ಮವಿಶ್ವಾಸ ಕುಗ್ಗಿಹೋಯಿತು. ಆದರೆ ಎದ್ದುನಿಂತು, ''ಐ ರವಿ, ಯಾದಗಿರಿ ಪ್ರಮ್''ಎಂದ. ಇದನ್ನು ಕೇಳಿದೊಡನೆ ತರಗತಿಯ ಎಲ್ಲರೂ ಗೊಳ್ಳೆಂದು ನಕ್ಕರು. ''ಐ ಯಾಮ್ ಫ್ರಾಮ್ ಯಾದಗಿರಿ'' ಅನ್ನಬೇಕು ಎಂದರು ಶಿಕ್ಷಕರು. ಈತ ಹೇಳುವಾಗ ಫ್ರಾಮ್ ಎನ್ನುವುದು ಪ್ರಮ್ ಎಂದಾಕ್ಷಣ ಮತ್ತೆ ಎಲ್ಲರೂ ನಕ್ಕರು. ಇದರಿಂದ ಅವಮಾನಿತನಾದ ರವಿಗೆ ಏನು ಮಾಡಬೇಕೆಂದು ತೋಚಲಿಲ್ಲ. ಗಂಟಲು ಒಣಗಿ ಹಿಡಿದಂತೆ ಆಯಿತು. ಇಲ್ಲಿಂದ ಓಡಬೇಕು ಎಂದೆನಿಸಿತು. ಇಷ್ಟು ಮಾತ್ರ ಅಲ್ಲ, ಸಹಪಾಠಿಗಳ ಸಹಾಯ ಪಡೆಯೋಣ ಅಂದುಕೊಂಡರೆ ಎಲ್ಲರೂ ಇಂಗ್ಲೀಷ್ ಮಾತಾಡುವವರೇ. ಈತನಿಗೆ ಅವರೊಂದಿಗೆ ಹೇಗೆ ಮಾತು ಶುರು ಮಾಡಬೇಕೆಂದೇ ತಿಳಿಯುತ್ತಿರಲ್ಲಿಲ್ಲ.

ಮುಂದೆ, ತರಗತಿಗಳು ಶುರುವಾದಾಗಲೂ ಈ ಸಮಸ್ಯೆಗಳು ಕಡಿಮೆ ಆಗಲಿಲ್ಲ. ತರಗತಿಯ ಪಾಠ, ನೋಟ್ಸು, ಬರವಣಿಗೆ, ಪ್ರಯೋಗಾಲಯದಲ್ಲಿ ಪಾಠ, ಎಲ್ಲವೂ ಇಂಗ್ಲೀಷಿನಲ್ಲಿ ನಡೆಯುತ್ತಿತ್ತು. ತಾನು ಕಲಿತ ಕನ್ನಡದ ವಿಜ್ಞಾನದ ವಿಷಯಗಳೇ ಪುನಃ ಬಂದರೂ ಅವುಗಳ ಇಂಗ್ಲೀಷಿನ ಹೆಸರು ತಿಳಿಯದೇ ಒದ್ದಾಡುತ್ತಿದ್ದ ರವಿ. ಎರಡೆರಡು ಕಷ್ಟಗಳು ಒಟ್ಟಿಗೆ ಬಂದಂತಾಯಿತು. ಒಂದು ಹೆಚ್ಚಿನ ವಿಜ್ಞಾನದ ಪಾಠ, ಇನ್ನೊಂದು ಇಂಗ್ಲೀಷಿನಲ್ಲಿ ವಿಜ್ಞಾನ ಪಾಠ.

ದಿನಕಳೆದಂತೆ ರವಿಯ ಸಂಕಷ್ಟಗಳು ಜಾಸ್ತಿ ಆದವು. ಇಂಗ್ಲೀಷಿನ ಪಾಠಗಳು ಅರ್ಥವಾಗುತ್ತಿರಲಿಲ್ಲ. ಪ್ರಯೋಗಾಲಯದ ರೆಕಾರ್ಡ್ ಪುಸ್ತಕಗಳು ಬಾಕಿಯಾಗುತ್ತಿದ್ದವು. ಮನೆಗೆ ನೀಡುವ ಹೋಮ್‌ವರ್ಕ್‌ಗಳು ಕೂಡ ಏನೆಂದು ತಿಳಿಯುತ್ತಿರಲಿಲ್ಲ. ಅವುಗಳನ್ನು ಮಾಡದೇ ದಿನ ಒಂದಲ್ಲ ಒಂದು ತರಹದ ಶಿಕ್ಷೆ. ಜೊತೆಗೆ ಇಷ್ಟು ದಿನ ಆದರೂ, ಯಾರೂ ಅರ್ಥಮಾಡಿಕೊಳ್ಳುವಷ್ಟರ ಮಟ್ಟಿಗೆ ಹತ್ತಿರ ಆಗುವ ಸ್ನೇಹಿತರಾಗಲಿಲ್ಲ. ಅದರ ನಡುವೆ ಕೆಲವರು ಈತನಲ್ಲಿ ಕೆಲವು ಇಂಗ್ಲೀಷ್ ಪದಗಳನ್ನು ಹೇಳಿಸಿ, ಅದು ತಮಾಷೆ ಮಾಡಿ ಆತನ ಉಚ್ಚಾರದೋಷಕ್ಕೆ ನಗುತ್ತಿದ್ದರು. ಒಂದೆರಡು ಬಾರಿ ತಪ್ಪು ಹೇಳಿಕೊಟ್ಟು ಶಿಕ್ಷಕರಿಂದ ಬೈಗುಳ ಪಡೆಯುವಂತೆ ಮಾಡಿದ್ದರು. ಪ್ರಾಂಶುಪಾಲರು ಕರೆದು, ''ನೀನು ಇಂಗ್ಲೀಷ್ ಕಲಿಯಬೇಕು, ಇಲ್ಲಿ ಇಂಗ್ಲೀಷ್ ಬರದಿದ್ದರೆ ಏನೂ ಅರ್ಥವಾಗಲ್ಲ, ನಿನಗೆ ಕಲಿಯಲಾಗದಿದ್ದರೆ ಶಾಲೆ ಬಿಡಬಹುದು''ಎಂದರು.

ಇದರಿಂದೆಲ್ಲಾ ಮನನೊಂದ ರವಿ ಇನ್ನು ಶಾಲೆಗೆ ಹೋಗಲಾರೆ, ನನ್ನಿಂದ ಇಂಗ್ಲೀಷ್ ಕಲಿಯಲು ಆಗದು ಎಂದು ತೀರ್ಮಾನಿಸಿ ಮನೆಯಲ್ಲಿ ರಜೆ ಎಂದು ಹೇಳಿ ಮಲಗತೊಡಗಿದ. ಮುಂದೆ ಏನು ಮಾಡಬೇಕು ಎಂದು ತೋಚಲಿಲ್ಲ. ಈ ನಡುವೆ ಇಂಗ್ಲೀಷ್ ಶಿಕ್ಷಕರು ಕೆಲ ಸಮಯ ಈತನಿಗೆ ಇಂಗ್ಲೀಷ್ ವ್ಯಾಕರಣದ ಎಲ್ಲ ಸೂತ್ರಗಳನ್ನು ಬಾಯಿಪಾಠ ಮಾಡುವಂತೆ ಮತ್ತು ದಿನಕ್ಕೆ ಹತ್ತು ಹೊಸ ಶಬ್ದಗಳನ್ನು ಕಲಿಯುವಂತೆ ಹೇಳಿದರೂ ಏನೂ ಪ್ರಯೋಜನ ಆಗಲಿಲ್ಲ. ಅವರೂ ಕೂಡ ಇದು ನಿನ್ನಿಂದ ಆಗುವ ಕೆಲಸ ಅಲ್ಲ, ನಿನ್ನ ಫೌಂಡೇಷನ್ನೇ ಸರಿ ಇಲ್ಲ ಎಂದು ಕೈಬಿಟ್ಟಿದ್ದರು. ಹಾಗಾಗಿ ಇಂಗ್ಲೀಷ್ ಕಲಿಯಲು ಇದ್ದ ಒಂದು ಅವಕಾಶವೂ ಕೈತಪ್ಪಿತು.

ಹೀಗೆ ರಜೆ ಎಂದು ಒಂದೆರಡು ದಿವಸ ಮನೆಯಲ್ಲಿ, ಇನ್ನೊಂದಿಷ್ಟು ದಿನ ಕಾಲೇಜಿನ ಪಕ್ಕದ ಪಾರ್ಕ್, ಕೆರೆ ಎಂದು ಅಲ್ಲೆ ಕೂತು ಬುತ್ತಿ ಊಟ ಮಾಡಿ ಮನೆಗೆ ಬರುತ್ತಿದ್ದ. ರವಿ ಆರೇಳು ದಿನ ಶಾಲೆಗೆ ಬಂದಿರಲಿಲ್ಲ. ಕಳೆದ ಒಂದು ತಿಂಗಳನಲ್ಲಿ ರವಿಯನ್ನು ಸೂಕ್ಷ್ಮವಾಗಿ ಮತ್ತು ಕನಿಕರದಿಂದ ಗಮನಿಸುತ್ತಿದ್ದವಳು ಅವನ ತರಗತಿಯ ಸಹಪಾಠಿ 'ಗಮ್ಯ'. ಗಮ್ಯ ಒಂದೆರಡು ಬಾರಿ ರವಿಯನ್ನು ಮಾತನಾಡಿಸಲು ಪ್ರಯತ್ನಿಸಿದರೂ ರವಿ ಹೆದರಿಕೊಂಡು 'ಹುಂ' 'ಹಾಂ' ಎಂಬಂತಹ ಉತ್ತರಗಳಿಗೆ ಸೀಮಿತವಾಗಿರುತ್ತಿದ್ದ.

ರವಿ ಹೀಗೆ ಬಹಳ ದಿನ ಗೈರು ಹಾಜರಾದ ಕಾರಣ ತರಗತಿಯಲ್ಲಿ ಪಾಠ ಕಷ್ಟವಾಗಿದ್ದು ಮತ್ತು ಇಂಗ್ಲೀಷಿನ ಭಯವೇ ಇರಬಹುದೇನೊ ಎಂದು ಊಹಿಸಿದ ಗಮ್ಯ ತನ್ನ ತಂದೆಯ ಬಳಿ ರವಿಯ ವಿಚಾರವನ್ನು ಹೇಳಿದಳು. ಗಮ್ಯಳ ತಂದೆ ಶಂಕರ್ ಪಾಟೀಲರು ರವಿ ಹಾಗೂ ಗಮ್ಯ ಓದುತ್ತಿದ್ದ ಕಾಲೇಜಿನ ಆಡಳಿತ ಮಂಡಳಿ ನಡೆಸುವ ಪದವಿ ಕಾಲೇಜಿನಲ್ಲಿ ಇಂಗ್ಲೀಷ್ ಪ್ರಾಧ್ಯಾಪಕರಾಗಿದ್ದರು. ಅವರು ಇಡೀ ಕಾಲೇಜಿನಲ್ಲಿ ಮಕ್ಕಳ ಸ್ನೇಹಿ ಲೆಕ್ಚರರ್ ಎಂದು ಪ್ರಸಿದ್ಧಿಯಾಗಿದ್ದರು. ಮಕ್ಕಳನ್ನು ತೀರ ಹತ್ತಿರಕ್ಕೆ ಬಿಡಬಾರದು, ಕಂಟ್ರೋಲ್ ಮಾಡಲು ಕಷ್ಟ ಎನ್ನುವ ವಿಚಾರಗಳಲ್ಲೆಲ್ಲಾ ಅವರಿಗೆ ನಂಬಿಕೆಯೇ ಇರಲಿಲ್ಲ. ಗಮ್ಯ ರವಿಯ ಕುರಿತು ಹೇಳಿದಾಗ ತಾವೂ ಕನಿಕರಪಟ್ಟ ಪಾಟೀಲರು ಕಾಲೇಜಿನ ದಾಖಲೆಗಳಿಂದ ರವಿಯ ವಿಳಾಸ ಹುಡುಕಿ ಆತನ ಮನೆಗೆ ತೆರಳಿ ರವಿಯ ಮನವೊಲಿಸಿ ತನ್ನ ಮನೆಗೆ ಬರುವಂತೆ ಹೇಳಿದರು.

ಮರುದಿನ ರವಿ ಮುಜುಗರದಿಂದ ಬರದೇ ಇರುವುದನ್ನು ನೋಡಿ ಗಮ್ಯಳೇ ರವಿಯನ್ನು ಕರೆದುಕೊಂಡು ಪಾಟೀಲರ ಮನೆಗೆ ಬಂದಳು. ವಿಶಾಲವಾದ ಆಧುನಿಕ ಶೈಲಿಯ ಮನೆ ನೋಡಿದ ರವಿಗೆ ಇನ್ನೂ ಆತಂಕವಾಯಿತು. ಆದರೂ ಶಂಕರ್ ಪಾಟೀಲರ ಪ್ರೀತಿಯ ಆರೈಕೆ ಮತ್ತು ಸಲಹೆ ಸೂಚನೆಗಳಿಂದ ರವಿ ಸ್ವಲ್ಪ ಸಮಾಧಾನಿಸಿಕೊಂಡು ಮಾತನಾಡತೊಡಗಿದ. ತನ್ನ ಹಳ್ಳಿ, ಅಪ್ಪ ಅಮ್ಮನಿಗೆ ವಿದ್ಯಾಭ್ಯಾಸ ಇಲ್ಲದಿರುವುದು, ಕನ್ನಡ ಮಾಧ್ಯಮದ ಶಾಲೆ, ಇದೇ ಮೊದಲ ಬಾರಿಗೆ ಇಂಗ್ಲೀಷ್ ಮಾತನಾಡುತ್ತಿರುವುದು–ಇತ್ಯಾದಿಗಳ ಕುರಿತು ರವಿ ವಿವರವಾಗಿ ಹೇಳಿದ. ಎಲ್ಲವನ್ನು ಶಾಂತರಾಗಿ ಕೇಳಿದ ಶಂಕರ ಪಾಟೀಲರು "ಏನೂ ಹೆದರಬೇಡಾ.

ನಾನು ಮತ್ತು ಗಮ್ಯ ಇಬ್ಬರೂ ನಿನಗೆ ಸಹಾಯ ಮಾಡುತ್ತೇವೆ" ಎಂದರು. ಅದರ ಜೊತೆಗೆ ಆತ ಏನೇನು ತಯಾರಿ ಮಾಡಬೇಕು ಎಂದು ತಿಳಿಸಿ ನಾಳೆಯಿಂದ ಕಾಲೇಜಿಗೆ ಹೋಗಲು ತಿಳಿಸಿದರು.

ಕಾಲೇಜಿನಿಂದ ಬಂದ ಬಳಿಕ ದಿನಾ ಸಂಜೆ ರವಿಗೆ ಗಮ್ಯ ಇಂಗ್ಲೀಷ್ ಹೇಳಿಕೊಡುತ್ತಿದ್ದಳು. ರವಿ ಗಮನಿಸಿದಂತೆ ಶಂಕರ್ ಪಾಟೀಲರು ಮತ್ತು ಗಮ್ಯ ಇಂಗ್ಲೀಷನ್ನು ಹೇಳಿಕೊಡುವ ರೀತಿ ತನ್ನ ಹಿಂದಿನ ಶಾಲಾ ಇಂಗ್ಲೀಷ್ ಶಿಕ್ಷಕರು ಮತ್ತು ಇಲ್ಲಿಯ ಇಂಗ್ಲೀಷ್ ಪ್ರಾಧ್ಯಾಪಕರು ಕಲಿಸುತ್ತಿದ್ದ ರೀತಿಗಿಂತ ಭಿನ್ನವಾಗಿತ್ತು. ಯಾವುದೇ ವ್ಯಾಕರಣದ ಸೂತ್ರಗಳನ್ನು ಬಾಯಿಪಾಠ ಮಾಡುವಂತೆ ಇರಲಿಲ್ಲ, ಯಾವುದೇ ಪದಗಳನ್ನು ಹತ್ತು ಸಾರಿ ಬರೆಯುವುದು, ಪದ್ಯ ಕಂಠಪಾಠ ಮಾಡುವುದು ಏನೂ ಇದ್ದಿರಲಿಲ್ಲ. ಸುಮ್ಮನೆ ಗಮ್ಯನ ಜೊತೆ ಮಾತನಾಡುವುದು, ಇಂಗ್ಲೀಷ್ ನ್ಯೂಸ್ ನೋಡು, ಸಿನಿಮಾ ನೋಡು, ಆವಾಗಾವಾಗ ಓದು ಎಂದಷ್ಟೇ ನಿರ್ದೇಶನ ನೀಡಿದ್ದರು ಪಾಟೀಲರು. ರವಿ ಧೈರ್ಯ ಮಾಡಿ ಗಮ್ಯಳ ಜೊತೆ ಇಂಗ್ಲೀಷ್ ಮಾತನಾಡಲು ಶುರು ಮಾಡಿದ, ಗಮ್ಯ ಅವನ ವ್ಯಾಕರಣ ದೋಷಗಳನ್ನು ತಿದ್ದುತ್ತಿದ್ದಳು ಮತ್ತು ಅವಳು ಹೆಚ್ಚು ಹೆಚ್ಚು ಅವನ ಜೊತೆ ಇಂಗ್ಲೀಷಿನಲ್ಲಿ ಮಾತನಾಡುತ್ತಿದ್ದಳು.

ಹೀಗೆ ಪ್ರಯತ್ನದಿಂದ ರವಿ ಒಂದು ತಿಂಗಳಲ್ಲಿ ದಿನನಿತ್ಯದ ವ್ಯವಹಾರಕ್ಕೆ ಬೇಕಾಗುವಷ್ಟು ಇಂಗ್ಲೀಷ್ ಕಲಿಯತೊಡಗಿದ. ಮುಂದೆ ತರಗತಿಯಲ್ಲೂ ಸಹಪಾಠಿ ಮತ್ತು ಶಿಕ್ಷಕರೊಂದಿಗೆ ಮಾತನಾಡತೊಡಗಿದ. ಶಂಕರ ಪಾಟೀಲರು ಹೇಳಿದಂತೆ ಬೇರೆಯವರ ತಮಾಷೆ, ಹೀಯಾಳಿಕೆಗೆ ಕಿವಿಗೊಡದೆ ಯಾವುದೇ ಮುಜುಗರ ಪಡದೆ ಮಾತನಾಡತೊಡಗಿದ. ಇದರಿಂದಾಗಿ ಅವನ ಆತ್ಮವಿಶ್ವಾಸವು ಹೆಚ್ಚಾಗಿ ಕಲಿಕೆಯಲ್ಲೂ ಪ್ರಗತಿ ಸಾಧಿಸಲು ಪ್ರಾರಂಭಿಸಿದ.

ರವಿಯ ಹಾಗೆ ಗ್ರಾಮೀಣ ಪ್ರದೇಶದಿಂದ ಬಂದಿರುವ ಅನೇಕ ವಿದ್ಯಾರ್ಥಿಗಳ ಪಾಡು ಇದೇ ಆಗಿರುತ್ತದೆ. ಪ್ರಾಥಮಿಕ ಹಂತದಲ್ಲಿ ಕನ್ನಡದ ಮಾಧ್ಯಮದಲ್ಲಿ ಕಲಿತು, ಪದವಿಪೂರ್ವ ಹಂತಕ್ಕೆ ಬಂದಾಗ ಒಮ್ಮೆಲೆ ಇಂಗ್ಲೀಷ್‌ನಲ್ಲಿ ಪಾಠ ಪ್ರವಚನ ಪರೀಕ್ಷೆಗಳು ಎದುರಾದಾಗ ದಿಗ್ಭ್ರಮೆ ಆಗುತ್ತದೆ. ಕೆಲವರು ಕ್ರಮೇಣ ಇದಕ್ಕೆ ಹೊಂದಿಕೊಂಡು ಹೋಗುತ್ತಾರೆ. ಆದರೆ ಕೆಲವರು ಹೆದರಿ ಏನು ಮಾಡಬೇಕೆಂದು ತೋಚದೆ ವಿದ್ಯಾಭ್ಯಾಸವನ್ನು ಕೈಬಿಡುವವರು ಇದ್ದಾರೆ.

ಇಲ್ಲಿ ಸಮಸ್ಯೆ ಇರುವುದು ಮಕ್ಕಳು ಇಂಗ್ಲೀಷ್ ಕಲಿಯದೇ ಇರುವುದರಿಂದಲೋ ಅಥವಾ ನಮ್ಮ ಪಠ್ಯ ಚಟುವಟಿಕೆಗಳು ಇಂಗ್ಲೀಷಿನಲ್ಲಿ ಇರುವುದರಿಂದಲೋ ಅಲ್ಲ. ಹಾಗಾದರೆ ಈ ಸಮಸ್ಯೆಗಳ ಕಾರಣ ಹಾಗೂ ಸ್ವರೂಪವನ್ನು ತಿಳಿಯೋಣ.

- ನಮ್ಮ ಪ್ರಾಥಮಿಕ ಹಂತಗಳಲ್ಲಿ ಒಂದು ಭಾಷಾ ವಿಷಯವಾಗಿ ಇಂಗ್ಲೀಷ್ ಇದ್ದರೂ ಕೂಡ ಹೆಚ್ಚಿನ ಮಕ್ಕಳಿಗೆ ಎಂಟನೇ ತರಗತಿಯಲ್ಲೂ ಇಂಗ್ಲೀಷ್ ಓದಲು ಬರೆಯಲು

ಬರುವುದಿಲ್ಲ. 2016ರ ಎ.ಎಸ್.ಇ.ಆರ್. ವರದಿಯ ಪ್ರಕಾರ ಎಂಟನೆಯ ತರಗತಿಯಲ್ಲಿ ವ್ಯಾಸಂಗ ಮಾಡುತ್ತಿರುವ ಮಕ್ಕಳಲ್ಲಿ ಶೇ.55ರಷ್ಟು ವಿದ್ಯಾರ್ಥಿಗಳಿಗೆ ಸರಳ ಇಂಗ್ಲೀಷ್ ವಾಕ್ಯಗಳನ್ನು ಓದಲು ಬರುವುದಿಲ್ಲ, ಓದಲು ಬರುವ ಮಕ್ಕಳಲ್ಲಿ ಶೇ.40 ಮಕ್ಕಳಿಗೆ ಆ ಪದಗಳ ಅರ್ಥ ತಿಳಿದಿಲ್ಲ.

- ಇಂಗ್ಲೀಷ್ ವಿಷಯವನ್ನು ಒಂದು ಭಾಷೆಯಂತೆ ಕಲಿಸದೆ ಪರೀಕ್ಷೆಯ ನೆಪಕ್ಕಾಗಿ ವ್ಯಾಕರಣದ ಸೂತ್ರಗಳನ್ನು ಬಾಯಿಪಾಠ ಮಾಡುವುದರ ಮೂಲಕ ಹಾಗೂ ಪ್ರಶ್ನೆಗಳ ಉತ್ತರದ ಅರ್ಥ ತಿಳಿಯದಿದ್ದರೂ ಬರೇ ವಾಕ್ಯ ಮತ್ತು ಪದ್ಯಗಳನ್ನು ಬಾಯಿಪಾಠ ಮಾಡುವುದರ ಮೂಲಕ ಕಲಿಸಲಾಗುತ್ತದೆ.

- ನಮ್ಮ ಶಾಲೆಗಳಲ್ಲಿ ಇಂಗ್ಲೀಷ್ ಕಲಿಸುವ ಕ್ರಮದಲ್ಲಿ ಇಂಗ್ಲೀಷ್‌ನಲ್ಲಿ ಇರುವ ಪಾಠಗಳನ್ನು ಕನ್ನಡದಲ್ಲಿ ತರ್ಜುಮೆ ಮಾಡಿ ಹೇಳುವುದು ಬಿಟ್ಟರೆ ಸ್ವತಃ ಇಂಗ್ಲೀಷ್‌ನಲ್ಲಿ ಮಾತನಾಡಲು ಅಥವಾ ಅದಕ್ಕೆ ಪೂರಕ ವಾತಾವರಣ ಕಲ್ಪಿಸಲು ವಿಫಲವಾಗಿರುವುದು. ಇದಕ್ಕಾಗಿ ನುರಿತ ಶಿಕ್ಷಕರ ನೇಮಕ ಮತ್ತ ಇರುವ ಶಿಕ್ಷಕರ ತರಬೇತಿಯ ಕೊರತೆಯು ಕೂಡ ಒಂದು ಕಾರಣವಾಗಿದೆ.

- ಶಾಲೆಯ ಇಂಗ್ಲೀಷ್ ತರಗತಿಯನ್ನು ಹೊರತುಪಡಿಸಿ ಹೊರಗಿನ ವಾತಾವರಣ ಮತ್ತು ಮನೆಯಲ್ಲಿ ಇಂಗ್ಲೀಷಿನ ಅನುಭವ ಸಿಗದಿರುವುದು.

- ಇಂಗ್ಲೀಷ್ ಕಲಿಕೆಯ ಬಗ್ಗೆ ಇರುವ ಸಾಮಾಜಿಕ ಬಿಂಬ ಕೂಡ ಇಂಗ್ಲೀಷಿನ ಕಲಿಕಾ ಸಮಸ್ಯೆಗಳಿಗೆ ಒಂದು ಕಾರಣವಾಗಿದೆ. ಜನರು ಇಂಗ್ಲೀಷನ್ನು ಕನ್ನಡ, ಹಿಂದಿ, ತಮಿಳು, ತೆಲುಗಿನಂತೆ ಒಂದು ಭಾಷೆಯಾಗಿ ಸ್ವೀಕರಿಸದೆ ಪ್ರತಿಷ್ಠೆಯ, ಘನತೆಯ ಸಂಕೇತವಾಗಿ ನೋಡಿರುವುದು ಮಕ್ಕಳಲ್ಲಿ ಅದರ ಕುರಿತು ವ್ಯರ್ಥ ಭಯ ಮೂಡಿಸುವಂತೆ ಮಾಡಿವೆ. ಕೇವಲ ತರಗತಿಯಲ್ಲಿ ಹುಷಾರಿರುವ ಮಕ್ಕಳು, ಮೇಲ್ವರ್ಗದಿಂದ, ಉನ್ನತ ಜಾತಿಯಿಂದ ಬಂದಿರುವವರು ಮತ್ತು ನಗರಪ್ರದೇಶದಿಂದ ಬಂದಿರುವ ಮಕ್ಕಳಷ್ಟೇ ಇಂಗ್ಲೀಷ್ ಕಲಿಯಬಹುದೆಂದು ಗ್ರಾಮೀಣ ಭಾಗದ ಬಡಮಕ್ಕಳು ತಿಳಿಯುವಂತೆ ಮಾಡಿದೆ.

- ಇಂಗ್ಲೀಷಿನ ಸಾಮಾಜಿಕ ಮತ್ತು ರಾಜಕೀಯ ಮನ್ನಣೆ ವ್ಯಾಪಾರೀಕರಣಕ್ಕೆ ಕಾರಣವಾಯಿತು. ಇಂಗ್ಲೀಷಿನ ಕಲಿಕೆ ವ್ಯಾಪಾರೀಕರಣವಾದಾಗ ಅದು ಇನ್ನೂ ಹೆಚ್ಚು ರಾಜಕೀಯ ಮತ್ತು ಸಾಮಾಜಿಕ ಸ್ಥಾನವನ್ನು ಪಡೆಯಿತು. ಆದರೆ ಈ ವ್ಯಾಪಾರೀಕರಣ ಇಂಗ್ಲೀಷಿನ ಕುರಿತಾದ ನಿರೀಕ್ಷೆ ಮತ್ತು ಅಪೇಕ್ಷೆಗಳನ್ನು ಇನ್ನೂ ಏರಿಸಿತು, ಇಂಗ್ಲೀಷ್ ಬಂದರೆ ಸಾಕು ಎನ್ನುವ ಪರಿಸ್ಥಿತಿ ನಿರ್ಮಾಣ ಮಾಡುವಂತಾಯಿತು. ಇಂಗ್ಲೀಷ್ ಕಲಿತವನನ್ನು ಉನ್ನತವಾಗಿ ಕಾಣುವುದು, ಕಲಿಯದವನನ್ನು ಹೆಡ್ಡನಾಗಿ ಕಾಣುವುದು ಶುರುವಾಯಿತು. ಜನ ಇಂಗ್ಲೀಷನ್ನು ಭಾರತದ ಇತರ ಭಾಷೆಗಳಂತೆ ಅದೂ ಒಂದು

ಭಾಷೆ, ಯಾವ ಭಾಷೆಯನ್ನಾದರೂ ಮನುಷ್ಯ ಕಲಿಯಬಹುದೆಂಬ ಸಾಮಾನ್ಯ ತಿಳಿವಳಿಕೆಯನ್ನು ಮರೆತರು.

ಆದರೆ, ಇಂಗ್ಲೀಷ್ ಕೂಡ ಇತರ ಭಾಷೆಯಂತೆ ಒಂದು ಭಾಷೆ. ಪ್ರಪಂಚದ ಎಲ್ಲಾ ಭಾಷೆಯನ್ನು ಮನುಷ್ಯ ಕಲಿಯಬಹುದು. ಹಂಪಿಯಲ್ಲಿರುವ ಇಂಗ್ಲೀಷನ್ನು ಓದಲು ಬರೆಯಲು ಬಾರದ ಅಂಗಡಿಯವರು, ಗೋವಾದಲ್ಲಿರುವ ಅನಕ್ಷರಸ್ಥ ವ್ಯಾಪಾರಿಗಳು, ಆಗ್ರಾದ ಆಟೋಚಾಲಕರು, ಬುಲಂದ್ ದರ್ವಾಜಾದಲ್ಲಿರುವ ಶಾಲೆ ಕಲಿಯದ ಆದರೆ ತಮ್ಮನ್ನು ತಾವು ಗೈಡ್ ಎಂದು ಕರೆಸಿಕೊಳ್ಳುವ ಹುಡುಗರು ಕೂಡ ಮಾತನಾಡಬಹುದಾದರೆ ಇದು ಒಂದು ಭಾಷೆ ಎಂದಾಯಿತಲ್ಲವೆ? ಇವರ್ಯಾರಿಗೂ ಇಂಗ್ಲೀಷಿನ ವ್ಯಾಕರಣವನ್ನು ಬಾಯಿಪಾಠ ಮಾಡಿಸಿಲ್ಲ, ಪಾಠ ಹೇಳಿ ಕಲಿಸಿಲ್ಲ, ಕೇವಲ ಜನರ ಸಂಪರ್ಕದಿಂದ ಕಲಿತಿದ್ದಾರೆ.

## ಹಾಗಾದರೆ ಭಾಷೆಯನ್ನು ಕಲಿಯುವ ಪ್ರಕ್ರಿಯೆ ಹೇಗೆ?

ಒಬ್ಬ ಸಾಮಾನ್ಯ ಮನುಷ್ಯನ ಮಿದುಳು ಪ್ರಪಂಚದ ಯಾವ ಭಾಷೆಯನ್ನಾದರೂ ಕಲಿಯಲು ಆಗುವಂತೆ ರೂಪಿಸಲ್ಪಟ್ಟಿರುತ್ತದೆ. ಅದಕ್ಕೆ ಬೇಕಿರುವುದು ಕಲಿಯಲಿರುವ ಭಾಷೆಯ ವಾತಾವರಣಕ್ಕೆ ಒಡ್ಡಿಕೊಳ್ಳುವ ಮತ್ತು ಅದನ್ನು ಪ್ರಯೋಗಿಸುವ ಅವಕಾಶ. ನೋಮ್ ಚೋಮ್ಸ್ಕಿ ಎನ್ನುವ ಭಾಷಾತಜ್ಞ ಹೇಳುವಂತೆ ಎಲ್ಲರಲ್ಲೂ ಭಾಷೆಯನ್ನು ಸ್ವಾಧೀನಪಡಿಸಿಕೊಳ್ಳಲು ಒಂದು ಕಾಲ್ಪನಿಕ ಘಟಕ ಇರುತ್ತದೆ. ಇದಕ್ಕೆ ಭಾಷಾ ಸ್ವಾಧೀನ ಸಾಧನೆ (Language Acquisition Device- LAD) ಎಂದು ಕರೆದರು. ಮುಂದೆ ಇದೇ ಸಿದ್ಧಾಂತ ಸಾರ್ವತ್ರಿಕ ವ್ಯಾಕರಣ (Universal Grammar) ಎನ್ನುವ ಸಿದ್ಧಾಂತವಾಗಿ ಮುಂದುವರಿಯಿತು. ಇದರ ಪ್ರಕಾರ, ಒಂದು ಭಾಷೆಯನ್ನು ಹೆಚ್ಚು ಹೆಚ್ಚು ಕೇಳುತ್ತಾ ಹೋದಂತೆ ಇದು ಆ ಭಾಷೆಯ ಸ್ವರೂಪವನ್ನು ತನ್ನಲ್ಲಿ ರಚಿಸಿಕೊಳ್ಳುತ್ತದೆ. ಯಾಕೆಂದರೆ ಪ್ರತಿಯೋರ್ವರೂ ಭಾಷೆಯನ್ನು ಸ್ವಾಧೀನ ಪಡಿಸಿಕೊಳ್ಳುವ, ಅಭಿವೃದ್ಧಿಪಡಿಸಿಕೊಳ್ಳುವ ಮತ್ತು ಅರ್ಥಮಾಡಿಕೊಂಡು ಬಳಸುವ ಕ್ಷಮತೆಯನ್ನು ನೈಸರ್ಗಿಕವಾಗಿ ಪಡೆದಿರುತ್ತಾರೆ. ವ್ಯಾಕರಣವನ್ನು ಕಲಿತೇ ಭಾಷೆಯನ್ನು ಕಲಿಯಬೇಕಾಗಿಲ್ಲ, ಬದಲಾಗಿ ಭಾಷೆಯನ್ನು ಕೇಳುತ್ತಾ ಬಳಸುತ್ತ ಹೋದಂತೆ ವ್ಯಾಕರಣ ರೂಪುಗೊಳ್ಳುತ್ತದೆ. ಊಹಿಸುವ ಸಾಮರ್ಥ್ಯ ಇಲ್ಲಿ ಮುಖ್ಯವಾಗಿ ಕೆಲಸ ಮಾಡುತ್ತ ಭಾಷೆಯನ್ನು ದುಡಿಸಿಕೊಳ್ಳುತ್ತದೆ. ನಾವು ಎಂದೂ ಕನ್ನಡದ ವ್ಯಾಕರಣವನ್ನು ಕಲಿತು ಕನ್ನಡವನ್ನು ಕಲಿತಿಲ್ಲ. ಕನ್ನಡವನ್ನು ನಿರರ್ಗಳವಾಗಿ ಮಾತನಾಡುತ್ತ ಶಾಲೆಗೆ ಬರುವ ನಾವು ಮುಂದೆ ನಾಮಪದ, ಕ್ರಿಯಾಪದ ಹೀಗೆ ಎಲ್ಲವನ್ನೂ ಗುರುತಿಸಿರುವುದು. ಆದರೆ ಇಂಗ್ಲೀಷಿಗೆ ಮಾತ್ರ ಮೊದಲು ವ್ಯಾಕರಣ ಕಲಿಯದ ಹೊರತು ಭಾಷೆ ಕಲಿಯಲಾಗದು ಎಂಬ ಪದ್ಧತಿಯಿಂದ ಅದನ್ನು ಕಬ್ಬಿಣದ ಕಡಲೆಯಾಗಿ ಮಾಡಿಕೊಂಡಿದ್ದೇವೆ.

## ಇಂಗ್ಲೀಷ್ ಅಥವಾ ಅನ್ಯ ಭಾಷೆಯನ್ನು ಕಲಿಯಲು ಸುಲಭ ಸೂತ್ರಗಳೇನು?

ಇದನ್ನು ಬರೆಯುವ ಮುಂಚೆ ಒಂದು ಮಾತು ನಾನು ಸ್ಪಷ್ಟಪಡಿಸಬೇಕು. ಅದೇನೆಂದರೆ ಇಂಗ್ಲೀಷ್ ಕಲಿಯುವುದು ಮುಖ್ಯ, ಅದಿಲ್ಲದಿದ್ದರೆ ಬದುಕಲು ಆಗದು, ಅದಕ್ಕಾಗಿ ಕಲಿಯಲೇ ಬೇಕು ಎಂಬ ನಿಲುವಿನಲ್ಲಿ ಈ ಲೇಖನವನ್ನು ಬರೆಯುತ್ತಿಲ್ಲ. ಇವತ್ತಿನ ಪ್ರಪಂಚದಲ್ಲಿ ಇಂಗ್ಲೀಷ್ ಜಾಗತಿಕ ಭಾಷೆಯಾಗಿ ರೂಪುಗೊಂಡು ಅನೇಕ ಸಂದರ್ಭಗಳಲ್ಲಿ ಇಂಗ್ಲೀಷ್ ಇಲ್ಲದೆ ಇರುವುದರಿಂದ ಅವಕಾಶ ವಂಚಿತರಾದ, ಇದರಿಂದಲೇ ಅವಮಾನಿತರಾದ, ಕಲಿಯಲು ಆಗದು ಎಂದು ಹತಾಶೆಗೊಂಡು ಕೀಳರಿಮೆಯಿಂದ ಬಾಳುತ್ತಿರುವವರಿಗೆ 'ಇಂಗ್ಲೀಷ್ ಕೂಡ ಎಲ್ಲ ಭಾಷೆಯಂತೆ ಒಂದು ಭಾಷೆ' ಎಂದು ತಿಳಿಸುವ ಪ್ರಯತ್ನ ಇದು. ನಮ್ಮ ಭಾಷೆ ಬಗ್ಗೆ ಎಷ್ಟೇ ಅಭಿಮಾನ ಪ್ರೀತಿ ಇದ್ದರೂ ಇವತ್ತು ಬೆಂಗಳೂರಿನಂತಹ ನಗರಿಯಲ್ಲಿ ಗ್ರಾಮೀಣ ಪ್ರದೇಶದಿಂದ ಬರುತ್ತಿರುವ ಅನೇಕ ಪ್ರತಿಭಾವಂತರಿಗೆ ಇಂಗ್ಲೀಷ್ ಬಾರದೆ ಇರುವುದು ಸರಿಯಾದ ನೆಲೆ ಕಂಡುಕೊಳ್ಳಲು ತೊಡಕಾಗಿದೆ ಎನ್ನುವುದನ್ನು ಅಲ್ಲಗಳೆಯುವಂತಿಲ್ಲ.

ಯಾವುದೇ ಭಾಷೆಯನ್ನು ಕಲಿಯುವಾಗ ಮೂರು ಪ್ರಕ್ರಿಯೆಗಳನ್ನು ಅದು ಒಳಗೊಳ್ಳುತ್ತದೆ. ಮೊದಲನೆಯದಾಗಿ ಕಲಿಯುವ ಭಾಷೆಯ ಹೆಚ್ಚು ಲಭ್ಯತೆ, ಅಂದರೆ ಆ ಭಾಷೆಯನ್ನು ಕೇಳುವ ಅವಕಾಶಗಳ ಲಭ್ಯತೆ, ಎರಡನೆಯದಾಗಿ ಆ ಭಾಷೆಯ ಬಳಕೆ ಮತ್ತು ಮೂರನೆಯದಾಗಿ ಬಳಸಿದ ನಂತರ ಸರಿಪಡಿಸಿಕೊಂಡು ಮರುಬಳಕೆ ಮಾಡುವುದು. ಇದು ಇಂಗ್ಲೀಷ್ ಕಲಿಯಲು ಮಾತ್ರ ಅಲ್ಲ ಜಗತ್ತಿನ ಎಲ್ಲಾ ಭಾಷೆಯ ಕಲಿಯಲು ಅಳವಡಿಕೆಯಾಗುತ್ತದೆ. ಹಾಗಾದರೆ ಈ ಕೆಳಗಿನ ಸುಲಭ ಸೂತ್ರಗಳು ನಮ್ಮ ಪ್ರಯೋಜನಕ್ಕೆ ಬರಬಹುದು.

1.  ಎಲ್ಲಾ ಭಾಷೆಯನ್ನು ಎಲ್ಲರೂ ಕಲಿಯಬಹುದು ಎಂಬ ಸರಳ ಸತ್ಯವನ್ನು ನಾವು ಅರಿತಿರಬೇಕು.

2.  ಒಂದು ಭಾಷೆಯನ್ನು ಕಲಿಯುವಾಗ ತಪ್ಪುಗಳನ್ನು ಮಾಡುವುದು ಸಹಜ ಮತ್ತು ಈ ತಪ್ಪುಗಳನ್ನು ಮಾಡಿಯೇ ಭಾಷೆ ಕಲಿಯಲಿಕ್ಕಿರುವುದರಿಂದ ಅದಕ್ಕೆ ಅವಮಾನಿತರಾಗಬೇಕಿಲ್ಲ ಅಥವಾ ಕೀಳರಿಮೆ ಹೊಂದಿರಬೇಕಾಗಿಲ್ಲ.

3.  ಒಂದು ಭಾಷೆಯನ್ನು ಕಲಿಯಲು ಸ್ವಲ್ಪ ಹೆಚ್ಚು ಸಮಯ ಮತ್ತು ಪರಿಶ್ರಮ ಬೇಕಿರುವುದರಿಂದ ಕಲಿಯಲು ಶುರುಮಾಡಿದ ಕೆಲವೇ ದಿನಗಳಲ್ಲಿ ನನಗೇನೂ ಬರುತ್ತಿಲ್ಲ, ಬರುವುದಿಲ್ಲ ಎಂಬ ಹತಾಶೆ ಬೇಡ.

4. ಯಾವುದೇ ಭಾಷೆಯನ್ನು ಕಲಿಯಬೇಕಾದರೆ ಮೊದಲು ಮಾಡಬೇಕಾದ ಕೆಲಸ ಆ ಭಾಷೆಯನ್ನು ಹೆಚ್ಚು ಹೆಚ್ಚಾಗಿ ಕೇಳಬೇಕು. ಆ ಭಾಷೆಯಲ್ಲಿರುವ ಸಿನಿಮಾ, ಟಿ.ವಿ., ರೇಡಿಯೋ, ಜನರ ಸಂಭಾಷಣೆ, ಅಂತರ್ಜಾಲ, ಭಾಷಣ, ಹಾಡು ಹೀಗೆ ಅನೇಕ ಮಾಧ್ಯಮಗಳ ಮುಖಾಂತರ ಕೇಳುವ ಎಲ್ಲಾ ಅವಕಾಶವನ್ನು ಬಳಸಿಕೊಳ್ಳಬೇಕು.

5. ತಪ್ಪಾಗಲಿ ಸರಿಯಾಗಲಿ ಭಾಷೆಯನ್ನು ಬಳಸಲು ಶುರುಮಾಡಿದರೆ ಮಾತ್ರ ನೀವು ಭಾಷೆಯನ್ನು ಕಲಿಯಲು ಶುರುಮಾಡಿದಂತೆ. ಆ ಭಾಷೆ ಬರುವವರೊಂದಿಗೆ ಅದೇ ಭಾಷೆಯಲ್ಲಿ ಮಾತಿಗಿಳಿಯಿರಿ. ಅವಕಾಶ ಸಿಕ್ಕಗಲ್ಲೆಲ್ಲಾ ಅದರಲ್ಲೇ ಮಾತನಾಡಿ. ತಪ್ಪಾದರೆ ಅವರಿಂದ ಕೇಳಿ ತಿಳಿಯಿರಿ.

6. ನಿಮ್ಮ ಮನಸ್ಸಿನಲ್ಲಿ ಆಲೋಚನೆಗಳನ್ನು ನೀವು ಕಲಿಯುವ ಭಾಷೆಯಲ್ಲಿ ಮಾಡಲು ಪ್ರಾರಂಭಿಸಿ. ಒಬ್ಬರೆ ಇದ್ದಾಗ, ನಡೆಯುವಾಗ, ಕನ್ನಡಿಯ ಎದುರಲ್ಲಿ ಹೀಗೆ ಎಲ್ಲಿ ಸಮಯ ಸಿಕ್ಕರೂ ಒಬ್ಬರೆ ಆ ಭಾಷೆಯನ್ನು 'ಪ್ರಯೋಗ' ಮಾಡಿ!

7. ಇಂಗ್ಲೀಷಿನ ವಿಚಾರದಲ್ಲಿ ನಿಮಗೆ ಓದಲು ಬರುವುದರಿಂದ ದಿನಕ್ಕೆ ಸ್ವಲ್ಪ ಓದು ಹಾಗೂ ಅರ್ಥವಾಗದೇ ಇರುವುದನ್ನು ತಿಳಿಯಲು ಶಬ್ದಕೋಶವನ್ನು ಬಳಸಿ.

8. ಅಂತರ್ಜಾಲ ಬಳಕೆ ಮಾಡುವವರು, ಅಂತರ್ಜಾಲದಲ್ಲಿ ನಿಮ್ಮ ವಾಕ್ಯಗಳ ವ್ಯಾಕರಣ ತಪ್ಪುಗಳನ್ನು ಗುರುತಿಸುವ ಅನೇಕ ಜಾಲತಾಣಗಳಿವೆ. ಅದರ ಉಪಯೋಗ ಪಡೆದುಕೊಳ್ಳಿ.

ಕೊನೆಯದಾಗಿ ಯಾವುದೇ ಭಾಷೆಯನ್ನು ಕಲಿಯಲು ನಾವು ಮತ್ತೆ ಮಗುವಿನಂತೆ ಮುಕ್ತವಾಗಬೇಕಾಗುತ್ತದೆ. ಮುಕ್ತಮನಸ್ಸಿನಿಂದ ಭಾಷೆಯನ್ನು ಹೆಚ್ಚುಹೆಚ್ಚು ಕೇಳುವುದು, ಅದರ ಪರಿಸರದಲ್ಲಿ ಇರುವಂತೆ ಮಾಡಿಕೊಳ್ಳುವುದು ಮತ್ತು ಬಳಸುವುದು, ತಿದ್ದಿಕೊಳ್ಳುವುದು–ಇದು ಮಾತ್ರ ಭಾಷೆ ಕಲಿಯಲು ಇರುವ ಮಾರ್ಗ.

ನಾವು ಮೇಲೆ ಚರ್ಚಿಸಿರುವಂತಹುದು ಭಾಷೆಯನ್ನು ಮಾತನಾಡಲು ಕಲಿಯುವುದರ ಬಗ್ಗೆ. ಆದರೆ ಭಾಷಾ ಕಲಿಕೆಯ ಅಂಗವಾದ ಓದು ಮತ್ತು ಬರವಣಿಗೆಯನ್ನು ಕಲಿಯುವುದು ಈ ಲೇಖನದ ವ್ಯಾಪ್ತಿಗೆ ಒಳಪಡಿಸಿಲ್ಲ. ಹಾಗಾಗಿ ಅದನ್ನು ಇಲ್ಲಿ ಚರ್ಚಿಸುವುದಿಲ್ಲ. ಒಂದು ಭಾಷೆಯನ್ನು ಮಾತನಾಡಲು ಕಲಿತರೆ ಆ ಭಾಷೆಯ ಅಕ್ಷರಗಳನ್ನು ಗುರುತಿಸಲು, ಓದಲು ಮತ್ತು ಬರೆಯಲು ಕಲಿಯುವುದು ಸಲಭವಾಗುತ್ತದೆ. ರಮೇಶ ಬಲ್ಲಿದ ಎನ್ನುವ ವ್ಯಕ್ತಿಯ ಕಥೆ ನೀವೆಲ್ಲಾ ಕೇಳಿರಬಹುದು. ಹದಿಹರೆಯದ ವಯಸ್ಸಿನ ತನಕ ತನ್ನ ಹಳ್ಳಿಯಲ್ಲಿದ್ದ. ಯಾವುದೇ ಶಾಲೆಗೆ ಹೋಗದೆ, ಅಕ್ಷರ ಬರೆಯಲು, ಓದಲು ಬರದ ರಮೇಶ ಇಂದು ಬಿ.ಪಿ.ಓ. ಕಂಪೆನಿ ಒಂದರ ಟೀಮ್ ಲೀಡರ್ ಆಗಿರುವ ಕಥೆ ಇದು. ರಾಯಚೂರಿನ ಹಳ್ಳಿಯಲ್ಲಿ ಇದ್ದ ಈತನನ್ನು

'ಹೆಡ್ ಹೆಲ್ಡ್ ಹೈ' ಎನ್ನುವ ಸಂಸ್ಥೆ ಕೇವಲ ಆರು ತಿಂಗಳಿನಲ್ಲಿ ಇಂಗ್ಲೀಷ್ ಮಾತನಾಡಲು ಕಲಿಸಿ, ಕಂಪ್ಯೂಟರ್ ಟೈಪಿಂಗ್ ಮಾಡಲು ಕಲಿಸಿ ಬಿ.ಪಿ.ಓ. ಒಂದರಲ್ಲಿ ಕೆಲಸ ಸಿಗುವಂತೆ ಮಾಡಿತ್ತು. ಕೇವಲ ಆರು ತಿಂಗಳಲ್ಲಿ ಓದು ಬರೆಯಲು ಬಾರದ ಈತ ಎಲ್ಲವನ್ನೂ ಕಲಿತು ಕೆಲಸ ಪಡೆದು ಇಂದು ಬಿ.ಪಿ.ಓ. ತಂಡವನ್ನು ಮುನ್ನಡೆಸುವ ಮಟ್ಟಿಗೆ ಬೆಳೆದಿರುವುದು ಎಲ್ಲರಿಗೂ ವಿಶೇಷವೆನಿಸಿದೆ. ಸಮಾರಂಭ ಒಂದರಲ್ಲಿ ಮುಖೇಶ್ ಅಂಬಾನಿ, ಆಶಾಬೋಸ್ಲೆ, ಸಚಿನ್ ತೆಂಡೂಲ್ಕರ್ ಮತ್ತು ಅನಿಲ್ ಕುಂಬ್ಳೆಯಂತಹ ದಿಗ್ಗಜರಿಂದ ಬೆನ್ನು ತಟ್ಟಿಸಿಕೊಳ್ಳುವ ಅವಕಾಶ ರಮೇಶ್ ಅವರಿಗೆ ಬಂದಿತ್ತು. 'ಹೆಡ್ ಹೆಲ್ಡ್ ಹೈ' ಪ್ರತಿಷ್ಠಾನದ ತರಬೇತಿಯೂ ಇದಕ್ಕೆಲ್ಲಾ ಕಾರಣವಾದ ಸಾಂಪ್ರದಾಯಿಕ ಪದ್ಧತಿಯನ್ನು ಬಿಟ್ಟು ನಂತರ ಹಾಡು, ಆಟ, ಕಥೆಗಳು, ಆನಿಮೇಶನ್‌ಗಳು, ಸಂವಾದ, ಚರ್ಚೆಗಳ ಮುಖಾಂತರ ಭಾಷೆ ಮತ್ತು ಕೌಶಲ್ಯವನ್ನು ಕಲಿಸಲು ಸಫಲವಾಯಿತು.

- ಇಂಗ್ಲೀಷ್ ಕಲಿಕೆಯ ಬಗೆಗಿನ ಕೀಳರಿಮೆ ಸಾಮಾನ್ಯವಾಗಿ ಹೆಚ್ಚಿನ ವಿದ್ಯಾರ್ಥಿಗಳಲ್ಲಿ ಕಂಡುಬರುತ್ತದೆ. ಇಂಗ್ಲೀಷ್ ಬರುವುದಿಲ್ಲ, ಉಚ್ಚಾರ ಸರಿ ಇಲ್ಲ, ಗ್ರಾಮರ್ ತಪ್ಪಾಗುತ್ತದೆ ಎಂಬ ಹೆದರಿಕೆ ಸಾಮಾನ್ಯವಾಗಿರುತ್ತದೆ. ಈ ಮುಜುಗರಗಳನ್ನು ಬಿಟ್ಟು ಪ್ರಯತ್ನ ಪಟ್ಟರೆ ಯಾವುದೇ ಭಾಷೆಯನ್ನಾದರೂ ಕಲಿಯಬಹುದು.
- ಮೊದಲಿಗೆ ನಮ್ಮ ಮಾತೃಭಾಷೆಯ ಕಲಿಕೆ ಸಮರ್ಪಕವಾಗಿ ಆಗಬೇಕು. ಅಧ್ಯಯನಗಳ ಪ್ರಕಾರ ಮಾತೃಭಾಷೆ ಸಂಪನ್ನವಾದಷ್ಟೂ ಬೇರೆ ಭಾಷೆಗಳ ಕಲಿಕೆ ಸುಲಭವಾಗುತ್ತದೆ.
- ಮುಕ್ತಮನಸ್ಸಿನಿಂದ ಭಾಷೆಯನ್ನು ಹೆಚ್ಚು ಹೆಚ್ಚು ಕೇಳುವುದು, ಹೆಚ್ಚು ಹೆಚ್ಚು ಬಳಸುವುದು ಮತ್ತು ತಿದ್ದಿಕೊಳ್ಳುವುದು ಮಾತ್ರ ಯಾವುದೇ ಭಾಷೆ ಕಲಿಯಲು ಇರುವ ಸುಲಭ ಸೂತ್ರ.

## 11

# ಪ್ರೇಮಕಾವ ಲಿಂಗದ ಹಂಗು?

ಬಹಳ ದಿನದ ನಂತರ ಡಾ. ಅರವಿಂದರ ಹಳೆ ಸ್ನೇಹಿತ ಪ್ರಶಾಂತ್ ಕರೆ ಮಾಡಿದ್ದರು. ಪ್ರಶಾಂತ್ ಕಲ್ಕತ್ತದಲ್ಲಿ ಬಹಳ ಪ್ರಸಿದ್ಧ ಸಿವಿಲ್ ಇಂಜಿನಿಯರ್ ಆಗಿದ್ದರು. ಡಾ. ಅರವಿಂದರ ಬಾಲ್ಯ ಸ್ನೇಹಿತನಾಗಿದ್ದ ಪ್ರಶಾಂತ್ ತಮ್ಮ ಹೆಂಡತಿ ಮತ್ತು ಮಗಳ ಜೊತೆ ಕಲ್ಕತ್ತೆಯಲ್ಲಿ ನೆಲೆಸಿದ್ದರು. ಬಹಳ ದಿನದ ನಂತರ ಕರೆ ಮಾಡಿದ್ದ ಪ್ರಶಾಂತರ ದನಿಯಲ್ಲಿ ಬಹಳ ಆತಂಕ ಕಾಣುತ್ತಿತ್ತು. ಮಾತನಾಡುತ್ತ ಹೇಳಿದರು ಪ್ರಶಾಂತ್ "ತುಂಬಾ ದಿನದಿಂದ ನನಗೂ ಗೀತಾಳಿಗೂ ನೆಮ್ಮದಿ ಇಲ್ಲ. ಇದರಿಂದ ಹೇಗೆ ಹೊರಬರಬೇಕೆಂದು ತಿಳಿಯುತ್ತಿಲ್ಲ.. ಕೊನೆಯ ಬಾರಿ ಬಂದಾಗ ನನ್ನ ಮಗಳ ಮದುವೆಗೆ ನೀನು ಕಲ್ಕತ್ತೆಗೆ ಬರಬೇಕು ಅಂತ ಹೇಳಿದ್ದೆ ನಾನು. ಆದರೆ ಈಗ ಅದು ಆಗೋ ಲಕ್ಷಣ ಕಾಣ್ತಾ ಇಲ್ಲ. ನನ್ನ ಮಗಳು ಮದುವೆಗೆ ಒಪ್ತಾನೆ ಇಲ್ಲ. ಮದುವೆ ಇಷ್ಟ ಇಲ್ಲ ಅಂತಾಳೆ. ಮುಂಚೆ ಹುಡುಗರನ್ನ ನೋಡಿ ಇಷ್ಟ ಇಲ್ಲ ಅಂತ ಇದ್ಲು. ಈಗ ಯಾವ ಸಂಬಂಧಾನೂ ನೋಡ್ತಾ ಇಲ್ಲ. ಯಾಕೆ ಅಂತ ಕಾರಣಾನೂ ಹೇಳ್ತಾ ಇಲ್ಲ.. ಯಾರನ್ನಾದ್ರೂ ಇಷ್ಟ ಪಡ್ತಾ ಇದ್ಯ ಅಂತ ಕೇಳಿದರೆ ಅದೂ ಇಲ್ಲ ಅಂತಾಳೆ. ಆದರೂ ಯಾಕೆ ಮದುವೆ ಆಗಲ್ಲಾ ಅಂತ ಹೇಳ್ತಾ ಇಲ್ಲ.. ಏನ್ ಮಾಡೋದು ಅರವಿಂದ್? ಬೆಳೆದ ಮಗಳು ಹೀಗೆ ಸುಮ್ಮನೆ ಮದುವೆ ಆಗಲ್ಲ ಅಂದ್ರೆ ನಾನೇನು ಮಾಡಬೇಕು? ನಮ್ಮ ಜನರಿಗೆ ಹೇಗೆ ಮುಖ ತೋರಿಸಬೇಕು? ನೀನೆ ಹೇಳು ಈಗ ಮದುವೇನೂ ಬೇಡ ಏನೂ ಬೇಡ ಫಾರಿನ್ ಹೋಗ್ತೀನಿ ಅಂತ ಹೇಳ್ತಿದ್ದಾಳೆ. ನಾವೂ ಬೈದಾಯ್ತು, ಅತ್ತೂ ಕರೆದು ಬುದ್ಧಿ ಹೇಳಿ ಆಯ್ತು ಈಗ ಊಟ ಬಿಟ್ಟು ಸಾಯ್ತೀನಿ ಅಂತ ಕೂತಿದ್ದಾಳೆ. ಏನ್ ಮಾಡೋದು?"

ಪ್ರಶಾಂತ್ ಹೇಳಿದ ಇಷ್ಟು ವಿಷಯವನ್ನು ಒಂದೇ ಸಮನೆ ಕೇಳಿದ ಡಾ. ಅರವಿಂದರಿಗೂ ಸಮಸ್ಯೆಯ ಕಾರಣ ಏನೆಂದು ತಿಳಿಯಲಿಲ್ಲ. ಪ್ರಶಾಂತರಿಗೆ ಸಮಾಧಾನ ಮಾಡಿ, ನೋಡೋಣ ಮಗಳನ್ನು ಕರೆದುಕೊಂಡು ನಮ್ಮ ಕ್ಲಿನಿಕ್ಕಿಗೆ ಬಾ, ಮಾತನಾಡ್ತೀನಿ ಅವಳ ಜೊತೆ, ಚಿಂತೆ ಮಾಡಬೇಡಿ ಎಂದು ಹೇಳಿದರು.

ಅದೇ ಪ್ರಕಾರ ಮರುದಿನವೇ ವಿಮಾನಯಾನದ ಮೂಲಕ ಪ್ರಶಾಂತ್ ದಂಪತಿಗಳು ಮತ್ತು ಮಗಳು ಭಾವನ, ಡಾ.ಅರವಿಂದರ 'ಮನೋವಿಶ್ವಾಸ'ಕ್ಕೆ ಬಂದರು. ಪ್ರಶಾಂತ್ ತಮ್ಮ ಅಳಲನ್ನು ತೋಡಿಕೊಂಡು, ಹಿತೈಷಿಗಳು, ಸಂಬಂಧಿಕರು, ಸಿಕ್ಕಸಿಕ್ಕವರೆಲ್ಲಾ ಕೇಳ್ತಾರೆ, ಮಗಳ ಮದುವೆ ಯಾವಾಗ, ಯಾವಾಗ ಅಂತ. ಏನು ಹೇಳಬೇಕು ಅವರಿಗೆಲ್ಲಾ ಎಂದು ತುಂಬಾ

ಚಿಂತಾಕ್ರಾಂತರಾಗಿದ್ದರು. ''ಏನು ವಿಷ್ಯ ಅಂತ ನೀವೇ ಕೇಳಿ. ಅವಳ ಹತ್ರ ನಮ್ಮಿಬ್ಬರಿಗೂ ಸಾಕಾಯ್ತು ಕೇಳಿ ಕೇಳಿ''ಎಂದು ಹೊರಟರು.

ಬಹಳ ದಿನದ ನಂತರ ಭಾವನ ಡಾ.ಅರವಿಂದರನ್ನು ಭೇಟಿಯಾಗಿದ್ದಳು. ಅವಳು ಈ ಚಿಂತೆಯಿಂದಾಗಿ ಸಣ್ಣಗಾಗಿದ್ದಳು. ಬಂದವಳೇ ಅಳಲು ಶುರುಮಾಡಿದಳು. ಡಾ.ಅರವಿಂದ್ ಏನು ಎಂದು ಕೇಳಲಿಲ್ಲ. ಸಮಾಧಾನ ಮಾಡಿ, ಟೈಮ್ ತಗೊಂಡು ನಿಧಾನಕ್ಕೆ ಹೇಳು ಎಂದರು. ನಂತರ ಸುಧಾರಿಸಿಕೊಂಡು ಮಾತನಾಡಿದ ಭಾವನ ಡಾ.ಅರವಿಂದರಿಗೆ ನೀವು ವಸುಧೇಂದ್ರ ಬರೆದಿರುವ ಮೋಹನಸ್ವಾಮಿ ಪುಸ್ತಕ ಓದಿದ್ದೀರ? ಅದರಲ್ಲಿ ಮೋಹನಸ್ವಾಮಿ ಮತ್ತು ಕಾರ್ತಿ ಇಬ್ಬರೂ ಗಂಡು, ಆದ್ರೂ ಪ್ರೀತಿ ಮಾಡ್ತಾರೆ, ಇದರ ಬಗ್ಗೆ ಏನಂತೀರಾ ಎಂದು ಕೇಳಿದಳು.

ಭಾವನಳ ಈ ಪ್ರಶ್ನೆಯಿಂದ ಸಮಸ್ಯೆಯ ಮೂಲದ ಕುರಿತು ಡಾ.ಅರವಿಂದರಿಗೆ ಸ್ವಲ್ಪ ಅಂದಾಜು ಆಗತೊಡಗಿತು. ಮೋಹನಸ್ವಾಮಿ ಪುಸ್ತಕವನ್ನು ಓದಿರದಿದ್ದರೂ, ಅದು ಸಲಿಂಗಕಾಮದ ಬಗ್ಗೆ ಇದೆ ಎಂದು ತಿಳಿದಿದ್ದರಿಂದ ಬಹುಶಃ ಭಾವನಾಳ ಸಮಸ್ಯೆ ಇಂತಹುದೇ ಇರಬಹುದೇನೋ ಎಂದು ಊಹಿಸಿದರು. ಡಾ.ಅರವಿಂದರು ಭಾವನಾಳಿಗೆ 'ಹಾ, ಅದರ ಬಗ್ಗೆ ಗೊತ್ತು. ಅವರಿಬ್ಬರೂ ಗಂಡಾದರೂ ಒಬ್ಬರಿಗೊಬ್ಬರು ಇಷ್ಟ ಪಡುವುದು ಅವರ ಆಯ್ಕೆ. ಅದರಲ್ಲೇನಿದೆ, ಅದರಿಂದ ಅವರಿಗೆ ಸಮಸ್ಯೆ ಆಗಬಾರದಷ್ಟೇ' ಎಂದರು. ಇದನ್ನು ಕೇಳಿದ ಭಾವನಾಳಿಗೆ ತಾನು ಇವರಲ್ಲಿ ತನ್ನ ಸಮಸ್ಯೆ ಹೇಳಿಕೊಳ್ಳಬಹುದು, ಇವರು ಅರ್ಥ ಮಾಡಿಕೊಳ್ಳುತ್ತಾರೆ ಎಂಬ ಆತ್ಮವಿಶ್ವಾಸ ಬಂದು ತನ್ನ ಸಮಸ್ಯೆ ಬಗ್ಗೆ ಹೇಳತೊಡಗಿದಳು.

''ನೋಡಿ ಅಂಕಲ್, ಕನ್ನಡದಲ್ಲಿ ನೀವು ಅದಕ್ಕೆ ಬಳಸುವ ಪದಾನೇ ಎಷ್ಟು ಕೆಟ್ಟದಾದ ಅರ್ಥ ಕೊಡುತ್ತೆ. ಸಲಿಂಗಕಾಮ ಅಂತ ಹೇಳ್ತೀರಿ. ಅದು ಸಲಿಂಗಪ್ರೇಮ ಯಾಕಾಗಬಾರದು? ಅದು ಕೇವಲ ಕಾಮಕ್ಕಾಗಿ ಅಲ್ಲಾ ಅಂಕಲ್. ಅವರಲ್ಲೂ ಪ್ರೀತಿ, ಅನುರಾಗ ಎಲ್ಲಾ ಇದೆ'' ಎಂದಳು ಭಾವನ.

ಅವಳು ನೇರವಾಗಿ ವಿಷಯಕ್ಕೆ ಬರಲು ಮುಜುಗರವಾಗಿ ಭಾವನ ಇದನ್ನು ಪೀಠಿಕೆಯಾಗಿ ಮತ್ತು ಸಮಾಜದ ಮೇಲೆ ತನ್ನ ರೋಷ ವ್ಯಕ್ತಪಡಿಸಲು ಹೇಳುತ್ತಿದ್ದಾಳೆ ಎಂದುಕೊಂಡರು ಡಾ.ಅರವಿಂದ್. ಆದರೂ, ಅವಳು ಹೇಳುವುದರಲ್ಲಿ ತಪ್ಪೇನಿದೆ? ನಾವೇಕೆ ಇದನ್ನು ಸಲಿಂಗಕಾಮ ಅನ್ನಬೇಕು. ಇದು ಸಲಿಂಗಪ್ರೇಮ ಯಾಕಾಗಬಾರದು? ಅವಳು ಹೇಳಿದ ಹಾಗೆ ಇದು ಬರೇ ಕಾಮಕ್ಕಾಗಿ ಉಂಟಾಗುವ ಸಂಬಂಧ ಅಲ್ಲ ಎಂದುಕೊಂಡರು.

ಮಾತು ಮುಂದುವರೆಸಿದ ಭಾವನಾ, ''ಅಂಕಲ್, ನಿಮಗೆ ಗೊತ್ತು, ನಮ್ಮದು ಸಂಪ್ರದಾಯಸ್ಥ ಮೇಲ್ವರ್ಗದ ಮೇಲ್ಜಾತಿಯ ಕುಟುಂಬ. ನಮ್ಮ ಅಪ್ಪ ಅಮ್ಮ ನನ್ನ ಮದುವೆ ಬಗ್ಗೆ ನೂರಾರು ಕನಸು ಕಟ್ಟಿಕೊಂಡಿದ್ದಾರೆ. ಅವರಿಗೆ ತಮ್ಮ ಒಬ್ಬಳೇ ಮಗಳ ಮದುವೆ ಧೂಮ್ ಧಾಮಾಗಿ ಮಾಡಬೇಕೆಂದು ಅನೇಕ ವರ್ಷದಿಂದ ತಮ್ಮ ಸಂಬಂಧಿಕರಲ್ಲಿ ಹೇಳಿಕೊಂಡು ಬಂದಿದ್ದಾರೆ. ಆದರೆ ಅವರಿಗೆ ನಾನು ಲೆಸ್ಬಿಯನ್ (ಹೆಣ್ಣು ಸಲಿಂಗಪ್ರೇಮಿ) ಎಂದು ಹೇಗೆ

ಹೇಳುವುದು? ಇದನ್ನು ತಡೆದುಕೊಳ್ಳುವ ಶಕ್ತಿಯು ಅವರಲ್ಲಿ ಇಲ್ಲ, ಒಪ್ಪಿಕೊಳ್ಳುವಷ್ಟು ಮುಕ್ತ ಮನಸ್ಸು ಕೂಡ ಇಲ್ಲಾ. ನಮ್ಮ ಲೆಸ್ಬಿಯನ್ ಪ್ರಪಂಚ ಏನು? ನಮ್ಮ ಭಾವನೆ ಏನು? ಒಂದೂ ಅವರಿಗೆ ತಿಳಿಯುವುದಿಲ್ಲ. ಸಂಪ್ರದಾಯದ ಪ್ರಕಾರ ಇದು ಸ್ವಾಭಾವಿಕವಲ್ಲ ಎನ್ನುತ್ತಾರೆ. ಇದರಿಂದ ನಮ್ಮ ಮರ್ಯಾದೆ ಹೋಗುತ್ತದೆ ಎಂದು ಅಂದುಕೊಳ್ಳುತ್ತಾರೆ. ನನಗೆ ಗೊತ್ತು, ಇದಕ್ಕಾಗಿ ನಾನು ಹೇಳುವ ಧೈರ್ಯ ಮಾಡಿಲ್ಲ. ಇದ್ದ ಒಬ್ಬ ಮಗಳು ಹೀಗಾದಳು ಎಂದು ಅವರ ಎದೆಗುಂಡಿಗೆ ಒಡೆದೇ ಹೋಗುತ್ತದೆ. ಆದರೆ ಅವರಿಗಾಗಿ ನಾನು ಗಂಡಿನೊಂದಿಗೆ ಸಂಸಾರ ಮಾಡಲು ಆಗುವುದಿಲ್ಲ. ನನಗೆ ಗಂಡಿನ ಕುರಿತು ಯಾವುದೇ ಪ್ರೇಮ, ಆಕರ್ಷಣೆ ಮೂಡುತ್ತಲೇ ಇಲ್ಲ. ಅಂತಹುದರಲ್ಲಿ ನಾನು ಹೇಗೆ ಮದುವೆ ಆಗಲಿ? ಮದುವೆ ಆದರೆ ನನ್ನ ಮತ್ತು ಆ ಹುಡುಗನ ಬಾಳು ಹಾಳಾಗುತ್ತದೆ ಅಷ್ಟೇ. ಆದರೆ, ಇದನ್ನು ಹೇಳುವ ಧೈರ್ಯ ನನ್ನಲ್ಲಿ ಇಲ್ಲ''.

''ಇದ್ಯಾವುದು ಕಿರಿಕಿರಿ ಬೇಡ ಎಂದು ಸಾಯಲು ಹೊರಟಿದ್ದೆ. ಆದರೆ ನನ್ನಂತೆಯೇ ಇರುವ ಗೆಳತಿಯರು, ನನಗೆ ಧೈರ್ಯ ತುಂಬಿದರು. ಮುಂದುವರೆದ ರಾಷ್ಟ್ರಗಳಲ್ಲಿ ಸಲಿಂಗಪ್ರೇಮವನ್ನು ಒಪ್ಪುತ್ತಾರೆ. ಅಲ್ಲಿ ಮನ್ನಣೆ ಇದೆ. ನೀನೂ ಅಲ್ಲಿಗೆ ಹೋಗಿ ವಾಸಿಸಿಬಿಡು. ನಾವು ಸಹಾಯ ಮಾಡುತ್ತೇವೆ. ಹೇಗೂ ನಿನ್ನ ಇಂಜಿನಿಯರಿಂಗ್ ಪದವಿಗೆ ಕೆಲಸವೂ ಸಿಗುತ್ತದೆ. ಅದಕ್ಕೆಲ್ಲಾ ಯಾಕೆ ಸಾಯಬೇಕು ಎಂದು ಹೇಳಿದರು. ಅದಕ್ಕಾಗಿ ಮದುವೆ ಮುಂದೂಡುತ್ತಾ ಬಂದೆ. ಈಗ ಒಂದು ಕೆಲಸವೂ ರೆಡಿಯಾಗಿದೆ. ಹೊರಗೆ ಹೋಗಬೇಕೆಂದೇ ಅಂದುಕೊಂಡಿದ್ದೆ. ಅಷ್ಟರಲ್ಲಿ ಇಷ್ಟು ರಾದ್ಧಾಂತವಾಯ್ತು. ನನಗೆ ಇಷ್ಟೆಲ್ಲಾ ಹೇಳುವ ಧೈರ್ಯವಿಲ್ಲ. ನೀವೇ ಹೇಳಬೇಕು ನನ್ನ ತಂದೆ ತಾಯಿಯಲ್ಲಿ''ಎಂದು ಹೇಳಿದಳು.

ಈ ವಿಷಯದಿಂದ ಭಾವನಾ, ಸ್ವಲ್ಪ ವಿಚಲಿತಳಾಗಿದ್ದಾಳೆ. ಆದರೆ, ತನ್ನ ನಿರ್ಧಾರದಲ್ಲಿ ದೃಢತೆ ಹೊಂದಿದ್ದಾಳೆ. ಈಗ ನಿಜವಾಗಿ ಸಮಸ್ಯೆ ಇರುವುದು, ಭಾವನಾಳ ತಂದೆತಾಯಿಗೆ ಈ ವಿಚಾರ ಹೇಳುವುದು, ಮತ್ತು ಅವರನ್ನು ಒಪ್ಪಿಸುವುದು. ಭಾವನಾಳಿಗೆ ''ಏನೂ ಯೋಚಿಸಬೇಡ, ಇದು ನಿನ್ನ ನಿರ್ಧಾರ ಆದರೆ ಮುಂದುವರಿ. ಅಪ್ಪ ಅಮ್ಮನ ಜೊತೆ ನಾನು ಮಾತನಾಡುತ್ತೇನೆ'' ಎಂದು ಹೇಳಿ ಭಾವನಾಳನ್ನು ಕಳುಹಿಸಿದರು ಡಾ.ಅರವಿಂದ್.

ಈಗ ನಿಜವಾಗಿಯೂ ಪ್ರಶಾಂತ್ ದಂಪತಿಗಳಿಗೆ ಏನು ಹೇಳಬೇಕೆಂದು ತಿಳಿಯದಾಗಿ, ಯೋಚಿಸತೊಡಗಿದರು ಡಾ.ಅರವಿಂದ್. ಇದು ನಿಜವಾಗಿಯೂ ಸಂದಿಗ್ಧ ಪರಿಸ್ಥಿತಿ. ಪ್ರಶಾಂತ್ ದಂಪತಿಗಳನ್ನು ಕರೆದು ಇರುವ ವಿಚಾರವನ್ನು ನಿಧಾನಕ್ಕೆ ಹೇಳಿದರು ಡಾ.ಅರವಿಂದ್. ಆದರೆ ಇಬ್ಬರಿಗೆ ಇದು ಎಂತಹ ಕಥೆ, ಹೀಗೆಲ್ಲಾ ನನ್ನ ಮಗಳಿಗೆ ಆಗುತ್ತದಾ? ಅವಳ ಭವಿಷ್ಯ ಹೇಗೆ? ನಮ್ಮ ಮಾನಮರ್ಯಾದೆಯ ಗತಿ ಏನು ಎಂದು ಚಿಂತಿಸಿ ದುಃಖಿತರಾದರು. ಅವರಿಗೆ ಇದು ಸಹಜ ಎಂದು ತಿಳಿಸಲು ಮತ್ತು ದಂಪತಿಗಳನ್ನು ಸಮಾಧಾನ ಪಡಿಸಲು ಡಾ.ಅರವಿಂದರಿಗೆ ಐದಾರು ಭೇಟಿಯಲ್ಲಿ ಆಪ್ತಸಲಹೆ ನೀಡಬೇಕಾಗಿ ಬಂತು. ಇದು ಮೊದಲೇನಲ್ಲ, ಇಂತಹ

ಅನೇಕ ಸಂದರ್ಭಗಳಲ್ಲಿ ಸಲಿಂಗ ಪ್ರೇಮಿಗಳಿಗಿಂತ ಅವರ ಮನೆಯವರಿಗೆ ಆಪ್ತಸಲಹೆ ಅಗತ್ಯತೆ ಬೇಕಿರುತ್ತಿತ್ತು. ಹೀಗೆ ಸಮಾಧಾನಿಸಿದ ನಂತರ ಪ್ರಶಾಂತ್ ದಂಪತಿಗಳು ಕೊಲ್ಕತ್ತಾಗೆ ಹೊರಟರು. ಆದರೂ ಸಂಪೂರ್ಣವಾಗಿ, ಮಗಳ ಈ ನಿರ್ಧಾರಕ್ಕೆ ಅವರ ಮನಸ್ಸು ಒಪ್ಪಿರಲಿಲ್ಲ.

## ಏನಿದು ಸಲಿಂಗಪ್ರೇಮ?

ಒಂದೇ ಲಿಂಗದ ವ್ಯಕ್ತಿಗಳ ನಡುವೆ ಉಂಟಾಗುವ ಅನುರಾಗ, ಪ್ರೇಮ ಮತ್ತು ಲೈಂಗಿಕ ಸಂಬಂಧವೇ ಸಲಿಂಗ ಪ್ರೇಮ. ಜನರು ತಿಳಿದುಕೊಂಡಂತೆ ಇದು ಕೇವಲ ಲೈಂಗಿಕ ಆಕರ್ಷಣೆಯಲ್ಲ. ಹೇಗೆ ಗಂಡು ಹೆಣ್ಣುಗಳ ನಡುವೆ ಪ್ರೇಮ, ಅನುರಾಗ ಉಂಟಾಗುತ್ತದೋ, ಹಾಗೆ ಇಲ್ಲಿ ಸಮಾನಲಿಂಗಿಗಳ ನಡುವೆ ಉಂಟಾಗುತ್ತದೆ.

ಈ ರೀತಿ ಗಂಡು-ಗಂಡುಗಳ ನಡುವೆ ಉಂಟಾಗುವ ಸಂಬಂಧಕ್ಕೆ ಒಳಪಡುವವರನ್ನು 'ಗೇ'ಗಳೆಂದು, ಹೆಣ್ಣು-ಹೆಣ್ಣುಗಳ ನಡುವೆ ಉಂಟಾಗುವ ಸಂಬಂಧಕ್ಕೆ ಒಳಪಡುವವರನ್ನು 'ಲೆಸ್ಬಿಯನ್'ಎಂದೂ ಕರೆಯುತ್ತಾರೆ. ಇವರಿಗೆ ಕೇವಲ ಅವರ ಲಿಂಗದವರೊಂದಿಗೆ ಮಾತ್ರ ಆಕರ್ಷಣೆಯಾಗುತ್ತದೆ ಮತ್ತು ವಿರುದ್ಧ ಲಿಂಗದ ಜೊತೆ ಯಾವುದೇ ಸಂಬಂಧ ನಡೆಸಲು ಆಸಕ್ತಿ ಇರುವುದಿಲ್ಲ. ಆದರೆ, ಇದರಲ್ಲೇ ಇನ್ನೊಂದು ಪಂಗಡವಾದ ದ್ವಿಲಿಂಗಿಗಳು (ಬೈಸೆಕ್ಷುವಲ್) ವಿರುದ್ಧ ಲಿಂಗ ಮತ್ತು ಸಮಾನ ಲಿಂಗ, ಇಬ್ಬರ ಜೊತೆಯಲ್ಲಿ ಸಂಬಂಧ ನಡೆಸಲು ಆಸಕ್ತಿ ಹೊಂದಿರುತ್ತಾರೆ.

ಇದುವರೆಗೆ ವಿಜ್ಞಾನಿಗಳಿಗೆ ಸಲಿಂಗ ಪ್ರೇಮಕ್ಕೆ ಕಾರಣಗಳು ಯಾವುದು ಎಂದು ನಿಖರವಾಗಿ ತಿಳಿದುಬಂದಿಲ್ಲ. ಆದರೆ, ಪ್ರೇಮ ಅಥವಾ ಲೈಂಗಿಕ ಸ್ಥಿತಿಯನ್ನು ನಿರ್ಧರಿಸಲು, ವಂಶವಾಹಿನಿ, ಹಾರ್ಮೋನುಗಳು ಮತ್ತು ಪರಿಸರದ ಅಂಶಗಳು ಪರಸ್ಪರ ಸಂಕೀರ್ಣವಾಗಿ ಕಾರಣಕರ್ತವಾಗುತ್ತದೆ ಎಂದು ಹೇಳುತ್ತಾರೆ. ಆದರೆ ಖಂಡಿತವಾಗಿಯೂ ಇದು ವ್ಯಕ್ತಿಯ ಸ್ವತಂತ್ರ ಆಯ್ಕೆ ಅಲ್ಲ. ಬದಲಾಗಿ, ಈ ಎಲ್ಲಾ ಅಂಶಗಳಿಂದ ಉಂಟಾಗುವ ಪರಿಸ್ಥಿತಿಯ ಆಯ್ಕೆ ಎಂದೇ ವಿಜ್ಞಾನಿಗಳು ಅಭಿಪ್ರಾಯ ಪಟ್ಟಿದ್ದಾರೆ.

## ಸಲಿಂಗಪ್ರೇಮದ ಕುರಿತಾದ ಅಪನಂಬಿಕೆಗಳು

**ಮಿಥ್ಯ: ಇದು ಅಸಹಜ ಕ್ರಿಯೆ ಮತ್ತು ಸ್ವಾಭಾವಿಕವಲ್ಲ. ಇದು ಪ್ರಕೃತಿಗೆ ವಿರುದ್ಧವಾಗಿರುವಂತಹುದ್ದು.**

**ಸತ್ಯ:** ನಿಜವೇನೆಂದರೆ ಸಲಿಂಗಪ್ರೇಮವು ಗಂಡು ಹೆಣ್ಣಿನ ನಡುವೆ ಉಂಟಾಗುವ ಭಿನ್ನ ಲಿಂಗೀಯ ಆಕರ್ಷಣೆಯಷ್ಟೇ ಸಹಜ. ಮಾನವನನ್ನು ಸೇರಿಕೊಂಡು ಭೂಮಿಯಲ್ಲಿ, ಸುಮಾರು ಸಾವಿರದೈನೂರಿಗಿಂತಲೂ ಹೆಚ್ಚಿನ ಪ್ರಾಣಿಪ್ರಭೇದಗಳಲ್ಲಿ ಸಲಿಂಗಪ್ರೇಮ ಕಂಡುಬರುತ್ತದೆ ಎಂದು ವಿಜ್ಞಾನ ಹೇಳುತ್ತದೆ.

**ಮಿಥ್ಯ: ಸಲಿಂಗ ಪ್ರೇಮಿಗಳು ಹೆಚ್ಚಾಗಿ ಮಕ್ಕಳನ್ನು ಲೈಂಗಿಕ ಶೋಷಣೆಗೆ ಒಳಪಡಿಸುತ್ತಾರೆ.**

**ಸತ್ಯ:** ಆದರೆ ಇದು ಎಲ್ಲಾ ಸಂದರ್ಭದಲ್ಲಿಯೂ ನಿಜವಾಗಬೇಕಿಲ್ಲ. ಎಲ್ಲಾ ಸಲಿಂಗ ಪ್ರೇಮಿಗಳೂ ಮಕ್ಕಳನ್ನು ಲೈಂಗಿಕ ಶೋಷಣೆಗೆ ಒಳಪಡಿಸುವುದಿಲ್ಲ, ಆದರೆ ತಮ್ಮ ಆಸೆಗಳನ್ನು ವ್ಯಕ್ತಪಡಿಸಲು ಅವಕಾಶಗಳು ಕಡಿಮೆ ಇರುವುದರಿಂದ ವ್ಯತಿರಿಕ್ತವಾಗಿ ನಡೆದುಕೊಳ್ಳುತ್ತಾರೆ. ಗಂಡುಮಕ್ಕಳನ್ನು ಶೋಷಣೆ ಮಾಡುವವರು ಸಲಿಂಗಕಾಮಿಗಳಾಗಿರಬಹುದು. ಆದರೆ, ಎಲ್ಲಾ ಸಲಿಂಗಪ್ರೇಮಿಗಳು ಮಕ್ಕಳನ್ನು ಶೋಷಿಸುವುದಿಲ್ಲ. ಮಕ್ಕಳನ್ನು ಯಾರು ಶೋಷಣೆ ಮಾಡಿದರೂ ಅದು ಅಕ್ಷಮ್ಯ ಅಪರಾಧ.

**ಮಿಥ್ಯ: ಸಲಿಂಗಪ್ರೇಮಿಗಳು ಸಾರ್ವಜನಿಕವಾಗಿ ಕೆಟ್ಟ ರೀತಿಯಲ್ಲಿ ವರ್ತಿಸುತ್ತಾರೆ ಮತ್ತು ಅವರಲ್ಲಿ ನಡತೆಯ ದೋಷವಿರುತ್ತದೆ.**

**ಸತ್ಯ:** ಇದೂ ಕೂಡ ಒಂದು ತಪ್ಪು ನಂಬಿಕೆ. ಎಲ್ಲಾ ಸಲಿಂಗ ಪ್ರೇಮಿಗಳು, ಸಾರ್ವಜನಿಕ ಸ್ಥಳಗಳಲ್ಲಿ ವ್ಯತಿರಿಕ್ತವಾಗಿ ವರ್ತಿಸುತ್ತಾರೆ ಎಂದು ತಿಳಿಯಬೇಕಿಲ್ಲ. ಇವರಲ್ಲಿಯೂ ಅನೇಕ ಜನರು, ಸಭ್ಯವಾಗಿ ವರ್ತಿಸುವ, ಉತ್ತಮ ಶಿಕ್ಷಣ ಹೊಂದಿರುವ, ವಿದ್ಯಾವಂತರಿರುತ್ತಾರೆ. ನಮ್ಮ ಸಿನಿಮಾಗಳಲ್ಲಿ ಕೂಡ ಸಲಿಂಗಪ್ರೇಮಿಗಳನ್ನು ಕೇವಲ ಬಸ್ಸಿನಲ್ಲಿ ಮತ್ತು ಸಾರ್ವಜನಿಕ ಸ್ಥಳಗಳಲ್ಲಿ ಅಸಭ್ಯವಾಗಿ ವರ್ತಿಸುವಂತೆ ತೋರಿಸುತ್ತಾರೆ. ಅವರ ಲೈಂಗಿಕ ಬಯಕೆ ತೋರಿಸಲು, ಕೇವಲ ಸ್ಪರ್ಶ ಬಳಸುವಂತೆ ಚಿತ್ರಿಸಿದ್ದಾರೆ. ಆದರೆ ಅವರೂ ಕೂಡ ವಿರುದ್ಧ ಲಿಂಗಿಗಳ ಆಕರ್ಷಣೆಯಂತೆ ಕಣ್ಣಿನ ಭಾಷೆಯಲ್ಲಿಯೂ ಕೂಡ ಸಂವಹನ ಮಾಡುತ್ತಾರೆ.

**ಮಿಥ್ಯ: ಸಲಿಂಗಪ್ರೇಮಿಗಳು ಕೇವಲ ಲೈಂಗಿಕ ವೃತ್ತಿಯಲ್ಲಿ ತೊಡಗುತ್ತಾರೆ.**

**ಸತ್ಯ:** ಇದೂ ಕೂಡ ತಪ್ಪು ನಂಬಿಕೆ. ಅನಿವಾರ್ಯ ಕಾರಣಗಳಿಂದ ಅಥವಾ ತಮ್ಮ ವೈಯಕ್ತಿಕ ಆಸಕ್ತಿಯಿಂದ ಕೆಲವು ಸಲಿಂಗಪ್ರೇಮಿಗಳು ಲೈಂಗಿಕ ವೃತ್ತಿಯಲ್ಲಿ ತೊಡಗುತ್ತಾರೆ. ಆದರೆ ಹೆಚ್ಚಿನ ಸಲಿಂಗ ಪ್ರೇಮಿಗಳು ಸಮಾಜದಲ್ಲಿ ಉತ್ತಮ ಸ್ಥಾನದಲ್ಲಿ ಮತ್ತು ಉತ್ತಮ ವೃತ್ತಿಗಳಲ್ಲಿ ಇರುತ್ತಾರೆ.

**ಮಿಥ್ಯ: ಸಲಿಂಗ ಪ್ರೇಮವು ಇತ್ತೀಚಿಗಿನ ಟ್ರೆಂಡ್ ಆಗಿದೆ. ಇದರಿಂದಾಗಿ ಹೆಚ್ಚು ಜನ ಇದಕ್ಕೆ ಒಳಪಡುತ್ತಿದ್ದಾರೆ.**

**ಸತ್ಯ:** ಇದು, ಇವತ್ತಿನ ಟ್ರೆಂಡ್ ಎಂದು ಪರಿಗಣಿಸಬೇಕಾಗಿಲ್ಲ. ಇತಿಹಾಸದಲ್ಲಿ ಗ್ರೀಕ್ ಮತ್ತು ಯೂರೋಪಿನಲ್ಲಿ ಸಲಿಂಗಪ್ರೇಮ ಪ್ರಚಲಿತದಲ್ಲಿರುವುದು. ಅದರ ಸಮರ್ಥನೆ ಮತ್ತು ದಂಡನೆ ಕುರಿತಾದ ಉಲ್ಲೇಖ ಮತ್ತು ಚಿತ್ರಕಲೆಗಳು ಕಾಣಸಿಗುತ್ತದೆ. ಇಂದಿನ ಮಾಹಿತಿ ತಂತ್ರಜ್ಞಾನದ ಯುಗದಿಂದಾಗಿ ಸಲಿಂಗ ಕಾಮದ ಕುರಿತಾದ ಅರಿವು, ಮತ್ತು ಅವರ ನಡುವಿನ ಸಂಪರ್ಕ, ಹಾಗೂ ಪ್ರಭಾವಗಳು ಹೆಚ್ಚಾಗಿವೆ ಎಂದು ಹೇಳಬಹುದೇ ವಿನಃ, ಟ್ರೆಂಡ್‌ನಿಂದಾಗಿ ಹೆಚ್ಚಿಲ್ಲ.

- ಸಲಿಂಗಪ್ರೇಮ ಮತ್ತು ಟ್ರಾನ್ಸ್‌ಜೆಂಡರ್ (ತೃತೀಯ ಲಿಂಗಿಗಳ) ನಡುವಿನ ವ್ಯತ್ಯಾಸವನ್ನು ಗುರುತಿಸುವುದು ಬಹಳ ಮುಖ್ಯವಾಗುತ್ತದೆ.
- ಸಲಿಂಗ ಪ್ರೇಮ ಎಂದರೆ ತಮ್ಮದೇ ಲಿಂಗದವರ ಕುರಿತಾಗಿ ಆಕರ್ಷಣೆ ಮತ್ತು ಪ್ರೇಮ ಉಂಟಾಗುವಂತಹುದು.
- ಟ್ರಾನ್ಸ್‌ಜೆಂಡರ್ ಅಥವಾ ತೃತೀಯ ಲಿಂಗಿಗಳು ತಾವು ಹುಟ್ಟಿನಿಂದ ಪಡೆದ ಲಿಂಗವನ್ನು ತೊರೆದು ಅನ್ಯಲಿಂಗವನ್ನು ಧರಿಸುವುದು.
- ಉದಾಹರಣೆಗೆ ಹುಟ್ಟಿನಿಂದ ಗಂಡಾದವರು ಹೆಣ್ಣಾಗಿ ಸಾಮಾಜಿಕವಾಗಿ ಮತ್ತು ದೈಹಿಕವಾಗಿ ಬದಲಾವಣೆ ಆಗುವಂತಹುದು. ಆದರೆ ಸಲಿಂಗಪ್ರೇಮದಲ್ಲಿ ಲಿಂಗ ಬದಲಾವಣೆ ಆಗದೆ ಗಂಡು ಗಂಡನ್ನೇ ಮತ್ತು ಹೆಣ್ಣು ಹೆಣ್ಣನ್ನೇ ಇಷ್ಟ ಪಡುತ್ತಾರೆ.

## ಸಲಿಂಗಪ್ರೇಮ ಮತ್ತು ಹದಿಹರೆಯ

ಹದಿಹರೆಯವು ನಮ್ಮ ಲೈಂಗಿಕ ಆಸಕ್ತಿಯನ್ನು ರೂಪುಗೊಳಿಸುವಂತಹ ಒಂದು ಪ್ರಮುಖ ಹಂತ. ಈ ಹಂತದಲ್ಲಿ ಆಗುವ ಆಕರ್ಷಣೆಗಳು ಮತ್ತು ಭಾವನಾತ್ಮಕ ಬದಲಾವಣೆಗಳು, ಹದಿಹರೆಯದವರು ತಮ್ಮ ಲೈಂಗಿಕ ಆಸಕ್ತಿಯನ್ನು ದೃಢ ಪಡಿಸಿಕೊಳ್ಳುವಂತೆ ಮಾಡುತ್ತದೆ. ಸಲಿಂಗ ಪ್ರೇಮದ ಕುರಿತು ಆಸಕ್ತಿಯಿರುವ ಹದಿಹರೆಯದವರಿಗೆ ತಮ್ಮ ಸಮಾನ ಲಿಂಗದ ಹೆಣ್ಣು ಅಥವಾ ಗಂಡಿನ ಕುರಿತು ಸಹಜವಾದ ಆಕರ್ಷಣೆ ಉಂಟಾಗುತ್ತದೆ. ಈ ಸಮಯದಲ್ಲಿ ದ್ವಂದ್ವಗಳು ಉಂಟಾಗಬಹುದು.

## ಸಲಿಂಗಪ್ರೇಮ ಯಾವಾಗ ಸಮಸ್ಯೆಯಾಗುತ್ತದೆ?

ಸಲಿಂಗಪ್ರೇಮದ ಆಕರ್ಷಣೆಗೆ ಒಳಗಾಗುವುದು, ಅಥವಾ ಸಲಿಂಗ ಪ್ರೇಮಿಗಳಾಗುವುದು ಸಮಸ್ಯೆ ಅಥವಾ ಅಸ್ವಾಭಾವಿಕ ನಡತೆಯಲ್ಲ. ಮತ್ತು ಅದೊಂದು ಖಾಯಿಲೆಯೂ ಅಲ್ಲ. ಆದರೆ ಸಲಿಂಗಪ್ರೇಮವು ಈ ಕೆಳಗಿನ ಸಂದರ್ಭಗಳಲ್ಲಿ ಸಮಸ್ಯೆ ಉಂಟು ಮಾಡಬಹುದು.

- ವಿರುದ್ಧಲಿಂಗ ಸಂಬಂಧವನ್ನು ಕಾಪಾಡಿಕೊಳ್ಳಲಾಗದೇ, ಸಲಿಂಗಪ್ರೇಮವನ್ನು ಹೇಳಿಕೊಳ್ಳಲಾಗದೇ, ಒತ್ತಡದಲ್ಲಿ ಸಿಲುಕಿ, ಮನೋವ್ಯಾಕುಲತೆಗೆ ಒಳಗಾದಾಗ,
- ತನ್ನ ಲೈಂಗಿಕ ಆಸಕ್ತಿಯ ಕುರಿತು ದ್ವಂದ್ವಕ್ಕೆ ಒಳಗಾಗಿ ಅದರಿಂದ ಮಾನಸಿಕ ಯಾತನೆ ಅನುಭವಿಸಿದಾಗ, ಅದನ್ನು ಈಗೋ ಡಿಸ್ಟೋನಿಕ್ ಹೋಮೋ ಸೆಕ್ಷುಯಾಲಿಟಿ ಅಥವಾ

ಈಗೋ ಡಿಸ್ಟೋನಿಕ್ ಸೆಕ್ಷುಯಲ್ ಓರಿಯಂಟೇಷನ್ ಎಂಬ ಸಮಸ್ಯೆಯಿಂದ ಗುರುತಿಸುತ್ತಾರೆ. ಇಲ್ಲಿ ವ್ಯಕ್ತಿಯು ತನ್ನ ಆಸಕ್ತಿಯ ಕುರಿತು ಗೊಂದಲಕ್ಕಿಂತ ಹೆಚ್ಚಾಗಿ ತನ್ನ ಲೈಂಗಿಕ ಆಸಕ್ತಿಯು ತನ್ನ ಇಷ್ಟದಂತೆ ಇರಬೇಕಿತ್ತು ಎಂಬ ಬಯಕೆ ಇರುತ್ತದೆ.

- ಈ ಕಾರಣಗಳಿಂದಾಗಿ ವ್ಯಕ್ತಿಯು ಖಿನ್ನತೆ ಅಥವಾ ಆತ್ಮಹತ್ಯೆಯ ಹಂತಕ್ಕೆ ತಲುಪಿದಾಗ,
- ತಮ್ಮ ಮಕ್ಕಳ ನಡವಳಿಕೆಯಿಂದ ತಂದೆತಾಯಿಯರಿಗೆ ಸಾಂಸ್ಕೃತಿಕ ಆಘಾತವಾದಾಗ, ಮನಸ್ಸಿಗೆ ನೋವುಂಟಾದಾಗ ಮತ್ತು ಇದರಿಂದ ಸಮಾಜದಲ್ಲಿ ಹೇಗೆ ಬಾಳಬೇಕೆಂದು ಚಿಂತಿತರಾಗಿ ಖಿನ್ನರಾದಾಗ,
- ವಿರುದ್ಧ ಲಿಂಗದ ಜೊತೆಗೆ ಮದುವೆಯಾಗಿಯೂ ಸಲಿಂಗಪ್ರೇಮದ ಕಾರಣದಿಂದ ಸಂಗಾತಿಯೊಂದಿಗೆ ಅನುರಾಗ, ಬಾಂಧವ್ಯ ಮತ್ತು ಲೈಂಗಿಕ ಸಂಪರ್ಕ ಏರ್ಪಡಿಸಿಕೊಳ್ಳಲು ಆಗದೇ ಇದ್ದಾಗ.

## ಭಾರತೀಯ ಕಾನೂನು ಮತ್ತು ಸಲಿಂಗ ಪ್ರೇಮ

ಭಾರತೀಯ ದಂಡಸಂಹಿತೆಯ ಸೆಕ್ಷನ್ 377ರ ಪ್ರಕಾರ ಪ್ರಕೃತಿಯ/ಸ್ವಾಭಾವಿಕತೆಯ ವಿರುದ್ಧವಾಗಿರುವ ಲೈಂಗಿಕ ಚಟುವಟಿಕೆಗಳು ಶಿಕ್ಷಾರ್ಹ ಅಪರಾಧ ಎಂದು ಹೇಳಲಾಗಿದೆ. ಆದರೆ 2009ರಲ್ಲಿ ದೆಹಲಿಯ ಉಚ್ಚನ್ಯಾಯಾಲಯವು ಭಾರತೀಯ ಸಂವಿಧಾನದ ವಿಧಿ 14, 15, 16ರ ಪ್ರಕಾರ ಲೈಂಗಿಕ ವಿಭಿನ್ನತೆಯನ್ನು ಮತ್ತು ಸಲಿಂಗಪ್ರೇಮವನ್ನು ಶಿಕ್ಷಾರ್ಹ ಅಪರಾಧ ಎಂದು ಪರಿಗಣಿಸುವುದು ಮುಲಭೂತ ಹಕ್ಕು ಮತ್ತು ವೈಯಕ್ತಿಕ ಸ್ವಾತಂತ್ರ್ಯದ ಹರಣ ಎಂದು ಚಾರಿತ್ರಿಕ ತೀರ್ಪು ನೀಡಿತ್ತು. ಆದರೆ 2013ರಲ್ಲಿ ಮತ್ತೆ ಸೆಕ್ಷನ್ 377ನ್ನು ಸರ್ವೋಚ್ಚ ನ್ಯಾಯಾಲಯವು ಎತ್ತಿ ಹಿಡಿದಿದೆ. ಈಗ ಅನೇಕ ಸಂಘಸಂಸ್ಥೆ ಮತ್ತು ರಾಜಕೀಯ ನಾಯಕರ ಅರ್ಜಿಯ ಮೇರೆಗೆ ಇದನ್ನು ಪರಿಶೀಲಿಸುವುದಾಗಿ ಸರ್ವೋಚ್ಚ ನ್ಯಾಯಾಲಯವು ಹೇಳಿದ್ದು, ಇದಕ್ಕಾಗಿ ಅಧ್ಯಯನ ಸಮಿತಿಯನ್ನು ರಚಿಸಿದೆ.

ಆಗಸ್ಟ್ 2017ರಲ್ಲಿ ಸರ್ವೋಚ್ಚ ನ್ಯಾಯಾಲಯವು ಸಲಿಂಗಪ್ರೇಮ ಮತ್ತು ಲೈಂಗಿಕ ಅಲ್ಪಸಂಖ್ಯಾತರಿಗೆ ತಮ್ಮ ಲೈಂಗಿಕ ಆಸಕ್ತಿ (ಸೆಕ್ಷುಯಲ್ ಓರಿಯಂಟೇಷನ್) ಅನ್ನು ಸುರಕ್ಷಿತವಾಗಿ ವ್ಯಕ್ತ ಪಡಿಸಲು ಮಾತ್ರ ಸ್ವಾತಂತ್ರ್ಯವಿದೆ ಎಂದು ತೀರ್ಪು ನೀಡಿದ್ದು, ಇದು ವ್ಯಕ್ತಿಯ ಖಾಸಗಿತನದ ರಕ್ಷಣೆಯ ಅಡಿಯಲ್ಲಿ ಬರುತ್ತದೆ ಎಂದು ಹೇಳಿದೆ. ಆದರೆ ಸೆಕ್ಷನ್ 377 ಅನ್ನು ರದ್ದುಗೊಳಿಸುವ ವಿಚಾರದ ಬಗ್ಗೆ ಇನ್ನು ಒಮ್ಮತದ ನಿರ್ಧಾರಕ್ಕೆ ಸರ್ಕಾರ ಹಾಗೂ ನ್ಯಾಯಾಲಯಗಳು ಬಂದಿಲ್ಲ.

## ಸಲಿಂಗಪ್ರೇಮ ಮತ್ತು ಹೆತ್ತವರ ಪಾತ್ರ

- ಮಕ್ಕಳಿಗೆ ಲೈಂಗಿಕ ಆಸಕ್ತಿಯ ಕುರಿತಾದ ಗೊಂದಲಗಳು ಉಂಟಾದಾಗ, ನಿಮ್ಮ ಬಳಿ ಬಂದು ಹೇಳಿಕೊಳ್ಳುವಂತೆ ಇರುವ ವಾತಾವರಣ ಮತ್ತು ಸಂಬಂಧ ನಿರ್ಮಿಸಿಕೊಳ್ಳಿ.
- ಮದುವೆ ಮತ್ತು ಅವರ ಜೀವನದ ಕುರಿತಾದ ನಿಮ್ಮ ಆಸೆ, ಆಶೋತ್ತರಗಳನ್ನು ಅವರ ಮೇಲೆ ಒತ್ತಾಯ ಪೂರ್ವಕವಾಗಿ ಹೇರಬೇಡಿ.
- ಹದಿಹರೆಯದ ಅಥವ ವಯಸ್ಸಿಗೆ ಬಂದಿರುವ ಮಗ ಅಥವಾ ಮಗಳು, ಅವರ ಲೈಂಗಿಕ ಆಸಕ್ತಿಯ ಕುರಿತು ನಿಮ್ಮ ಬಳಿ ಹೇಳಿದರೆ, ಅವರನ್ನು ಗದರಿಸುವ ಅಥವಾ ಅದರಿಂದ ನೀವು ನೊಂದುಕೊಳ್ಳುವುದಾಗಲೀ ಮಾಡಬೇಡಿ. ನೇರವಾಗಿ ಮನೋವೈದ್ಯರ ಬಳಿ ಸಹಾಯ ಪಡೆಯಿರಿ.
- ಅವರು ಸಲಿಂಗಪ್ರೇಮದ ಕುರಿತು ಆಸಕ್ತಿ ಹೊಂದಿದ್ದಾರೆ ಎಂದು ಗೊತ್ತಾದ ತಕ್ಷಣ, ಅವರನ್ನು ನಿಂದಿಸುವುದು, ಕೆಟ್ಟ ಮಾತನ್ನಾಡುವುದು ಮಾಡಬೇಡಿ.
- ಅವರ ಸಲಿಂಗಪ್ರೇಮವನ್ನು ಇಷ್ಟ ಪಡುತ್ತೇನೆ ಎಂದು ಹೇಳಿದ ನಂತರವೂ, ನೀವು ಒತ್ತಾಯಪೂರ್ವಕವಾಗಿ, ಮದುವೆ ಮಾಡಿಸಿದರೆ ಅದು ವಿಚ್ಛೇದನ ಅಥವಾ ಆತ್ಮಹತ್ಯೆಯಲ್ಲಿ ಕೊನೆಗೊಳ್ಳಬಹುದು. ಅದಕ್ಕಾಗಿ ಮದುವೆಯಾದರೆ ಎಲ್ಲಾ ಸರಿಹೋಗುತ್ತದೆ ಎಂಬ ನಾಣ್ಣುಡಿಯನ್ನು ನಂಬಬೇಡಿ. ಇಂತಹ ಸಮಸ್ಯೆಯಿರುವಾಗ, ಮದುವೆಯಾದಲ್ಲಿ ಅದು ಇನ್ನೂ ಅನೇಕ ರೀತಿಯ ಸಮಸ್ಯೆಗಳನ್ನು ತಂದೊಡ್ಡುತ್ತದೆ.

> ಕಾಲ ಸರಿಯುತ್ತಿದ್ದಂತೆ ಪ್ರತಿಯೊಂದು ಸಂಸ್ಕೃತಿಯೂ ತನ್ನಲ್ಲಿ ಹೊಸತನಗಳಿಗೆ ಅವಕಾಶ ಮಾಡಿಕೊಡಬೇಕಾಗುತ್ತದೆ. ಹೀಗೆ ಮಾಡಿದಾಗ ಅದು ಸಮರ್ಪಕವಾಗಿ ರೂಪುಗೊಳ್ಳುತ್ತದೆ. ಇಲ್ಲದಿದ್ದಲ್ಲಿ, ಇದು ಸಂಘರ್ಷ ಮತ್ತು ಘರ್ಷಣೆಗೆ ಕಾರಣವಾಗುತ್ತದೆ. ಹಾಗೆ ನಮ್ಮ ಭಾರತೀಯ ಸಂಸ್ಕೃತಿಯಲ್ಲಿ ಸಲಿಂಗಪ್ರೇಮವನ್ನು ಆದಷ್ಟು ಘರ್ಷಣಾರಹಿತವಾಗಿ ನಾವು ಅಳವಡಿಸುವ ಸಮಯ ಬಂದಿದೆ. ಇದನ್ನು ನಾವು ಮಾಡದಿದ್ದರೆ, ಅದು ಬೇರೆ ರೂಪವನ್ನು ಪಡೆದು ವ್ಯತಿರಿಕ್ತ ಪರಿಣಾಮ ಉಂಟುಮಾಡಬಹುದು. ಸಂಖ್ಯೆಯಲ್ಲಿ ಬಹಳಷ್ಟು ಕಡಿಮೆ ಇರುವ ಇವರ ಸ್ವಾತಂತ್ರ್ಯ ಮತ್ತು ಖಾಸಗಿ ಜೀವನಕ್ಕೆ ಬೆಲೆ ನೀಡಿದರೆ ಸಮಾಜಕ್ಕೆ ಏನೂ ಹಾನಿಯಾಗದು ಮತ್ತು ಮಾನವ ತನ್ನ ಸಂತತಿಯನ್ನು ಮುಂದುವರೆಸಲು ಯಾವುದೇ ತೊಂದರೆಯಾಗದು ಎಂಬುದು ನಮ್ಮ ನಂಬಿಕೆ. ಹಾಗಾಗಿ, ಈ ಆತಂಕದಿಂದ ನಾವು ಹೊರಬಂದು ಅವರ ಆಯ್ಕೆಗೆ ಸಹಕಾರ ನೀಡಬೇಕಾಗಿದೆ.

# 12

# ಅಂತರ್ಜಾಲ ಸುರಕ್ಷತೆ ಮತ್ತು ಸಾಮಾಜಿಕ ಸ್ವಾಸ್ಥ್ಯ

ಇಂದು ಮಕ್ಕಳಿಂದ ಹಿಡಿದು, ಹದಿಹರೆಯ, ವಯಸ್ಕ ಮತ್ತು ಹಿರಿಯ ನಾಗರೀಕರೆಲ್ಲರೂ ಕೂಡ ಮೊಬೈಲ್ ಫೋನುಗಳು ಮತ್ತು ಇಂಟರನೆಟ್‌ಗಳ ಮೇಲೆ ಅವಲಂಬನೆ ಇಲ್ಲದೆ ಬದುಕುವುದು ಅಸಾಧ್ಯ ಎನ್ನುವಂತೆ ಆಗಿದೆ. ಭಾರತ ದೇಶದ ಶೇಕಡ 92.03 (ಜುಲೈ 2017ರಂತೆ) ರಷ್ಟು ಜನ ಮೊಬೈಲ್ ಫೋನುಗಳನ್ನು ಬಳಸುತ್ತಾರೆ ಅಂದರೆ 131 ಕೋಟಿ ಜನಸಂಖ್ಯೆಯಲ್ಲಿ 118 ಕೋಟಿಗಿಂತಲೂ ಹೆಚ್ಚು ಜನರು ಬಳಸುತ್ತಾರೆ. ಒಬ್ಬರೇ ಒಂದಕ್ಕಿಂತ ಹೆಚ್ಚು ಮೊಬೈಲ್ ಬಳಸುವ ಸಂದರ್ಭ ಇರುವುದರಿಂದ ಈ ಅಂಕಿಅಂಶದಲ್ಲಿ ಸ್ವಲ್ಪ ವ್ಯತ್ಯಾಸ ಆಗಬಹುದು, ಆದರೂ ಭಾರಿ ವ್ಯತ್ಯಾಸ ಆಗದು. ಹಾಗೆ ಅಂತರ್ಜಾಲ ಸಾಮಾಜಿಕ ಜಾಲತಾಣಗಳ ಬಳಕೆಯೂ ಗಮನಾರ್ಹವಾಗಿ ಹೆಚ್ಚಾಗಿದೆ.

ಯಾವುದೇ ತಂತ್ರಜ್ಞಾನವು ಮನುಷ್ಯನ ಕೆಲಸಗಳನ್ನು ಸುಲಭ ಮತ್ತು ಸರಳಗೊಳಿಸಲು ಅನುಕೂಲವಾಗುತ್ತದೆ. ಆದರೆ ಅದರ ಬಳಕೆಯಲ್ಲಿ ಎಡವಿದರೆ ಖಂಡಿತ ಅದರಿಂದ ಸಮಸ್ಯೆ ಉಂಟಾಗುತ್ತದೆ. ನಾವು ಮೊಬೈಲ್, ಅಂತರ್ಜಾಲಗಳನ್ನು ಸಮಸ್ಯೆ ಎಂದು ತಿಳಿಯಬೇಕಾಗಿಲ್ಲ. ಇಂದು ಅನೇಕ ಸಮಸ್ಯೆಗಳನ್ನು ಅವು ಪರಿಹರಿಸಿವೆ. ಮಾನವನ ಜೀವನವನ್ನು ಸರಳಗೊಳಿಸಿದೆ. ಆದರೆ ಸಮಸ್ಯೆ ಉಂಟಾಗುವುದು ಅವುಗಳ ಬಳಕೆ ಸೂಕ್ತ ಕ್ರಮದಲ್ಲಿ ಆಗದಿದ್ದಾಗ ಮತ್ತು ಇದರಿಂದ ನಮ್ಮ ದೈನಂದಿನ ಬದುಕಿಗೆ ತೊಂದರೆ ಉಂಟಾದಾಗ.

ಇತ್ತೀಚೆಗೆ ಕರಾವಳಿ ಕರ್ನಾಟಕದ ತ್ರಾಸಿಯಲ್ಲಿ 8 ಮಕ್ಕಳು ತುಂಬಿದ ಓಮಿನಿ ಕಾರಿನಲ್ಲಿ ಸಾಗುತ್ತಿದ್ದಾಗ ಅಪಘಾತದಿಂದ ಅಸುನೀಗಿದರು. ಎಲ್ಲರೂ ಈ ಘಟನೆಯ ಕುರಿತು ವಿಷಾದದಲ್ಲಿದಾಗ ನಮ್ಮ ವಾಟ್ಸಾಪ್‌ಗಳಲ್ಲಿ ಈ ಕೆಳಗಿನಂತೆ ಸಂದೇಶ ಹರಿದಾಡುತ್ತಿತ್ತು.

''ಕುಂದಾಪುರ ಆಕ್ಸಿಡೆಂಟ್ ಕೇಸ್, ದಯವಿಟ್ಟು ಇದನ್ನು ಫಾರ್ವರ್ಡ್ ಮಾಡಿ. ಮಗುವಿಗೆ ಎಬಿ ನೆಗೆಟಿವ್ ರಕ್ತ ಬೇಕಾಗಿದೆ''ಎಂದು ಬರೆದು ಅದರ ಕೆಳಗೆ ಸಂಪರ್ಕಿಸಿ ಎಂದು ಕೆಲವು ದೂರವಾಣಿ ಸಂಖ್ಯೆಯನ್ನು ನೀಡಿದ್ದರು. ಆದರೆ ಆ ಸಂಖ್ಯೆಗೆ ಕರೆ ಮಾಡಿದರೆ ಅವೆಲ್ಲವೂ ರಾಂಗ್ ನಂಬರ್ ಆಗಿದ್ದು ಈ ಸಂದೇಶ ಕೂಡ ಸುಳ್ಳು ಸಂದೇಶವಾಗಿದ್ದವು.

ಇಷ್ಟು ಮಾತ್ರವಲ್ಲ ಇಂತಹ ಅನೇಕ ವಿಧ್ವಂಸಕ, ಸಮಾಜ ಘಾತುಕ ಸಂದೇಶಗಳು ಬರುತ್ತಲೇ ಇರುತ್ತವೆ ಮತ್ತು ನಾವು ಅದನ್ನು ಫಾರ್ವರ್ಡ್ ಮಾಡುತ್ತಲೇ ಇರುತ್ತೇವೆ. ಇನ್ನು ಇದನ್ನು ಹತ್ತು ಜನರಿಗೆ ಕಳುಹಿಸಿದರೆ ಸಂತ್ರಸ್ತರಿಗೆ ಕಂಪನಿಯು ಒಂದು ರೂಪಾಯಿ ಕೊಡುತ್ತದೆ ಎಂದು ಮತ್ತು ಇದನ್ನು ಇನ್ನೂ ಇಪ್ಪತ್ತು ಜನರಿಗೆ ಕಳುಹಿಸಿ, ಇಲ್ಲದಿದ್ದರೆ ದೇವರು ಶಾಪ ಕೊಡುತ್ತದೆ ಎಂದೂ ಕಳಿಸುವುದು ಸಾಮಾನ್ಯ. ಇದರ ಜೊತೆಗೆ ಸಮುದಾಯದ ಕೋಮುಸೌಹಾರ್ದವನ್ನು ಹಾಳು ಮಾಡುವ ಸಂದೇಶಗಳ ಸಂಖ್ಯೆ ಇತ್ತೀಚೆಗೆ ಬಹಳ ಹೆಚ್ಚಾಗಿದೆ. ಪೆಪ್ಸಿ, ಫಾಂಟಾದಲ್ಲಿ ಹೆಚ್.ಐ.ವಿ/ಏಡ್ಸ್ ವೈರಸ್ ಹಾಕಲಾಗಿದೆ ಎಂದೂ, ಮುಸ್ಲಿಮರನ್ನು ಹಿಂದೂಗಳು ಹೊಡೆಯುತ್ತಾರೆ, ಹಿಂದೂಗಳನ್ನು ಮುಸ್ಲಿಮರು ಹೊಡೆಯುತ್ತಾರೆ ಎಂದು ಯಾವುದೋ ಸಂದರ್ಭದಲ್ಲಿ ಚಿತ್ರೀಕರಿಸಿರುವ ವೀಡಿಯೊಗಳಿಗೆ ಇಂತಹ ಸಂದೇಶ ಲಗತ್ತಿಸಿ ಕಳುಹಿಸುತ್ತಾರೆ. ಇದರ ಕುರಿತು ತಿಳುವಳಿಕೆಯಿರದ ಹದಿಹರೆಯದವರು ಮತ್ತು ಇತರರು ಇದನ್ನು ನಂಬಿ, ಇತರರಿಗೆ ಫಾರ್ವರ್ಡ್ ಮಾಡುತ್ತಾರೆ.

ಈ ಎಲ್ಲಾ ಅಂಶಗಳನ್ನು ಪರಿಗಣನೆಗೆ ತೆಗೆದುಕೊಂಡು ನಾವು ಈ ಲೇಖನದಲ್ಲಿ ಈ ಕೆಳಗಿನ ಅಂಶಗಳನ್ನು ಚರ್ಚಿಸಿದ್ದೇವೆ.

1. UUUT (Unhealthy, Unsafe Use of Technology):
   ಅನಾರೋಗ್ಯಕರ ಮತ್ತು ಅಸುರಕ್ಷಿತ ರೀತಿಯಲ್ಲಿ ತಂತ್ರಜ್ಞಾನದ ಬಳಕೆ
2. ನಡವಳಿಕೆಯ ಸಮಸ್ಯೆ/ವರ್ತನ ವ್ಯಸನ (ಅಂತರ್ಜಾಲ ಮತ್ತು ಸಾಮಾಜಿಕ ಜಾಲತಾಣ)
3. ಆನ್‌ಲೈನ್ ಅಥವಾ ಅಂತರ್ಜಾಲ ಸುರಕ್ಷತೆ

### 1. UUUT (Unhealthy, Unsafe Use of Technology)

ಅಂದರೆ ತಂತ್ರಜ್ಞಾನವನ್ನು/ಅಂತರ್ಜಾಲವನ್ನು ಆರೋಗ್ಯಕರ ಮತ್ತು ಸುರಕ್ಷಿತ ರೀತಿಯಲ್ಲಿ ಬಳಸದೇ ಇರುವುದು. ಇದರ ಲಕ್ಷಣಗಳನ್ನು ಹೀಗೆ ಪಟ್ಟಿ ಮಾಡಬಹುದು.

- ಸುಳ್ಳು ಸುದ್ದಿಗಳನ್ನು ಹಬ್ಬಿಸುವುದು.
- ನಮಗೆ ಇಷ್ಟವಿಲ್ಲದ ವ್ಯಕ್ತಿಗಳ ಕುರಿತು ಅಪಪ್ರಚಾರದ ಸಂದೇಶ ಕಳುಹಿಸುವುದು.
- ಕೆಲವರ ಕುರಿತು ಅತಿಯಾದ ಪ್ರಶಂಸೆ ಮತ್ತು ಅತಿಯಾದ ಪ್ರಚಾರ ಮಾಡುವುದು.
- ವೈಯಕ್ತಿಕ ಚಿತ್ರ/ಸೆಲ್ಫಿಗಳ ಅತಿಯಾದ ಗೀಳು ಹೊಂದಿರುವುದು.
- ಸಿಟ್ಟು ತೋರಿಸಲು ಸಂಪರ್ಕಗಳನ್ನು ಬ್ಲಾಕ್ ಮಾಡುವುದು, ಆ ಕುರಿತು ಸ್ಟೇಟಸ್ ಹಾಕುವುದು.

- ಆನ್‌ಲೈನ್ ಆಟ ಮತ್ತು ಚಾಟ್‌ಗಳಿಂದ ಮತ್ತೇರಿಸಿಕೊಳ್ಳುವುದು ಮತ್ತು ಅದರಲ್ಲೇ ಮುಳುಗುವುದು.

ಹೀಗೆ ಅನೇಕ ಲಕ್ಷಣಗಳಿಂದ ಕೂಡಿದ ಈ ತೊಂದರೆಯು ಸ್ವತಃ ಆ ವ್ಯಕ್ತಿಗೆ, ಬೇರೆಯವರಿಗೆ ಮತ್ತು ಸಮಾಜಕ್ಕೆ ಹಾನಿಕಾರಕವಾಗಿ ಪರಿಣಮಿಸುತ್ತದೆ. ಈ ತರಹದ ಸಂದೇಶಗಳನ್ನು ಕಳುಹಿಸುವುದು, ನಾವು ಸಮಾಜಕ್ಕೆ ಒಳಿತನ್ನು ಮಾಡುತ್ತೇವೆ ಎಂದುಕೊಂಡರೂ, ಆ ಸಂದೇಶಗಳು ಪ್ರಯೋಜನಕ್ಕಿಂತ ಹಾನಿಯನ್ನೇ ಜಾಸ್ತಿ ಮಾಡುತ್ತದೆ. ಯಾವುದನ್ನು ನಂಬಬೇಕು, ಯಾವುದನ್ನು ನಂಬಬಾರದು, ಎನ್ನುವ ದ್ವಂದ್ವ, ದಿನಾ ಕಳುಹಿಸದಿದ್ದರೆ ಕಿರಿಕಿರಿ, ಈ ತಪ್ಪು ಮಾಹಿತಿಗಳಿಂದ ದಾರಿ ತಪ್ಪುವ ಸಾಧ್ಯತೆಗಳು ಹೆಚ್ಚಾಗಿರುತ್ತದೆ. ಯಾವುದೋ ರಾಜಕೀಯ ಲಾಭಕ್ಕಾಗಿ, ಸಮಯವ್ಯಯಕ್ಕಾಗಿ ಈ ಸಂದೇಶಗಳನ್ನು ತಯಾರು ಮಾಡುವ ಅಪಾಯಕರ ಕೆಲಸಕ್ಕೆ ನಾವು ಪರೋಕ್ಷವಾಗಿ ಸಹಾಯ ಮಾಡುವಂತಾಗುತ್ತದೆ. ಇದೆಲ್ಲದರ ಪರಿಣಾಮ ಗೊತ್ತಿಲ್ಲದೇ ಸುಮ್ಮನೆ ಫಾರ್ವರ್ಡ್ ಮೆಸೇಜ್ ಅಲ್ವಾ ಎನ್ನುವ ಕಲ್ಪನೆಯಲ್ಲಿ ನಾವು ಉಳಿದು ಬಿಡುತ್ತೇವೆ.

**2. ನಡವಳಿಕೆಯ ಸಮಸ್ಯೆ/ ವರ್ತನ ಸಮಸ್ಯೆ ಅಥವಾ ಅಂತರ್ಜಾಲ ವ್ಯಸನ :**

ನಮಗೆಲ್ಲರಿಗೂ ಗೊತ್ತಿರುವ ಮದ್ಯವ್ಯಸನ, ತಂಬಾಕು ವ್ಯಸನ ಮತ್ತು ಅಮಲು ವ್ಯಸನಗಳ ಜೊತೆಗೆ ಇತ್ತೀಚೆಗೆ ಸೇರ್ಪಡೆ ಆಗಿರುವ ಆದರೆ ಅವುಗಳಷ್ಟೇ ಪರಿಣಾಮ ಬೀರುವ ಗಂಭೀರ ಸಮಸ್ಯೆ ಈ ಅಂತರ್ಜಾಲ ಮತ್ತು ಮೊಬೈಲ್ ವ್ಯಸನಗಳು. ಇದು ಮನೋವೈದ್ಯಕೀಯ ಭಾಷೆಯಲ್ಲಿ ನಡವಳಿಕೆ/ವರ್ತನ ವ್ಯಸನ ಅಥವಾ ಬಿಹೇವಿಯರಲ್ ಅಡಿಕ್ಷನ್ ಎನ್ನುವ ತೊಂದರೆಯ ಒಂದು ಭಾಗವಾಗಿದೆ.

ವಿಡಿಯೋ ಗೇಮ್, ಸಾಮಾಜಿಕ ಜಾಲತಾಣಗಳಾದ ಫೇಸ್ಬುಕ್, ವಾಟ್ಸಾಪ್, ಇನ್ಸ್ಟ್ರಾಗ್ರಾಂ, ಅಂತರ್ಜಾಲದ ಗೇಮ್‌ಗಳು, ಅಶ್ಲೀಲ ಸಂದೇಶ ರವಾನೆ, ಅಂತರ್ಜಾಲದ ಬ್ರೌಸಿಂಗ್ ಇತ್ಯಾದಿಗೆ ವ್ಯಸನಿಗಳಾಗುವುದೇ ಈ ಸಮಸ್ಯೆಯ/ವರ್ತನ ವ್ಯಸನದ ಲಕ್ಷಣಗಳಾಗಿವೆ.

ಈ ವರ್ತನ ವ್ಯಸನವು ಹಠಾತ್ ಪ್ರಚೋದನೆಗೊಳ್ಳುವ ಮತ್ತು ಮತ್ತೆ ಮತ್ತೆ ಮರುಕಳಿಸುವಂತಹ ಗೀಳು ಹೊಂದಿರುವ ರೋಗಗಳ ಸಾಲಿಗೆ ಸೇರುತ್ತದೆ ಎಂದು ಮನೋವೈದ್ಯರು ಹೇಳುತ್ತಾರೆ. ಈ ಖಾಯಿಲೆಯ ಲಕ್ಷಣವು ಈ ರೀತಿಯಾಗಿದೆ.

- ವಾಟ್ಸಾಪ್, ಫೇಸ್ಬುಕ್ ಅಥವ ಅಂತರ್ಜಾಲದ ಕುರಿತು ಆಲೋಚಿಸಲು ಮತ್ತು ಅದರ ಬಳಕೆಯ ಕುರಿತು ಯೋಜನೆ ರೂಪಿಸಲು ತುಂಬಾ ಸಮಯ ವ್ಯಯ ಮಾಡುವುದು.
- ಅಂತರ್ಜಾಲ ಮತ್ತು ಅಂತಹ ಇತರೇ ಮಾಧ್ಯಮಗಳನ್ನು ಬಳಸಲು ಅತಿಯಾದ ಬಯಕೆ ಆಗುವುದು

* ವೈಯಕ್ತಿಕ ಸಮಸ್ಯೆಗಳನ್ನು ಮರೆಯಲು ಅಂತರ್ಜಾಲ ಬಳಸುವುದು

* ಅಂತರ್ಜಾಲ ಬಳಸುವುದನ್ನು ಕಡಿಮೆ ಮಾಡಲು ಅನೇಕ ಬಾರಿ ಪ್ರಯತ್ನಿಸಿದರೂ ಸಾಧ್ಯವಾಗದೇ ಇರುವುದು

* ಅಂತರ್ಜಾಲದ ಬಳಕೆಯಿಂದ ವ್ಯಕ್ತಿಯ ವೈಯಕ್ತಿಕ ಜೀವನದಲ್ಲಿ, ಓದಿನಲ್ಲಿ, ಕೆಲಸದಲ್ಲಿ, ಸಂವಹನದಲ್ಲಿ ಮತ್ತು ಸಾಮಾಜಿಕ ಜೀವನದಲ್ಲಿ ಸಮಸ್ಯೆ ಉಂಟಾಗುವುದು.

ಈ ಲಕ್ಷಣಗಳು ಕಂಡುಬಂದಲ್ಲಿ ವ್ಯಕ್ತಿಯು ಅಂತರ್ಜಾಲದ ವ್ಯಸನಕ್ಕೆ ತುತ್ತಾಗುತ್ತಿದ್ದಾನೆ ಎಂದು ಹೇಳಬಹುದು. ಇದರ ಪರಿಣಾಮವಾಗಿ ತನ್ನ ವೈಯಕ್ತಿಕ ಮತ್ತು ಸಾಮಾಜಿಕ ಬದುಕಿನಲ್ಲಿ ಅನೇಕ ತೊಂದರೆಗಳು, ಭ್ರಮಾ ಪ್ರಪಂಚದಲ್ಲೇ ಮುಳುಗಿರುವುದು, ಸಂಬಂಧ, ಓದು ಇತ್ಯಾದಿಗಳನ್ನು ನಿರ್ಲಕ್ಷ್ಯ ಮಾಡುವುದು, ಇತ್ಯಾದಿ ಸಮಸ್ಯೆಗಳು ಉಂಟಾಗುತ್ತದೆ.

ವರ್ತನ ವ್ಯಸನಕ್ಕೆ ಚಿಕಿತ್ಸೆಯು ಅನೇಕ ರೀತಿಯಲ್ಲಿ ನೀಡಬೇಕಾಗುತ್ತದೆ. ಮನೋವೈದ್ಯರು, ಮನಶಾಸ್ತ್ರರು, ಆಪ್ತ ಸಲಹೆಗಾರರು, ಮನೆಯವರ, ಸ್ನೇಹಿತರ ಅಥವಾ ಅವರ ಅಂತರ್ಜಾಲ ಬಳಕೆಯ ಮೇಲೆ ನಿಗಾ ಇಡಬಲ್ಲ ಎಲ್ಲರೂ ಈ ಸಮಯದಲ್ಲಿ ಸಹಾಯ ನೀಡಬೇಕಾಗುತ್ತದೆ. ಪದೇ ಪದೇ ಮನೋವೈದ್ಯರನ್ನು ಭೇಟಿಯಾಗಿ ಆಪ್ತಸಲಹೆ ಪಡೆದು, ಇದರಿಂದ ದೂರಾಗುವ ಮಾರ್ಗೋಪಾಯಗಳನ್ನು ತಿಳಿದು ಪರಿಶ್ರಮ ಪಡಬೇಕಾಗುತ್ತದೆ. ಬೆಂಗಳೂರಿನ ನಿಮ್ಹಾನ್ಸ್, ಸಂಸ್ಥೆಯ ಈ ಸಮಸ್ಯೆಗಳ ನಿರ್ವಾಹಣೆಗಾಗಿ "ಶಟ್" (ಸರ್ವೀಸ್ ಫಾರ್ ಹೆಲ್ತೀ ಯೂಸ್ ಆಫ್ ಟೆಕ್ನಾಲಜಿ) ಎನ್ನುವ ಕ್ಲಿನಿಕನ್ನು ತೆಗೆದಿದೆ. ಜನರು ಇದರ ಪ್ರಯೋಜನ ಪಡೆಯಬಹುದು ಅಥವಾ ಹತ್ತಿರದ ಮನೋವೈದ್ಯರನ್ನು ಕಾಣಬಹುದು.

ಆದರೆ ಇವೆಲ್ಲವೂ ಸಮಸ್ಯೆ ಬಂದ ನಂತರದ ಪರಿಹಾರದ ಕುರಿತು. ಆದರೆ, ಬಹಳ ಮುಖ್ಯವಾಗಿ ಬೇಕಿರುವುದು ಈ ಸಮಸ್ಯೆ ಬರದಂತೆ ತಡೆಗಟ್ಟುವುದು. ಅದಕ್ಕಾಗಿ ಅಂತರ್ಜಾಲ ಬಳಸುವ ಪ್ರತಿಯೋರ್ವರೂ ಕೆಲವು ಅಂತರ್ಜಾಲ ಸುರಕ್ಷತೆಗಳನ್ನು ಪಾಲಿಸಬೇಕು. ಇದು ಅವರ ಮತ್ತು ಇತರರ ಹಾಗೂ ಸಮಾಜದ ಸ್ವಾಸ್ಥ್ಯವನ್ನು ಕಾಪಾಡುತ್ತದೆ.

### 3. ಆನ್‌ಲೈನ್ ಅಥವಾ ಅಂತರ್ಜಾಲ ಸುರಕ್ಷತೆ

ಅಂತರ್ಜಾಲ ಸುರಕ್ಷತೆ ಏಕೆ ಬೇಕು?

ಈ ಹಿಂದೆ ಹೇಳಿದಂತೆ ಅತ್ಯಂತ ಹಾನಿಕಾರಕವಾಗಿ ಅಂತರ್ಜಾಲವನ್ನು ಬಳಸದಂತೆ ಹಾಗೂ ಅಂತರ್ಜಾಲಕ್ಕೆ ವ್ಯಸನಿಗಳಾಗದಂತೆ ತಡೆಯಲು ಒಂದು ಕಾರಣವಾದರೆ, ಇನ್ನೂ ಅಂತರ್ಜಾಲಗಳ ವಂಚನೆಗಳಿಗೆ ಒಳಗಾಗದಂತೆ ಎಚ್ಚರ ವಹಿಸಲು ಕೂಡ ಇದು ಬಹಳ ಮುಖ್ಯವಾಗಿದೆ.

ಅನಾಮಿಕರು ಹೆಚ್ಚಿರುವ ಅಂತರ್ಜಾಲ ತಾಣಗಳಲ್ಲಿ ಅನೇಕ ಸಂದರ್ಭ ನಾವು ಇಂತಹ ವಂಚನೆಗಳಿಗೆ ಒಳಗಾಗುವ ಸಾಧ್ಯತೆಗಳು ಕೂಡ ಹೆಚ್ಚಿರುತ್ತದೆ. ಸಾಮಾಜಿಕ ಜಾಲತಾಣದ ಮುಖಾಂತರ ಅಶ್ಲೀಲ ಚಿತ್ರ ಮತ್ತು ಸಂದೇಶಗಳನ್ನು ಕಳಿಸುವುದು, ನಿಂದಿಸುವುದು, ವ್ಯಕ್ತಿಯ ಮುಖಕ್ಕೆ ಬೇರೆ ನಗ್ನ ದೇಹವನ್ನು ಜೋಡಿಸಿ ರವಾನಿಸುವುದು, ಬೆದರಿಸುವುದು, ಹಣ ಇತ್ಯಾದಿಗಳ ವಂಚನೆ - ಇವುಗಳು ಅಂತರ್ಜಾಲದ ಮುಖಾಂತರ ನಡೆಯಬಹುದಾದ ವಂಚನೆಗಳು.

ಅಂತರ್ಜಾಲದ ಸುರಕ್ಷತೆಗಾಗಿ ಈ ಕೆಳಗಿನ ವಿಚಾರಗಳನ್ನು ಗಮನಿಸಬಹುದು.

1. ಅಂತರ್ಜಾಲ ಬಳಕೆಯ ಸಂದರ್ಭದಲ್ಲಿ ನಮ್ಮ ಮನಸ್ಸು ಹೇಗಿದೆ ಎನ್ನುವುದು ಕೂಡ ಬಹಳ ಮುಖ್ಯ. ಬೇಜಾರಿನ ಸಂದರ್ಭದಲ್ಲಿ, ಕೋಪದಲ್ಲಿ, ನಿರಾಶೆ ಮತ್ತು ಅಸಮಾಧಾನ ಹೊಂದಿರುವಾಗ ಅಂತರ್ಜಾಲ ಬಳಕೆ ಅಥವಾ ನಮ್ಮ ಅನಿಸಿಕೆಗಳನ್ನು ಸಾಮಾಜಿಕ ಜಾಲತಾಣಗಳಲ್ಲಿ ಪೋಸ್ಟ್ ಮಾಡುವುದು ಸೂಕ್ತವಲ್ಲ.

2. ಸಾಮಾಜಿಕ ಜಾಲತಾಣಗಳಲ್ಲಿ ನಿಮ್ಮ ಅನಿಸಿಕೆಗಳನ್ನು ಪೋಸ್ಟ್ ಮಾಡುವಲ್ಲಿ ತರಾತುರಿ ಮಾಡಬಾರದು. ಇಲ್ಲಿ ವ್ಯವಧಾನ ಮುಖ್ಯವಾಗುತ್ತದೆ. ನೀವು ಒಂದು ವಿಚಾರವನ್ನು ಅಲ್ಲಿ ಪೋಸ್ಟ್ ಮಾಡಿದ ನಂತರ, ಅದನ್ನು ತೆಗೆಯುವುದು ಬಹಳ ಕಷ್ಟ. ಒಂದು ವೇಳೆ ನೀವು ಅಳಿಸಿದರೂ, ನೀವು ಹಾಕಿದ ಗಳಿಗೆಯಲ್ಲಿ ಅದನ್ನು ಯಾರಾದರೂ ಅವರಲ್ಲಿ ಉಳಿಸಿಕೊಂಡರೆ, ಅದು ನಿಮ್ಮ ಕೈ ತಪ್ಪಿದಂತೆ. ಅದೂ ವಿವಾದಾತ್ಮಕ ವಿಚಾರವಾದಲ್ಲಿ ಕೆಲವೇ ಕ್ಷಣಗಳಲ್ಲಿ ಹಂಚಿ ಹೋಗಿಬಿಡುತ್ತದೆ. ಮತ್ತೆ ನೀವೆ ಅದಕ್ಕೆ ಉತ್ತರದಾಯಿಗಳಾಗಬೇಕಾಗುತ್ತದೆ.

3. ನೀವು ಅಂತರ್ಜಾಲದಲ್ಲಿದ್ದಾಗ ಆದಷ್ಟು ಸಮಯದಲ್ಲಿ ಅನಾಮಿಕರಾಗಿಯೇ ಇರಲು ಪ್ರಯತ್ನಿಸಿ. ನಿಮ್ಮ ಖಾಸಗಿ ಮಾಹಿತಿಗಳನ್ನು ವಿನಾಕಾರಣ ಹಂಚಬೇಡಿ. ನಿಮ್ಮ ಯಾವುದೇ ಪಾಸ್‌ವರ್ಡ್ ಮತ್ತು ಗುಪ್ತ ಮಾಹಿತಿಗಳನ್ನು ನೀಡಬೇಡಿ. ಯಾವುದೋ ಕ್ಷುಲ್ಲಕ ಕೆಲಸಕ್ಕಾಗಿ ಇಂತಹ ಪ್ರಮುಖ ಮಾಹಿತಿ ಕೇಳುತ್ತದೆ ಎಂತಾದರೆ ನೀವೂ ಸ್ವಲ್ಪ ಎಚ್ಚರದಿಂದಿರಬೇಕು.

4. ಬೇರೆಯವರ ಅನುಮತಿಯಿಲ್ಲದೇ ಅವರ ಫೋಟೋ ಮತ್ತು ಅವರ ಕುರಿತಾದ ವಿಚಾರಗಳನ್ನು ಪೋಸ್ಟ್ ಮಾಡುವುದು, ಟ್ಯಾಗ್ ಮಾಡುವುದು, ಮಾಡಬೇಡಿ.

5. ಇನ್ನೂ ಸೂಕ್ಷ್ಮವಾದ ವಿಚಾರವೆಂದರೆ, ಕೆಲವೊಮ್ಮೆ ನಾವು ಪರಿಚಯ ಇಲ್ಲದವರ ಫೋಟೋಗಳನ್ನು, ವಿಡಿಯೋಗಳನ್ನು ತಮಾಷೆಗೆಂದು ಕಳಿಹಿಸುತ್ತೇವೆ. ಅದರಲ್ಲೂ ದಪ್ಪಗಿರುವವರ, ಕಪ್ಪಗಿರುವವರ ಕುರಿತು ತಮಾಷೆಯ ಸಂದೇಶಗಳು,

ಫೋಟೋಗಳು, ಯಾವುದೇ ಮುಜುಗರವಿಲ್ಲದೇ ಹರಿದಾಡುತ್ತದೆ. ಆದರೆ ಅವರು ನಮಗೆ ಅನಾಮಿಕರಾದರೂ ಅವರಿಗೂ ಒಂದು ಜೀವನವಿದೆ, ಮರ್ಯಾದೆ, ಗೌರವಗಳೂ ಇವೆ ಎಂದು ಮರೆಯಬಾರದು. ನಾವು ಹೀಗೆ ಕಳಿಸುವುದರಿಂದ ಅವರ ಜೀವನದಲ್ಲಿ ತೊಂದರೆಯಾಗಬಹುದು ಎಂದು ತಿಳಿಯಬೇಕು. ಹಾಗಾಗಿ ನಿಮಗೆ ಪರಿಚಯ ಇಲ್ಲದಿದ್ದರೂ ಬೇರೆಯವರ ಕುರಿತಾದ ಕಳಪೆ ಮಟ್ಟದ ಸಂದೇಶಗಳನ್ನು ಕಳುಹಿಸಬಾರದು.

6. ಅಂತರ್ಜಾಲದಲ್ಲಿ ಭೇಟಿಯಾಗಿರುವ ಸ್ನೇಹಿತರನ್ನು ವೈಯಕ್ತಿಕವಾಗಿ ಭೇಟಿಯಾಗುವುದು ಬಹಳ ಅಪಾಯಕಾರಿಯಾಗಿಯೂ ಪರಿಣಮಿಸಬಹುದು ಎಂದು ತಿಳಿದಿರುವುದು ಬಹಳ ಮುಖ್ಯ. ಅವರು ಅಲ್ಲಿ ಬೇರೆಯದೇ ಗುರುತು ನಿರ್ವಹಣೆ ಮಾಡಿಕೊಂಡಿದ್ದು, ನಿಮ್ಮ ಭೇಟಿಯ ಸಂದರ್ಭದಲ್ಲಿ ಬೇರೆಯದೇ ಗುರುತು ಇರಬಹುದು. ಮತ್ತು ಕೆಲವೊಮ್ಮೆ ಅಪಾಯಕಾರಿಯಾದ ಸನ್ನಿವೇಶಗಳಿಗೆ ನಿಮ್ಮನ್ನು ನೂಕಬಹುದು. ಹಾಗಾಗಿ ಭೇಟಿಯಾಗಲೇಬೇಕು ಎನ್ನುವ ಸಂದರ್ಭ ಬಂದಲ್ಲಿ ಪೂರ್ವಭಾವಿಯಾಗಿ ವಿಡಿಯೋ ಸಂವಾದ ಅಥವಾ ಸ್ಕೈಪ್ ಸಂವಾದ ನಡೆಸಿ ಖಾತರಿ ಪಡಿಸಿಕೊಳ್ಳುವುದು ಉತ್ತಮ.

7. ಅನೇಕ ದಿನದಿಂದ ನಾನು ಹೆಚ್ಚು ಅಂತರ್ಜಾಲ ಬಳಸುತ್ತಿದ್ದೇನೆ ಎಂದೆನ್ನಿಸಿದರೆ, ಒಂದು ಸೂಕ್ತ ಸಮಯ ನಿಗದಿ ಮಾಡಿ. ಆ ಸಮಯದಲ್ಲಿ ಮಾತ್ರ ನೋಡುವುದಾಗಿ ನಿರ್ಬಂಧಿಸಿಕೊಳ್ಳಿ.

8. ನೀವು ಯಾವುದೇ ಸೈಟಿನಲ್ಲಿ ಪಾಸ್‌ವರ್ಡ್ ಮಾಡಬೇಕಾದ ಸಂದರ್ಭ ಬಂದಾಗ ಕೇವಲ ಅಕ್ಷರಗಳನ್ನೋ ಅಥವಾ ಕೇವಲ ಸಂಖ್ಯೆಗಳನ್ನೋ ಬಳಸಬೇಡಿ. ತಜ್ಞರು ಹೇಳುವ ಪ್ರಕಾರ, ಒಂದು ಪಾಸ್‌ವರ್ಡ್‌ನಲ್ಲಿ ಅಕ್ಷರ, ಸಂಖ್ಯೆಗಳು ಮತ್ತು ವಿಶೇಷ ಚಿಹ್ನೆಗಳು, ಒಟ್ಟುಗೂಡುವಿಕೆ ಇದ್ದಾಗ ಅದು ಹೆಚ್ಚು ಬಲವಿರುತ್ತದೆ. ಉದಾಹರಣೆಗೆ ಆಎಒಅಅ ಅಥವಾ 12345678 ಎಂದು ನೀಡುವುದಕ್ಕಿಂತ Abcdef23 ರೀತಿಯ ಪಾಸ್‌ವರ್ಡ್‌ಗಳು ಹೆಚ್ಚು ಸುರಕ್ಷಿತ.

9. ನಿಮ್ಮ ಎಲ್ಲಾ ಆನ್‌ಲೈನ್ ಅಕೌಂಟಿನ ಪಾಸ್‌ವರ್ಡ್‌ಗಳನ್ನು ಕಾಲಕಾಲಕ್ಕೆ ಬದಲಿಸುತ್ತಿರಿ. ಕೆಲವು ಮೂಲಗಳ ಪ್ರಕಾರ, ಮೂರರಿಂದ ಆರು ತಿಂಗಳಿಗೊಮ್ಮೆ ನಿಮ್ಮ ಪಾಸ್‌ವರ್ಡ್‌ಗಳನ್ನು ಬದಲಿಸುವುದು ಉತ್ತಮ. ಯಾವುದೇ ಅನಧಿಕೃತ ಎನ್ನಿಸುವ ಅಥವ ಅಸುರಕ್ಷಿತ ಎನ್ನಿಸುವ ವೆಬ್‌ಸೈಟ್‌ಗಳಿಂದ ನಿಮ್ಮ ಖಾತೆಗಳನ್ನು ಬಳಸಿದ ಅನುಮಾನ ಬಂದರೆ ನಿಮ್ಮ ಪಾಸ್‌ವರ್ಡ್‌ಗಳನ್ನು ಕೂಡಲೇ ಬದಲಿಸಿ.

10. ಆನ್‌ಲೈನ್ ಬಳಕೆಯ ಬಗ್ಗೆ, ಅದರ ಪರಿಣಾಮದ ಬಗ್ಗೆ, ಮಕ್ಕಳೊಂದಿಗೆ ಮುಕ್ತವಾಗಿ ಚರ್ಚಿಸಿ. ಚರ್ಚಿಸದೇ ನಿರ್ಬಂಧ ಹೇರುವುದರಿಂದ ಅವರು ಹೊರಗಿನ ಅವಕಾಶಗಳನ್ನು

ಬಳಸಿಕೊಂಡು, ಗುಪ್ತವಾಗಿ ಮತ್ತು ಇನ್ನೂ ಅಪಾಯಕಾರಿಯಾಗಿ ಅಂತರ್ಜಾಲಗಳನ್ನು ಬಳಸುವ ಸಾಧ್ಯತೆ ಹೆಚ್ಚಿರುತ್ತದೆ.

11. ನಿಮ್ಮ ಮಕ್ಕಳು ಅಂತರ್ಜಾಲ ಬಳಸುವಾಗ, ನೀವು ಅವರೊಂದಿಗೆ ಇರುವಂತೆ ನೋಡಿಕೊಳ್ಳಿ. ಅಂದರೆ, ಅವರ ಮೇಲೆ ಗುಪ್ತಚರದ ಕೆಲಸ ಮಾಡಿ ಎಂದರ್ಥವಲ್ಲ. ಆದರೆ, ಅವರ ಹಿತದೃಷ್ಟಿಗಾಗಿ ಅವರ ಅಂತರ್ಜಾಲ ಬಳಕೆಯ ಮೇಲೆ ನಿಗಾ ಇಡಿ. ಮನೆಯ ಕಂಪ್ಯೂಟರ್‌ಗಳನ್ನು ಆದಷ್ಟೂ ತೆರೆದ ಸ್ಥಳದಲ್ಲಿ ಇರಿಸಿ.

12. ಮಕ್ಕಳು ಅಂತರ್ಜಾಲವನ್ನು ಬಳಸುವಾಗ ಅಸಂಬದ್ಧ ವಿಚಾರಗಳು ಬರದೇ ಇರುವಂತೆ ಮಾಡಲು ಗೂಗಲ್ ಸರ್ಚ್ ಇಂಜಿನ್ನಿಂದಲೇ 'ಕಿಡಲ್' ಎನ್ನುವ ಮಕ್ಕಳ ಸರ್ಚ್ ಇಂಜಿನ್ನನ್ನು ತಯಾರು ಮಾಡಿದೆ. ಇದು ಮುಕ್ತವಾಗಿ ಲಭ್ಯವಾಗಿದ್ದು, ಮಕ್ಕಳು ಮಾಹಿತಿಯನ್ನು ಶೋಧಿಸುವಾಗ ಸೂಕ್ತವಾದ ಮತ್ತು ಯಾವುದೇ ವಯಸ್ಕ ವಿಷಯಗಳು ಬರದಂತೆ ಸೋಸಿ ಮಾಹಿತಿ ನೀಡುತ್ತದೆ.

13. ನಿಮ್ಮ ಮೊಬೈಲ್ ಫೋನ್, ಕಂಪ್ಯೂಟರ್ ಮತ್ತು ಬ್ರಾಡ್‌ಬ್ಯಾಂಡ್, ವೈಫೈ ಸಂಪರ್ಕದಲ್ಲಿರುವ ಪೇರಂಟಲ್ ಕಂಟ್ರೋಲ್ ಎನ್ನುವ ಆಯ್ಕೆಯನ್ನು ಬಳಸಿಕೊಳ್ಳಿ. ಈ ಪೇರಂಟಲ್ ಕಂಟ್ರೋಲ್‌ಗಳು ನಿಮ್ಮ ಮಕ್ಕಳು ಅವರ ವಯಸ್ಸಿಗೆ ಅನುಗುಣವಲ್ಲದ ವಿಷಯಗಳನ್ನು ನೋಡದಂತೆ ತಡೆಯುತ್ತದೆ ಮತ್ತು ಕೆಲವು ಸೈಟ್‌ಗಳಿಗೆ ಪ್ರವೇಶ ನಿರ್ಬಂಧಿಸುತ್ತದೆ. ಪಾಸ್‌ವರ್ಡ್‌ಗಳ ಬದಲಾವಣೆಯನ್ನು ನಿಮ್ಮ ಅನುಮತಿಯಿಲ್ಲದೆ ಮಾಡದಂತೆ ಮಾಡುತ್ತದೆ. ವಿಡಿಯೋ ಮತ್ತಿತರ ವಿಷಯಗಳನ್ನು ಹುಡುಕುವಾಗ ನಿಮ್ಮ ಮಕ್ಕಳಿಗೆ ವಯಸ್ಸಿಗೆ ಅನುಗುಣವಾದ ಮಾಹಿತಿಗಳನ್ನು ಮಾತ್ರ ಲಭಿಸುವಂತೆ ಮಾಡುತ್ತದೆ.

14. ಹದಿಹರೆಯದ ಮಕ್ಕಳಿಗಾಗಿ, ನೀವು ಯಾವುದಾದರು ಆನ್‌ಲೈನ್ ವೇದಿಕೆಯಲ್ಲಿ ಚಾಟ್ ನಡೆಸುತ್ತಿದ್ದರೆ, ಅಲ್ಲಿ ಸರಿ ಕಾಣದೇ ಹೊರಬಂದರೆ, ನಿಮ್ಮ ತಂದೆ ತಾಯಿಯರ ಬಳಿ ಆ ಕುರಿತು ವರದಿ ಮಾಡಿ. ಮುಂದೆ ಏನಾದರೂ ತೊಂದರೆಯಾದಾಗ, ನೀವು ತಂದೆ ತಾಯಿಯ ಸಹಾಯ ಪಡೆಯಬಹುದು. ಈ ಕುರಿತು ಸೂಕ್ತ ಇಲಾಖೆಗೆ ಮಾಹಿತಿ ನೀಡಬಹುದು.

15. ಮೆಸೆಂಜರ್‌ಗಳಲ್ಲಿ ಅಥವಾ ಚಾಟ್‌ಗಳಲ್ಲಿ ನಿಂದನೆಯ ಅಥವಾ ಹಿತಕರವಾಗಿಲ್ಲದ ಸಂದೇಶಗಳು ಬರುತ್ತಿದ್ದರೆ, ಅವುಗಳನ್ನು ನಿರ್ಲಕ್ಷಿಸಿ, ಬ್ಲಾಕ್ ಮಾಡಿ, ಅವುಗಳಿಗೆ ಉತ್ತರಿಸಲು ಹೋಗಬೇಡಿ. ನೀವು ಉತ್ತರಿಸದಿದ್ದಲ್ಲಿ, ಅವರಿಗೆ ಇತರ ಹೇರಳ ಅವಕಾಶ ಇರುವುದರಿಂದ ಮತ್ತು ನಿಮ್ಮ ಪ್ರತಿಕ್ರಿಯೆ ದೊರಕದೇ ಇರುವುದರಿಂದ ಅವರು ನಿಮ್ಮಿಂದ ದೂರಾಗುತ್ತಾರೆ. ಇನ್ನೂ ಅವರಿಂದ ಅಂತಹ ಸಂದೇಶ ಬರುತ್ತಿದ್ದರೆ, ಸೂಕ್ತ ಇಲಾಖೆಗೆ ವರದಿ ಮಾಡಿ.

16. ಅಂತರ್ಜಾಲ ಸಂಬಂಧಿತ ವಂಚನೆಯ, ಅವಹೇಳನೆಯ ಮತ್ತು ಇತರ ದೂರುಗಳನ್ನು ನೀಡಲು ನಿಮ್ಮ ರಾಜ್ಯದ ಸೈಬರ್‌ಕ್ರೈಂ ವಿಭಾಗವನ್ನು ಸಂಪರ್ಕಿಸಿ. ಇಲ್ಲವಾದರೆ, ನಿಮ್ಮ ಹತ್ತಿರದ ಪೋಲೀಸ್ ಠಾಣೆಯನ್ನು ಸಂಪರ್ಕಿಸಿ. ಅವರ ಸಹಾಯದಿಂದ ಇಲಾಖೆಗೆ ದೂರು ನೀಡಿ. ಯಾವುದೇ ಖಾಸಗಿ ಸಂಸ್ಥೆ, ಅನಧಿಕೃತ ವೆಬ್‌ಸೈಟ್‌ಗಳನ್ನು, ವ್ಯಕ್ತಿಗಳನ್ನು, ಅಥವಾ ಮಾಧ್ಯಮಗಳನ್ನು ನೇರವಾಗಿ ಸಂಪರ್ಕಿಸಬೇಡಿ.

17. ಸೈಬರ್ ಕ್ರೈಂಗಳಾದ ವಂಚನೆ, ನಿಂದನೆ, ಇತ್ಯಾದಿಗಳಲ್ಲಿ ಭಾಗಿಯಾದವರಿಗೆ ಮಾಹಿತಿ ತಂತ್ರಜ್ಞಾನ ಕಾಯ್ದೆ 2000ದ ಪ್ರಕಾರ ಅವರ ಅಪರಾಧದ ಪ್ರಕಾರ, ಸೆರೆವಾಸ ಮತ್ತು ದಂಡದ ಶಿಕ್ಷೆ ನೀಡಲಾಗುತ್ತದೆ.

- ಅಂತರ್ಜಾಲ ಪ್ರಪಂಚ ನಮಗೆ ಭ್ರಮಾ ಪ್ರಪಂಚ ಎಂದೆನಿಸಿದರೂ ಅದರಲ್ಲಿರುವ ವ್ಯಕ್ತಿಗಳು ಕಾಲ್ಪನಿಕರಲ್ಲ. ಅವರಿಗೂ ಒಂದು ಅಸ್ತಿತ್ವ ಮತ್ತು ಬದುಕು ಅನ್ನುವುದಿದೆ.
- ನಾವು ತಮಾಷೆಗೆಂದು ಶೇರ್ ಮಾಡುವ ದಪ್ಪಗಿರುವ, ಕಪ್ಪಗಿರುವ, ತೆಳ್ಳಗಿರುವ, ಕುಳ್ಳಗಿರುವ ಅಥವಾ ಎಲ್ಲೋ ಎಡವಿ ಬಿದ್ದ ವ್ಯಕ್ತಿಗಳು ನಿಮ್ಮ ಪರಿಚಯಸ್ಥರಾಗದಿರಬಹುದು. ಆದರೆ ಅವರಿಗೂ ಭಾವನೆ ಮತ್ತು ಆತ್ಮ ಗೌರವ ಇದೆ.
- ನಾವು ಬಿದ್ದರೆ ನೊಂದುಕೊಳ್ಳುವ, ನಮ್ಮ ಫೋಟೋ ನಮಗೆ ಗೊತ್ತಿಲ್ಲದೆ ಶೇರ್ ಆದಾಗ ಕೋಪಿಸಿಕೊಳ್ಳುವ ನಾವು ಬೇರೆಯವರ ಫೋಟೋವನ್ನು, ಅವರ ಕುರಿತಾದ ಸಂದೇಶಗಳನ್ನು ಸಲೀಸಾಗಿ ಶೇರ್ ಮಾಡುವುದು ಸರಿಯೇ ಎಂದು ಆಲೋಚಿಸಬೇಕಾಗಿದೆ.
- ಸಾಮಾಜಿಕ ಜಾಲತಾಣದಲ್ಲಿ ತಪ್ಪು ಮಾಹಿತಿ ನೀಡುವ, ವ್ಯಕ್ತಿಗಳ ತೇಜೋವಧೆ ಮಾಡುವ ತಂಡಗಳು ಬಹಳ ಸಕ್ರಿಯವಾಗಿವೆ. ಇವು ತಪ್ಪು ಮಾಹಿತಿಗಳನ್ನು ಕೂಡ ನಿಜ ಎಂಬಂತೆ ಬಿಂಬಿಸಲು ಆಕರ್ಷಕವಾದ ಭಾಷೆಯಲ್ಲಿ ಬರೆಯುವ, ಗ್ರೂಪ್ ಫೋಟೋ ಇತ್ಯಾದಿಗಳನ್ನು ಲಗತ್ತಿಸುವ, ಸುಳ್ಳು ಟ್ವೀಟ್ ಮತ್ತು ಇತರೆ ಮೆಸೇಜ್‌ಗಳನ್ನು ಸೃಷ್ಟಿಸಿ ನಂಬಿಸಲು ನಿಪುಣವಾಗಿದೆ. ಈ ಮೂಲಕ ಹೆಚ್ಚಾಗಿ ರಾಜಕೀಯ ಮತ್ತು ಧಾರ್ಮಿಕ ಲಾಭ ಪಡೆಯುವ ಹುನ್ನಾರವನ್ನು ಹೊಂದಿರುತ್ತದೆ. ಹಾಗಾಗಿ ಸಾಮಾಜಿಕ ಜಾಲತಾಣದ ಮಾಹಿತಿಗಳನ್ನು ನಂಬಿ ಯಾವುದೇ ನಿರ್ಧಾರ ಅಥವಾ ಕ್ರಿಯೆಗೆ ಇಳಿಯುವ ಮುಂಚೆ ಸಿಕ್ಕ ಮಾಹಿತಿಗಳನ್ನು ಪರಿಶೀಲಿಸಿ ಮುಂದುವರೆಯುವುದು ಉತ್ತಮ.

## 13

# ಇವರಿಗೂ ಇತ್ತು ಸಮಸ್ಯೆಗಳು

ಮಾನಸಿಕ ಸಮಸ್ಯೆಗಳನ್ನು ಸಮಾಜಕ್ಕೆ ಕಳಂಕ ಎಂದು ಬಹಳಷ್ಟು ಜನ ಇಂದೂ ಕೂಡ ಅಂದುಕೊಂಡಿದ್ದಾರೆ. ಮಾನಸಿಕ ತೊಂದರೆಯಿಂದ ಬಳಲುವವರನ್ನು ಚಿಕಿತ್ಸೆಗೆ ಒಳಪಡಿಸುವ ಮನೋವೈದ್ಯರನ್ನು "ಹುಚ್ಚರ ವೈದ್ಯರು" ಎಂದು ಕರೆಯುತ್ತಾರೆ. ಇಂದು ಶಿಕ್ಷಣ ಹೊಂದಿರುವ ವಿದ್ಯಾವಂತರೂ ಕೂಡ, ಮಾನಸಿಕ ವೈದ್ಯರ ಬಳಿ ಬರಲು ಹಿಂಜರಿಯುತ್ತಾರೆ. ಇದರಿಂದ ನನ್ನ ಸ್ಥಾನಮಾನಕ್ಕೆ ಎಲ್ಲಿ ಪೆಟ್ಟು ಬೀಳುತ್ತದೆಯೋ ಎಂದು ಅಂಜುತ್ತಾರೆ. ಅಲ್ಲಿ ಹೋದರೆ, ಬರೀ ನಿದ್ರೆ ಗುಳಿಗೆ ಕೊಡುತ್ತಾರೆ ಎಂದು ಹೇಳುತ್ತಾರೆ. ಸದೃಢ ವ್ಯಕ್ತಿಗೆ ಉತ್ತಮ ಆತ್ಮವಿಶ್ವಾಸ ಉಳ್ಳ ವ್ಯಕ್ತಿಗೆ ಯಾವುದೇ ಮಾನಸಿಕ ಕಾಯಿಲೆ ಬರುವುದಿಲ್ಲ ಮತ್ತು ದುರ್ಬಲ ವ್ಯಕ್ತಿಗಳಿಗೆ ಮಾತ್ರ ಕಾಯಿಲೆಗಳು ಬರುತ್ತವೆ ಎಂದು ನಂಬುತ್ತಾರೆ. ಕರ್ನಾಟಕದ ಪ್ರಸಿದ್ಧ ಪವಾಡ ಬಯಲು ಮಾಡುವವರು, ಮೂಢ ನಂಬಿಕೆಗಳ ವಿರುದ್ಧ ಹೋರಾಡುವವರು ಒಂದು ವೇದಿಕೆಯಲ್ಲಿ, ಗೋಡಂಬಿದ್ರಾಕ್ಷಿ ನೀರಿನಲ್ಲಿ ನೆನೆಸಿ ತಿಂದರೆ ಖಿನ್ನತೆ ಮತ್ತು ಆತಂಕದಂತಹ ಮಾನಸಿಕ ತೊಂದರೆ ಗುಣವಾಗುತ್ತದೆ ಎಂದು ಹೇಳಿದ್ದರು. ಅದರಿಂದ ನಮ್ಮ ದೇಹಕ್ಕೆ ಪ್ರಯೋಜನ ಆಗಬಹುದು ಆದರೆ ಖಾಯಿಲೆಗಳ ಚಿಕಿತ್ಸೆಗಾಗಿ ಔಷಧಿಯಾಗಿ ಬಳಸಲು ಆಗುವುದಿಲ್ಲ. ಹಾಗೆ ಬಳಸಲು ಆಗುತ್ತದೆ ಎಂದಾದರೆ ಆ ಕುರಿತು ವೈಜ್ಞಾನಿಕ ಅಧ್ಯಯನಗಳನ್ನು ಮಾಡಿ ದೃಢಿಕರಿಸಬೇಕಾಗುತ್ತದೆ.

ಆದರೆ ಇವೆಲ್ಲವೂ ಕೂಡ ಮಾನಸಿಕ ತೊಂದರೆಗಳ ಬಗ್ಗೆ ಇರುವ ತಪ್ಪು ನಂಬಿಕೆಗಳು. ಮಾನಸಿಕ ತೊಂದರೆಗಳು ಯಾರಿಗಾದರೂ ಬರಬಹುದು, ಯಾವ ವಯಸ್ಸಿಗಾದರೂ ಬರಬಹುದು. ಇದು ಅಂತಸ್ತು, ಸಾಮಾಜಿಕ ಸ್ಥಾನಮಾನ, ಪ್ರಸಿದ್ಧ ವ್ಯಕ್ತಿ, ಸಾಮಾನ್ಯ ವ್ಯಕ್ತಿ, ಯಾರಿಗಾದರೂ ಬರಬಹುದು. ಈ ಲೇಖನದಲ್ಲಿ ಕೆಲವು ಮಾನಸಿಕ ಸಮಸ್ಯೆಗಳಿಂದ ತೊಂದರೆಗೊಳಗಾದ ಮತ್ತು ಚಿಕಿತ್ಸೆ ಪಡೆದು ಇಂದು ಯಶಸ್ವಿ ಜೀವನ ನಡೆಸುತ್ತಿರುವ ಪ್ರಸಿದ್ಧ ವ್ಯಕ್ತಿಗಳ ಪರಿಚಯ ಮಾಡಲಾಗುತ್ತದೆ. ಇದು ಅವರ ವೈಯಕ್ತಿಕ ಘನತೆಯನ್ನು ಹರಣ ಮಾಡುವ ಯಾವುದೇ ಉದ್ದೇಶದಿಂದ ಅಲ್ಲ. ಪ್ರಸಿದ್ಧ ವ್ಯಕ್ತಿಗಳೂ ಕೂಡ ಇಂತಹ ಸಮಸ್ಯೆಗಳಿಗೆ ಒಳಗಾಗಿ, ಚಿಕಿತ್ಸೆ ಪಡೆದು ಜೀವನ ನಡೆಸುತ್ತಿದ್ದಾರೆ ಎನ್ನುವ ವಿಶ್ವಾಸ ಜನಸಾಮಾನ್ಯರಿಗೆ ಬರುತ್ತದೆ ಮತ್ತು ಇವರು ಇತರರಿಗೂ ಸ್ಫೂರ್ತಿಯಾಗಲಿ ಎನ್ನುವ ಉದ್ದೇಶದಿಂದ ಈ ಲೇಖನ ಬರೆಯಲಾಗಿದೆ. ತಾವಾಗಿ ತಮ್ಮ ಸಮಸ್ಯೆ ಕುರಿತು ಹೇಳಿರುವ ಅಥವಾ

ಬರೆದುಕೊಂಡಿರುವವರನ್ನು ಮಾತ್ರ ಈ ಲೇಖನದಲ್ಲಿ ಉಲ್ಲೇಖಿಸಲಾಗಿದೆ. ಇಲ್ಲಿ ಭಾರತದ ಮತ್ತು ವಿಶ್ವದ ಪ್ರಸಿದ್ಧ ವ್ಯಕ್ತಿಗಳ ಕುರಿತು ಹೇಳಲಾಗಿದೆ. ಪ್ರಪಂಚದ ಬೇರೆ ಭಾಗಗಳಿಗೆ ಹೋಲಿಸಿದಾಗ ಭಾರತದಲ್ಲಿ ಮಾನಸಿಕ ಖಾಯಿಲೆಯ ಬಗ್ಗೆ ಕೆಲವು ಖ್ಯಾತನಾಮರು ಮಾತ್ರ ಮಾತನಾಡಿದ್ದಾರೆ.

## ದೀಪಿಕಾ ಪಡುಕೋಣೆ

ದೀಪಿಕಾ ಪಡುಕೋಣೆ ಸಧ್ಯ ಬಾಲಿವುಡ್‌ನ ಬಹು ಬೇಡಿಕೆಯ ಮತ್ತು ಯಶಸ್ವಿ ನಟಿ. ತನ್ನ ವೃತ್ತಿಯ ಉತ್ತುಂಗದಲ್ಲಿರುವ ಸಂದರ್ಭದಲ್ಲಿ ಅವರು ಖಿನ್ನತೆ ಮತ್ತು ಆತಂಕದ ತೊಂದರೆಯಿಂದ ಬಳಲುತ್ತಿದ್ದರು. ಮುಂದೆ ಸೂಕ್ತವಾದ ಆಪ್ತ ಸಲಹೆ ಮತ್ತು ಮಾತ್ರೆ ಚಿಕಿತ್ಸೆ ಪಡೆದು ಅದರಿಂದ ಹೊರಬಂದರು. ಅವರು ಈ ಸಮಸ್ಯೆಯನ್ನು ಎದುರಿಸಿದ ಮತ್ತು ಅನುಭವಿಸಿದ ಪರಿಯನ್ನು ಅವರ ಮಾತಿನಲ್ಲಿಯೇ ಓದೋಣ.

“2014ರ ಸಮಯದಲ್ಲಿ ನನ್ನ ಕೆಲಸದ ಕುರಿತು ಎಲ್ಲರೂ ಮೆಚ್ಚುಗೆ ಸೂಚಿಸುತ್ತಿದ್ದರು.. ನಾನಾಗ “ಹ್ಯಾಪಿ ನ್ಯೂ ಇಯರ್”ಸಿನಿಮಾದ ಚಿತ್ರೀಕರಣದಲ್ಲಿ ಭಾಗಿಯಾಗಿದ್ದೆ. ಒಂದು ದಿನ ಬೆಳಗ್ಗೆ ಏನೋ ವಿಚಿತ್ರವಾದ ಅನುಭವದ ಜೊತೆಗೆ ಎದ್ದೆ, ಹಿಂದಿನ ದಿನ ಹೆಚ್ಚು ಕೆಲಸದಿಂದ ಬಳಲಿದ್ದೆ ಕೂಡ. ನನ್ನ ಹೊಟ್ಟೆಯಲ್ಲಿ ಒಂದು ವಿಚಿತ್ರವಾದ ಶೂನ್ಯತೆ ಆವರಿಸಿಕೊಂಡಿತು. ಇದರಿಂದ ನನ್ನ ಪರಿಸ್ಥಿತಿ ಬಿಗಡಾಯಿಸತೊಡಗಿತು. ನಾನು ಇದು ಒತ್ತಡದಿಂದ ಆಗುತ್ತಿದೆ ಅಂದುಕೊಂಡೆ. ಹಾಗಾಗಿ ಹೆಚ್ಚು ಕೆಲಸ ಮಾಡುವುದು ಮತ್ತು ಸುತ್ತ ಹೆಚ್ಚು ಜನರೊಂದಿಗೆ ಬೆರೆಯುವುದು ಮಾಡತೊಡಗಿದೆ. ಇದು ಸ್ವಲ್ಪ ಮಟ್ಟಿಗೆ ಸಹಾಯ ಮಾಡತೊಡಗಿತು. ಆದರೆ ಈ ಶೂನ್ಯ ಭಾವನೆ ಸರಿ ಆಗಲಿಲ್ಲ. ಉಸಿರು ಕಟ್ಟುವಂತಾಗುತ್ತಿತ್ತು, ಏಕಾಗ್ರತೆಯ ಕೊರತೆ ಕಾಡುತ್ತಿತ್ತು. ಇದು ಬಹಳ ಸಮಯದಿಂದ ನನಗೆ ತೊಂದರೆ ನೀಡುತ್ತಿತ್ತು. ನನ್ನ ಕೆಲಸದಲ್ಲಿ ಗಮನ ಕಡಿಮೆ ಆಗಿ ಆಗಾಗ ಬಳಲಿ ಕುಸಿದು ಬೀಳುತ್ತಿದ್ದೆ. ಇದನ್ನು ನನ್ನ ತಾಯಿಯ ಬಳಿ ಹೇಳಿದೆ. ಒಮ್ಮೆ ನನ್ನ ಅಮ್ಮ ನನಗಾಗುವ ತೊಂದರೆಯನ್ನು ಕಣ್ಣಾರೆ ನೋಡಿದರು. ಇದರಿಂದ ಅವರಿಗೂ ಆತಂಕವಾಗಿ ಅವರ ಮನೋವೈದ್ಯ ಗೆಳತಿಯ ಬಳಿ ನನ್ನನ್ನು ಮಾತನಾಡಿಸಿದರು. ನನ್ನ ಜೊತೆ ಮಾತನಾಡಿದ ಮನೋತಜ್ಞರು ನನಗೆ ಖಿನ್ನತೆ ಮತ್ತು ಆತಂಕದ ತೊಂದರೆ ಇದೆ ಎಂದು ಹೇಳಿದರು. ಇದಕ್ಕೆ ಮಾತ್ರೆಗಳನ್ನು ತೆಗೆದುಕೊಳ್ಳಬೇಕಾಗುತ್ತದೆ ಎಂದರು. ಆದರೆ ನಾನು ಮಾತ್ರೆ ತೆಗೆದುಕೊಳ್ಳಲು ಹಿಂಜರಿಯುತ್ತಿದ್ದೆ. ಕೇವಲ ಮಾತನಾಡುವುದು (ಕೌನ್ಸಲಿಂಗ್) ಸಾಕು ಎಂದುಕೊಂಡಿದ್ದೆ. ಕೌನ್ಸಲಿಂಗಿನಿಂದ ನನಗೆ ಸಮಾಧಾನ ಸಿಗುತ್ತಿತ್ತು. ಆದರೆ ಮತ್ತೆ ಪುನಃ ಈ ತೊಂದರೆಗಳು ಮರುಕಳಿಸುತ್ತಿತ್ತು. ನನಗೆ ಸಮಸ್ಯೆಯ ಗಂಭೀರತೆ ಅರ್ಥ ಆಯಿತು. ನನಗೆ ಖಿನ್ನತೆ ಮತ್ತು ಆತಂಕದ ತೊಂದರೆ ಇದೆ ಎಂದು ನಾನು ಒಪ್ಪಿಕೊಂಡೆ. ಮಾತ್ರೆಯನ್ನು ತೆಗೆದುಕೊಂಡೆ. ನಾನು ಮುಂದೆ ಸುಧಾರಿಸತೊಡಗಿದೆ. ಈ ಸಿನಿಮಾದ ಚಿತ್ರೀಕರಣದ

ನಂತರ ಎರಡು ತಿಂಗಳು ವಿಶ್ರಾಂತಿ ಪಡೆದು ನನ್ನ ಕುಟುಂಬದ ಜೊತೆ ಸಮಯ ಕಳೆದು ಶೀಘ್ರಗತಿಯಲ್ಲಿ ಗುಣಮುಖವಾಗತೊಡಗಿದೆ .''

''ನನ್ನ ವೈಯಕ್ತಿಕ ಅನುಭವ ಮತ್ತು ನನ್ನ ಗೆಳತಿಯ ಸಾವು ಇಂದು ನನಗೆ ಈ ವಿಚಾರಗಳನ್ನು ಮುಕ್ತವಾಗಿ ಹಂಚಿಕೊಳ್ಳುವಂತೆ ಮಾಡಿದೆ. ಖಿನ್ನತೆಯ ಕುರಿತು ಮಾತನಾಡುವುದು ನಮ್ಮ ಸಮಾಜ ಕಳಂಕ ಎಂದು ಭಾವಿಸಿದೆ. ನಾವು ಎಲ್ಲಾ ರೀತಿಯ ಖಾಯಿಲೆಯ ಬಗ್ಗೆ ಮಾತನಾಡುತ್ತೇವೆ. ಆದರೆ ಇಷ್ಟು ಗಂಭೀರವಾದ ಖಿನ್ನತೆಯ ಬಗ್ಗೆ ಮಾತನಾಡುವುದಿಲ್ಲ.''

''ಬೇಸರದಿಂದಿರುವುದು ಮತ್ತು ಖಿನ್ನತೆಗೆ ಒಳಗಾಗುವುದು ಎರಡೂ ಬೇರೆ ಬೇರೆ ವಿಚಾರಗಳು. ಖಿನ್ನತೆಗೆ ಒಳಗಾಗುವವರು ಹಾಗೆ ಕಾಣಿಸುವುದಿಲ್ಲ ಮತ್ತು ಜನರು ಕೂಡ ನಿನಗೇನು ತೊಂದರೆ ಖಿನ್ನತೆ ಬರುವಂತಹುದು, ನಿನಗೇನು ಆಗಿದೆ, ನೀನು ನಂಬರ್ ಒನ್ ಹೀರೊಯಿನ್ ಆಗಿದ್ದೀಯೆ, ಕಾರು, ಬಂಗಲೆ, ಹಣ, ಎಲ್ಲವೂ ಇದೆ ಎಂದು ಹೇಳುತ್ತಾರೆ. ಆದರೆ ಇದು ಎಲ್ಲ ಇರುವುದು ಮತ್ತು ಇಲ್ಲದಿರುವುದರ ವಿಚಾರ ಅಲ್ಲ. ಎಲ್ಲರೂ ದೈಹಿಕ ದೃಢತೆಯ ಬಗ್ಗೆ ಹೇಳುತ್ತಾರೆ. ಆದರೆ ಮಾನಸಿಕ ಆರೋಗ್ಯ ಬಹಳ ಮುಖ್ಯ. ನಾನು ಅನೇಕ ಜನರು ಈ ಸಮಸ್ಯೆಯಿಂದ ಬಳಲುವುದನ್ನು ನೋಡಿದ್ದೇನೆ. ಆದರೆ ಅವರ ಮನೆಯವರು ಇದಕ್ಕಾಗಿ ಅವಮಾನ ಪಟ್ಟುಕೊಳ್ಳುತ್ತಾರೆ. ಆದರೆ ಇದು ಪ್ರಯೋಜನಕ್ಕೆ ಬರದು. ಖಾಯಿಲೆಯಿಂದ ಬಳಲುವವರಿಗೆ ಬೆಂಬಲ ಮತ್ತು ಅವರನ್ನು ತಿಳಿಯುವವರು ಬೇಕು. ಹಾಗೆ ಸೂಕ್ತ ಆರೈಕೆ ಬೇಕು.''

(ಈ ಮಾತುಗಳನ್ನು ದೀಪಿಕಾ ಪಡುಕೋಣೆ ಹಿಂದೂಸ್ತಾನ್ ಟೈಮ್ಸ್ ಪತ್ರಿಕೆಗೆ ನೀಡಿದ ಸಂದರ್ಶನದಿಂದ ಆಯ್ದುಕೊಂಡು ಕನ್ನಡಕ್ಕೆ ಅನುವಾದ ಮಾಡಲಾಗಿದೆ.)

ಇನ್ನೂ ಅನೇಕ ಖ್ಯಾತನಾಮರು ಖಿನ್ನತೆಯಿಂದ ಬಳಲಿದ್ದಾರೆ. ಬಾಲಿವುಡ್ ಪ್ರಸಿದ್ಧ ನಟಿ ಮನಿಷಾ ಕೊಯಿರಾಲಾ ತನ್ನ ಮದುವೆಯ ನಂತರದ ಒತ್ತಡ ಮತ್ತು ಇತರ ಕಾರಣಗಳಿಂದ ಖಿನ್ನತೆಗೆ ಒಳಗಾಗಿದ್ದರು. ನಟ ಶಾರುಖ್ ಖಾನ್ ಕೂಡ ಸಿನಿಮಾ ಚಿತ್ರೀಕರಣದ ವೇಳೆ ಮಾಂಸಖಂಡಗಳ ಜಖಂಗೆ ಒಳಗಾಗಿ ಕ್ರಮೇಣ ಖಿನ್ನತೆಗೂ ಒಳಗಾಗಿದ್ದೆ ಎಂದು ಹೇಳಿಕೊಂಡಿದ್ದಾರೆ. ತಮ್ಮ ನಿದ್ರೆಯಲ್ಲಿ ಬಹಳ ವ್ಯತ್ಯಾಸವಾಗುತ್ತಿತ್ತು, ನನಗೆ ಬಹಳ ಸಿಟ್ಟು ಬರುತ್ತಿತ್ತು ಎಂದು ಹೇಳಿದ್ದಾರೆ.

ಪ್ರಖ್ಯಾತ ಗಾಯಕ ಹನಿ ಸಿಂಗ್ ಕೂಡ ತಾನು 'ಬೈಪೋಲಾರ್ ಮೂಡ್ ಡಿಸಾರ್ಡರ್' ಮತ್ತು 'ಮದ್ಯ ವ್ಯಸನ'ದ ಖಾಯಿಲೆಯಿಂದ ಬಳಲಿದ್ದೆ ಎಂದು ಹೇಳಿಕೊಂಡಿದ್ದಾರೆ. ಅವರ ಮಾತಿನಲ್ಲೇ ಹೇಳುವುದಾದರೆ ''ನಾನು ಮಾನಸಿಕ ಸಮಸ್ಯೆಯಿಂದ ಬಳಲುತ್ತಿದ್ದೆ. ಇದು ಹದಿನೆಂಟು ತಿಂಗಳುಗಳ ಕಾಲ ನನ್ನನ್ನು ಕಾಡಿತ್ತು. ಸಂಜೆಯ ನಂತರ ನಾನು ನನ್ನ ಮನೆಯವರ ಕುರಿತೇ ಹೆದರುತ್ತಿದ್ದೆ. ನಾನು ನನ್ನ ನಿಯಂತ್ರಣದಲ್ಲಿರಲಿಲ್ಲ. ಅನೇಕ ಬಾರಿ

ಆತ್ಮಹತ್ಯೆಗೆ ಪ್ರಯತ್ನಿಸಿದ್ದೆ, ಕೋಣೆಯಿಂದ ಹೊರಬರುತ್ತಿರಲ್ಲಿಲ್ಲ. ತಿಂಗಳುಗಳ ಕಾಲ ಕೂದಲು ತೆಗೆದಿರಲ್ಲಿಲ್ಲ. ಶೇವ್ ಮಾಡಿರಲಿಲ್ಲ. 20,000 ಜನರ ಮುಂದೆ ಪ್ರದರ್ಶನ ನೀಡುತ್ತಿದ್ದ ನನಗೆ ನಾಲ್ಕೈದು ಜನರನ್ನು ಎದುರಿಸುವುದು ಕೂಡ ಆಗ ಅಸಾಧ್ಯವಾಗುತ್ತಿತ್ತು. ಮುಂದೆ ಮನೋವೈದ್ಯರ ಮೇಲ್ವಿಚಾರಣೆಯಲ್ಲಿ ಚಿಕಿತ್ಸೆ ಪಡೆದು ಗುಣಮುಖನಾದೆ. ಇವತ್ತು ನನ್ನ ವೈದ್ಯರಿಗೆ ಹೇಳಿ ಇದನ್ನು ಪ್ರಪಂಚದ ಎದುರಿಗೆ ಹೇಳುತ್ತೇನೆ ಎಂದು ಬಂದಿದ್ದೇನೆ.''

ಪರ್ವಿನ್ ಬಾಬಿ ಬಾಲಿವುಡ್ ಕಂಡಂತಹ ಅತೀ ಸುಂದರ ನಟಿ. ಅಮರ್ ಅಕ್ಬರ್ ಅಂಥೋನಿಯಂತಹ ಪ್ರಸಿದ್ಧ ಸಿನಿಮಾದಲ್ಲಿ ನಟಿಸಿದ್ದರು ಈಕೆ. ಪರ್ವಿನ್ ಬಾಬಿ ಪ್ಯಾರನಾಯ್ಡ್ ಸ್ಕಿಜೋಫ್ರೇನಿಯಾ ಎಂಬ ಮಾನಸಿಕ ತೊಂದರೆ ಮತ್ತು ತೀವ್ರ ಖಿನ್ನತೆಯಿಂದಲೂ ಬಳಲುತ್ತಿದ್ದರು ಎಂದೂ ಹೇಳಲಾಗಿತ್ತು. ಮುಂದೆ ಇದೇ ಅವರ ಸಾವಿಗೆ ಕಾರಣವಾಯಿತು ಎಂದು ಪತ್ರಿಕಾ ವರದಿಗಳು ಹೇಳುತ್ತವೆ.

## ಎಸ್.ಎಲ್.ಭೈರಪ್ಪ:

ಎಸ್.ಎಲ್.ಭೈರಪ್ಪ, ಇವರು ಕನ್ನಡದಲ್ಲಿ ಇದುವರೆಗೂ ಇಪ್ಪತ್ತೈದಕ್ಕಿಂತಲೂ ಹೆಚ್ಚು ಕಾದಂಬರಿಗಳನ್ನು ಬರೆದಿರುವ ಪ್ರಸಿದ್ಧ ಕಾದಂಬರಿಕಾರರು. 1979ನಲ್ಲಿ ಪರ್ವ ಕಾದಂಬರಿ ಬರೆಯುವ ಸಂದರ್ಭದಲ್ಲಿ ಇವರಿಗೆ ದೈಹಿಕ ಮತ್ತು ಮಾನಸಿಕ ಬಳಲಿಕೆ ಕಾಡತೊಡಗಿತು. ರಾತ್ರಿ ಒಂಬತ್ತೂವರೆಯ ಒಳಗೆ ಮಲಗಿ, ಬೆಳಗ್ಗೆ ಮೂರೂವರೆಗೆ ಏಳುವ ವಾಡಿಕೆ ಇರುವ ಇವರ ನಿದ್ರೆ ತಪ್ಪಿ, ಮಧ್ಯ ರಾತ್ರಿ ಒಂದು ಗಂಟೆ ಅಥವಾ ಹನ್ನೆರಡಕ್ಕೂ ಇದ್ದಕ್ಕಿದ್ದಂತೆ ಎಚ್ಚರವಾಗಲೂ ಶುರುವಾಯಿತು. ಅವರು ಬರೆಯಬೇಕಾದಂತಹ ಅಂಶಗಳು ಕನಸಿನ ರೂಪದಲ್ಲಿ ಬರುವುದು, ಮತ್ತೆ ಎಚ್ಚರಿಕೆಯಾಗಿ ನಿದ್ರೆ ಬರದಿರುವುದು, ಹೀಗೆ ತೊಂದರೆಯಾಗಲು ಶುರುವಾಯಿತು. ಬರೆಯಲು ಕುಳಿತಾಗ ಸುಸ್ತಾಗುವುದು, ತಲೆ ಖಾಲಿಯಾಗುವುದು, ತಲೆ ಸುತ್ತುವುದು, ದೈಹಿಕ ಬಳಲಿಕೆ ಆಗುವುದು ಆಗುತ್ತಿತ್ತು. ಇದೆಲ್ಲದರಿಂದಾಗಿ ಬರೆಯಲು ಆಗದೇ ತೊಂದರೆಯಾದಾಗ, ತನ್ನ ಗೆಳೆಯರಿಗೆ ಕರೆ ಮಾಡಿ ಭೈರಪ್ಪನವರು ಹೇಳುತ್ತಾರೆ. ಅವರು ಧಾರವಾಡದ ಆಸ್ಪತ್ರೆಯ ಮನೋವೈದ್ಯರನ್ನು ಭೇಟಿಯಾಗಲು ಸೂಚಿಸಿದಂತೆ ಭೈರಪ್ಪನವರು ಅವರನ್ನು ಭೇಟಿಯಾಗುತ್ತಾರೆ. ಮನೋವೈದ್ಯರು, ಅವರಿಗೆ ಇಂಥಹ ತೊಂದರೆಯಾಗಿರುವುದಕ್ಕೆ ಕಾರಣ ಹೇಳಿ, ಬಹಳಷ್ಟು ಶ್ರಮಪಟ್ಟು ನಿದ್ರೆ ಹಾಳು ಮಾಡಿಕೊಳ್ಳದೇ ಬರೆಯಿರಿ ಎಂದು ಸಲಹೆ ನೀಡಿ ಜೊತೆಗೆ ಮಾತ್ರೆ ನೀಡಿ ಕಳುಹಿಸುತ್ತಾರೆ. ಮುಂದೆ, ಒಂದು ತಿಂಗಳಷ್ಟು ವಿಶ್ರಾಂತಿ, ಮಾತ್ರೆ, ವಿಹಾರದಿಂದ ಭೈರಪ್ಪನವರು ಚೇತರಿಸಿಕೊಂಡು ವೈದ್ಯರ ಸಲಹೆಯಂತೆ, ನಿಯಮಿತವಾಗಿ ಬರೆಯಲು ಶುರುಮಾಡುತ್ತಾರೆ. ಈ ಸಮಸ್ಯೆಯು ಗುಣಮುಖವಾಗುತ್ತದೆ. ಇಂದು ನಮಗೆಲ್ಲಾ ತಿಳಿದಿರುವಂತೆ ಪರ್ವ ಕನ್ನಡ ಸಾಹಿತ್ಯದಲ್ಲೇ ಒಂದು ಉತ್ಕೃಷ್ಟ ಕೃತಿ.

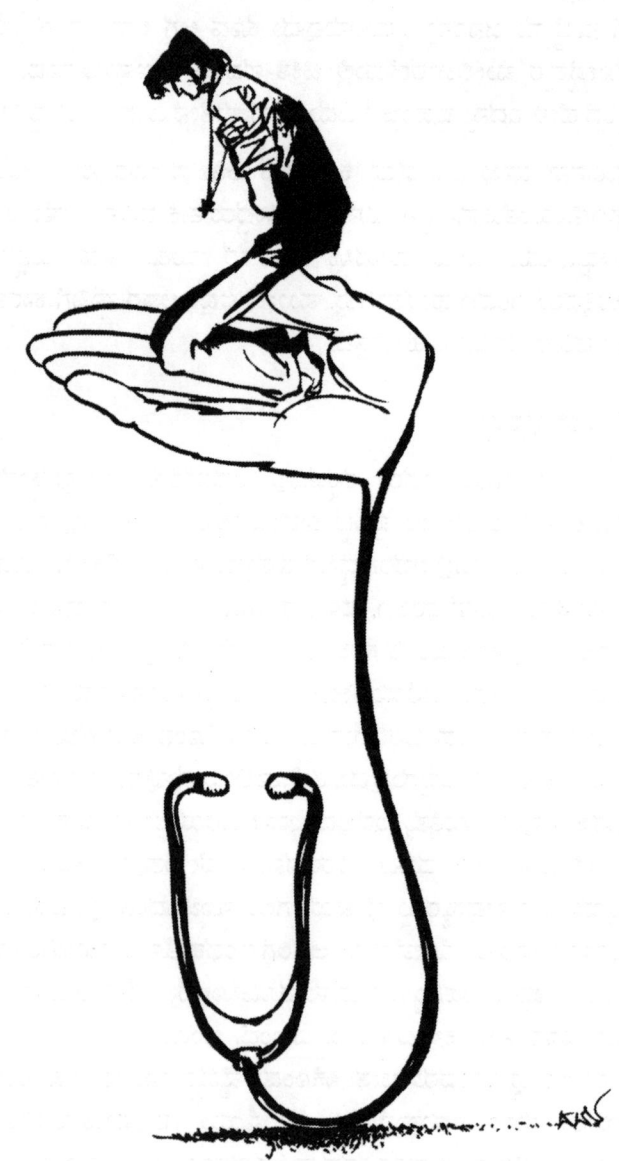

ಇಲ್ಲಿ ಭೈರಪ್ಪನವರಿಗೆ ಯಾವುದೇ ತೀವ್ರತೆರನಾದ ಮಾನಸಿಕ ಕಾಯಿಲೆಯಿದೆ ಎಂದು ಅರ್ಥವಲ್ಲ. ಆದರೆ, ವ್ಯಕ್ತಿಗಳು ಯಾವುದಾದರೂ ಆಳವಾದ ಮತ್ತು ತೀಕ್ಷ್ಣವಾದ ಕೆಲಸದಲ್ಲಿ ತೊಡಗಿಕೊಂಡಾಗ, ಮಾನಸಿಕ ಮತ್ತು ದೈಹಿಕ ಬಳಲಿಕೆ ಕಾಣಿಸಿಕೊಳ್ಳುತ್ತದೆ. ಅದಕ್ಕೆ ಸೂಕ್ತ ಆರೈಕೆ ಮಾಡಿದರೆ, ಈ ತಳಮಳದಿಂದ ಹೊರಗೆ ಬರಬಹುದು ಎಂದು ತಿಳಿಸಲು ಈ ಘಟನೆಯನ್ನು ವಿವರಿಸಲಾಗಿದೆ. ಹಾಗೆ ಸೂಕ್ತ ಆರೈಕೆ ಮಾಡದಿದಲ್ಲಿ ಆರೋಗ್ಯ ಪರಿಸ್ಥಿತಿ ಉಲ್ಬಣಿಸಬಹುದು. ಈ ಘಟನೆಯನ್ನು ನಾನೇಕೆ ಬರೆಯುತ್ತೇನೆ ಎಂಬ ಪುಸ್ತಕದಲ್ಲಿ ಪ್ರಕಟವಾಗಿರುವ ಪರ್ವ ಬರೆದದ್ದು ಹೇಗೆ ಎಂಬ ಲೇಖನದಲ್ಲಿ ಭೈರಪ್ಪನವರು ವಿವರಿಸಿದ್ದಾರೆ (ಪುಟ ಸಂಖ್ಯೆ:57,58 ಮತ್ತು 59).

ಮಾತನಾಡುವಾಗ ಆಗುವ ತೊದಲಿಕೆಯಂತಹ ತೊಂದರೆಯು ಕೂಡ ಅನೇಕ ಖ್ಯಾತನಾಮರಿಗೆ ಇತ್ತು ಮತ್ತು ಇದನ್ನು ನಿರ್ವಹಿಸುವಲ್ಲಿ ಅವರು ಯಶಸ್ವಿಯಾಗಿದ್ದಾರೆ. ವಿಶ್ವದ ಪ್ರಸಿದ್ಧ ಗಾಲ್ಫ್ ಆಟಗಾರ ಟೈಗರ್ ವುಡ್ ತನಗೆ ತೊದಲಿಕೆ ಇತ್ತು ಇದರಿಂದ ನನ್ನ ಕಲಿಕೆಗೆ ತೊಂದರೆ ಆಗುತ್ತಿತ್ತು ಎಂದು ಹೇಳಿದ್ದಾರೆ. ಮುಂದೆ ಟೈಗರ್‌ವುಡ್ 2006ರಲ್ಲಿ ಟೈಗರ್ ವುಡ್ ಕಲಿಕಾ ಕೇಂದ್ರವನ್ನು ಇಂತಹ ಮಕ್ಕಳಿಗೆ ಸಹಾಯ ಮಾಡಲು ತೆರೆದಿದ್ದಾರೆ ಖ್ಯಾತ ಬ್ಯಾಸ್ಕೆಟ್ ಬಾಲ್ ಆಟಗಾರ ಬಿಲ್ ವಾಲ್ಟಾನ್ ಕೂಡ 28 ವರ್ಷದ ತನಕ ತನಗೆ ತೊದಲುವಿಕೆ ಇತ್ತು ಎಂದು ಹೇಳಿಕೊಂಡಿದ್ದಾರೆ. ಖ್ಯಾತ ಬಾಲಿವುಡ್ ನಟ ಹೃತಿಕ್ ರೋಶನ್ ತಮಗೂ ತೊದಲುವಿಕೆ ಇತ್ತು ಎಂದು ಹೇಳಿಕೊಂಡಿದ್ದಾರೆ. ಇದರಿಂದ ಆಗುವ ಹಿಂಜರಿಕೆ ಮತ್ತು ಆತಂಕವನ್ನು ಹೇಳಿಕೊಂಡಿದ್ದಾರೆ. ಹೇಗೆ ತನ್ನ ಗೆಳೆಯರು ಶಾಲೆಯಲ್ಲಿ ಗೇಲಿ ಮಾಡುತ್ತಿದ್ದರು ಇದರಿಂದ ಇವರು ಶಾಲೆ ತಪ್ಪಿಸುವುದು, ಆರೋಗ್ಯ ಹದಗೆಡುವುದು ಮೌಖಿಕ ಪರೀಕ್ಷೆಗೆ ಗೈರು ಹಾಜರಾಗುವುದು ಇತ್ಯಾದಿ ಕುರಿತು ಹೇಳಿಕೊಂಡಿದ್ದಾರೆ.

ಹಾಗೆ ಖ್ಯಾತ ಹಿರಿಯ ಕಲಾವಿದ ಪರೇಶ್ ರಾವಲ್ ಕೂಡ ತೊದಲುವಿಕೆಯಿಂದ ಬಳಲಿದ್ದೆ ಮತ್ತು ನನ್ನ ಸಿನಿಮಾ ಜೀವನದ ಆರಂಭದ ದಿನಗಳಲ್ಲಿ ಇದು ಬಹಳ ತೊಂದರೆ ನೀಡಿತ್ತು ಎಂದು ಹೇಳಿಕೊಂಡಿದ್ದಾರೆ. ತಾನು ಶಾಲಾ ಕಾಲೇಜುಗಳಲ್ಲಿ ನಾಟಕ ಮತ್ತು ಇತ್ಯಾದಿಗಳಲ್ಲಿ ಸಕ್ರಿಯವಾಗಿ ಭಾಗವಹಿಸತೊಡಗಿದ್ದೆ. ತೊದಲುವಿಕೆಯಿಂದ ಹೊರಬರಲು ಪದಗಳನ್ನು ಪುನಃ ಪುನಃ ಹೇಳಿ ಅಭ್ಯಾಸ ಮಾಡತೊಡಗಿದೆ. ಇದರಿಂದ ತೊದಲುವಿಕೆ ಕಡಿಮೆ ಆಯಿತು ಎಂದು ಹೇಳಿದ್ದಾರೆ.

ಅಬ್ರಹಾಂ ಲಿಂಕನ್ ಕೂಡ ತನಗೆ ಆತಂಕದ ತೊಂದರೆ ಮತ್ತು ಖಿನ್ನತೆ ಇತ್ತು ಎಂದು ಹೇಳಿಕೊಂಡಿದ್ದಾರೆ. ಅಬ್ರಹಾಂರ ಜೀವನದಲ್ಲಿ ಸತತವಾಗಿ ನಡೆದ ಆಘಾತಕಾರಿ ಘಟನೆಗಳು ಮತ್ತು ಅವರ ಆತ್ಮೀಯರ ಸಾವು ಅವರನ್ನು ಖಿನ್ನತೆಗೆ ದೂಡಿತು ಎಂದು ಹೇಳಲಾಗುತ್ತದೆ. ಇದು ಅಬ್ರಹಾಂ ಲಿಂಕನ್‌ರ ಪತ್ರ ಮತ್ತು ಲೇಖನಗಳ ಮುಖಾಂತರ ತಿಳಿಯಬಹುದು ಎಂದು ಮನೋವೈದ್ಯರು ಅಭಿಪ್ರಾಯ ಪಟ್ಟಿದ್ದಾರೆ.

ಬಾಲಿವುಡ್‌ನ ಇನ್ನೊಬ್ಬ ಪ್ರಮುಖ ನಟಿ ಅನುಷ್ಕಾ ಶರ್ಮ ಕೂಡ ತನಗೆ ಆತಂಕದ ತೊಂದರೆ ಇತ್ತು ಎಂದು ಹೇಳಿಕೊಂಡಿದ್ದಾರೆ. ಅವರು ಹೇಳುವ ಪ್ರಕಾರ "ನನಗೆ ಆತಂಕದ ಸಮಸ್ಯೆ ಇದೆ. ನಾನು ಇದಕ್ಕೆ ಚಿಕಿತ್ಸೆ ಪಡೆಯುತ್ತಿದ್ದೇನೆ, ನಾನು ಇದನ್ನು ಯಾಕೆ ಹೇಳುತ್ತಿದ್ದೇನೆ ಎಂದರೆ ಇದು ಒಂದು ಸಹಜ ಸಮಸ್ಯೆಯಾಗಿದೆ. ಇದರ ಬಗ್ಗೆ ಹೆಚ್ಚು ಜನರು ಮಾತನಾಡಬೇಕು. ಈ ಬಗ್ಗೆ ಯಾವುದೇ ಅವಮಾನ ನಾಚಿಕೆ ಪಡಬೇಕಾಗಿಲ್ಲ. ನಿಮಗೆ ಸತತವಾಗಿ ಹೊಟ್ಟೆ ನೋವು ಬಂದರೆ ನೀವು ವೈದ್ಯರಲ್ಲಿ ಹೋಗುವುದಿಲ್ಲವೇ? ಇದೂ ಕೂಡ ಹಾಗೆಯೇ''.

ಇವೆಲ್ಲವೂ ಕೂಡ ನಮ್ಮ ನಡುವೆ ಇರುವ ಅನೇಕ ಯಶಸ್ವಿ ವ್ಯಕ್ತಿಗಳು ಮಾನಸಿಕ ಸಮಸ್ಯೆಗೆ ಒಳಗಾಗಿದ್ದರು ಮತ್ತು ಯಶಸ್ವಿಯಾಗಿ ಇದರಿಂದ ಹೊರಬಂದು ಸಾಮಾನ್ಯ ಜೀವನ ನಡೆಸಿದ್ದಾರೆ ಎಂಬುದಕ್ಕೆ ಸಾಕ್ಷಿ. ಇನ್ನೂ ಕೆಲವು ವ್ಯಕ್ತಿಗಳು ಸರಿಯಾದ ಚಿಕಿತ್ಸೆ ಪಡೆಯದೆ ತಮ್ಮ ಜೀವನವನ್ನು ಹಾಳು ಮಾಡಿಕೊಂಡಿರುವವರೂ ಇದ್ದಾರೆ. ಮಾನಸಿಕ ಕಾಯಿಲೆಗಳು ಯಾರಿಗಾದರೂ ಬರಬಹುದು ಮತ್ತು ಯಾವಾಗಲಾದರೂ ಬರಬಹುದು. ಸ್ವಪ್ರಯತ್ನ, ಕುಟುಂಬದ ಸಹಕಾರ ಮತ್ತು ಸೂಕ್ತ ಚಿಕಿತ್ಸೆಯಿಂದ ಖಂಡಿತ ಮಾನಸಿಕ ಕಾಯಿಲೆಗಳನ್ನು ನಿರ್ವಹಣೆ ಮಾಡಿ ಉತ್ತಮ ಜೀವನ ಸಾಧಿಸಬಹುದು. ನಮ್ಮ ಜೀವನದ ಪ್ರಗತಿಗೆ ಮಾನಸಿಕ ತೊಂದರೆಗಳು ಎಂದೂ ತೊಡಕಾಗದಿರಲಿ ಎಂಬುವುದು ನಮ್ಮ ಆಶಯ.

## 14

# ಹದಿಹರೆಯದ ಮಕ್ಕಳ ಪಾಲನೆ ಪೋಷಣೆ ಒಂದು ಕಲೆ

ಹದಿಹರೆಯದ ಮಕ್ಕಳು ಒಳಪಡುವ ಸಮಸ್ಯೆಗಳ ಕಾರಣ ಹುಡುಕ ಹೊರಟರೆ ಅನೇಕ ಸಮಸ್ಯೆಗಳು ಸಮರ್ಪಕವಲ್ಲದ ಪೋಷಣೆಯಿಂದ ಉಂಟಾಗುವಂತಹುದು. ಹೆತ್ತವರ ನಿರ್ಲಕ್ಷ್ಯದಿಂದ, ತಪ್ಪಾದ ರೀತಿಯ ಪಾಲನೆ ಪೋಷಣೆಯಿಂದ ಹದಿಹರೆಯದವರು ತೊಂದರೆಗೆ ಸಿಲುಕಿಕೊಳ್ಳುವ ಸಾಧ್ಯತೆಗಳು ಹೆಚ್ಚು. ಪರೀಕ್ಷೆಯಲ್ಲಿ ಉತ್ತಮ ಅಂಕ ಗಳಿಸಲಾಗಲಿಲ್ಲ ಎಂದು ಹುಡುಗಿಯೋರ್ವಳು ಆತ್ಮಹತ್ಯೆ ಕೈಗೊಂಡಿದ್ದಳು. ಆಕೆಯ ಡೆತ್ ನೋಟಿನಲ್ಲಿ ನನ್ನ ತಂದೆ ತಾಯಿಯ ಅಪೇಕ್ಷೆಯಂತೆ ನನಗೆ ಉತ್ತಮ ಅಂಕ ಗಳಿಸಲಾಗಲಿಲ್ಲ. ಇದರಿಂದ ನನ್ನ ತಂದೆ ತಾಯಿಗೆ ನಿರಾಶೆ ಆಗಿದೆ. ಅವರಿಗೆ ನಿರಾಶೆ ಮಾಡಿ ನಾನು ಬದುಕಿರಲು ಅರ್ಹಳಲ್ಲ ಎಂದು ಬರೆದಿದ್ದಳು.

ಇನ್ನೊಂದು ಘಟನೆಯಲ್ಲಿ ಗಾಂಜಾ ಸೇವನೆ ಮಾಡಿ ಅದಕ್ಕೆ ವ್ಯಸನಿಯಾಗಿದ್ದ ಹುಡುಗನನ್ನು ಚಿಕಿತ್ಸೆಗೆ ಒಳಪಡಿಸುವಾಗ ಆತ ಹೇಳಿದ ಬಾಲ್ಯದ ಘಟನೆಗಳು ಆತನ ಈ ಸ್ಥಿತಿಗೆ ಕಾರಣವಾಗಿದ್ದು ತಿಳಿದು ಬಂತು. ಆಗರ್ಭ ಶ್ರೀಮಂತರ ಕುಟುಂಬದ ಈ ಹುಡುಗನ ತಂದೆ ತಾಯಿಯ ನಡುವೆ ಅಂತಃಕಲಹವಿತ್ತು. ಅವರಿಬ್ಬರೂ ಸರಿಯಾಗಿ ಮಾತನಾಡುತ್ತಿರಲಿಲ್ಲ, ಮಾತ್ರವಲ್ಲದೆ ಮಗನಲ್ಲೂ ಕೂಡ ಒಬ್ಬರ ದೂರು ಒಬ್ಬರು ಹೇಳಿ ಮಾತನಾಡದಿರುವಂತೆ ಮಾಡುತ್ತಿದ್ದರು. ಅವರಿಬ್ಬರ ಜಗಳದಲ್ಲಿ ಈ ಹುಡುಗ ಅನಾಥನಾಗುತ್ತಿದ್ದ. ತಮ್ಮ ತಮ್ಮ ಸ್ನೇಹಿತರನ್ನು ಮನೆಗೆ ಕರೆದು ತಂದು ಐಷರಾಮಿ ಮಾಡುತ್ತಿದ್ದ ಇಬ್ಬರೂ ಈ ವಿಚಾರ ಪರಸ್ಪರ ತಿಳಿಯದಿರಲಿ ಎಂದು ಹುಡುಗನ ಕೈಗೆ ಹಣ ನೀಡುತ್ತಿದ್ದರು. ಬಹಳ ಬೇಗನೆ ಕೈಯಲ್ಲಿ ಹಣ ಸಿಕ್ಕಿದ್ದರಿಂದ ಹುಡುಗನಿಗೆ ಏನು ಮಾಡಬೇಕೆಂದು ತೋಚದೆ ಬೇಕಾಬಿಟ್ಟಿ ದುಂದುವೆಚ್ಚ ಮಾಡತೊಡಗಿದ. ಮಧ್ಯ ಮತ್ತು ಗಾಂಜಾ ಮಾತ್ರವಲ್ಲದೆ ದುಬಾರಿ ಅಮಲು ಪದಾರ್ಥಗಳನ್ನು ಸೇವಿಸತೊಡಗಿದ. ಹಣ ಕಡಿಮೆ ಎನಿಸಿದಾಗ ಅಪ್ಪ ಅಮ್ಮನಿಗೆ ಅವರ ಗುಟ್ಟು ಹೊರಗೆ ಹೇಳುವುದಾಗಿ ಬೆದರಿಸಿ ಮತ್ತಷ್ಟು ಹಣ ಪಡೆಯುತ್ತಿದ್ದ. ಮುಂದೆ ಹುಡುಗನ ಚಿಕ್ಕಪ್ಪ ಚಿಕ್ಕಮ್ಮಂದಿರು ಈತನನ್ನು ಆಸ್ಪತ್ರೆಗೆ ದಾಖಲಿಸಿದಾಗಲೂ ಡಾಕ್ಟರ್‌ಗಳ ಮುಂದೆ ಅವನ ಅಪ್ಪ ಅಮ್ಮ ಇದು ನಿನ್ನಿಂದಲೇ ಆಗಿದ್ದು ಎಂದು ಇಬ್ಬರ ನಡುವೆ ಜಗಳ ಮಾಡುತ್ತಿದ್ದರು. ಇಂಥ ಮನೆಯಲ್ಲಿ ಬದುಕುವ ಹದಿಹರೆಯದ ಹುಡುಗ ಸರಿ ಇರಲು ಹೇಗೆ ತಾನೆ ಸಾಧ್ಯ?

ಇದೆಲ್ಲಾ ನಿಮಗೆ ಅತಿರೇಕದ ಘಟನೆಗಳು ಅನ್ನಿಸಿದರೆ ನಮ್ಮ ನಿಮ್ಮಂತವರ ಮನೆಯಲ್ಲಿಯೂ ಸಹಜ ಎನ್ನಿಸುವ ತಪ್ಪುಗಳನ್ನು ಮಾಡುತ್ತೇವೆ. ಪಕ್ಕದ ಮನೆಯ ಮಕ್ಕಳೊಂದಿಗೆ ಹೋಲಿಸುವುದು, ಹದಿಹರೆಯದ ವಯಸ್ಸಿಗೆ ಬಂದ ನಂತರವೂ ಹೊಡೆಯುವುದು, ಕೆಟ್ಟ ಶಬ್ದಗಳಿಂದ ನಿಂದಿಸುವುದು, ಶಾಲಾ ಪ್ರಗತಿ ಪತ್ರಕ್ಕೆ ಸಹಿ ಹಾಕದೆ ಸತಾಯಿಸುವುದು, ಬೇರೆಯವರ ಮುಂದೆ ಅವರ ದೂರು ಹೇಳುವುದು, ಅತಿಯಾಗಿ ಶಿಸ್ತು ಮಾಡುವುದು. ಇಲ್ಲವೇ ಅತಿಯಾಗಿ ಸ್ವಾತಂತ್ರ್ಯ ನೀಡುವುದು, ಖರ್ಚಿಗೆ ಬೇಕಾದಷ್ಟು ಹಣ ಕೊಡದಿರುವುದು ಅಥವಾ ದುಂದುವೆಚ್ಚ ಮಾಡುವಷ್ಟು ಹಣ ನೀಡುವುದು ಇತ್ಯಾದಿ.

ಮಕ್ಕಳನ್ನು ಈ ಭೂಮಿಗೆ ತಂದಾಕ್ಷಣ ಅವರಿಗೆ ಬೇಕಿರುವ ಬಟ್ಟೆಬರೆ, ಆಟಿಕೆ, ಸೌಲಭ್ಯ ಸೌಕರ್ಯ ನೀಡಿದೊಡನೆ ಪೋಷಕರ ಜವಾಬ್ದಾರಿ ಮುಗಿಯುವುದಿಲ್ಲ. ಅವರನ್ನು ಸರಿಯಾದ ರೀತಿಯಲ್ಲಿ ಪೋಷಿಸುವುದು ಬಹಳ ಮುಖ್ಯ. ಹಾಗಾದರೆ ಸರಿಯಾದ ರೀತಿಯ ಪೋಷಣೆ ಎಂದರೇನು?

ಮಕ್ಕಳನ್ನು ಪೋಷಿಸುವ ಪ್ರಕ್ರಿಯೆಯಲ್ಲಿ ನಾವು ನಮ್ಮನ್ನು ಪೋಷಿಸಿಕೊಳ್ಳುತ್ತೇವೆ. ನಮ್ಮ ವ್ಯಕ್ತಿತ್ವವನ್ನು ಇನ್ನೂ ಹದವಾಗಿಸಿಕೊಳ್ಳುತ್ತೇವೆ. ಇದು ನಮ್ಮ ಮಕ್ಕಳು ನಮಗೆ ನೀಡುವ ಕೊಡುಗೆ. ಮಕ್ಕಳನ್ನು ಪೋಷಿಸುವುದನ್ನು ಯಾರೂ ಕಲಿಸಲು ಸಾಧ್ಯವಿಲ್ಲ. ಯಾಕೆಂದರೆ ಇದು ತಂತ್ರ ಅಥವಾ ಕೆಲಸ ಅಲ್ಲ. ಇದು ಕಲೆ, ನಮ್ಮ ಜೀವನವನ್ನು ಹಸನಾಗಿಸಿಕೊಳ್ಳುಲು ಒಂದು ಅವಕಾಶ ಮಾಡಿಕೊಡುವ ಕಲೆ.

ನಾವು ಮಕ್ಕಳನ್ನು ಪ್ರತಿಷ್ಠಿತ ದುಬಾರಿ ಶಾಲೆಗೆ ದಾಖಲು ಮಾಡಿ ಬಂದಿದ್ದೇವೆ. ಶಿಕ್ಷಕರಲ್ಲೂ ಕೂಡ ಸ್ವಲ್ಪ ನಿಗಾ ಇಡಿ ಎಂದು ಹೇಳಿ ಬಂದಿದ್ದೇವೆ ಎಂದಾಕ್ಷಣ ನಮ್ಮ ಜವಾಬ್ದಾರಿ ಮುಗಿಯುವುದಿಲ್ಲ. ಇನ್ನು ಎಲ್ಲಾ ಶಾಲೆಯೇ ನೋಡಿಕೊಳ್ಳುತ್ತದೆ. ಯಾಕೆಂದರೆ ಶಾಲೆಗೆ ಲಕ್ಷ ಲಕ್ಷ ಹಣ ಕಟ್ಟಿದ್ದೇವೆ ಎಂದು ಕುಳಿತರೆ ಅದು ತಪ್ಪಾಗುತ್ತದೆ. ನಮ್ಮ ಮಕ್ಕಳನ್ನು ನಾವು ಹತ್ತಿರದಿಂದ ಸೂಕ್ಷ್ಮವಾಗಿ ಗಮನಿಸುತ್ತಾ ಮಾರ್ಗದರ್ಶನ ಮಾಡಬೇಕಾಗುತ್ತದೆ.

ಮಕ್ಕಳನ್ನು ಪೋಷಿಸಲು ಇಂತಹದ್ದೇ ರೀತಿ ಒಳ್ಳೆಯದು, ಹೀಗೆ ಮಾಡಬೇಕು ಎಂಬ ರಚಿತ ಸಿದ್ಧಾಂತ ಇಲ್ಲ. ಎಲ್ಲಾ ಮಕ್ಕಳು ವಿಶಿಷ್ಟ ಮತ್ತು ವಿಭಿನ್ನ ಆದ್ದರಿಂದ ನಿಮ್ಮ ಮಗುವನ್ನು ನೀವು ಅರಿತುಕೊಂಡು ಅದಕ್ಕೆ ತಕ್ಕುದಾದ ರೀತಿಯಲ್ಲಿ ಮಾರ್ಗೋಪಾಯ ಕಂಡುಕೊಳ್ಳಬೇಕು. ಆದರೆ ಕೆಲವು ಸಲಹೆ ಸೂಚನೆಗಳನ್ನು ಕೊಡಬಹುದು ಅಷ್ಟೇ.

ನಿಮ್ಮ ಮಗುವಿನಿಂದ ನಿಮ್ಮ ಬದುಕಿನಲ್ಲಿ ಬಂದಿರುವ ವಿಶೇಷತೆಯನ್ನು ಗುರುತಿಸಿ. ಈ ಮಕ್ಕಳ ಬರುವಿಕೆಯಿಂದ ನಿಮ್ಮ ಜೀವನದಲ್ಲಿ ಬಂದಿರುವ ಸುಖ ನೆಮ್ಮದಿ ಆನಂದವನ್ನು ಗುರುತಿಸಿ ಸಂತೋಷಪಡಿ. ಅವರನ್ನು ನಿಮ್ಮ ಮುಂದಿನ ಬದುಕಿನ ಹೂಡಿಕೆ ಆಗಿ ಅಥವಾ ನೀವು ನಿಯಂತ್ರಣ ಮಾಡುವ ವಸ್ತುವಾಗಿ ನೋಡಬೇಡಿ. ನಮಗೆ ಬಂದಿರುವ ಜಡತ್ವವನ್ನು

ಮಕ್ಕಳಿಗೆ ಕಲಿಸಬಾರದು ಆ ಮಕ್ಕಳಿಂದ ಕ್ರಿಯಾಶೀಲತೆಯನ್ನು ನಾವು ಕಲಿಯಬೇಕು. ಮಗುವಿನಿಂದ ಪ್ರೀತಿ ಬಯಸಿ, ಗೌರವವಲ್ಲ. ಹೆಚ್ಚಿನ ತಂದೆ ತಾಯಿಯರು ಮಕ್ಕಳು ನಮಗೆ ಗೌರವ ಕೊಡುವುದಿಲ್ಲ ಎಂದು ಸಿಟ್ಟಾಗುತ್ತಾರೆ.

- ಹದಿಹರೆಯದ ಮಕ್ಕಳನ್ನು ನಾವು ಕೇಳಿಸಿಕೊಳ್ಳುವುದು ಬಹಳ ಮುಖ್ಯ : ನಾವು ಬೋಧನೆ ಮಾಡಲು ಹೊರಟರೆ ಹದಿಹರೆಯದ ಮಕ್ಕಳು ನಮ್ಮಿಂದ ದೂರ ಹೋಗುತ್ತಾರೆ. ಅವರನ್ನು ಸರಿದಾರಿಯಲ್ಲಿ ಇರಿಸುವ ಮಾರ್ಗವೆಂದರೆ ಅವರಲ್ಲಿ ಅಡಗಿರುವ ಜ್ಞಾನದ ಹಂಬಲ ಮತ್ತು ಅಪಾರ ಕುತೂಹಲವನ್ನು ನೀರೆರೆದು ಪೋಷಿಸುವುದು. ಶಾಲೆಯಿಂದ ಬಂದೊಡನೆ ಅವರು ಹೇಳಲಿರುವ ವಿಚಾರಗಳನ್ನು ಪೋಷಕರು ಕೇಳುವುದು ಬಹಳ ಮುಖ್ಯ. ಹಾಗೆ ಕೇಳಿಸಿಕೊಂಡರೆ ಮಾತ್ರ ಮುಂದೆ ಅವರು ಸೂಕ್ಷ್ಮ ವಿಚಾರಗಳನ್ನು ನಮ್ಮೊಂದಿಗೆ ಹಂಚಿಕೊಳ್ಳುತ್ತಾರೆ. ಅವರಿಂದ ಮಾಹಿತಿ ತಿಳಿದರೆ ಮಾತ್ರ ನಮಗೆ ಅವರನ್ನು ಮಾರ್ಗದರ್ಶನ ಮಾಡಲು ಸಾಧ್ಯ. ಇಲ್ಲದಿದ್ದರೆ ನಾವು ಬರೇ ಪ್ರವಚನ ನೀಡುವ ಅಥವಾ ನೀತಿ ಬೋಧನೆ ಮಾಡುವ ಮಾರ್ಗದಲ್ಲೇ ಇರುತ್ತೇವೆ. ನಮ್ಮನ್ನು ನಾವು ಅವರ ಪ್ರಪಂಚಕ್ಕೆ ಇಳಿಸಿಕೊಳ್ಳಬೇಕಾಗುತ್ತದೆ. ಹಾಗಾಗಬೇಕಾದರೆ ನಾವು ಕೇಳಬೇಕು ಮತ್ತು ಅದಕ್ಕೆ ಸಕಾರಾತ್ಮಕವಾಗಿ ಸ್ಪಂದಿಸಬೇಕು.

ಮಕ್ಕಳ ಪಾಲನೆ ಪೋಷಣೆ ಅನ್ನುವುದು ಒಂದು ಸ್ಪರ್ಧೆ ಅಲ್ಲ ಎಂದು ನಾವು ತಿಳಿಯಬೇಕಾಗಿದೆ. ಬೇರೆ ಅಪ್ಪ ಅಮ್ಮಂದಿರು ಅವರ ಮಕ್ಕಳಿಗೆ ನೀಡುವ ಸೌಲಭ್ಯಗಳ ಕುರಿತು ಚಿಂತಿತರಾಗಬೇಡಿ. ಮಕ್ಕಳಿಗೆ ಬೇಕಿರುವುದು ಸೌಲಭ್ಯ ಸೌಕರ್ಯಗಳಲ್ಲ; ನಮ್ಮ ಪ್ರೀತಿ ಮತ್ತು ಅಕ್ಕರೆ ಅವರ ಬಾಳನ್ನು ಚೆಂದವಾಗಿಸುತ್ತದೆ. ಪ್ರೀತಿ ಪ್ರೇಮ ನೀಡಲು ನಮ್ಮ ಹಣ, ಅಂತಸ್ತು ಎಂದೂ ಅಡ್ಡಬರದು.

- ಪ್ರತಿಯೊಂದು ಹದಿಹರೆಯದ ಮಗುವಿಗೆ ತನ್ನದೇ ಆದ ಇಷ್ಟ ಅಯಿಷ್ಟಗಳು, ಗುಣಗಳು, ಪ್ರತಿಭೆಗಳು ಇರುತ್ತದೆ. ಅದನ್ನು ಹೆತ್ತವರು ಗಮನಿಸಿ ಪ್ರೋತ್ಸಾಹಿಸಬೇಕು.

- ಬೇರೆ ಮಕ್ಕಳೊಂದಿಗೆ, ಅವರ ತಮ್ಮ ತಂಗಿಯರೊಂದಿಗೆ ನಿಂದಿಸಿ ಹೋಲಿಸುವ ಕೆಲಸ ಯಾವತ್ತೂ ಮಾಡಬಾರದು. ಇದು ನಿಮ್ಮ ಮಕ್ಕಳು ನಿಮ್ಮನ್ನು ವೈರಿಯಂತೆ ಕಾಣುವ ಹಾಗೆ ಮಾಡುತ್ತದೆ.

- ನಿಮ್ಮ ಹತಾಶೆ, ಇಡೇರದ ಬಯಕೆಗಳು, ಗಂಡ ಹೆಂಡತಿ ನಡುವಿನ ಕಲಹ, ಮತ್ತು ಜೀವನದ ಒತ್ತಡಗಳು ಮಕ್ಕಳ ಮೇಲೆ ಪರಿಣಾಮ ಬೀರದಂತೆ ಹೆಚ್ಚು ಮುಂಜಾಗ್ರತೆ ವಹಿಸಬೇಕು.

- ಹದಿಹರೆಯದ ಮಕ್ಕಳ ಮತ್ತು ಪೋಷಕರ ನಡುವಿನ ಸಂಬಂಧವನ್ನು ನಿರ್ಧರಿಸುವಲ್ಲಿ ಇಬ್ಬರೂ ಜೊತೆಗೆ ಕಳೆಯುವ ಸಮಯ ಪ್ರಮುಖ ಪಾತ್ರವಹಿಸುತ್ತದೆ. ಹಾಗಾಗಿ

ಹೆಚ್ಚು ಸಮಯವನ್ನು ಮಕ್ಕಳ ಜೊತೆಗೆ ಕಳೆಯುವುದು ಉತ್ತಮ. ಹೀಗೆ ಕಳೆಯುವ ಸಮಯಗಳಲ್ಲಿ ಅವರು ನಿಮ್ಮೊಂದಿಗೆ ಹೆಚ್ಚು ತೆರೆದು ಮಾತನಾಡುತ್ತಾರೆ. ಅವರೊಂದಿಗೆ ಸಮಯ ಕಳೆಯಲು ಕೆಲವು ಸಂದರ್ಭಗಳನ್ನು ಸೃಷ್ಟಿಸಬೇಕಾಗುತ್ತದೆ. ಉದಾಹರಣೆಗೆ,

- ಕೆಲವೊಂದು ಕೆಲಸಗಳನ್ನು ಅವರೊಂದಿಗೆ ಸೇರಿ ಮಾಡಿ. ಅಡುಗೆ ಮಾಡುವಾಗ ಮಾತನಾಡುತ್ತ ಅವರ ಸಹಾಯ ಪಡೆಯುತ್ತಾ ಮಾಡಿ.

- ದಿನಕ್ಕೊಂದು ಅರ್ಧಗಂಟೆ ಅವರೊಂದಿಗೆ ವಿಹಾರ ಅಥವಾ ವಾಕಿಂಗಿಗೆ ತೆರಳಬಹುದು.

- ಅವರಿಗೂ ನಿಮಗೂ ಇಬ್ಬರಿಗೂ ಇಷ್ಟವಾಗುವಂತಹ ಸಾಮಾನ್ಯ ಆಸಕ್ತಿಯನ್ನು ರೂಢಿಸಿಕೊಳ್ಳಿ. ಅದನ್ನು ಜೊತೆಗೆ ಮಾಡುತ್ತ ಆನಂದಿಸುವುದು ಮತ್ತು ಆ ಕುರಿತು ಮಾತನಾಡುವುದು ಜೊತೆಗೆ ಸಮಯ ಕಳೆಯಲು ಅವಕಾಶ ಮಾಡುತ್ತದೆ.

- ನೀವು ಮಕ್ಕಳಂತೆ ಆಗುವುದು ಮತ್ತು ಜೀವನದ ಮೋಜಿನ ಗಳಿಗೆಯನ್ನು ಸವಿಯುವವರು ಎಂದು ಅವರಿಗೂ ಮನದಟ್ಟು ಮಾಡಿ ಮತ್ತು ಆ ಕ್ಷಣಗಳನ್ನು ಅವರೊಂದಿಗೆ ಕಳೆಯಿರಿ.

- ಹದಿಹರೆಯದಲ್ಲಿ ಮಕ್ಕಳು ಹೆಚ್ಚಾಗಿ ಖಾಸಗಿತನವನ್ನು ಬಯಸುತ್ತಾರೆ. ಹಾಗಾಗಿ ಅದಕ್ಕೆ ಅವಕಾಶಮಾಡಿ ಕೊಡುತ್ತಾ ಅವರೊಂದಿಗೆ ಸಮಯ ಕಳೆಯುತ್ತ ಸಮತೋಲನ ಮಾಡುವುದು ಮುಖ್ಯ.

## ಹದಿಹರೆಯದವರಲ್ಲಿ ಆತ್ಮಗೌರವ ಹೆಚ್ಚುವಂತೆ ಮಾಡಿ

- ಮಕ್ಕಳು ಒಳ್ಳೆಯ ಕೆಲಸ ಮಾಡಿದಾಗ ಚಿಕ್ಕಪುಟ್ಟ ಸಾಧನೆಗಳನ್ನು ಮಾಡಿದಾಗ ಅವರನ್ನು ಹೊಗಳಿ ಪ್ರೋತ್ಸಾಹಿಸಿ. ಆದರೆ ಪ್ರೋತ್ಸಾಹ ನೈಜವಾಗಿರಬೇಕು ಮತ್ತು ವಾಸ್ತವವಾಗಿರಬೇಕು.

- ಮಕ್ಕಳ ಶಾಲಾ ಸಮಾರಂಭಗಳನ್ನು, ರಕ್ಷಕರ ಸಭೆಗಳಲ್ಲಿ ತಪ್ಪದೇ ಭಾಗವಹಿಸಿ.

- ಮಕ್ಕಳು ತಮ್ಮ ಬಾಧೆಗಳನ್ನು ಹೇಳಿಕೊಂಡಾಗ, ಅವುಗಳನ್ನು ಅಲಕ್ಷಿಸದೆ ಅವುಗಳಿಗೆ ಮನ್ನಣೆ ಕೊಡಿ.

- ಅನೇಕ ಕ್ರಿಯಾಶೀಲ ಮತ್ತು ಸೃಜನಾತ್ಮಕ ಕೆಲಸಗಳನ್ನು ಮಕ್ಕಳು ಮಾಡುವ ಹಾಗೆ ಪ್ರೇರೇಪಿಸಿ. ಹಬ್ಬ ಹರಿದಿನಗಳಲ್ಲಿ ಅಥವಾ ರಜಾ ದಿನಗಳಲ್ಲಿ ಸೃಜನಾತ್ಮಕ ಕೆಲಸಗಳಾದ ಮಣ್ಣಿನಿಂದ ಮೂರ್ತಿ ಮಾಡುವುದು, ಟ್ರೆಕಿಂಗ್ ಹೋಗುವುದು, ಗಾಳಿಪಟ ಹಾರಿಸುವುದು, ಪಕ್ಷಿ ವೀಕ್ಷಣೆ ಮಾಡುವುದು ಇತ್ಯಾದಿಯಂತಹ ಕೆಲಸಗಳಲ್ಲಿ ತೊಡಗಿಕೊಳ್ಳಿ. ಮತ್ತೆ ನೀವು ಕೂಡ ಜೀವನದ ಏಕತಾನತೆಯಿಂದ ಹೊರಬರಲು ಈ

ಅವಕಾಶಗಳನ್ನು ಬಳಸಿ. ಇಂದು ಹೋಟೆಲಿಗೆ ಹೋಗಿ ತಿನ್ನುವುದೋ, ಮಾಲ್‌ಗಳಲ್ಲಿ ಶಾಪಿಂಗ್ ಮಾಡುವುದೇ ಮನರಂಜನಾ ಚಟುವಟಿಕೆ ಆಗಿರುವುದು ಖೇದಕರ.

- ಈ ವಯಸ್ಸಿನಲ್ಲಿ ಹದಿಹರೆಯದವರು ಯಾಕೆ ಹೀಗೆ ವರ್ತಿಸುತ್ತಾರೆ ಎನ್ನುವುದರ ಕುರಿತು ಪೋಷಕರಿಗೆ ಸ್ಪಷ್ಟ ಅರಿವು ಅಗತ್ಯ. ನಾವು ಅತಿಯಾದ ಶಿಸ್ತಿನಿಂದ, ಕಠೋರತೆಯಿಂದ, ದಂಡಿಸುವುದರಿಂದ ಹದಿಹರೆಯದವರ ವಿರುದ್ಧ ದಿಕ್ಕಿನಲ್ಲಿ ಹೋದರೆ ಅವರನ್ನು ಸರಿಪಡಿಸುವುದು ಅಸಾಧ್ಯ. ಬದಲಾಗಿ ಅವರನ್ನು ವಿಶ್ವಾಸಕ್ಕೆ ತೆಗೆದುಕೊಂಡು, ಪ್ರೀತಿ ಕಾಳಜಿ ವ್ಯಕ್ತಪಡಿಸಿ ಅವರಿಗೆ ಅವರ ಭಾವನೆಗಳನ್ನು ವ್ಯಕ್ತಪಡಿಸಲು ಅವಕಾಶ ಕೊಡಬೇಕು.

## ಸರಿಯಾದ ಪ್ರಶ್ನೆ ಕೇಳುವುದು ಒಂದು ಕಲೆ

ಪೋಷಕರು ಕೇಳುವ ಪ್ರಶ್ನೆ ಹೆಚ್ಚಾಗಿ ಅವರನ್ನು ಅನುಮಾನಿಸುವ ತಪ್ಪು ಹುಡುಕುವ, ಇಕ್ಕಟ್ಟಿಗೆ ಸಿಕ್ಕಿಸುವ ಅಥವಾ ಅವರ ಜ್ಞಾನ ಪರೀಕ್ಷಿಸುವ ನೆಲೆಯಲ್ಲೇ ಇರುತ್ತದೆ. ಆದರೆ ಸರಿಯಾದ ಪ್ರಶ್ನೆ ಕೇಳುವುದರಿಂದ ಅವರ ಕುತೂಹಲವನ್ನು, ಜ್ಞಾನಾರ್ಜನೆಯನ್ನು ಹೆಚ್ಚಿಸಬಹುದು. ನಮ್ಮ ಪ್ರಶ್ನೆಗಳು ಹೆಚ್ಚು ಸೂಕ್ಷ್ಮ ಮತ್ತು ಸಂವೇದನಶೀಲವಾಗಿರಬೇಕು. ಅದರಲ್ಲಿ ಅವರನ್ನು ಅವಮಾನಿಸುವ, ಅನುಮಾನಿಸುವ ಧಾಟಿ ಇರಬಾರದು.

## ಹಾಗಾದರೆ ಪ್ರಶ್ನೆಗಳು ಹೇಗಿರಬೇಕು?

- ಅವರ ಆತ್ಮಗೌರವಕ್ಕೆ ಧಕ್ಕೆ ತರುವಂತೆ ಇರಬಾರದು.
- ಉತ್ತರ ಕೊಡಲು ಬಹಳ ಕಷ್ಟವೆನಿಸುವಂತೆ ಇರಬಾರದು.
- ಅವರಿಗೆ ಈಗಾಗಲೇ ತಿಳಿದಿರುವ ವಿಷಯದ ಕುರಿತು ಇನ್ನೊಂದು ನೆಲೆಯಲ್ಲಿ ನೋಡುವಂತೆ ಸಹಾಯವಾಗಬೇಕು.
- ಕುತೂಹಲಭರಿತವಾಗಿಯೂ ಹಾಗೂ ಸ್ವಾರಸ್ಯಕರವಾದ ಉತ್ತರ ದೊರಕುವಂತೆಯೂ ಇರಬೇಕು.
- ನಮ್ಮ ಸಾಮಾಜಿಕ ನಂಬಿಕೆಗಳು, ಬದುಕಿನ ಜಂಜಾಟಗಳ ಕುರಿತು ಅವರಿಗೆ ಇವಾಗಲೇ ಇರುವ ನಂಬಿಕೆ ಮತ್ತು ತಿಳಿವನ್ನು ಪ್ರಶ್ನಿಸಿಕೊಳ್ಳುವಂತೆ ಇರಬೇಕು.

ಈ ಪ್ರಶ್ನೆಗಳನ್ನು ಕೇಳುವುದು ನಿಜವಾಗಲೂ ಒಂದು ಕಲೆ. ನಿಧಾನವಾಗಿ ಹಂತ ಹಂತವಾಗಿ ನಮ್ಮ ಮಗುವಿನ ಬುದ್ಧಿಮತ್ತೆ, ಸನ್ನಿವೇಶಗಳನ್ನು ನೋಡಿಕೊಂಡು ಪ್ರಶ್ನೆಗಳನ್ನು ಕೇಳಬೇಕು, ಕೇಳುವುದರ ಜೊತೆಗೆ ಉತ್ತರ ಹುಡುಕಲು ಸಹಾಯ ಮಾಡುವ ಮತ್ತು ಅವರೇ ಉತ್ತರಗಳನ್ನು ಹುಡುಕುವಂತೆ ಪ್ರೇರೇಪಿಸುವಂತೆ ಬೆಂಬಲ ಸಿಗುವ ಹಾಗೆ ನೋಡಿಕೊಳ್ಳಬೇಕು.

## ಹದಿಹರೆಯದವರೊಂದಿಗೆ ಸಂವಹನ

- ಅರ್ಥಪೂರ್ಣವಾದ ಸಂಭಾಷಣೆ ಮಾಡುವುದು ಬಹಳ ಮುಖ್ಯ.
- ಅವರು ಹೇಳಲಿರುವ ವಿಷಯಗಳನ್ನು ಗಮನವಿಟ್ಟು ಕಾಳಜಿಯಿಂದ ಪೂರ್ತಿ ಕೇಳಬೇಕು ಮತ್ತು ಕೇಳಿದಂತೆ ಯಾವ ಕಾರಣಕ್ಕೂ ನಟಿಸಬಾರದು.
- ಬೋಧಿಸುವುದನ್ನು ಹಾಗೂ ಪುಕ್ಕಟೆ ಬುದ್ಧಿವಾದ ಹೇಳುವುದನ್ನು ಕಡಿಮೆ ಮಾಡಬೇಕು.
- ಅವರ ಎಲ್ಲಾ ಪ್ರಶ್ನೆಗಳಿಗೆ ನಮ್ಮಲ್ಲಿ ಉತ್ತರ ಇದೆ ಎಂದು ತೋರಿಸಿಕೊಳ್ಳುವ ಅವಶ್ಯಕತೆ ಇಲ್ಲ. ಗೊತ್ತಿಲ್ಲದೆ ಇರುವುದನ್ನು ಇಬ್ಬರೂ ಸೇರಿ ಹುಡುಕುವ ಪ್ರಯತ್ನ ಮಾಡಬಹುದು.
- ಅವರೊಂದಿಗೆ ಸಂವಹನ ನಡೆಸಲು ಎಲ್ಲಾ ಅವಕಾಶವನ್ನು ಬಳಸಿಕೊಳ್ಳಬೇಕು.
- ಮುಕ್ತವಾದ ಸಂಭಾಷಣೆಗೆ ನೀವು ಲಭ್ಯರಿದ್ದೀರಿ ಎಂದು ಅವರಿಗೆ ಮನದಟ್ಟು ಮಾಡಿಸಿ.
- ಮಕ್ಕಳಿಗೆ ತಿಳಿ ಹೇಳುವಾಗ ನಿತ್ಯ ಜೀವನದ ನಿದರ್ಶನಗಳ ಅಥವಾ ಕಥೆಗಳ ಮುಖಾಂತರ ಹೇಳುವುದು ಹೆಚ್ಚು ಪರಿಣಾಮಕಾರಿ. ಇಂತಹ ಕಥೆಗಳು ಬಹಳ ಬೇಗ ನಾಟುತ್ತದೆ ಮತ್ತು ಮಕ್ಕಳು ತಮ್ಮ ಬುದ್ಧಿಮಟ್ಟಕ್ಕೆ ತಕ್ಕಂತೆ ಅದನ್ನು ಅರ್ಥ ಮಾಡಿಕೊಳ್ಳುವಂತೆ ಮಾಡುತ್ತದೆ. ಕಥೆಗಳ ಮುಖಾಂತರವೇ ಮೌಲ್ಯಗಳನ್ನು ದಾಟಿಸುತ್ತಿದ್ದ ಪರಂಪರೆ ಇದ್ದ ಭಾರತೀಯ ಮನಸ್ಸುಗಳಿಗೆ ಕಥೆ ಹೆಚ್ಚು ಸೂಕ್ತ ಮತ್ತು ಪ್ರತಿ ಕಥೆಯೂ ತನ್ನದೇ ರೀತಿಯಾದ ಪ್ರಭಾವ ಮಾಡುವ ಶಕ್ತಿಯನ್ನು ಹೊಂದಿರುತ್ತದೆ.

## ಹದಿಹರೆಯದವರಲ್ಲಿ ಶಿಸ್ತು ಮೂಡಿಸುವುದು

ಮಗುವನ್ನು ವೈಯಕ್ತಿಕವಾಗಿ ತೆಗಳುವುದು ಯಾವ ಪ್ರಯೋಜನಕ್ಕೂ ಬಾರದು. ಮಗು ತಪ್ಪು ಮಾಡಿದಾಗ ಆ ತಪ್ಪನ್ನು ಖಂಡಿಸಬೇಕು ಮಗುವನ್ನಲ್ಲ. ಆ ಖಂಡನೆ ಕೂಡ ರಚನಾತ್ಮಕ ಪ್ರತಿಕ್ರಿಯೆಗಳಿಂದ (constructive feedback) ಕೂಡಿರಬೇಕೆ ವಿನಃ ಅವಾಚ್ಯ ಶಬ್ದಗಳಿಂದ ಕೂಡಿದ ನಿಂದನೆಗಳಿಂದ ಅಲ್ಲ. ಉದಾಹರಣೆಗೆ: ಮಗು ಒಂದು ಹಾಲು ತುಂಬಿದ ಲೋಟವನ್ನು ಕೆಳಕ್ಕೆ ಹಾಕಿದರೆ ಹೆಚ್ಚಾಗಿ ಹೆತ್ತವರು ಅದೇ ಕೂಡಲೇ ಒಂದು ಪೆಟ್ಟು ಕೊಟ್ಟು ಬೈಯ್ಯುವುದುಂಟು. ಆದರೆ ಹಿರಿಯರು ಮಗುವಿನ ಪರಿಸ್ಥಿತಿಯನ್ನು ಅರ್ಥಮಾಡಿಕೊಂಡು, ಹೇಗೆ ಲೋಟವನ್ನು ಹಿಡಿದಿದ್ದರಿಂದ ಅಥವಾ ಯಾವ ಕ್ರಿಯೆ ಮಾಡಿದ್ದರಿಂದ ಲೋಟ ಕೆಳಗೆ ಬಿತ್ತು ಹಾಗೂ ಹಾಗೆ ಬೀಳಿಸಿದುದರಿಂದ ಏನು ತೊಂದರೆ ಮತ್ತು ನಷ್ಟ ಆಗುತ್ತದೆ ಎಂದು ಹೇಳಬೇಕಾಗುತ್ತದೆ.

ಹಾಗಾದರೆ ಮಕ್ಕಳಿಗೆ ಶಿಸ್ತು ಕಲಿಸಬೇಡವೇ? ಎಂಬ ಪ್ರಶ್ನೆ ನಿಮ್ಮಲ್ಲಿ ಬರಬಹುದು. ಹೌದು ಅದು ಕೂಡ ಮುಖ್ಯ. ಅತಿಯಾಗಿ ಶಿಸ್ತಿನಿಂದ ಇರುವ ಮತ್ತು ಅತಿಯಾಗಿ ಸ್ವಾತಂತ್ರ್ಯ ಕೊಡುವುದರ ನಡುವೆ ಸಮತೋಲನ ಸಾಧಿಸುವುದು ಬಹಳ ಮುಖ್ಯ. ಆದರೆ ಶಿಸ್ತನ್ನು ಕಲಿಸಲು ಆಗುವುದಿಲ್ಲ. ಶಿಸ್ತನ್ನು ರೂಢಿಸಿಕೊಳ್ಳುವಂತೆ ಮಾಡಬಹುದು. ಶಿಸ್ತನ್ನು ಕಲಿಸಿದರೆ ಅದು ಬೇರೆಯವರಿಗೆ ತೋರ್ಪಡಿಕೆಯ ಶಿಸ್ತಾಗಿ ಉಳಿಯುತ್ತದೆ. ಇಂದು ಪೊಲೀಸ್ ದಂಡ ಹಾಕುತ್ತಾರೆ ಎಂದು ಹೆಲ್ಮೆಟ್ ಹಾಕಿದಂತೆ!

ಶಿಸ್ತು ಅಂತರ್ಗತವಾಗಬೇಕು. ಅದು ಬೋಧನೆಯಿಂದ ಆಗದು. ಬದಲಾಗಿ ಶಿಸ್ತು ಯಾಕೆ ಬೇಕು ಎಂದು ಅವರಿಗೆ ಅರಿವು ಮೂಡಿಸಬೇಕು. ಅದಕ್ಕಾಗಿ ಅವರ ಸ್ವಂತ ಆಲೋಚನೆ ಮತ್ತು ನಿದರ್ಶನಗಳನ್ನು ಬಳಸಬೇಕು. ಉದಾಹರಣೆಗೆ ಹದಿಹರೆಯದ ಯುವಕ ತನ್ನ ತಮ್ಮನಿಗೆ ಹೊಡೆಯುತ್ತಿದ್ದಾನೆ ಎಂದಾದರೆ ಇವನನ್ನು ಬೈಯ್ಯುವುದರಿಂದ ಸಮಸ್ಯೆ ಪರಿಹಾರ ಆಗದು. ಬದಲಿಗೆ ಪ್ರಶ್ನಿಸುವುದರ ಮೂಲಕ ಮತ್ತು ಹೊಡೆದಾಗ ಈತನಿಗೆ ಎಷ್ಟು ನೋವಾಗುತ್ತದೆ, ಹೇಗೆ ಎನ್ನಿಸುತ್ತದೆ ಎಂದು ಆಲೋಚಿಸಲು ಅವಕಾಶ ಮಾಡಬೇಕು.

ಹೀಗೆ ಎಲ್ಲಾ ವಿಚಾರಗಳಲ್ಲಿ ಶಿಸ್ತು ಯಾಕೆ ಮುಖ್ಯ ಎಂದು ತಿಳಿಸುವ ಪ್ರಯತ್ನ ಮಾಡಬೇಕೆ ವಿನಃ ಶಿಸ್ತು ಬೇಕು ಯಾಕೆಂದರೆ ಶಿಸ್ತು ಮುಖ್ಯ ಎನ್ನುವ ಉತ್ತರದಿಂದಲ್ಲ; ಬದಲಾಗಿ ತನ್ನ ನೆಮ್ಮದಿಗಾಗಿ, ಇತರರ ನೆಮ್ಮದಿಗಾಗಿ ಸಮಾಜದ ನೆಮ್ಮದಿಗಾಗಿ ಶಿಸ್ತು ಯಾಕೆ ಬೇಕು ಎಂದು ತಿಳಿಸಬೇಕಾಗುತ್ತದೆ.

ಇದು ಬಹಳ ಸಮಯ ಹಿಡಿಯುವ ಮತ್ತು ತಾಳ್ಮೆ ಬೇಡುವ ಪ್ರಕ್ರಿಯೆ ಆಗಿದೆ. ಹಾಗಾಗಿ ಸಂಯಮದಿಂದ ಮತ್ತು ಆಸ್ಥೆಯಿಂದ ಪೋಷಕರು ಈ ಕೆಲಸ ಮಾಡಬೇಕಾಗುತ್ತದೆ. ಆದರೆ ಸಮಯ ಇಲ್ಲದ ನಮಗೆ ಗದರಿಸಿ ಮಕ್ಕಳನ್ನು ಸುಮ್ಮನಾಗಿಸುವುದು ಸುಲಭವಾಗಿಬಿಟ್ಟಿದೆ.

- ಅತಿಯಾಗಿ ಮತ್ತು ತೀವ್ರವಾದ ಪ್ರತಿಕ್ರಿಯೆಗಳನ್ನು ಮಾಡಬೇಡಿ. ಎಲ್ಲಾ ವಿಚಾರಗಳಿಗೆ ಅತಿಯಾಗಿ ಪ್ರತಿಕ್ರಿಯಿಸುವ ಅಗತ್ಯ ಇಲ್ಲ. ಉದಾಹರಣೆಗೆ ಮಕ್ಕಳು ಒಂದು ಹಾಡನ್ನು ಇಷ್ಟಪಡುತ್ತಿದ್ದರೆ, ಅದು ನಿಮಗೆ ಇಷ್ಟ ಇಲ್ಲದಿದ್ದರೂ, ಯಾರಿಗೂ ಅದರಿಂದ ಹಾನಿ ಆಗದು ಅಥವಾ ಅದು ಕೆಟ್ಟದಲ್ಲ ಅಂದಿದ್ದರೆ ಅದಕ್ಕೆ ತೀರಾ ಗಂಭೀರವಾಗಿ ಪ್ರತಿಕ್ರಿಯಿಸುವ ಅಗತ್ಯ ಇರುವುದಿಲ್ಲ.

- ಮನೆಯ ಕೆಲವು ನಿಯಮಗಳ ಕುರಿತು ಸ್ಪಷ್ಟವಾಗಿ ಇರಿ ಮತ್ತು ಎಲ್ಲರು ಪಾಲಿಸಿ. ಮನೆಯ ಸಮಯದ ಕುರಿತು, ಸ್ವಚ್ಛತೆಯ ಕುರಿತು, ವಸ್ತುಗಳನ್ನು ಬಳಸುವ ಕುರಿತು ನಿಯಮಗಳನ್ನು ಬರೆದು ಅಂಟಿಸಿ ಮತ್ತು ಎಲ್ಲ ಬದ್ಧರಾಗುವಂತೆ ನೋಡಿಕೊಳ್ಳಿ.

- ಪ್ರತಿಕ್ರಿಯಿಸುವ ಮುಂಚೆ ತಪ್ಪು ಆಗಲು ಏನು ಕಾರಣ ಎಂದು ಅವರಿಂದಲೇ ತಿಳಿದುಕೊಳ್ಳಿ. ಇಲ್ಲಿ ಶಿಕ್ಷೆಯಾಗಿ ಎಂದು ಪೆಟ್ಟು ನೀಡುವುದೊ ಅಥವಾ ಅವಾಚ್ಯವಾಗಿ

ನಿಂದಿಸುವುದೊ ಮಾಡಬೇಡಿ. ಆದರೆ ಅವರು ತಪ್ಪು ಮಾಡಿದಾಗ ಅದನ್ನು ಖಡಾಖಂಡಿತವಾಗಿ ತಪ್ಪೆಂದು ಹೇಳಿ. ಆದರೆ ಹೇಳುವುದು ಅವರಿಗೆ ಮನವರಿಕೆ ಆಗುವಂತೆಯು ಮತ್ತು ಅವರ ವೈಯಕ್ತಿಕ ನಿಂದನೆಯ ಹೊರತಾಗಿಯು ಇರಬೇಕು.

- ನಿಮ್ಮ ಮಕ್ಕಳ ಅಶಿಸ್ತಿನ ವರ್ತನೆಯ ಕುರಿತು ಮನೆಗೆ ಬಂದವರಲ್ಲಿ ಅವರ ಅಥವಾ ನಿಮ್ಮ ಸ್ನೇಹಿತರು ಮತ್ತು ಸಂಬಂಧಿಕರ ಎದುರಲ್ಲಿ ಹೇಳಬೇಡಿ.
- ಮಕ್ಕಳು ನಿಯಮ ಪಾಲಿಸುತ್ತಿದ್ದಾಗ ಅದಕ್ಕಾಗಿ ಅವರನ್ನು ಅಭಿನಂದಿಸಿ.

## ಹದಿಹರೆಯದವರೊಂದಿಗೆ ಸಂಘರ್ಷ ನಿವಾರಣೆ

ಎಲ್ಲ ಕುಟುಂಬಗಳಲ್ಲಿ ಹದಿಹರೆಯದವರೊಂದಿಗೆ ಸ್ವಲ್ಪ ಪ್ರಮಾಣದ ಸಂಘರ್ಷ ಸಹಜವಾಗಿಯೇ ನಡೆಯುತ್ತದೆ ಮತ್ತು ಹೆಚ್ಚಿನ ಕುಟುಂಬಗಳಲ್ಲಿ ತೀವ್ರ ಪ್ರಮಾಣದಲ್ಲಿ ನಡೆಯುತ್ತದೆ. ಗೆಳೆಯರೊಂದಿಗೆ ಹೊರಗಡೆ ತಿರುಗಾಡುವುದಕ್ಕೋ, ಸಿನಿಮಾ ನೋಡುವುದಕ್ಕೋ, ಕೆಲವು ತಿಂಡಿ ತಿನಿಸು, ಬಟ್ಟೆ ಬರೆಯ ಅಥವಾ ಶಾಲಾ ಮನೆಕೆಲಸ ಮುಗಿಸದಿರುವುದಕ್ಕೊ- ಇಂತಹ ಕೆಲವು ವಿಚಾರಗಳಿಗೆ ನಿಮ್ಮ ಮಕ್ಕಳ ನಡುವೆ ಸಂಘರ್ಷ ಏರ್ಪಡಬಹುದು. ಹದಿಹರೆಯದ ವಯಸ್ಸಿನಲ್ಲಿ ಅತಿಯಾದ ಸ್ವಾತಂತ್ರ್ಯ ಮತ್ತು ಸ್ವಾವಲಂಬನೆಯ ಅಪೇಕ್ಷೆ ಇರುವುದರಿಂದ ನೀವು ನಿಯಂತ್ರಣ ಮಾಡಲು ಬಯಸಿದಾಗ ಸಂಘರ್ಷ ಉಂಟಾಗುವುದು ಸ್ವಾಭಾವಿಕ. ಅದನ್ನು ನಿರ್ವಹಿಸಲು ಕೆಳಗಿನ ವಿಚಾರಗಳನ್ನು ಗಮನದಲ್ಲಿರಿಸಿಕೊಳ್ಳಬಹುದು.

- ಆಗ ನಡೆಯುವ ವಾದವಿವಾದಗಳನ್ನು ದಾಟಿ ಸಂಘರ್ಷದ ಮೂಲ ಕಾರಣವನ್ನು ಪತ್ತೆ ಹಚ್ಚುವುದು ಬಹಳ ಮುಖ್ಯ.
- ಅವರತ್ತ ಗಮನ ಹರಿಸುವುದು ಈ ಸಂದರ್ಭಗಳಲ್ಲಿ ಮುಖ್ಯವಾಗುತ್ತದೆ. ಹೆಚ್ಚಿನ ಸಂದರ್ಭದಲ್ಲಿ ಹೆತ್ತವರಿಂದ ಅಪೇಕ್ಷಿಸುವ ಗಮನ ಸಂಘರ್ಷದ ರೂಪದಲ್ಲಿ ಹೊರಹೊಮ್ಮಬಹುದು.
- ಉದಾಹರಣೆಗೆ: ಕೆಲವೊಮ್ಮೆ ನನಗೆ ತಂದೆ ತಾಯಿಯ ಅವಶ್ಯಕತೆ ಇಲ್ಲ ಎಂದು ಸಂಘರ್ಷದ ಸಮಯದಲ್ಲಿ ಹೇಳಬಹುದು. ಆದರೆ ತಂದೆ ತಾಯಿಯ ಪ್ರೀತಿಯ ಅಪೇಕ್ಷೆ ಹೆಚ್ಚಿದ್ದರಿಂದಲೇ ಅದು ಸಿಗದೇ ಕುಪಿತಗೊಂಡು ಹಾಗೆ ಹೇಳುವ ಸಾಧ್ಯತೆಗಳು ಹೆಚ್ಚಿರುತ್ತವೆ. ಹಾಗಾಗಿ ಇಂತಹ ಸೂಕ್ಷ್ಮ ವಿಚಾರಗಳನ್ನು ಅವಲೋಕಿಸುವುದು ಬಹಳ ಮುಖ್ಯ.
- ಅದೇ ಕ್ಷಣದಲ್ಲಿ ಸಮಸ್ಯೆಯನ್ನು ಪರಿಹರಿಸಲು ಪ್ರಯತ್ನಿಸಬೇಡಿ. ಹದಿಹರೆಯದ ವಯಸ್ಸಿನಲ್ಲಿ ಮುಂಗೋಪ ಹೆಚ್ಚಿರುವುದರಿಂದ ಸಂಘರ್ಷದ ಸಮಯದಲ್ಲಿ

ಅತಿಯಾಗಿ ವಾದ ಮಾಡುವ ಮತ್ತು ಎದುರುತ್ತರ ನೀಡುವ ಪ್ರವೃತ್ತಿ ಜಾಸ್ತಿ ಇರುತ್ತದೆ. ಈ ಸಂದರ್ಭದಲ್ಲಿ ನೀವು ವಾದಕ್ಕಿಳಿಯದೆ, ಅಲ್ಲಿಂದ ನಿರ್ಗಮಿಸಿ, ಪರಿಸ್ಥಿತಿ ಶಾಂತ ಆದ ನಂತರ ಆ ಸಮಸ್ಯೆಯ ಬಗ್ಗೆ ಚರ್ಚಿಸಿ ಪರಿಹರಿಸಲು ಪ್ರಯತ್ನಿಸಿ.

* ನಿರಂತರವಾಗಿ ಹದಿಹರೆಯದವರೊಂದಿಗೆ ಸಂವಾದ ನಡೆಸುತ್ತಿರಿ. ವಾರಕ್ಕೊಮ್ಮೆ ಆದರೂ ಅವರ ಶಾಲೆ ಹಾಗೂ ವೈಯಕ್ತಿಕ ಜೀವನದ ಕುರಿತು ಮಾತನಾಡಿ ಏನಾದರೂ ತೊಂದರೆ ಆಗುತ್ತಿದೆಯೆ ಎಂದು ವಿಚಾರಿಸಿ.

* ಸದಾ ಸಂಘರ್ಷವಾಗುತ್ತಿದ್ದರೆ, ವಿನಾಕಾರಣ ತೊಂದರೆ ಆಗುತ್ತಿದ್ದರೆ ಆಪ್ತ ಸಲಹಾಕಾರರ ಸಹಾಯ ಪಡೆಯಿರಿ.

## ಮಕ್ಕಳಿಗೆ ಹದಿಹರೆಯದವರಿಗೆ ಮೌಲ್ಯಗಳನ್ನು ಕಲಿಸುವ ಬಗೆ ಹೇಗೆ?

ಚಿಕ್ಕಂದಿನಿಂದ ನೀವು ಕಲಿಸುತ್ತಿರುವ ಪ್ರಾಮಾಣಿಕತೆ ಮತ್ತು ದಯೆಗಳಂತಹ ಮೌಲ್ಯಗಳನ್ನು ಗಟ್ಟಿಗೊಳಿಸಲು ಹದಿಹರೆಯ ಸೂಕ್ತವಾದ ವಯಸ್ಸು. ಮೌಲ್ಯಗಳನ್ನು ಕಲಿಸಲು ಇರುವ ಒಂದೇ ಮಾರ್ಗವೆಂದರೆ ಪೋಷಕರು ಸ್ವತಃ ಮಾದರಿ ಆಗಿರುವುದು. ಹಾಗಾಗಿ ನೀವು ಈ ಕೆಳಗಿನ ಪ್ರಶ್ನೆಗಳನ್ನು ನಿಮಗೆ ಕೇಳಿಕೊಂಡು ಪರಿಶೀಲನೆ ಮಾಡಬೇಕಾಗಿದೆ. ಆಗ ಮಾತ್ರ ನೀವು ಹೇಳುವುದನ್ನು ಅವರು ಕೇಳುವ ಮನಸ್ಸು ಮಾಡುತ್ತಾರೆ. ಆದರೂ ಕೇಳುತ್ತಾರೆ ಎಂದು ಹೇಳಲು ಬರುವುದಿಲ್ಲ.

* ನೀವು ಸದಾ ಪ್ರಾಮಾಣಿಕರಾಗಿರುತ್ತೀರಾ? ನಿಮಗೋಸ್ಕರ ಯಾವಾಗಲಾದರೂ ಮಕ್ಕಳ ಬಳಿ ಸುಳ್ಳು ಹೇಳಲು ಹೇಳಿದ್ದೀರಾ?

* ಬೇರೆಯವರಿಗೆ ನೀವು ಗೌರವ ತೋರಿಸುತ್ತೀರಾ?

* ಒಳ್ಳೆಯ ಆರೋಗ್ಯದಾಯಕ ಅಭ್ಯಾಸಗಳನ್ನು ನೀವು ಪಾಲಿಸುತ್ತೀರಾ?

* ನೀವು ಮಾಡುತ್ತಿರುವ ಕೆಲಸಗಳ ಬಗ್ಗೆ ನಿಮಗೆ ಹೆಮ್ಮೆ ಇದೆಯಾ?

* ನಿಮಗಿರುವ ಸ್ನೇಹಿತರು ಕೂಡ ಗೌರವಯುತವಾಗಿದ್ದಾರೆಯೇ?

ಹದಿಹರೆಯದವರ ಮಕ್ಕಳು ಹಿರಿಯರನ್ನು ಬಹಳ ತೀಕ್ಷ್ಣವಾಗಿ ಗಮನಿಸುತ್ತಿರುತ್ತಾರೆ. ಹಾಗಾಗಿ ನಾವು ಅವರಿಗೆ ಹೇಳುತ್ತಿರುವ ಬುದ್ಧಿವಾದಗಳಿಗೆ, ಹಿತವಚನಗಳಿಗೆ ಬದ್ಧರಾಗಿರಬೇಕು. ಎಷ್ಟೋ ತಂದೆ ತಾಯಿಯರು ನಮ್ಮ ಮಕ್ಕಳು ನಮ್ಮ ಮಾತು ಕೇಳುವುದಿಲ್ಲಾ ಎಂದು ದೂರುತ್ತಾರೆ. ಆದರೆ ನಾವು ಗಮನಿಸಬೇಕಾದ ವಿಚಾರವೆಂದರೆ ಮಕ್ಕಳು ಕೇಳುವುದಿಲ್ಲ, ನೋಡುತ್ತಾರೆ. ನಾವು ಹೇಳುವುದಕ್ಕೂ ನಿಜವಾಗಿ ಇರುವುದಕ್ಕೂ ವ್ಯತ್ಯಾಸ ಗುರುತಿಸುತ್ತಾರೆ. ನಾವು ಹೇಳುತ್ತಿರುವ ಆದರ್ಶಗಳನ್ನು ಪಾಲಿಸದೇ ಬದುಕುತ್ತಿದ್ದಲ್ಲಿ

ಅವರು ನಮ್ಮ ಮಾತುಗಳಿಗೆ ಬೆಲೆ ನೀಡುವುದಿಲ್ಲ. ಹಾಗಾಗಿ ನಾವು ಅವರಿಗೆ ಮಾದರಿ ಆದರೆ ಮಾತ್ರ ಅವರು ನಮ್ಮ ಸಲಹೆ ಸೂಚನೆಗಳನ್ನು ಗಣನೆಗೆ ತೆಗೆದುಕೊಳ್ಳುತ್ತಾರೆ.

## ಹದಿಹರೆಯದವರೊಂದಿಗೆ ಹಣದ ವ್ಯವಹಾರ

ಇತ್ತೀಚೆಗೆ ಮಕ್ಕಳಿಗೆ ಹೆತ್ತವರು ಕೇಳಿದ ಹಾಗೆಲ್ಲ ಹಣ ಕೊಡುವ ಅಭ್ಯಾಸ ರೂಢಿಸಿಕೊಂಡಿದ್ದಾರೆ. ಆದರೆ ಹಣದ ವ್ಯವಹಾರವನ್ನು ಬಹಳ ಮುತುವರ್ಜಿಯಿಂದ ನಡೆಸಬೇಕಿರುವುದು ಮುಖ್ಯ. ಮಕ್ಕಳ ಕೈಯಲ್ಲಿ ಹಣ ನೀಡುವ ಜೊತೆಗೆ ಅದನ್ನು ಹೇಗೆ ಬಳಸಬೇಕು ಎಂಬ ಅರಿವನ್ನು ಕೊಡುವುದಕ್ಕೆ ಈ ಅವಕಾಶವನ್ನು ಬಳಸಿ.

* ಹದಿಹರೆಯದವರ ಖರ್ಚಿಗೆ ಬೇಕಾಗುವ ಹಣದ ಕುರಿತು ಆಯವ್ಯಯ ಯೋಜಿಸುವಾಗ ಅವರನ್ನು ಸೇರಿಸಿಕೊಳ್ಳಿ.

* ಲೆಕ್ಕಕ್ಕಿಂತ ಹೆಚ್ಚಿನ ಹಣ ನೀಡಬೇಡಿ.

* ಹಣದ ಉಳಿತಾಯದ ಪ್ರಾಮುಖ್ಯತೆಯ ಕುರಿತು ತಿಳಿಸಿ ಹಾಗೂ ಚರ್ಚಿಸಿ.

* ನೀವು ಹಣ ಹೇಗೆ ಸಂಪಾದಿಸುತ್ತಿದ್ದೀರಿ ಮತ್ತು ಅದಕ್ಕಾಗಿ ಎಷ್ಟು ಕಷ್ಟಪಡಬೇಕಾಗಿದೆ ಎಂದು ಅವರಿಗೂ ತಿಳಿಸಿ. ಆದರೆ ಅದನ್ನೇ ಪದೇ ಪದೇ ಹೇಳಿ ಕಿರಿಕಿರಿ ಉಂಟುಮಾಡಬೇಡಿ. ಅವರಿಗೆ ಹಣವನ್ನು ನೀಡುವಾಗ ಈ ಕುರಿತು ಹೇಳಬೇಡಿ. ವಿರಾಮದ ಸಮಯದಲ್ಲಿ ಹೇಳಿ.

## ಮನೆಯಲ್ಲಿ ಕಲಿಕಾ ವಾತಾವರಣ ನಿರ್ಮಾಣ ಮಾಡುವುದು

* ಶಾಲೆ ಮಾತ್ರವಲ್ಲದೆ ಮನೆಯಲ್ಲಿಯೂ ಸಕಾರಾತ್ಮಕವಾದ ಕಲಿಕಾ ವಾತಾವರಣ ನಿರ್ಮಾಣವಾದರೆ ಮಕ್ಕಳು ಕಲಿಕೆಯನ್ನು ಆನಂದಿಸುವಂತೆ ಮಾಡಬಹುದು. ಅದು ಅವರ ಶಾಲಾ ಕಲಿಕೆಗೆ ಪೂರಕವಾಗಿದ್ದು, ಇನ್ನೂ ಹೆಚ್ಚಿನ ಜ್ಞಾನ ನೀಡುವಂತೆ ಇರಬೇಕು.

* ಮಕ್ಕಳ ಕಲಿಕೆಯಲ್ಲಿ ನೀವು ಭಾಗಿಯಾಗಿ.

* ಪ್ರಚಲಿತ ವಿದ್ಯಮಾನಗಳ ಬಗ್ಗೆ, ದೇಶದಲ್ಲಿ, ರಾಜ್ಯದಲ್ಲಿ ಮತ್ತು ನಿಮ್ಮ ಸುತ್ತಮುತ್ತಲಿನಲ್ಲಿ ನಡೆಯುವ ಘಟನೆಗಳ ಕುರಿತು ಚರ್ಚಿಸಿ.

* ಸಾಂಸ್ಕೃತಿಕ ಕೇಂದ್ರ, ಮೃಗಾಲಯ, ವಸ್ತುಸಂಗ್ರಹಾಲಯಗಳಿಗೆ ಹಾಗೂ ಐತಿಹಾಸಿಕ ಸ್ಥಳಗಳಿಗೆ ಭೇಟಿ ನೀಡಿ.

* ಸಂಗೀತ ಕಛೇರಿ, ಒಳ್ಳೆಯ ನಾಟಕ, ಸಿನಿಮಾ ಮತ್ತು ಸಾಂಸ್ಕೃತಿಕ ಕಾರ್ಯಕ್ರಮಕ್ಕೆ ಅವರನ್ನು ಕರೆದೊಯ್ಯಿರಿ. ಮತ್ತು ಆ ಕುರಿತು ಚರ್ಚಿಸಿ.

- ಅವರ ವಯಸ್ಸಿಗೆ ಅನುಗುಣವಾಗಿರುವ ಎಲ್ಲ ಪ್ರಕಾರದ ಪುಸ್ತಕಗಳನ್ನು ಪರಿಚಯಿಸಿ, ಲೇಖನಗಳು, ಪತ್ರಿಕೆಗಳು, ಪ್ರಚಲಿತ ಘಟನೆಗಳು, ಕಥೆ, ಕಾದಂಬರಿ, ಕವನಗಳನ್ನು ಓದಲು ನೀಡಿ. ಅದರ ಬಗ್ಗೆ ಚರ್ಚಿಸಿ.

ನಿಮ್ಮ ಮಕ್ಕಳು ನಿಮ್ಮ ಮಕ್ಕಳಲ್ಲ,

ಪರಿಪೂರ್ಣ ಜೀವನಕ್ಕಾಗಿ ಹಾತೊರೆಯುವ ಕುಡಿಗಳು ಅವರು;

ಅವರು ನಿಮ್ಮ ಮೂಲಕ ಬಂದಿದ್ದಾರೆ, ಆದರೆ ನಿಮ್ಮಿಂದಲ್ಲ,

ಅವರು ನಿಮ್ಮ ಜೊತೆಗೆ ಇರುವುದಾದರೂ ನಿಮಗೆ ಸೇರಿದವರಲ್ಲ;

ನಿಮ್ಮ ಪ್ರೀತಿಯನ್ನು ಅವರಿಗೆ ನೀಡಬಹುದು,

ಆದರೆ ನಿಮ್ಮ ಆಲೋಚನೆಗಳನ್ನಲ್ಲ,

ಅವರಿಗೆ ಅವರದೇ ಆದ ಸ್ವಂತ ಆಲೋಚನೆಗಳಿವೆ;

ನೀವು ಅವರಿಗೆ ದೇಹವನ್ನು ಧಾರೆ ಎರೆಯಬಹುದು, ಆದರೆ ಆತ್ಮವನ್ನಲ್ಲ.

ಅವರಂತಿರಲು ನೀವು ಪ್ರಯತ್ನಿಸಬಹುದು,

ಆದರೆ ನಿಮ್ಮಂತೆ ಅವರನ್ನು ಮಾಡದಿರಿ,

ಕಾರಣ ಜೀವನ ಎಂದಿಗೂ ಹಿಮ್ಮುಖವಾಗಿ ಚಲಿಸುವುದಿಲ್ಲ.

–ಮೂಲ: ಖಲೀಲ್ ಗಿಬ್ರಾನ್

ಕನ್ನಡಕ್ಕೆ: ಲೇಖಕರು

ಮಕ್ಕಳನ್ನು ಹೇಗೆ ನೋಡಬೇಕು ಎನ್ನುವುದರ ಕುರಿತು ಖಲೀಲ್ ಗಿಬ್ರಾನ್ ಅವರ ಈ ಕವಿತೆಯ ಭಾಗಕ್ಕಿಂತ ಇನ್ನೂ ಅರ್ಥಪೂರ್ಣವಾಗಿ ಹೇಳಲು ಸಾಧ್ಯವೇ? ಈ ಕವಿತೆ ನಮಗೆಲ್ಲರಿಗೂ ದಾರಿ ದೀಪವಾಗಲಿ.

15

# ಹದಿಹರೆಯದ ಮಕ್ಕಳಲ್ಲಿನ ಬದಲಾವಣೆ: ರಕ್ಷಕ - ಶಿಕ್ಷಕರ ಪ್ರಶ್ನೆಗಳು

ಡಾ. ಅರವಿಂದರು ಅವರು ತಮ್ಮ ವೃತ್ತಿಯ ಏಕಾತನತೆಯನ್ನು ಮರೆಯಲು ಆಗಾಗ ಶಾಲಾ - ಕಾಲೇಜುಗಳಲ್ಲಿ ಪೋಷಕರು, ಶಿಕ್ಷಕರನ್ನು ಉದ್ದೇಶಿಸಿ ಇಲ್ಲವೇ ವಿದ್ಯಾರ್ಥಿಗಳನ್ನು ಕುರಿತು ಮಾತನಾಡುವುದು ಅಭ್ಯಾಸ ಮಾಡಿಕೊಂಡಿದ್ದರು. ಇಂತಹ ಒಂದು ಕಾರ್ಯಕ್ರಮಕ್ಕೆ ಕುಂದಾಪುರ ಹತ್ತಿರದ ಹಳ್ಳಿಯ ಸರ್ಕಾರಿ ಪ್ರೌಢಶಾಲೆಗೆ ಹೋದರು. ಅದು ಶಿಕ್ಷಕ - ರಕ್ಷಕ ಸಂಘದ ಸಭೆ.

ಸಭೆಯಲ್ಲಿ ಡಾ. ಅರವಿಂದ್ ಅವರು ಹದಿಹರೆಯದ ಮಕ್ಕಳಲ್ಲಿರುವ ವೈಶಿಷ್ಟ್ಯಗಳು, ಅವರ ದೇಹ, ಮನಸ್ಸು ಮತ್ತು ಬೌದ್ಧಿಕ ಮೌಲ್ಯಗಳಲ್ಲಿ ಆಗುವ ಬದಲಾವಣೆಗಳನ್ನು ವಿವರವಾಗಿ ತಿಳಿಸಿದರು. 'ಹುಚ್ಚು ಕೋಡಿ ಮನಸ್ಸು, ಅದು ಹದಿನಾರರ ವಯಸ್ಸು' ಎಂಬ ಡಾ।ವೆಂಕಟೇಶ ಮೂರ್ತಿಯವರ ಭಾವಗೀತೆಯ ಉಲ್ಲೇಖ ಮಾಡಿದರು. ತಾಯಿ - ತಂದೆ, ಗುರು - ಹಿರಿಯರನ್ನು ವಿರೋಧಿಸುವುದು, ಮಿತ್ರರಿಂದ ಪ್ರಭಾವಿತರಾಗುವುದು ಹಾಗೂ ಅವರು ಹೇಳಿದ ವಿಷಯಗಳನ್ನು ಸರಿ-ತಪ್ಪು ಯೋಚಿಸದೆ ಒಪ್ಪಿಬಿಡುವುದು, ಕುತೂಹಲ ಮತ್ತು ಪ್ರಯೋಗ ಮನೋಭಾವ ಇವರನ್ನೆಲ್ಲ ಮದ್ಯ, ಮೊಬೈಲ್, ಇಂಟರ್ನೆಟ್‌ನಂತಹ ವಿಷಯಗಳತ್ತ ಸೆಳೆಯುವುದು, ಅನ್ಯಲಿಂಗ ಆಕರ್ಷಣೆ, ಮಾಧ್ಯಮದ ಪ್ರಚೋದನೆ, ತಾವು ಸ್ವತಂತ್ರರು ಎಂಬ ಭಾವನೆ, ತನ್ನನ್ನು ಯಾರಾದರೂ ಗುರುತಿಸಲಿ ಎಂಬ ಯೋಚನೆ, ಟಿ.ವಿ. ಯಾ ಸಿನೆಮಾ, ಕ್ರಿಕೆಟ್ ತಾರೆಯರ ಅನುಕರಣೆ ಸರ್ವೇಸಾಮಾನ್ಯ ಎಂಬುದಾಗಿ ಉದಾಹರಣೆ ಸಹಿತ ಹೇಳಿದರು.

ಹದಿಹರೆಯದಲ್ಲಿ ಕೀಳರಿಮೆ, ಖಿನ್ನತೆ, ಆತ್ಮಹತ್ಯೆಯ ಆಲೋಚನೆ, ಸಾಮಾಜಿಕ ಆತಂಕ, ಗೀಳು, ಮನೋರೋಗ ಮುಂತಾದ ಮನೋಭಾವನಾತ್ಮಕ ಸಮಸ್ಯೆಗಳಿಂದ ಬಳಲುತ್ತಾರೆ. ಹೆಚ್ಚಾಗಿ ಮಿತ್ರರ ಒತ್ತಡ, ಮೋಜಿನ ಜೀವನ, ಒತ್ತಡ ನಿವಾರಣೆಯ ತಂತ್ರವೆಂದು ಹಲವರು ಮದ್ಯ ಮಾದಕ ವ್ಯಸನ ಇಲ್ಲವೇ ಇಂಟರ್ನೆಟ್, ವಾಟ್ಸ್ಯಾಪ್, ಫೇಸ್ ಬುಕ್ ಅತಿಯಾಗಿ ಉಪಯೋಗಿಸುವ ವ್ಯಸನಕ್ಕೆ ಬಲಿಯಾಗುತ್ತಾರೆ. ಹಲವು ಮಕ್ಕಳು ಕಲಿಕಾ ತೊಂದರೆಯಿಂದ ಬಳಲುತ್ತಾರೆ. ಕಲಿಕೆಯಲ್ಲಿ ಹಿಂದುಳಿದ ಮಕ್ಕಳು ಹುಟ್ಟುವಾಗಲೇ ನ್ಯೂನತೆಗಳಿಂದ ಮಿದುಳಿನ ನರಕೋಶಗಳಲ್ಲಿ ಅಥವಾ ಮೇಲ್ಮೈಯಲ್ಲಿನ ಸಮಸ್ಯೆಗಳಿಂದ ಬರವಣಿಗೆ ಅಥವಾ

ಓದುವಿಕೆಯಲ್ಲಿ ಹಿಂದುಳಿಯುತ್ತಾರೆ. ಹದಿಹರೆಯದಲ್ಲಿ ಈ ಮಕ್ಕಳು ಕೀಳರಿಮೆಯಿಂದಾಗಿ ತನ್ನ ಸಹಪಾಠಿಗಳೊಡನೆ ಜಗಳ, ಗುರು ಹಿರಿಯರಿಗೆ ಅವಿಧೇಯನಾಗುವುದು ಮುಂತಾದ ಕಾರಣಗಳಿಂದ ಭಾವನಾತ್ಮಕ ಸಮಸ್ಯೆಗಳಿಗೆ ಬಲಿಯಾಗಬಹುದು. ಈ ಎಲ್ಲಾ ವಿಷಯಗಳ ಬಗ್ಗೆ ಡಾ. ಅರವಿಂದ್ ಅವರು ಮಾತನಾಡಿದ ನಂತರ ತಾಯಿ ತಂದೆಯರೊಂದಿಗೆ ಸಂವಾದ ಕಾರ್ಯಕ್ರಮವನ್ನೂ ನಡೆಸಿದರು. ಶಿಕ್ಷಕರ ಮತ್ತು ಪೋಷಕರು ಕೇಳಿದ ಪ್ರಶ್ನೆಗಳಿಗೆ ಒಂದೊಂದಾಗಿ ಡಾ. ಅರವಿಂದ್ ಉತ್ತರಿಸಿದರು.

## ಹದಿಹರೆಯದ ವಯಸ್ಸಿನ ಸಾಮನ್ಯ ಲಕ್ಷಣಗಳು ಯಾವುವು?

- ದೇಹದಲ್ಲಿ ಹಾರ್ಮೋನು ಮತ್ತು ರಾಸಾಯನಿಕ ಬದಲಾವಣೆಗಳು
- ದೈಹಿಕವಾಗಿ ತೋರುವಿಕೆಯಲ್ಲಿ ಬದಲಾವಣೆ ಮತ್ತು ಲೈಂಗಿಕ ಭಾಗಗಳ ಬೆಳವಣಿಗೆ
- ಅತಿಯಾದ ಉತ್ಸಾಹ, ಆತಂಕ, ಉನ್ಮಾದ ಮತ್ತು ಖಿನ್ನತೆಯಂತಹ ಭಾವನಾತ್ಮಕ ಬದಲಾವಣೆಗಳು.
- ಆಕ್ರಮಣಶೀಲತೆ, ಅಪಾಯಗಳನ್ನು ತೆಗೆದುಕೊಳ್ಳುವ ಹುಮ್ಮಸ್ಸು, ಸಂಘರ್ಷ, ಥ್ರಿಲ್ ಹುಡುಕುವ-ಇತ್ಯಾದಿ ಹೊಸ ನಡವಳಿಕೆಗಳು.
- ಗುರುತಿಸುವಿಕೆಯ ಹಂಬಲ, ಹಿರಿಯರ ಅಥವಾ ಅಧಿಕಾರದ ವಿರುದ್ಧ ಬಂಡಾಯ, ಲೈಂಗಿಕತೆ ಮತ್ತು ಪ್ರೇಮದ ಕುರಿತು ಆಸಕ್ತಿ, ಹೆಚ್ಚಾದ ಸ್ವಯಂ ಪ್ರಜ್ಞೆ (self-conscious) ಹಾಗೂ ಸಮವಯಸ್ಕರ ಜೊತೆ ಅತಿಯಾದ ಅವಲಂಬನೆ ಇತ್ಯಾದಿ ಮಾನಸಿಕ ಬದಲಾವಣೆಗಳು.
- ಹೆಚ್ಚು ಸ್ವಾಯತ್ತತೆ (Autonomy) ಮತ್ತು ಸ್ವಾತಂತ್ರ್ಯವನ್ನು ಬಯಸುವ ಸಾಮಾಜಿಕ ಬದಲಾವಣೆಗಳು.
- ಹೆಚ್ಚಿನ ಮಹತ್ವದ ಕಲಿಕೆ ಮತ್ತು ತಿಳುವಳಿಕೆ ಉಂಟಾಗಲು ಪೂರಕವಾಗುವಂತೆ ಬೌದ್ಧಿಕ/ ಜ್ಞಾನಗ್ರಹಣ ಪ್ರಕ್ರಿಯೆಗಳಲ್ಲಿ ಬದಲಾವಣೆಗಳು. (cognition)

## ಹುಡುಗಿಯರಲ್ಲಾಗುವ ದೈಹಿಕ ಬದಲಾವಣೆಗಳು ಯಾವುವು?

ಹದಿಹರೆಯದ ಈ ಘಟ್ಟವನ್ನು ಹುಡುಗ ಹಾಗೂ ಹುಡುಗಿಯರು ಇಬ್ಬರಲ್ಲೂ ಪ್ಯೂಬರ್ಟಿ ಅಥವಾ ಪ್ರೌಢಾವಸ್ಥೆ ಎಂದು ಕರೆಯುತ್ತಾರೆ. ಹದಿಹರೆಯದ ಹುಡುಗಿಯರಲ್ಲಿ ಕಾಣಬರುವ ಪ್ರಮುಖ ಲಕ್ಷಣಗಳೆಂದರೆ, ದೇಹದಲ್ಲಾಗುವ ಕೆಲವು ದೈಹಿಕ ಮತ್ತು ಲೈಂಗಿಕ ಬದಲಾವಣೆ ಹಾಗೂ ಹೊಸ ಅಂಗಗಳ ರಚನೆ. ಈ ಬದಲಾಣೆಗಳು ಬಹಳ ತ್ವರಿತವಾಗಿ

ಆಗುತ್ತದೆ ಮತ್ತು ಈ ಬದಲಾವಣೆಗಳು ಬೇಗನೆ ಗುರುತಿಸುವಂತಹುದಾಗಿದ್ದು, ಮಕ್ಕಳ ಗಮನ ಈ ಬೆಳವಣಿಗೆಗಳತ್ತ ಸುಲಭವಾಗಿ ಆಗುತ್ತದೆ. ಹುಡುಗಿಯರಲ್ಲಿ ಈ ಬದಲಾವಣೆಗಳು ಸಾಮಾನ್ಯವಾಗಿ ಹತ್ತು ವರ್ಷಗಳಿಂದ ಪ್ರಾರಂಭವಾಗಿ ಹನ್ನೆರಡರಿಂದ ಹದಿಮೂರನೇ ವಯಸ್ಸಿನಲ್ಲಿ ಋತುಚಕ್ರ ಶುರುವಾಗುತ್ತದೆ. ಆದರೆ ಎಲ್ಲರಿಗೂ ಒಂದೇ ಪ್ರಾಯದಲ್ಲಿ ಶುರುವಾಗಬೇಕಿಲ್ಲ. ಕೆಲವೊಬ್ಬರಿಗೆ ಸಾಮಾನ್ಯ ಅವಧಿಗಿಂತ ಮುಂಚಿತವಾಗಿಯೂ ಇನ್ನು ಕೆಲವರಿಗೆ ತಡವಾಗಿಯೂ ಆಗುವುದುಂಟು. ಈ ಬದಲಾವಣೆಗಳು ಬೇಗ ಎಂದರೆ ಎಂಟು ವರ್ಷದಿಂದಲೂ ಶುರು ಆಗಬಹುದು ಅಥವಾ ತಡವೆಂದರೆ ಹದಿನೈದು ವರ್ಷದಲ್ಲೂ ಶುರುವಾಗಬಹುದು. ಹದಿಹರೆಯದ ಹುಡುಗಿಯರಲ್ಲಾಗುವ ದೈಹಿಕ ಬದಲಾವಣೆಗಳು ಈ ರೀತಿಯಾಗಿದೆ:

- ಸ್ತನಗಳ ಮೂಡುವಿಕೆ ಮತ್ತು ಅವುಗಳ ನಿಧಾನ ಬೆಳವಣಿಗೆ ಹದಿಹರೆಯದ ಶುರುವಿನಲ್ಲಿ ಪ್ರಾರಂಭವಾಗುತ್ತದೆ.
- ದೇಹದ ತೂಕ, ಎತ್ತರ, ಗಾತ್ರ ಮತ್ತು ಆಕಾರ, ಮಾಂಸಖಂಡಗಳ ಬೆಳವಣಿಗೆ ಹದಿಹರೆಯ ಶುರುವಾದ ನಂತರ ಗಮನಾರ್ಹವಾಗಿ ಆಗುತ್ತದೆ.
- ಋತುಚಕ್ರವು ಸಹಜವಾಗಿ ಹದಿಹರೆಯದ ಪ್ರಾರಂಭಿಕ ಲಕ್ಷಣಗಳು ಕಾಣಿಸಿಕೊಂಡ 18 ತಿಂಗಳಿನಿಂದ ಎರಡು ವರ್ಷದ ನಡುವಿನಲ್ಲಿ ಪ್ರಾರಂಭವಾಗುತ್ತದೆ.
- ದೇಹದ ಗುಪ್ತಭಾಗ ಮತ್ತು ಕಂಕುಳಿನ ಭಾಗದಲ್ಲಿ ಕೂದಲುಗಳ ಬೆಳವಣಿಗೆ ಪ್ರಾರಂಭವಾಗುತ್ತದೆ.

## ಹದಿಹರೆಯದ ಹುಡುಗರಲ್ಲಿ ಆಗುವ ದೈಹಿಕ ಬದಲಾವಣೆಗಳು ಯಾವುವು?

ಹುಡುಗರಲ್ಲಿ ಸರಾಸರಿಯಾಗಿ ಹನ್ನೆರಡರಿಂದ ಹದಿನೈದು ವರ್ಷದ ನಡುವೆ ಹದಿಹರೆಯದ ಲಕ್ಷಣಗಳು ಸಹಜವಾಗಿ ಗೋಚರಿಸುತ್ತದೆ. ಕೆಲವೊಂದು ವ್ಯತಿರಿಕ್ತ ಪರಿಸ್ಥಿತಿಯಲ್ಲಿ ಸಾಮಾನ್ಯ ವಯಸ್ಸಿಗಿಂತ ಮುಂಚಿತವಾಗಿ ಅಥವಾ ತಡವಾಗಿ ಹದಿಹರೆಯದ ಲಕ್ಷಣಗಳು ಕಂಡುಬರುಬಹುದು. ಗಂಡು ಮಕ್ಕಳಲ್ಲಿ ಕೆಲವೊಮ್ಮೆ ಬೇಗ ಎಂದರೆ ಒಂಬತ್ತು ವರ್ಷದಲ್ಲೂ ಹದಿಹರೆಯದ ಲಕ್ಷಣಗಳು ಶುರುವಾಗಬಹುದು. ಹಾಗೆ, ತಡವೆಂದರೆ ಹದಿನಾರು ವರ್ಷದ ನಂತರವೂ ಕೂಡ ಈ ಬದಲಾವಣೆಗಳು ಪ್ರಾರಂಭವಾಗಬಹುದು. ಸಹಜವಾಗಿ ಗಂಡುಮಕ್ಕಳಲ್ಲಿ ಹುಡುಗಿಯರಂತೆ ಋತುಮತಿಯರಾಗುವಂತಹ ರೀತಿಯ ಹಠಾತ್ ಬದಲಾವಣೆಗಳು ಆಗದೆ ನಿಧಾನವಾದ ರೀತಿ ಬದಲಾವಣೆಗಳು ಆಗುತ್ತದೆ. ಹೆಚ್ಚಾಗಿ ಗಂಡುಮಕ್ಕಳ ಮುಖದ ಮೇಲೆ ಮೂಡುವ ಕೂದಲು ಮತ್ತು ಧ್ವನಿಯಲ್ಲಾಗುವ ಬದಲಾವಣೆಗಳಿಂದ ಜನ ಹುಡುಗ ಹದಿಹರೆಯಕ್ಕೆ ಕಾಲಿಡುತ್ತಿದ್ದಾನೆ ಎಂದು ಗುರುತಿಸುತ್ತಾರೆ. ಹದಿಹರೆಯದ ಹುಡುಗರಲ್ಲಾಗುವ ದೈಹಿಕ ಬದಲಾವಣೆಗಳು ಈ ರೀತಿಯಾಗಿದೆ:

- ದೇಹದ ಆಕಾರ, ಗಾತ್ರ, ಎತ್ತರ ಮತ್ತು ತೂಕದಲ್ಲಿ ಹೆಚ್ಚಳ ಮತ್ತು ಬದಲಾವಣೆ ಕಂಡುಬರುವುದು.
- ಇದಕ್ಕಿಂತಲೂ ಮುಂಚೆ ಆದಿಯಲ್ಲಿ ವೃಷಣಗಳ ಗಾತ್ರದಲ್ಲಿ ಮತ್ತು ಶಿಶ್ನದ ಗಾತ್ರದಲ್ಲೂ ಬದಲಾವಣೆ ಆಗುತ್ತದೆ.
- ವೀರ್ಯೋತ್ಪತ್ತಿಯ ಕಾರ್ಯ ಕೂಡ ಪ್ರಾರಂಭವಾಗುತ್ತದೆ.
- ದೇಹದ ಗುಪ್ತಭಾಗಗಳಲ್ಲಿ, ಕಂಕುಳಿನ ಭಾಗದಲ್ಲಿ ಕೂದಲು ಮತ್ತು ಮೀಸೆ ಹಾಗೂ ಗಡ್ಡಗಳ ಚಿಗುರುವಿಕೆ ಪ್ರಾರಂಭವಾಗುತ್ತದೆ.
- ಧ್ವನಿಯಲ್ಲಿ ಗಡಸುವಿಕೆ ಪ್ರಾರಂಭವಾಗುತ್ತದೆ.

## ಹದಿಹರೆಯದ ದೈಹಿಕ ಬದಲಾವಣೆಗಳು ಮಕ್ಕಳ ಮಾನಸಿಕ ಮತ್ತು ಸಾಮಾಜಿಕ ಜೀವನದ ಮೇಲೆ ಬೀರುವ ಪರಿಣಾಮಗಳು ಯಾವವು?

ಸಮಯಕ್ಕಿಂತ ಮುಂಚಿತವಾಗಿ ಅಥವಾ ತಡವಾಗಿ ದೈಹಿಕ ಬದಲಾವಣೆ ಕಾಣಿಸಿಕೊಂಡಲ್ಲಿ ಅಥವಾ ವಯಸ್ಸಿಗನುಗುಣವಾಗಿ ಕಾಣಿಸಿಕೊಳ್ಳದಿದ್ದಲ್ಲಿ ಕೆಲವರಲ್ಲಿ ಕೀಳರಿಮೆ, ಹಿಂಜರಿಕೆ, ಆತಂಕ, ಮುಜುಗರದಂತಹ ವರ್ತನೆಗಳು ಕಂಡು ಬರುತ್ತದೆ. ಆದರೆ ಈ ಕುರಿತು ಆತಂಕ ಪಡದೆ ಹದಿನಾಲ್ಕು ವಯಸ್ಸಿನವರೆಗೂ ಯಾವುದೇ ಬೆಳವಣಿಗೆ ಕಂಡು ಬರದಿದ್ದಲ್ಲಿ ಅಥವಾ ಹದಿನೇಳು ವರ್ಷ ಪ್ರಾಯದ ವರೆಗೂ ಹದಿಹರೆಯದ ಎಲ್ಲ ಬೆಳವಣಿಗೆಗೆ ಆಗದಿದ್ದಲ್ಲಿ ವೈದ್ಯರಲ್ಲಿ ತೋರಿಸಬೇಕು.

ಈ ಬದಲಾವಣೆಗಳ ಕುರಿತಾದ ಕುತೂಹಲ ಮತ್ತು ತೀಕ್ಷ್ಣ ಗಮನಿಸುವಿಕೆಗೆ ಆಸಕ್ತಿ ಉಂಟಾಗುವುದರಿಂದ ಹದಿಹರೆಯದ ಮಕ್ಕಳು ಹೆಚ್ಚಾಗಿ ಏಕಾಂತ ಮತ್ತು ಖಾಸಗಿತನವನ್ನು ಬಯಸುತ್ತಾರೆ. ಹೆತ್ತವರು ಕೂಡ ಇದಕ್ಕೆ ಅನುಕೂಲ ಮಾಡಿಕೊಡುವುದು ಸೂಕ್ತ.

ಹುಡುಗರಲ್ಲಿ ದೈಹಿಕ ಬದಲಾವಣೆಗಳಿಂದ ಸಿಕ್ಕ ಬಲದಿಂದಾಗಿ ತಮಗೆ ಬೇಕಾದುದನ್ನು ಪಡೆಯುವುದಕ್ಕಾಗಿ ಆಕ್ರಮಣಕಾರಿ ಗುಣ ಹೊಂದುವ ಸಾಧ್ಯತೆ ಹೆಚ್ಚಿರುತ್ತದೆ. ಈ ಸಂದರ್ಭದಲ್ಲಿ ಹೆತ್ತವರೊಂದಿಗೆ ಮತ್ತು ಸಹಪಾಠಿ ಸ್ನೇಹಿತರೊಂದಿಗೆ ಕೆಲವೊಮ್ಮೆ ಬಲಪ್ರಯೋಗವು ನಡೆಯುತ್ತದೆ.

ಹಾರ್ಮೋನುಗಳ ಬದಲಾವಣೆ ಇಂದ ಇಂದ್ರಿಯಗಳ ಸೂಕ್ಷ್ಮತೆ ಹೆಚ್ಚಾಗಿ ಹೆಚ್ಚು ಕ್ರಿಯಾಶೀಲವಾಗಿಯೂ ಮತ್ತು ಜಾಗೃತವಾಗಿಯೂ ಇರುತ್ತದೆ. ಇದು ಅತಿಯಾದ ಸಂತೋಷಕ್ಕೂ ಕಾರಣವಾಗಬಹುದು ಮತ್ತು ಕೆಲವೊಮ್ಮೆ ಸಣ್ಣ ಸಣ್ಣ ವಿಚಾರಗಳಿಗೂ ಈ

ಸೂಕ್ಷ್ಮತೆಯಿಂದಾಗಿ ಬೇಗನೆ ಕಿರಿಕಿರಿ ಮತ್ತು ಕೋಪಗೊಳ್ಳುವ ಸಾಧ್ಯತೆಯು ಇರುತ್ತದೆ.

ದೈಹಿಕ ಕ್ರಿಯೆಗಳಲ್ಲಿ ಹೆಚ್ಚು ಏರಿಳಿತಗಳು ಆಗಾಗ್ಗೆ ಆಗುವುದರಿಂದ ಕೆಲವೊಮ್ಮೆ ಹೆಚ್ಚು ಕ್ರಿಯಾಶೀಲವಾಗಿಯೂ ಕೆಲವೊಮ್ಮೆ ಸೋಮಾರಿತನದಿಂದಲೂ ಕೂಡಿರುವ ಸಾಧ್ಯತೆ ಇರುತ್ತದೆ.

## ಹದಿಹರೆಯದವರ ನಡವಳಿಕೆಗಳು ಕೇವಲ ದೈಹಿಕ ಬದಲಾವಣೆ ಮತ್ತು ಹಾರ್ಮೋನುಗಳ ಕಾರಣದಿಂದ ಆಗುವುದೇ?

ಕೇವಲ ಹಾರ್ಮೋನುಗಳಿಂದ ಮಾತ್ರವೇ ಹದಿಹರೆಯದವರ ವರ್ತನೆಗಳು ಮಾರ್ಪಾಡು ಆಗುವುವುದಿಲ್ಲ. ಮನೆಯ ಮತ್ತು ಶಾಲಾ ವಾತಾವರಣ, ತಂದೆ ತಾಯಿ ಮತ್ತು ಸಹೋದರ ಸಹೋದರಿಯರೊಂದಿಗಿನ ಸಂಬಂಧ, ಅಪಾಯಕಾರಿ ನಡವಳಿಕೆಗಳು, ನಿದ್ರೆಯಂತಹ ಇತರ ಅಂಶಗಳು ಕೂಡ ನಿರ್ಣಾಯಕವಾಗಿರುತ್ತದೆ.

ಉದಾಹರಣೆಗೆ: ಕೋಪಗೊಳ್ಳುವಂತಹ ಗುಣ ಹದಿಹರೆಯದಲ್ಲಿ ಹಾರ್ಮೋನಿನಿಂದ ಆದರೆ ಅದಕ್ಕೆ ಹೊರಗಿನ ಪ್ರಚೋದನೆ ದೊರಕಿದಾಗ ಬೇಗನೆ ಕೋಪಗೊಳ್ಳುವ ಅಥವಾ ಸಿಡಿಮಿಡಿಗೊಳ್ಳುವ ಸಾಧ್ಯತೆ ಹೆಚ್ಚು. ಹಾಗೆ ಟೆಸ್ಟೆಸ್ಟರನ್ ಜಾಸ್ತಿ ಇರುವ ಹುಡುಗನಲ್ಲಿ ಯಾರೂ ಕೂಡ ಕೆಟ್ಟದಾಗಿ ಅಥವಾ ಪ್ರಚೋದನಕಾರಿಯಾಗಿ ನಡೆದುಕೊಂಡದಿದ್ದಲ್ಲಿ ಆತನಿಗೆ ಕೋಪ ಬರದೇ ಇರಬಹುದು. ಹಾಗಾಗಿ ಹಾರ್ಮೋನುನಿಂದಾಗುವ ವರ್ತನೆಗಳ ಸಂಭವವು ವಾತಾವರಣದಲ್ಲಿ ಸಿಗುವ ಪ್ರಚೋದನೆಯ ಮೇಲೆ ನಿರ್ಧರಿತವಾಗುತ್ತದೆ. ಗುರುತಿಸುವಿಕೆಯನ್ನು ಬಯಸುವ ಈ ಸಂದರ್ಭದಲ್ಲಿ ತಂದೆ ತಾಯಿಯಿಂದ ಹೆಚ್ಚು ತಾತ್ಸಾರಕ್ಕೆ ಒಳಗಾದರೆ ಗುರುತಿಸುವಿಕೆಯ ಬಯಕೆ ಇನ್ನಷ್ಟು ಜಾಸ್ತಿಯಾಗುತ್ತದೆ.

## ಹದಿಹರೆಯದ ವಯಸ್ಸಿನ ಮಕ್ಕಳು ಒತ್ತಡಕ್ಕೆ ಒಳಗಾಗುವ ಸಾಮಾನ್ಯ ಸನ್ನಿವೇಶಗಳು ಯಾವುವು?

- ಹದಿಹರೆಯದವರ ಕುರಿತು ಅತಿಯಾದ ನಿರೀಕ್ಷೆ ಮತ್ತು ಆಕಾಂಕ್ಷೆಗಳು ತಮ್ಮಿಂದಲೇ ಅಥವಾ ಪೋಷಕರಿಂದ ಅಥವಾ ಶಾಲೆಯಿಂದ ಇದ್ದಾಗ.
- ತನ್ನ ಸಮ ವಯಸ್ಕ ಗೆಳೆಯ/ಗೆಳತಿಯರೊಂದಿಗೆ ಬೆರೆಯಲು ಆಗದಿದ್ದಾಗ ಅಥವಾ ಅವರ ಸಮನಾಗಿ ತಾನೂ ಇಲ್ಲವೆಂದು ಎಣಿಸಿದಾಗ.
- ದೇಹದಲ್ಲಾಗುವ ದೈಹಿಕ ಮತ್ತು ಬೌದ್ಧಿಕ ಬದಲಾವಣೆಗಳು ಕಿರಿಕಿರಿ ತಂದಾಗ.
- ತನ್ನ ಸಾಮರ್ಥ್ಯದ ಕುರಿತು ಕೀಳರಿಮೆ, ನಕರಾತ್ಮಕ ಭಾವನೆ ಮತ್ತು ಕಡಿಮೆ ಆತ್ಮ ಗೌರವ ಹೊಂದಿದಾಗ.

- ಡ್ರಗ್ಸ್, ಮಾದಕ ದ್ರವ್ಯ, ಅಮಲು ಪದಾರ್ಥ, ಮದ್ಯ ಸೇವನೆ ಪ್ರಾರಂಭಿಸಿದಾಗ ಅಥವಾ ಪ್ರಾರಂಭಿಸಲು ಒತ್ತಡ ಶುರು ಆದಾಗ.

- ಮನೆಯ ಆರ್ಥಿಕ ಸಮಸ್ಯೆಗಳು.

- ಆತ್ಮೀಯರ ಸಾವು, ಗೆಳೆಯರ ಸಾವು, ತಂದೆ ತಾಯಿಯರ ನಡುವೆ ವಿಚ್ಛೇದನ ಅಥವಾ ಕಲಹ, ಖಾಯಿಲೆ ಇತ್ಯಾದಿ ಅಂತಹ ಘಟನೆಗಳು ಸಂಭವಿಸಿದಾಗ.

- ತಾವು ಅತಿಯಾಗಿ ಇಷ್ಟ ಪಡುವ ಗೆಳೆಯ ಗೆಳತಿಯರೊಂದಿಗೆ ವಿರಸ ಉಂಟಾದಾಗ.

- ಇಂತಹುದೇ ಬಟ್ಟೆ ಹಾಕಬೇಕು, ಕೇಶ ವಿನ್ಯಾಸ ಮಾಡಬೇಕು, ಹೀಗೆ ಮಾತನಾಡಬೇಕು ಎಂಬಿತ್ಯಾದಿ ನಿಯಮಗಳನ್ನು ಪಾಲನೆ ಮಾಡಬೇಕಾದ ಸಂದರ್ಭ ಬಂದಾಗ.

## ಹದಿಹರೆಯದ ಜೀವನದಲ್ಲಿ ಅಪಾಯಕಾರಿ ನಿರ್ಧಾರ ಮತ್ತು ಕಾರ್ಯಗಳನ್ನು ಮಾಡಲು ಕಾರಣವೇನು?

(ಅಪಾಯಕಾರಿ ಕಾರ್ಯಗಳು ಎಂದರೆ ವೇಗವಾಗಿ ಬೈಕ್ ಓಡಿಸುವುದು, ಗುಂಪು ಗಲಾಟೆಗಳಲ್ಲಿ ಭಾಗವಹಿಸುವುದು. ಮದ್ಯ, ಡ್ರಗ್ಸ್ ಸೇವನೆ, ಬೆಟ್ಟ ನದಿ ಸಮುದ್ರದಲ್ಲಿ ಅಪಾಯ ಎದುರಿಸುವುದು ಇತ್ಯಾದಿ)

- ಯಾವುದೇ ಆಲೋಚನೆ ಮಾಡದೇ ಪ್ರಚೋದನೆಗೆ ಪ್ರತಿಕ್ರಿಯೆಯಾಗಿ ಉದ್ವೇಗದಿಂದ ನಿರ್ಧಾರ ಕೈಗೊಳ್ಳುವುದರಿಂದ.

- ಮುಂದಾಗುವ ಪರಿಣಾಮದ ಕುರಿತು ಅರಿವು ಮತ್ತು ಯೋಚಿಸುವ ವ್ಯವಧಾನ, ಸಾಮರ್ಥ್ಯ ಕಡಿಮೆ ಇರುವುದರಿಂದ

- ಡ್ರಗ್ಸ್, ಮದ್ಯ ವ್ಯಸನ, ಸೀಗರೇಟು ಸೇವನೆ ಮತ್ತು ಇತರ ಅಮಲು ಪದಾರ್ಥಗಳ ಸೇವನೆಯಿಂದ ಮಿದುಳಿನ ಸಹಜ ಬೆಳವಣಿಗೆ ಕುಂಠಿತ ಆಗುವುದು ಕೂಡ ಕೆಲವರಲ್ಲಿ ಕಾರಣ ಆಗಬಹುದು.

- ನಾವು ನಿರ್ಧಾರಗಳನ್ನು ತೆಗೆದುಕೊಳ್ಳುವಷ್ಟು ಪ್ರೌಢರಾಗಿದ್ದೇವೆ ಎನ್ನುವ ಭಾವನೆಯು ಕೂಡ ಕಾರಣವಾಗಿದೆ.

- ಎಲ್ಲದರಲ್ಲೂ ಕಿಕ್ ಬೇಕು ಎನ್ನುವ ಸಮೂಹ ಸನ್ನಿ ಕೂಡ ಗುಂಪಾಗಿ ರಿಸ್ಕ್ ತೆಗೆದುಕೊಳ್ಳುವುದಕ್ಕೆ ಪ್ರೇರೇಪಿಸುತ್ತದೆ.

ಆದರೆ ಇಂತಹ ರಿಸ್ಕ್ ಮತ್ತು ನಿರ್ಧಾರಗಳನ್ನು ತೆಗೆದುಕೊಳ್ಳುವಷ್ಟು ಪ್ರೌಢತೆ ಹದಿಹರೆಯದ ವಯಸ್ಸಿಗೆ ಬಂದಿರುವುದಿಲ್ಲ. ಹದಿಹರೆಯ ಅನ್ನುವುದು ಬಹಳ ಗಾಢವಾದ

ಮತ್ತು ತೀವ್ರವಾದ ಮಿದುಳಿನ ಬೆಳವಣಿಗೆಯ ಕಾಲವೇ ಹೊರತು ಪ್ರೌಢಿಮೆಯನ್ನು ಪೂರ್ಣಗೊಳಿಸಿರುವ ವಯಸ್ಸಲ್ಲ. ಮನುಷ್ಯನ ಮಿದುಳು 24 ವಯಸ್ಸಿನ ತನಕವೂ ಪ್ರೌಢತೆಯತ್ತ ಬೆಳೆಯುತ್ತಿರುತ್ತದೆ. ಹಾಗಾಗಿ ಹದಿಹರೆಯದಲ್ಲಿ ಕೆಲವು ಚಿಕ್ಕ ಪುಟ್ಟ ಮತ್ತು ಅಷ್ಟು ಪ್ರಾಮುಖ್ಯವಲ್ಲದ ವಿಷಯಗಳ ಕುರಿತು ನಿರ್ಧಾರ ತೆಗೆದುಕೊಳ್ಳಲು ಸ್ವಾತಂತ್ರ ನೀಡಬಹುದೇ ವಿನಃ ಜೀವನದ ಪ್ರಮುಖ ನಿರ್ಧಾರಗಳನ್ನು ಕೈಗೊಳ್ಳುವಾಗ ಹಿರಿಯರ ಮತ್ತು ತಜ್ಞರ ಸಹಾಯ ಪಡೆಯಬೇಕಾಗುತ್ತದೆ. ಆದರೆ ಈ ಸಮಯದಲ್ಲಿ ಹದಿಹರೆಯದವರ ಭಾವನೆ ಮತ್ತು ಅನಿಸಿಕೆಗಳಿಗೆ ಸೂಕ್ತ ಬೆಲೆ ಮತ್ತು ಗುರುತಿಸುವಿಕೆ ನೀಡಬೇಕಾಗುತ್ತದೆ.

## ಹದಿಹರೆಯದವರನ್ನು ಕಾಡುವ ಸಾಮಾನ್ಯ ಮಾನಸಿಕ ಗೊಂದಲಗಳು ಯಾವುವು?

• ತಾನು ದೊಡ್ಡವನೋ ಅಥವಾ ಸಣ್ಣವನೋ ಎಂಬ ಅನುಮಾನ ಸದಾ ಈ ವಯಸ್ಸಿನಲ್ಲಿ ಕಾಡುತ್ತಿರುತ್ತದೆ, ವಯಸ್ಕರ ಹಾಗೆ ಕೆಲವೊಂದು ವಿಚಾರಗಳ ಕುರಿತು ತಮ್ಮದೇ ಸ್ವಂತ ಅಭಿಪ್ರಾಯ ಮತ್ತು ಸ್ವತಂತ್ರ ಅನಿಸಿಕೆಯನ್ನು ಹೊಂದಿರುತ್ತಾರೆ. ಹಾಗೆ ಇನ್ನೂ ತಂದೆ ತಾಯಿ ಹಿರಿಯರ ಮೇಲೆ ದೈಹಿಕ, ಮಾನಸಿಕ ಮತ್ತು ಭಾವನಾತ್ಮಕ, ಆರ್ಥಿಕ ಅವಶ್ಯಕತೆಗಳ ಪೂರೈಕೆಗಾಗಿ ಅವಲಂಬಿತರಾಗಿರಬೇಕು. ಕೆಲವೊಮ್ಮೆ ಹೆತ್ತವರು ತಮ್ಮ ಮಕ್ಕಳು ವಯಸ್ಕರಂತೆ ನಡೆದುಕೊಳ್ಳಬೇಕು ಎಂದು ಬಯಸುತ್ತಾರೆ. (ಓದುವುದರ ಕುರಿತು, ಕೆಲಸ ಕಾರ್ಯ ಮಾಡುವುದರ ಕುರಿತು) ಇನ್ನೂ ಕೆಲವೊಮ್ಮೆ ನೀವಿನ್ನೂ ಸಣ್ಣವರು ಎಂದು ಹೇಳುತ್ತಾರೆ. ಇದರಿಂದ ಹದಿಹರೆಯದವರು ತಾವಿನ್ನು ವಯಸ್ಕರೋ ಅಥವಾ ಮಕ್ಕಳೋ ಎನ್ನುವ ಗೊಂದಲಕ್ಕೆ ಬೀಳುತ್ತಾರೆ.

• ದೇಹದಲ್ಲಾಗುವ ದೈಹಿಕ/ಲೈಂಗಿಕ ಬದಲಾವಣೆಗಳಿಗೆ ಹೊಂದಿಕೊಳ್ಳುವುದು. ಮುಟ್ಟಿನ ಸಮಯದಲ್ಲಿ ಹುಡುಗಿಯರಿಗೆ ಆಗುವ ರಕ್ತಸ್ರಾವ, ಹುಡುಗರಲ್ಲಿ ಕಾಣುವ ವೀರ್ಯ ಸ್ಖಲನ ಇತ್ಯಾದಿಗಳು ಚಿಂತೆ ಮತ್ತು ಆತಂಕಕ್ಕೆ ಈಡು ಮಾಡಬಹುದು. ಸಂಪ್ರದಾಯಸ್ಥ ಮತ್ತು ಅರಿವಿಲ್ಲದಿರುವ ಕುಟುಂಬಗಳಲ್ಲಿ ಈ ಕುರಿತು ಹದಿಹರೆಯದವರಿಗೆ ಸೂಕ್ತ ಮಾಹಿತಿ ಸಿಗುವುದು ಕೂಡ ಕಷ್ಟ.

• ಸಹಜ ದೈಹಿಕ ಪ್ರಕ್ರಿಯೆಯಿಂದ ಉಂಟಾಗುವ ಲೈಂಗಿಕ ಆಸಕ್ತಿಯು ಹದಿಹರೆಯದವರನ್ನು ತಳಮಳಕ್ಕೆ ಮತ್ತು ಕುತೂಹಲಕ್ಕೆ ದೂಡುತ್ತದೆ. ಆದರೆ ಈ ಕುರಿತು ಪೂರ್ವಾಗ್ರಹಪೀಡಿತ ಸಾಮಾಜಿಕ ಮತ್ತು ನೈತಿಕ ಅಭಿಪ್ರಾಯಗಳನ್ನು ಹೊಂದಿರುವ ಭಾರತೀಯ ಸಮಾಜ ಮತ್ತು ಅರಿವಿನ ಕೊರತೆ ಹೊಂದಿರುವ ಪೋಷಕರಿಂದಾಗಿ ಸೂಕ್ತ ಪ್ರತಿಕ್ರಿಯೆ ದೊರಕದೇ ಇದ್ದಾಗ ಹದಿಹರೆಯದವರು ಸೂಕ್ತವಲ್ಲದ ಮಾರ್ಗದಲ್ಲಿ ಈ ಕುತೂಹಲವನ್ನು ನೀಗಿಸಲು ಪ್ರಯತ್ನಿಸುವುದು ಇನ್ನಷ್ಟು ಸಮಸ್ಯೆಯನ್ನು ತರುತ್ತದೆ. ಸರಿಯಾದ ಮಾಹಿತಿ ಹೊಂದಿರದ, ತಪ್ಪು ಅಭಿಪ್ರಾಯಗಳನ್ನು ಕೊಡುವ ಕಳಪೆ ಮಟ್ಟದ ಲೈಂಗಿಕ ಸಾಹಿತ್ಯಗಳು, ಸಿನಿಮಾಗಳ, ದಾರಿ ತಪ್ಪಿಸುವ ಮಾರ್ಗದರ್ಶಕರ ಮೇಲೆ ಇವರು

ಅವಲಂಬಿತರಾಗಿ ತೊಂದರೆಗೆ ಸಿಲುಕುವ ಮತ್ತು ತಪ್ಪು ಗ್ರಹಿಕೆಗಳನ್ನು ಹೊಂದುವ ಸಾಧ್ಯತೆಗಳನ್ನು ಇದು ನಿರ್ಮಾಣ ಮಾಡುತ್ತದೆ.

- ಪೋಷಕರು ಮತ್ತು ಹದಿಹರೆಯದವರ ನಡುವೆ ಸಂಘರ್ಷಗಳು ಮತ್ತು ಸ್ನೇಹಿತರ ಮೇಲೆ ಅತಿಯಾದ ಅವಲಂಬನೆ: ಹೆತ್ತವರ ಮತ್ತು ಹದಿಹರೆಯದವರ ಪೀಳಿಗೆಯ ನಡುವಿನ ವ್ಯತ್ಯಾಸಗಳು, ಹದಿಹರೆಯದವರು ಬಯಸುವ ಸ್ವಾತಂತ್ರ, ಹೆತ್ತವರು ಬಯಸುವ ಶಿಸ್ತು ಇವೆಲ್ಲವೂ ಒಂದಕ್ಕೊಂದು ವ್ಯತಿರಿಕ್ತವಾಗಿ ಇರುವುದರಿಂದ ಸಂಘರ್ಷಕ್ಕೆ ನಾಂದಿಯಾಗುತ್ತದೆ. ಹೆಚ್ಚಿನ ಸಂದರ್ಭಗಳಲ್ಲಿ ಪೋಷಕರು ಮಕ್ಕಳ ಗೆಳೆಯರ ಆಯ್ಕೆಯ ಬಗ್ಗೆ, ಶಿಕ್ಷಣದ ಆಯ್ಕೆಯ ಬಗ್ಗೆ, ಬಟ್ಟೆ ಬರೆಯ, ಊಟ ತಿಂಡಿಯ ಬಗ್ಗೆ, ಮನೆಗೆ ಬರುವ ಸಮಯದ ಬಗ್ಗೆ ತಕರಾರು ತೆಗೆದಾಗ ಈ ಸಂಘರ್ಷ ಪ್ರಾರಂಭವಾಗುತ್ತದೆ. ಇದು ಇನ್ನೊಂದು ರೀತಿಯಲ್ಲಿ ಅತಿಯಾಗಿ ಸ್ನೇಹಿತರ ಮೇಲೆ ಅವಲಂಬಿತರಾಗುವ ಮತ್ತೆ ಅವರೇ ಸರ್ವಸ್ವ ಎಂದು ನಂಬುವ ಮಟ್ಟಿಗೆ ಪರಿಸ್ಥಿತಿ ನಿರ್ಮಿಸುತ್ತದೆ. ಸ್ನೇಹಿತರಿಗಾಗಿ ಗುಂಪು ಸಂಘರ್ಷಗಳಲ್ಲಿ ಗಲಾಟೆಗಳಲ್ಲಿ, ಮಧ್ಯ ಅಮಲು ಪದಾರ್ಥ ಸೇವನೆಯಲ್ಲಿ ತೊಡಗುವಂತೆ ಮಾಡುತ್ತದೆ.
- ಶಾಲಾ ಶಿಸ್ತು ನಿಯಮ ಮತ್ತು ರೀತಿ ನೀತಿಗಳಿಗೆ ಹೊಂದಿಕೊಳ್ಳುವ ಸಮಸ್ಯೆಗಳು ಈ ವಯಸ್ಸಿನಲ್ಲಿ ಕಾಣುತ್ತದೆ ಮತ್ತು ಅದೇ ರೀತಿಯಾದ ಹದಿಹರೆಯದ ಹುಡುಗ/ಹುಡುಗಿ ಬದುಕುವ ಸಮಾಜ, ಸಮುದಾಯ, ಸಂಬಂಧಿಕರು ಮತ್ತು ನೆರೆಹೊರೆಯವರೊಂದಿಗೆ ಕೂಡ ಹೊಂದಿಕೊಳ್ಳಲು ಅವರ ಆದರ್ಶ ಮತ್ತು ಅಪೇಕ್ಷೆಯನ್ನು ಪೂರೈಸಬೇಕೊ ಅಥವಾ ಬೇಡವೊ ಎಂಬ ಆಂತರಿಕ ತಿಕ್ಕಾಟ ಶುರುವಾಗುತ್ತದೆ.
- ಈ ವಯಸ್ಸಿನ ಇನ್ನೊಂದು ಪ್ರಮುಖ ಸಮಸ್ಯೆ ಆದರ್ಶ ಮತ್ತು ವಾಸ್ತವದ ನಡುವಿನ ವ್ಯತ್ಯಾಸ ಗುರುತಿಸುವಿಕೆಯಲ್ಲಿ ಗೊಂದಲ: ದೈಹಿಕ, ಮಾನಸಿಕ ಮತ್ತು ಸಾಮಾಜಿಕ ಬದಲಾವಣೆಯ ಜೊತೆಗೆ ನೈತಿಕತೆ ಮೌಲ್ಯ, ಸರಿ ತಪ್ಪುಗಳಂತಹ ವಿಚಾರಗಳ ಕುರಿತು ಗೊಂದಲಗಳು ಈ ವಯಸ್ಸಿನಲ್ಲಿ ಪ್ರಾರಂಭವಾಗುತ್ತದೆ. ಚಿಕ್ಕಂದಿನಿಂದಲೂ ಬಹಳ ಸೂಕ್ಷ್ಮವಾಗಿ ಸಮಾಜವನ್ನು ಜನರ ನಡವಳಿಕೆಯನ್ನು ಗಮನಿಸುತ್ತಾ ಬರುವ ಮಕ್ಕಳಿಗೆ ಈ ವಯಸ್ಸಿಗೆ ಬಂದಾಗ ಅನೇಕ ಸಂಶಯಗಳು ಕಾಡಲು ಶುರುವಾಗುತ್ತದೆ. ಪುಸ್ತಕಗಳಲ್ಲಿ, ಪಾಠ ಪ್ರವಚನಗಳಲ್ಲಿ, ಸಿನಿಮಾಗಳಲ್ಲಿ ಹೇಳುವ ಆದರ್ಶಗಳಿಗೂ ಜನರು ನಿಜ ಜೀವನದಲ್ಲಿ ಪಾಲಿಸುವ ಆದರ್ಶಗಳಿಗೂ ವ್ಯತ್ಯಾಸ ಇರುವುದು ಮತ್ತು ಸದಾ ಬಾಯಲ್ಲಿ ಮಂತ್ರವನ್ನು ಹೇಳಿ ನಿಜ ಜೀವನದಲ್ಲಿ ವ್ಯಭಿಚಾರ, ಅನಾಚಾರ ಮಾಡುವ ಜನರ ಜೀವನವನ್ನು ಅರಿಯಲು ಶುರು ಮಾಡುವ ಇವರು ಇದರಲ್ಲಿ ಯಾವುದು ಸತ್ಯ ಯಾವುದು ಒಪ್ಪಬೇಕಾದುದು, ಯಾವುದು ಪಾಲಿಸಬೇಕಾದುದು ಎನ್ನುವ ಗೋಜಲಿಗೆ ಒಳಗಾಗುತ್ತಾರೆ.

## ಹದಿಹರೆಯದವರು ಒಳಗಾಗುವ ಸಾಮಾನ್ಯ ಮಾನಸಿಕ ಖಾಯಿಲೆಗಳು ಯಾವುವು?

### ಭಯ ಮತ್ತು ಆತಂಕಗಳು:

ಸಾಮಾಜಿಕ ಸಮಾರಂಭಗಳಿಗೆ ಹೋಗುವುದು, ಅಲ್ಲಿ ಜನರೊಂದಿಗೆ ಬೆರೆಯುವುದು, ಹೊಸ ಸ್ಥಳಗಳಿಗೆ ಹೋಗುವುದು, ಹೊಸ ವ್ಯಕ್ತಿಗಳನ್ನು ಮಾತನಾಡಿಸಲು, ಶಿಕ್ಷಕರಲ್ಲಿ ಮಾತನಾಡಲು, ಪರೀಕ್ಷಾ ಸಮಯದಲ್ಲಿ ಪರೀಕ್ಷೆ ಎದುರಿಸಲು, ಮೌಖಿಕ ಪರೀಕ್ಷೆಯಲ್ಲಿ ಮಾತನಾಡಲು, ಭಾಷಣ, ನಾಟಕ ಸ್ಪರ್ಧೆಗಳಲ್ಲಿ ಭಾಗವಹಿಸಲು, ವೇದಿಕೆಯ ಮೇಲೆ ಮಾತನಾಡಲು, ಬಸ್ಸಿನಲ್ಲಿ, ಅಂಗಡಿಗಳಲ್ಲಿ ಕೇಳಿ ಪಡೆಯಲು, ಕತ್ತಲು ಪ್ರದೇಶದಲ್ಲಿ, ಎತ್ತರದ ಪ್ರದೇಶದಲ್ಲಿ, ನದಿ ತೀರಗಳಲ್ಲಿ, ಬೆಂಕಿ ರಕ್ತಗಳನ್ನು ನೋಡುವಾಗ – ಹೀಗೆ ಇಂತಹ ಸಂದರ್ಭದಲ್ಲಿ ಅತಿಯಾದ ಭಯ ಮತ್ತು ಆತಂಕ ಇರುವುದು ಕಾಣಬಹುದು.

ಇಂತಹ ಸಂದರ್ಭಗಳನ್ನು ಎದುರಿಸುವಾಗ ಹದಿಹರೆಯದವರಲ್ಲಿ ಆತಂಕ, ಭಯ, ಎದೆ ಢವ ಢವ ಎನ್ನುವುದು, ವೇಗವಾದ ಉಸಿರಾಟ, ಗಂಟಲು ಒಣಗುವುದು, ಬೆವರುವಿಕೆ, ಅಪಾಯ ಉಂಟಾಗಬಹುದೆಂಬ ಹೆದರಿಕೆ, ಪದೇ ಪದೇ ಮೂತ್ರ ವಿಸರ್ಜನೆ ಬಂದಂತೆ ಆಗುವುದು, ದೇಹ ಮತ್ತು ತಲೆಯಲ್ಲಿ ನೋವು, ದುರ್ಬಲತೆ, ಆಯಾಸ, ನಡುಕ ಇತ್ಯಾದಿಗಳು ಆಗುತ್ತದೆ.

### ಖಿನ್ನತೆ ಮತ್ತು ಉನ್ಮಾದ:

ಕೆಲವು ಆಂತರಿಕ ಮತ್ತು ಬಾಹ್ಯ ಕಾರಣಗಳಿಂದ ಖಿನ್ನತೆಯ ಲಕ್ಷಣಗಳು ಹದಿಹರೆಯದಲ್ಲಿ ಕಾಣಸಿಗಬಹುದು. ಸಾಮಾನ್ಯವಾಗಿ ವಿನಾಕಾರಣ, ಎರಡು ವಾರಕ್ಕಿಂತ ಹೆಚ್ಚಾಗಿ ಬೇಸರ ಮತ್ತು ದುಃಖವಾಗುವುದು, ಅಳುವುದು, ಯಾವುದೇ ಕೆಲಸ ಮಾಡಲು, ಓದಲು, ಮಾತನಾಡಲು, ಆಟವಾಡಲು ಕೂಡ ಆಸಕ್ತಿ ಇಲ್ಲದೇ ಇರುವುದು, ನಿದ್ರೆ ಹಸಿವು ಸರಿಯಾಗಿ ಆಗದೇ ಇರುವುದು, ಆಯಾಸ, ದುರ್ಬಲತೆ, ದೇಹದಲ್ಲಿ ನೋವು ಕಾಣಿಸುವುದು ಖಿನ್ನತೆಯ ಲಕ್ಷಣವಾಗಿದೆ. ಖಿನ್ನತೆ ತೀವ್ರವಾಗಿದ್ದಾಗ, ಆತ್ಮಹತ್ಯೆಯ ಕುರಿತಾದ ಆಲೋಚನೆ ಮತ್ತು ಆತ್ಮಹತ್ಯೆಯ ಪ್ರಯತ್ನ ನಡೆಸುವುದು ಕಂಡುಬರುತ್ತದೆ.

ಕೆಲವೊಮ್ಮೆ ಖಿನ್ನತೆ ತದ್ವಿರುದ್ಧವಾದಾಗ, ಉನ್ಮಾದವು ಈ ವಯಸ್ಸಿನಲ್ಲಿ ಕಂಡುಬರುತ್ತದೆ. ಕಡಿಮೆ ನಿದ್ರೆ, ಅತಿಯಾದ ಆತ್ಮವಿಶ್ವಾಸ, ಅದೇ ಉಲ್ಲಾಸ ಅಸಂಬದ್ಧ ಮತ್ತು ವೇಗವಾದ ಆಲೋಚನಾ ಲಹರಿ, ಅತಿಯಾದ ಲೈಂಗಿಕ ಆಸಕ್ತಿ, ಅತೀ ಮಾತು, ಚುರುಕು, ಮನೆ ಬಿಟ್ಟು ಊರು ಸುತ್ತುವುದು, ಅತಿಯಾದ ಹಣದ ದುರ್ಬಳಕೆ, ಅಮಲು ಪದಾರ್ಥ ಸೇವನೆ, ಇತ್ಯಾದಿಗಳು ಈ ಸಮಸ್ಯೆಯ ಲಕ್ಷಣಗಳು.

## ಮದ್ಯ ಮತ್ತು ಅಮಲು ಪದಾರ್ಥಗಳ ವ್ಯಸನಗಳು ಮತ್ತು ವರ್ತನ ವ್ಯಸನಗಳು:

ಅನೇಕ ಹದಿಹರೆಯದವರು ಈ ವಯಸ್ಸಿನಲ್ಲಿ ಕುತೂಹಲಕ್ಕೆಂದು ಪರೀಕ್ಷಿಸಿ, ಮುಂದೆ ಅದನ್ನೇ ವ್ಯಸನವನ್ನಾಗಿ ಪರಿವರ್ತಿಸಿಕೊಳ್ಳುತ್ತಾರೆ. ಮದ್ಯಪಾನ, ತಂಬಾಕು, ಗಾಂಜಾಗಳಂತಹ ಅಮಲು ಪದಾರ್ಥಗಳನ್ನು ಸೇವಿಸುವ ಇವರು, ಇತ್ತೀಚೆಗೆ ಇನ್ನೂ ಅನೇಕ ದುಬಾರಿ ಅಮಲು ಪದಾರ್ಥಗಳನ್ನು, ದಿನನಿತ್ಯದ ಬಳಕೆಯ ಕೆಲವು ಪದಾರ್ಥಗಳನ್ನು ಸೇವಿಸುವುದು ರೂಢಿಯಾಗಲು ಪ್ರಾರಂಭಿಸಿದೆ.

ಇನ್ನೂ ವರ್ತನಾ ವ್ಯಸನವೆಂದರೆ, ಸಾಮಾಜಿಕ ಜಾಲತಾಣಗಳಾದ ವಾಟ್ಸ್ ಆ್ಯಪ್, ಫೇಸ್ಬುಕ್‌ಗಳಿಗೆ ವ್ಯಸನಿಗಳಾಗುವುದು, ಚಾಟಿಂಗ್, ಲೈಂಗಿಕ ಸಂಭಾಷಣೆಗಳಿಗೆ, ವಿಡಿಯೋ ಗೇಮ್‌ಗಳಿಗೆ, ಲೈಂಗಿಕ ಸಾಹಿತ್ಯ ಮತ್ತು ವಿಡಿಯೋಗಳಿಗೆ, ಅಂತರ್ಜಾಲ, ಸಿನಿಮಾ, ಬೈಕ್ ರೇಸ್‌ಗಳಿಗೆ ಕೂಡ ವ್ಯಸನಿಗಳಾಗುವ ಸಮಸ್ಯೆಗಳು ಕಂಡುಬರುತ್ತವೆ.

## ಗೀಳು ಮನೋರೋಗ

ಇಂಗ್ಲೀಷಿನಲ್ಲಿ ಆಬ್ಸೆಸ್ಸಿವ್ ಕಂಪಲ್ಸಿವ್ ಡಿಸಾರ್ಡರ್ ಎನ್ನುವ ಇದಕ್ಕೆ ಕನ್ನಡದಲ್ಲಿ ಗೀಳು ಮನೋರೋಗ ಎನ್ನುತ್ತೇವೆ. ಕೆಲವು ವಿಚಾರಗಳು ಅಥವಾ ಕಾರ್ಯಗಳು, ಮತ್ತೆ ಮತ್ತೆ ಆಲೋಚನೆಗೆ ಬರುವ, ಮತ್ತು ಪ್ರತಿಯಾಗಿ ಆ ಕಾರ್ಯವನ್ನು ಪದೇ ಪದೇ ಮಾಡುವುದಕ್ಕೆ ಗೀಳು ಮನೋರೋಗ ಎನ್ನುತ್ತೇವೆ. ಈ ಕಾಯಿಲೆಯ ಲಕ್ಷಣಗಳೆಂದರೆ, ಪದೇ ಪದೇ ಕೆಲವು ಅಸಂಬದ್ಧ ಆಲೋಚನೆಗಳು ತಲೆಯಲ್ಲಿ ಬರುವುದು, ಪದೇ ಪದೇ ಮಾಡಿದ ಕೆಲಸವನ್ನು ಪರಿಶೀಲಿಸುವುದು, ಶುಚಿತ್ವ ಮತ್ತು ಅತಿಯಾದ ಕ್ರಮಬದ್ಧತೆಯ ಬಗ್ಗೆ ಕಾಳಜಿ ಮತ್ತು ಇದರ ಪರಿಣಾಮವಾಗಿ ಪದೇ ಪದೇ ಸ್ನಾನ ಮಾಡುವುದು, ಕೈ ತೊಳೆಯುವುದು, ಶುಚಿ ಮಾಡುವುದು, ವಸ್ತುಗಳನ್ನು ಪದೇ ಪದೇ ಕ್ರಮವಾಗಿ ಜೋಡಿಸುವುದು ಇತ್ಯಾದಿ. ಈ ಲಕ್ಷಣಗಳಿಂದಾಗಿ ಅತಿಯಾದ ಚಿಂತೆ, ಆತಂಕ ಮತ್ತು ಖಿನ್ನತೆಯು ಕಾಣಿಸುವುದು.

## ಹದಿಹರೆಯದ ಆತ್ಮಹತ್ಯೆಗಳು

ಇತ್ತೀಚಿನ ದಿನಗಳಲ್ಲಿ ಹದಿಹರೆಯದ ವಯಸ್ಸಿನಲ್ಲಿ ಆತ್ಮಹತ್ಯೆ ಹೆಚ್ಚಾಗುತ್ತಿದೆ. ಬಹಳ ಸೂಕ್ಷ್ಮ ಸ್ವಭಾವದಿಂದ ಕೂಡಿದ ಮಕ್ಕಳು ಹಿರಿಯರು, ಪೋಷಕರು, ಶಿಕ್ಷಕರು, ವೈದ್ಯರು, ಸ್ನೇಹಿತರು ಮಾತನಾಡಿಸದಿದ್ದರೆ, ಅವಮಾನಕ್ಕೆ ಒಳಪಟ್ಟರೆ, ಕಡಿಮೆ ಅಂಕ ಗಳಿಸಿದರೆ, ಪ್ರೇಮ ವೈಫಲ್ಯಗಳಾದರೆ, ಆತ್ಮಹತ್ಯೆ ಮಾಡಿಕೊಳ್ಳುವ ಸಾಧ್ಯತೆಗಳು ಹೆಚ್ಚಿವೆ. ಕೆಲವೊಮ್ಮೆ ಖಿನ್ನತೆಯ ಸಮಸ್ಯೆಯಿಂದ ಬಳಲುವ ಹದಿಹರೆಯದ ವಿದ್ಯಾರ್ಥಿಗಳು ಕೂಡ ಆತ್ಮಹತ್ಯೆಗೆ ಶರಣಾಗುತ್ತಾರೆ.

## ಸಾಮಾನ್ಯವಾಗಿ ಮಾನಸಿಕ ಸಮಸ್ಯೆಗಳು ಉಂಟಾಗಲು ಕಾರಣವೇನು?

ಎಷ್ಟೋ ಸಮಸ್ಯೆಗಳಿಗೆ ಇನ್ನೂ ನಿಖರವಾದ ಕಾರಣ ಹೇಳಲು ಸಾಧ್ಯವಿಲ್ಲ. ಆದರೆ ಕೆಲವು ವೈಜ್ಞಾನಿಕ ಪರಿಶೋಧನೆಗಳಿಂದ ಈ ಕೆಳಗಿನ ಕಾರಣಗಳನ್ನು ಹೇಳಬಹುದು.

1. ಅನುವಂಶಿಕ ಕಾರಣಗಳು: ತಂದೆ ತಾಯಿ ಅಥವಾ ಸಂಬಂಧಿಕರಲ್ಲಿ, ಮಾನಸಿಕ ತೊಂದರೆಯಿದ್ದರೆ ಮಕ್ಕಳಲ್ಲಿ ಬರಲೇ ಬೇಕು ಎನ್ನುವ ಕಡ್ಡಾಯವೇನಿಲ್ಲ. ಆದರೆ, ಬರುವ ಸಾಧ್ಯತೆಗಳಿವೆ ಎಂದು ಸಂಶೋಧನೆಗಳು ಹೇಳುತ್ತವೆ. ಅನುವಂಶಿಕತೆಯಲ್ಲಿ ಕಾಯಿಲೆ ಬರುವ ಸಾಧ್ಯತೆಗಳಿದ್ದು, ವಾತಾವರಣದಲ್ಲಿ ಪ್ರಚೋದಕಗಳು ಇರದಿದ್ದಲ್ಲಿ, ಅಥವಾ ಸರಿಯಾದ ಮುಂಜಾಗ್ರತಾ ಕ್ರಮ ಕೈಗೊಂಡಿದ್ದಲ್ಲಿ, ಕೆಲವು ಕಾಯಿಲೆಗಳನ್ನು ತಡೆಗಟ್ಟಬಹುದು.

2. ಮಗುವಿನ ಪ್ರಸವಪೂರ್ವ ಅಥವಾ ಪ್ರಸವ ಸಮಯದಲ್ಲಾಗುವ ಕೆಲವು ಸೋಂಕು, ಹಾನಿ, ಮಿದುಳಿನ ಗಾಯಗಳು, ಕೆಲವು ತರಹದ ಮಾನಸಿಕ ನ್ಯೂನತೆಗಳಿಗೆ ಕಾರಣವಾಗಬಹುದು. ಹಾಗೇ, ಗರ್ಭಧಾರಣೆಯ ಸಮಯದಲ್ಲಿ, ತಾಯಿಯ ಒತ್ತಡ, ಆಘಾತ, ಮದ್ಯಪಾನ, ತಂಬಾಕು, ಅತಿಯಾದ ಔಷಧ ಸೇವನೆಗೆ ಒಳಪಟ್ಟರೂ ಕೂಡ ಮಗುವಿಗೆ ಮಾನಸಿಕ ವಿಕಲತೆಯಂತಹ ತೊಂದರೆ ಬರುವ ಸಾಧ್ಯತೆಗಳಿರುತ್ತವೆ.

3. ಮಿದುಳಿನಲ್ಲಿರುವ ಡೊಪಮೈನ್, ಸೆರೆಟೋನಿನ್‌ಗಳಂತಹ ರಾಸಾಯನಿಕಗಳ ಮಟ್ಟದಲ್ಲಿ ಅಸಮತೋಲನ ಉಂಟಾಗುವುದರಿಂದಲೂ, ಅನೇಕ ಮಾನಸಿಕ ಖಾಯಿಲೆಗಳು ಉಂಟಾಗುತ್ತದೆ.

4. ದೀರ್ಘಕಾಲದವರೆಗೆ ಮದ್ಯವ್ಯಸನ, ಅಮಲು ಪದಾರ್ಥಗಳ ಸೇವನೆಯಿಂದಲೂ ಕೂಡ ಅನೇಕ ಮಾನಸಿಕ ಖಾಯಿಲೆಗಳು ಉಂಟಾಗುತ್ತವೆ. ಕೆಲವೊಮ್ಮೆ ಕಾಯಿಲೆಗಳಿಂದಲೂ ಮದ್ಯವ್ಯಸನಕ್ಕೆ ಹೋಗಬಹುದು.

5. ನಮ್ಮ ಪ್ರೀತಿಪಾತ್ರರು ಹಠಾತ್ತನೆ ಸಾವಿಗೀಡಾದಾಗ, ಹಾಗೂ ಇತರ ಒತ್ತಡದ ಸನ್ನಿವೇಶಗಳು ನಿರ್ಮಾಣವಾದಾಗ, ನಿರುದ್ಯೋಗಿಯಾದಾಗ, ಮಾನಸಿಕ, ದೈಹಿಕ, ಲೈಂಗಿಕ ಶೋಷಣೆಗೆ ಬಲಿಯಾದಾಗ, ಆಗುವ ಒತ್ತಡಗಳು ಕೂಡ ಕಾಯಿಲೆಗೆ ಕಾರಣವಾಗಬಹುದು.

6. ಕೀಳುಮಟ್ಟದ ಪಾಲನೆ, ಪೋಷಣೆ, ಶೋಷಣೆ, ಬಾಲ್ಯದಲ್ಲಾಗುವ ಅಹಿತಕರ ಘಟನೆಗಳು, ತಂದೆ ತಾಯಿ, ಗೆಳೆಯ, ಗೆಳತಿಯರಿಂದ ದೂರಾಗುವುದು, ಶಾಲಾ ಕಾಲೇಜು ಮತ್ತು ಶಿಕ್ಷಕರಿಂದ ಉಂಟಾಗುವ ಒತ್ತಡ, ಅವಮಾನಗಳು, ಆರ್ಥಿಕ ಸಂಕಷ್ಟಗಳು ಕೂಡ, ಮಾನಸಿಕ ಸಮಸ್ಯೆಗೆ ಕಾರಣವಾಗಬಹುದು.

## ಹದಿಹರೆಯದವರ ಮಾನಸಿಕ ಸಮಸ್ಯೆಗಳಿಗೆ ಕಾರಣಗಳು ಯಾವುವು?

ಮೇಲೆ ತಿಳಿಸಿರುವಂತಹ ಕಾರಣಗಳು ಎಲ್ಲಾ ವಯಸ್ಸಿನವರಲ್ಲಿಯೂ ಮಾನಸಿಕ ಸಮಸ್ಯೆಗಳನ್ನು ಉಂಟುಮಾಡಬಹುದು. ಆದರೆ ಕೇವಲ ಹದಿಹರೆಯದರಲ್ಲಿ ಸಮಸ್ಯೆ ಉಂಟುಮಾಡುವ ಕಾರಣಗಳನ್ನು ನೋಡುವುದಾದರೆ ಈ ಕೆಳಗಿನ ಕಾರಣಗಳನ್ನು ಪಟ್ಟಿ ಮಾಡಬಹುದು.

1. ಹಿಂದೆ ಹೇಳಿರುವಂತೆ ಅನುವಂಶಿಕವಾಗಿ, ದೈಹಿಕ ಮತ್ತು ಮಿದುಳಿನ ಹಾನಿ, ಕೆಲವು ಸೋಂಕಿನಿಂದಾಗಿ ಅಥವಾ ಮಿದುಳಿನಲ್ಲಾಗುವ ರಾಸಾಯನಿಕಗಳ ಅಸಮತೋಲನಗಳಿಂದಲೂ ಸಮಸ್ಯೆಗಳು ಬರಬಹುದು.

2. ಹೆತ್ತವರ ಅಥವಾ ಪೋಷಕರ ನಿರ್ಲಕ್ಷ್ಯ, ಅತಿಯಾದ ಶಿಸ್ತು, ಕಡಿಮೆ ಪ್ರೀತಿ ಮತ್ತು ಗುರುತಿಸುವಿಕೆ, ಮಾನಸಿಕ ಮತ್ತು ದೈಹಿಕ ಶಿಕ್ಷೆ ಇತ್ಯಾದಿ.

3. ತಂದೆ ತಾಯಿಯರ ನಡುವಿನ ಅಂತಃಕಲಹ, ವಿಚ್ಛೇದನ, ತಂದೆತಾಯಿಯರ ಸಾವು ಇತ್ಯಾದಿ ಕಾರಣದಿಂದ ಉಂಟಾಗುವ ನೋವು ಮತ್ತು ಒತ್ತಡಗಳು.

4. ಶಾಲೆಯಲ್ಲಿ ಉಂಟಾಗುವ ಒತ್ತಡ, ಹೊಂದಾಣಿಕೆಯ ತೊಂದರೆಗಳು, ಶಿಕ್ಷಕರಿಂದ ಶೋಷಣೆ, ಶಾಲಾ ಬದಲಾವಣೆ, ಅತಿಯಾದ ಶೈಕ್ಷಣಿಕ ಒತ್ತಡ, ಶಾಲಾ ಚಟುವಟಿಕೆಗಳಲ್ಲಿ ಮತ್ತು ಓದಿನಲ್ಲಿ ಸಮರ್ಪಕವಾಗಿ ಭಾಗವಹಿಸಲು ಆಗದಿರುವುದು, ನಿರೀಕ್ಷಿತ ಫಲಿತಾಂಶ ಬರದೇ ಇರುವುದು, ಪರೀಕ್ಷಾ ಆತಂಕ ಇತ್ಯಾದಿಗಳು ಕೂಡ ಕಾರಣವಾಗಬಹುದು.

5. ಗೆಳೆಯ ಗೆಳತಿಯರಿಂದ ನಿರ್ಲಕ್ಷಕ್ಕೆ ಒಳಗಾಗುವುದು, ಸಹಪಾಠಿಗಳಿಂದ ನಿಂದನೆ, ರ್‍ಯಾಗಿಂಗ್‌ಗೆ ಒಳಗಾಗುವುದು, ಹೊಸ ಸ್ನೇಹಿತರೊಡನೆ ಹೊಂದಾಣಿಕೆ ಆಗಲು ಆಗದಿರುವುದು ಮತ್ತು ಅವರ ಅಪೇಕ್ಷೆಗೆ ತಕ್ಕಂತೆ ಇರಲು ಆಗದಿರುವುದು ಸಮಸ್ಯೆಗಳಿಗೆ ಕಾರಣ ಆಗುತ್ತದೆ.

6. ಮನೆಯಲ್ಲಿ, ಶಾಲೆಯಲ್ಲಿ ಅಥವಾ ಹೊರಗಡೆ ಉಂಟಾಗುವ ದೈಹಿಕ, ಲೈಂಗಿಕ ಮತ್ತು ಮಾನಸಿಕ ಶೋಷಣೆಗಳು.

7. ಹದಿಹರೆಯದ ಪ್ರೇಮ ವೈಫಲ್ಯಗಳು, ಬೇರೆಯವರಂತೆ ತಾನು ಗೆಳೆಯ ಗೆಳತಿಯನ್ನು ಹೊಂದಲು ವಿಫಲನಾಗುವುದು, ಒಂಟಿತನ ಇತ್ಯಾದಿ.

8. ಹದಿಹರೆಯದಲ್ಲಿ ದುಡುಕಿನಿಂದ ಉಂಟಾಗುವ ಗರ್ಭಧಾರಣೆ ಮತ್ತು ಗರ್ಭಪಾತಗಳಿಂದಾಗುವ ಒತ್ತಡ.

9.    ಮದ್ಯಪಾನ, ತಂಬಾಕು ಮತ್ತು ಗಾಂಜಾಗಳಂತಹ ಅಮಲು ಪದಾರ್ಥ ಸೇವನೆ.

10.   ತನ್ನ ವೈಯಕ್ತಿಕ ಜೀವನದ ಕುರಿತಾದ ಕೀಳರಿಮೆ, ನಕರಾತ್ಮಕ ಭಾವನೆ, ಕೀಳು ಸ್ವಾಭಿಮಾನ
      ಇತ್ಯಾದಿಗಳು.

11.   ಆರ್ಥಿಕ ಸಂಕಷ್ಟಗಳು, ತಂದೆ ತಾಯಿಯ ಬಡತನ, ಶಾಲಾ ಶುಲ್ಕ, ಪುಸ್ತಕ, ಬಟ್ಟೆಗಳ
      ಖರ್ಚುವೆಚ್ಚ ಭರಿಸಲು ಆಗದಿರುವುದು ಇತ್ಯಾದಿ.

## ಹದಿಹರೆಯದ ವಯಸ್ಸು ಬಹಳ ಮುಖ್ಯ ಏಕೆ? ಮತ್ತು ಅದರ ಬಗ್ಗೆ ಯಾಕೆ ಎಲ್ಲರೂ ತಿಳಿಯಬೇಕು?

ಹದಿಹರೆಯ ಎನ್ನುವಂತದ್ದು, ಎಲ್ಲರ ಜೀವನದಲ್ಲೂ ಬಹಳ ನಿರ್ಣಾಯಕ ಘಟ್ಟ. ಈ ಘಟ್ಟದಲ್ಲಿ ದೈಹಿಕ, ಮಾನಸಿಕ ಮತ್ತು ಲೈಂಗಿಕ ಬದಲಾವಣೆಗಳು, ತೀವ್ರಗತಿಯಲ್ಲಿ ಆಗುತ್ತದೆ. ಮತ್ತು ಇವುಗಳ ಪರಿಣಾಮ ಮುಂದಿನ ಜೀವನದಲ್ಲೂ ಉಂಟಾಗುತ್ತದೆ. ಇದು ಶೈಕ್ಷಣಿಕ ಮತ್ತು ಸಾಮಾಜಿಕವಾಗಿಯೂ, ಪ್ರಮುಖ ಹಂತವಾಗಿದ್ದು, ಇಲ್ಲಿ ನಿರ್ಧರಿಸಲ್ಪಡುವ ಅನೇಕ ನಿರ್ಧಾರಗಳು, ಮುಂದಿನ ವಿದ್ಯಾಭ್ಯಾಸ, ವೃತ್ತಿ, ಗುರಿ ಮತ್ತು ಜೀವನದ ಮೇಲೆ ಪರಿಣಾಮ ಬೀರುತ್ತದೆ.

ಈ ವಯಸ್ಸಿನ ಕುರಿತು ಎಲ್ಲರಿಗೂ, ತಿಳುವಳಿಕೆ ಬಹಳ ಮುಖ್ಯ. ಹದಿಹರೆಯದ ವಯಸ್ಸಿನವರು ತಿಳಿಯುವುದರಿಂದ ಅವರಲ್ಲಾಗುವ ಬದಲಾವಣೆಯ ಬಗ್ಗೆ, ಅರಿವು ಮತ್ತು ಅದಕ್ಕೆ ಹೊಂದಿಕೊಳ್ಳುವ ರೀತಿ ಸುಲಭವಾಗುತ್ತದೆ. ಪೋಷಕರು ಮತ್ತು ಹಿರಿಯರು ತಿಳಿಯುವುದರಿಂದ ಅವರ ಮಕ್ಕಳ, ಬದಲಾವಣೆಗಳು, ಪರಿಸ್ಥಿತಿಗಳು, ಸಮಸ್ಯೆಗಳ ಕುರಿತು ಅರಿವು ಮೂಡಿ, ಅವರೊಡನೆ ವ್ಯವಹರಿಸುವಾಗ, ಇವುಗಳನ್ನು ಗಮನದಲ್ಲಿರಿಸಿಕೊಳ್ಳಲು, ಸಹಾಯವಾಗುತ್ತದೆ. ಶಿಕ್ಷಕರು ಇದರ ಬಗ್ಗೆ ತಿಳಿಯುವುದರಿಂದ, ಯಾಕೆ ಹದಿಹರೆಯದ ಸಮಯದಲ್ಲಿ, ಮಕ್ಕಳು ಪಾಠ, ಪ್ರವಚನಗಳಿಂದ, ದೂರಾಗುತ್ತಾರೆ ಮತ್ತು ಶಾಲೆಯಲ್ಲಿ ಮಕ್ಕಳ ನಡವಳಿಕೆಯ ಕಾರಣ ತಿಳಿದು, ಅವರ ಪಾಠ, ಪ್ರವಚನಗಳಲ್ಲಿ ಮಕ್ಕಳಿಗೆ ಮಾಡುವ ಮಾರ್ಗದರ್ಶನದಲ್ಲಿ, ಈ ಅಂಶಗಳನ್ನು ಗಮನದಲ್ಲಿರಿಸಿಕೊಳ್ಳಲು ಸಹಕಾರಿಯಾಗುತ್ತದೆ.

## ಹದಿಹರೆಯದ ವಿದ್ಯಾರ್ಥಿಗಳ ಜೊತೆ ವ್ಯವಹರಿಸುವ ಕುರಿತು ಶಿಕ್ಷಕರಿಗೆ ಏನು ಸಲಹೆ ಸೂಚನೆಗಳನ್ನು ಕೊಡುತ್ತೀರಿ?

ಹದಿಹರೆಯದ ಮಕ್ಕಳಿಗೆ ಶಿಕ್ಷಣ ನೀಡುವ ಶಿಕ್ಷಕರಿಗಾಗಿ ಕೆಲವು ಶೈಕ್ಷಣಿಕ ಸಲಹೆಗಳು ಈ ರೀತಿಯಾಗಿವೆ.

- ಈ ವಯಸ್ಸಿನ ಮಕ್ಕಳಿಗೆ, ಸವಾಲಿನಿಂದ ಕೂಡಿರುವ, ಆಸಕ್ತಿಕರವಾದಂತಹ ಶೈಕ್ಷಣಿಕ ಕೆಲಸಗಳನ್ನು ಶಿಕ್ಷಕರು ನೀಡಬೇಕು.

- ಹದಿಹರೆಯದ ವಯಸ್ಸಿನಲ್ಲಿ ವಿದ್ಯಾರ್ಥಿಗಳು, ಪರಿಕಲ್ಪನೆಗಳನ್ನು (ಕಾನ್ಸೆಪ್ಟ್) ಅರ್ಥ ಮಾಡಿಕೊಳ್ಳುವಷ್ಟು ಬೆಳೆದಿರುವುದರಿಂದ, ಅವರು ಶಾಲೆಯಲ್ಲಿ ಕಲಿಯುತ್ತಿರುವ ಅನೇಕ ವಿಷಯಗಳ ಕುರಿತು ಇನ್ನೂ ಹೆಚ್ಚು ತಿಳಿಯಲು ಮತ್ತು ವಿಮರ್ಶೆ ಮಾಡಲು ಅನುಕೂಲವಾಗುವಂತೆ, ಇತರ ಓದಿನ ಸಾಧನಗಳನ್ನು ನೀಡಬೇಕು. ಅದು ಒಳ್ಳೆಯ ಪುಸ್ತಕದಿಂದ ಆರಿಸಿದ ವಿಷಯಗಳು, ಪತ್ರಿಕೆಯ ಅಂಕಣಗಳು, ನಿಯತಕಾಲಿಕಗಳ ಲೇಖನಗಳು ಆಗಬಹುದು. ಉದಾಹರಣೆಗೆ ಸೌರ ಶಕ್ತಿಯ ಬಗ್ಗೆ ಪಾಠ ಇದ್ದಾಗ ಅದರ ಜೊತೆಗೆ ಸೌರ ಶಕ್ತಿಯ ಕ್ಷೇತ್ರದಲ್ಲಿನ ಇತ್ತೀಚಿನ ಬದಲಾವಣೆಗಳು ಅಥವಾ ಬಡವರಿಗೂ ಸೌರಶಕ್ತಿ ಸಿಗುವ ಸಲುವಾಗಿ ಶ್ರಮಿಸಿ ಸೌರ ಶಕ್ತಿ ಕ್ಷೇತ್ರದಲ್ಲಿ ಸಾಧನೆ ಮಾಡಿರುವ ಹರೀಶ್ ಹಂದೆಯವರ ಕುರಿತಾದ ಲೇಖನಗಳನ್ನು ಓದಲು ಕೊಡಬಹುದು. ಆಗ ವಿಜ್ಞಾನದ ಸಾಮಾಜಿಕ ಅನ್ವಯಗಳ ಕುರಿತು ಮಕ್ಕಳಿಗೆ ತಿಳಿಸಿದಂತಾಗುತ್ತದೆ.

- ವಿದ್ಯಾರ್ಥಿಗಳಿಗೆ ನೀಡಲು ಕಲಿಕಾ ಚಟುವಟಿಕೆಗಳನ್ನು, ಬರೀ ಓದಿದ್ದನ್ನು ಪುನರಾವರ್ತಿಸಿ ಹೇಳುವ ಉತ್ತರಗಳನ್ನು ಬಾಯಿಪಾಠ ಮಾಡಿ, ಒಪ್ಪಿಸುವ ಕೆಲಸಗಳಿಗೆ ಸೀಮಿತ ಮಾಡಬಾರದು. ಬದಲಿಗೆ ಈ ವಯಸ್ಸಿನಲ್ಲಿ, ಅಮೂರ್ತ ಪರಿಕಲ್ಪನೆಗಳನ್ನು ತಿಳಿಯುವ ಸಾಮಾರ್ಥ್ಯಗಳನ್ನು ಹೊಂದಿರುವುದರಿಂದ, ಅವುಗಳಿಗೆ ಪೂರಕವಾದ ಚಟುವಟಿಕೆಗಳನ್ನು ನೀಡಬೇಕು.

- ಪರೀಕ್ಷೆಗಳೇ ತುಂಬಿರುವ ಮತ್ತು ಅದಕ್ಕಾಗಿಯೇ ತಯಾರಿ ನಡೆಯುವ, ಶಿಕ್ಷಣ ವ್ಯವಸ್ಥೆಯಲ್ಲಿ ನಾವಿರುವಾಗ, ಬೆಳೆಯುತ್ತಿರುವ ಮಕ್ಕಳ ಬೌದ್ಧಿಕ ಬೆಳವಣಿಗೆಗೆ ಪೂರಕವಾಗಿರುವ, ವಾತಾವರಣ ಕಲ್ಪಿಸುವುದು ಮುಖ್ಯವಾಗುತ್ತದೆ. ಸುಮ್ಮನೇ ಪರೀಕ್ಷೆಗಾಗಿ ಓದುವುದಕ್ಕಿಂತ, ನುರಿತ ಶಿಕ್ಷಕರಿಂದ ಮತ್ತು ವಿಮರ್ಶಾತ್ಮಕ ದೃಷ್ಟಿಕೋನ ನೀಡುವ ಓದಿನಿಂದ ಮಕ್ಕಳ ಬೌದ್ಧಿಕ ಶಕ್ತಿ ಇನ್ನೂ ಹೆಚ್ಚು ಸಮರ್ಪಕವಾಗಿ ರೂಪಿತವಾಗಬಹುದು.

- ಈ ವಯಸ್ಸಿಗೆ ಬರುವಷ್ಟರಲ್ಲಿ, ಜೀವನದ ಅನೇಕ ಅನುಭವಗಳು ಸ್ವಲ್ಪ ಮಟ್ಟಿಗೆ ಆಗಿರುವುದರಿಂದ, ಅವುಗಳನ್ನು ತರಗತಿಯ ಪಾಠಗಳಿಗೆ ಸಂಬಂಧ ಕಲ್ಪಿಸಿ, ಚರ್ಚಿಸುವಂತಹ ವಾತಾವರಣವನ್ನು, ತರಗತಿಯಲ್ಲಿ ನಿರ್ಮಾಣ ಮಾಡುವುದು ಉತ್ತಮ. ಈ ಹೊತ್ತಿಗಾಗಲೇ, ಅನೇಕ ವಿಷಯಗಳ ಕುರಿತು, ಜ್ಞಾನ ಮತ್ತು ಕೌಶಲ್ಯಗಳನ್ನು ಸಂಪಾದಿಸಿರುತ್ತಾರೆ. ಹೊಸ ಜ್ಞಾನದ ಕಲಿಕೆಯಲ್ಲಿ ಅವುಗಳ ಸೂಕ್ತ

ಬಳಕೆಗೆ ಅವಕಾಶ ಮಾಡಿಕೊಡಬೇಕು. ಉದಾಹರಣೆಗೆ, ಒತ್ತಡದಂತಹ ವಿಜ್ಞಾನದ ವಿಷಯಗಳನ್ನು, ಪ್ರೆಷರ್ ಕುಕ್ಕರ್‌ಗಳು, ಬ್ರೇಕುಗಳು, ಪಂಪುಗಳು, ಎತ್ತರದ ಪ್ರದೇಶಗಳಲ್ಲಿ ಕಿವಿ ಕೆಟ್ಟಂತಾಗುವ ಸನ್ನಿವೇಶಗಳನ್ನು ನಿದರ್ಶಿಸಿ ಕಲಿಸಬಹುದು. ಹಾಗೇ, ಭಾಷಾ ವಿಷಯಗಳನ್ನು ಬೋಧಿಸುವಾಗ ಪತ್ರಿಕೆಗಳಲ್ಲಿ, ಲೇಖನಗಳಲ್ಲಿ, ಜಾಹಿರಾತುಗಳಲ್ಲಿ, ಭಾಷಣಗಳಲ್ಲಿ, ಪತ್ರಗಳಲ್ಲಿ, ಸ್ವಾಭಾವಿಕ ಸಂಭಾಷಣೆಗಳಲ್ಲಿ, ಬಳಸುವ ಭಾಷೆಗಳನ್ನು ಉದಾಹರಿಸಿ ಬೋಧಿಸಬಹುದು. ಇಂತಹ ಅನೇಕ ವಿಚಾರಗಳನ್ನು, ಹದಿಹರೆಯದವರು ಅನುಭವಿಸಿರುವುದರಿಂದ, ಅವುಗಳ ಹೊಸ ಪರಿಕಲ್ಪನೆಗಳನ್ನು, ಕಲಿಸುವಾಗ ಬಳಸಿಕೊಳ್ಳಬಹುದು.

ಇವುಗಳು ಶೈಕ್ಷಣಿಕ ವಿಚಾರಗಳಿಗೆ ಸಂಬಂಧಿಸಿದ್ದಾದರೆ, ಕೆಲವು ಸಾಮಾನ್ಯ ಆದರೆ ಬಹಳ ಮುಖ್ಯವಾದ, ಸಲಹೆಗಳು ಈ ರೀತಿಯಾಗಿವೆ.

ಹದಿಹರೆಯದ ವಯಸ್ಸಿನ ಮಕ್ಕಳ ನಡುವಿನ, ಗೆಳೆತನಕ್ಕೆ ಬೆಲೆ ನೀಡುವುದು ಬಹಳ ಮುಖ್ಯ. ಹೆಚ್ಚಾಗಿ ಶಾಲೆಗಳಲ್ಲಿ ಗಲಾಟೆ ಮಾಡುತ್ತಾರೆ ಅಥವಾ ಗುಂಪಿನಲ್ಲಿದ್ದರೆ ಹೆಚ್ಚು ಕೆಟ್ಟ ಕೆಲಸ ಮಾಡುತ್ತಾರೆ ಎನ್ನುವ ಕಾರಣಕ್ಕೆ ಸ್ನೇಹಿತರನ್ನು ದೂರ ಕೂರಿಸುವ, ಬೆರೆಯದಂತೆ ನೋಡಿಕೊಳ್ಳುವ ಕೆಲಸ ಮಾಡುತ್ತೇವೆ. ಆದರೆ ಈ ವಯಸ್ಸಿನಲ್ಲಿ ಗೆಳೆತನಕ್ಕೆ ಇರುವ ಬೆಲೆ ಮತ್ತು ಅದು ಮಾಡುವ ಭಾವನಾತ್ಮಕ ಪ್ರಭಾವಕ್ಕೆ ಶಿಕ್ಷಕರು ಪ್ರಾಮುಖ್ಯತೆ ನೀಡಬೇಕಾಗುತ್ತದೆ. ಹೆಚ್ಚಾಗಿ ನಾವು ಹದಿಹರೆಯದವರ ಗುಂಪು ಸಮಾಜಘಾತಕ ಕೆಲಸ, ಇಲ್ಲವೇ ಕೆಟ್ಟ ಹವ್ಯಾಸಗಳನ್ನು ರೂಡಿಸಿಕೊಳ್ಳುವುದಕ್ಕೆ ಮಾತ್ರ ಪ್ರಭಾವ ಬೀರುತ್ತೇವೆ ಎಂದು ತಿಳಿಯುತ್ತೇವೆ. ಆದರೆ ಅನೇಕ ಸಂಶೋಧನೆಗಳು ಸಮಾನಮನಸ್ಕ ಗುಂಪುಗಳು (ಪಿಯರ್ಸ್) ಒಳ್ಳೆಯ ಮತ್ತು ಪ್ರಯೋಜನಕ್ಕೆ ಬರುವ ಕೆಲಸಗಳು ನಡೆಯಲು ಪ್ರಭಾವ ಬೀರುತ್ತದೆ ಎಂದು ಸಾಧಿಸಿವೆ. ಲ್ಯಾರಿ ಸ್ಟೇನ್ಬರ್ಗ್ ಎನ್ನುವ ಸಂಶೋಧಕರ ಪ್ರಕಾರ ಹದಿಹರೆಯದ ಗುಂಪುಗಳು ಶೈಕ್ಷಣಿಕ ಕೆಲಸಗಳು, ಸಮಾಜಪರ ಕಾಳಜಿಯ ಕೆಲಸಗಳು, ಕುಡಿತ ಮತ್ತು ಅಮಲು ಪದಾರ್ಥಗಳಿಂದ ದೂರವಿರುವ ನಿರ್ಧಾರ ಕೈಗೊಳ್ಳುವಂತಹ ಸಕಾರಾತ್ಮಕ ಕಾರ್ಯಗಳನ್ನು ಪ್ರಭಾವಿಸುತ್ತವೆ ಎಂದು ಹೇಳುತ್ತಾರೆ. ಆದರೆ ನಮ್ಮ ಮಾಧ್ಯಮ ಮತ್ತು ನಂಬಿಕೆಗಳು ಹೆಚ್ಚಾಗಿ ನಕಾರಾತ್ಮಕ ಅಂಶಗಳನ್ನು ಬಿಂಬಿಸುತ್ತವೆ.

- **ಹುಡುಗ-ಹುಡುಗಿಯರ ಸಂಪರ್ಕ ಏರ್ಪಡದಂತೆ ನಿರ್ಬಂಧಿಸುವುದು ಸರಿ ಅಲ್ಲ:** ಇದು ಬಹಳ ಸಂಕೀರ್ಣವಾದ ವಿಚಾರ. ಯಾವುದೇ ನಿರ್ಬಂಧ ಹಾಕದಿದ್ದರೆ ಅನೇಕ ಅಪಾಯಗಳು ಸಂಭವಿಸಬಹುದು. ಆದರೆ ನಿರ್ಬಂಧಿಸಿದರೂ ಇನ್ನೂ ಕೆಟ್ಟ ರೀತಿಯಲ್ಲಿ ಅಪಾಯಗಳು ಸಂಭವಿಸಬಹುದು. ಇವರ ಸಂಪರ್ಕವನ್ನು ನಿರ್ಬಂಧಿಸುವ ನಾವು ಈ ವಯಸ್ಸಿಗೆ ಸ್ವಾಭಾವಿಕವಾಗಿ ಆಗುವಂತಹ ಅನ್ಯ ಲಿಂಗ ಆಕರ್ಷಣೆಯ ಸತ್ಯವನ್ನು

ಕಡೆಗಣಿಸಿದಂತೆ ಆಗುತ್ತದೆ. ನಾವು ಇದನ್ನು ಸರಿಯಾದ ರೀತಿ ವ್ಯಕ್ತಪಡಿಸಲು ಅವಕಾಶ ಮಾಡಿಕೊಡದಿದ್ದಲ್ಲಿ ಅನ್ಯ ಮಾರ್ಗದಿಂದ ಹಿರಿಯರ ಕಣ್ಣು ತಪ್ಪಿಸಿ ಅನೇಕ ಅನಾಹುತಗಳನ್ನು ಅವರು ತಂದುಕೊಳ್ಳುತ್ತಾರೆ. ಹಾಗಾಗಿ ಹುಡುಗ ಹುಡುಗಿಯರ ಸಂಪರ್ಕ ನಿರ್ಬಂಧಿಸುವುದರಿಂದ ಸಮಸ್ಯೆಗಳು ಗೌಪ್ಯವಾಗಿ ನಮಗೆ ಆ ಕುರಿತು ಚರ್ಚಿಸಿ, ಪರಿಹಾರ ಕಂಡುಕೊಳ್ಳುವ ಅವಕಾಶವೇ ಇಲ್ಲದಂತಾಗುತ್ತದೆ. ಯಾವುದು ಸರಿ ತಪ್ಪು ಎಂದು ಹೇಳಬೇಕಾದರೆ ಅದನ್ನು ಅವರು ಕೇಳಬೇಕಾದರೆ ಮೊದಲು ಹದಿಹರೆಯದವರನ್ನು ವಿಶ್ವಾಸಕ್ಕೆ ತೆಗೆದುಕೊಳ್ಳುವುದು ಮುಖ್ಯವಾಗುತ್ತದೆ.

- **ಹದಿಹರೆಯದವರ ನಡುವೆ ಹೋಲಿಕೆ ಮಾಡಿ ಮೌಲ್ಯಮಾಪನ ಮಾಡುವುದು ಒಳ್ಳೆಯದಲ್ಲ.** ನಮ್ಮ ಇಡೀ ಶಿಕ್ಷಣ ವ್ಯವಸ್ಥೆಯೇ ಹೋಲಿಕೆ ಮತ್ತು ಅಂಕಗಳ ಮೇಲೆ ನಿರ್ಧರಿತ ಆದುದರಿಂದ ಚಿಕ್ಕಂದಿನಿಂದಲೇ ಈ ಹೋಲಿಕೆಯು ಶುರು ಆಗಿರುತ್ತದೆ. ಆದರೆ ಹದಿಹರೆಯದವರ ಬೆಳವಣಿಗೆಯ ದೃಷ್ಟಿಯಿಂದ ಇದು ಒಳಿತಲ್ಲ. ಹೋಲಿಕೆ ಇಂದ ಮಕ್ಕಳು ಕಲಿಯಲಾರರು. ಬದಲಾಗಿ ಮಕ್ಕಳ ಮೇಲೆ ಹಾನಿಕಾರಕವಾದ ಪರಿಣಾಮ ಬೀರುತ್ತದೆ ಎಂದು ಅನೇಕ ಸಂಶೋಧನೆಗಳು ಹೇಳುತ್ತವೆ. ಹದಿಹರೆಯದ ಮಕ್ಕಳು ತಮ್ಮ ಕುರಿತು ಆಲೋಚಿಸುವ, ಸ್ಪಷ್ಟ ನಿಲುವು ಹೊಂದಲು ಪ್ರಾರಂಭಿಸುವ ಮತ್ತು ವ್ಯಕ್ತಿತ್ವಗಳ ಬೆಳವಣಿಗೆಯ ಹಂತ. ಆದುದರಿಂದ ಈ ರೀತಿಯ ನಕಾರಾತ್ಮಕ ಮತ್ತು ಹೋಲಿಕೆಯ ಅಭಿಪ್ರಾಯಗಳು ಮಕ್ಕಳಲ್ಲಿ ನಕಾರಾತ್ಮಕವಾದ ಸ್ವ-ಚಿತ್ರಣ, ಕೀಳರಿಮೆ ಮತ್ತು ಸ್ವಾಭಿಮಾನದ ಕೊರತೆ ಬೆಳೆಯುವಂತೆ ಮಾಡುತ್ತದೆ.

- **ಹದಿಹರೆಯದ ಮಕ್ಕಳು ಮತ್ತು ವಯಸ್ಕರ ನಡುವೆ ಮಾತು/ಚರ್ಚೆ ಏರ್ಪಡುವಂತೆ ಮಾಡಬೇಕು:** ಹಿಂದೆ ಹೇಳಿರುವಂತೆ ಹದಿಹರೆಯದ ವಯಸ್ಸಿನಲ್ಲಿ ವಿಷಯಗಳ ಕುರಿತು ಆಲೋಚಿಸುವ, ಅಭಿಪ್ರಾಯ ಹೊಂದುವ, ಸುತ್ತಮುತ್ತಲಿನ ಆಗುಹೋಗುಗಳನ್ನು ಸೂಕ್ಷ್ಮವಾಗಿ ಗಮನಿಸುವ ಸಾಮರ್ಥ್ಯ ಬರಲು ಪ್ರಾರಂಭಿಸುತ್ತದೆ. ಹಾಗಾಗಿ ಇದರ ಪ್ರಯೋಜನ ಪಡೆಯಲು ಮತ್ತು ಈ ರೀತಿಯ ಅಭಿಪ್ರಾಯಗಳಿಗೆ ಸೂಕ್ತ ಆಯಾಮ ಕೊಡಲು ಶಿಕ್ಷಕರು ವಯಸ್ಕರು ಮತ್ತು ಹದಿಹರೆಯದವರ ನಡುವೆ ಸಂಭಾಷಣೆ ಏರ್ಪಡಿಸಬೇಕು. 'ಪ್ರಶ್ನೆ ಮಾಡುವುದು' ಈ ವಯಸ್ಸಿನ ಸಹಜ ಮತ್ತು ಬಹು ಪ್ರಮುಖ ಬೆಳವಣಿಗೆ. ಆದ್ದರಿಂದ ಈ ಸಂಭಾಷಣೆಗಳಲ್ಲಿ ನಮ್ಮ ಪದ್ಧತಿಗಳ ಬಗ್ಗೆ, ಸಂಸ್ಕೃತಿಯ ಬಗ್ಗೆ ಜಾಹಿರಾತುಗಳ ಬಗ್ಗೆ, ಕೊಳ್ಳುಬಾಕತನದ ಬಗ್ಗೆ, ಪರಿಸರದ ಮೇಲೆ ನಮ್ಮ ಜೀವನ ಕ್ರಮ ಬೀರುತ್ತಿರುವ ಪರಿಣಾಮಗಳ ಬಗ್ಗೆ, ನೈತಿಕತೆ, ಮೌಲ್ಯ, ಧರ್ಮ, ಜಾತಿ, ಸ್ವಾತಂತ್ರ್ಯ, ಹೀಗೆ ಅನೇಕ ವಿಚಾರಗಳ ಕುರಿತು ಪ್ರಶ್ನಿಸುವ ಮುಖಾಂತರ ಇವುಗಳನ್ನು ಅರಿಯುವ ಪ್ರಯತ್ನ ಮಾಡಿಸಬೇಕು. ಈ ಸಂಭಾಷಣೆಗಳನ್ನು ಏರ್ಪಡಿಸಬೇಕಾದರೆ ಮುಕ್ತವಾದ, ಗೌರವಯುತವಾದ ವಾತಾವರಣ ಸೃಷ್ಟಿಸುವುದು ಮುಖ್ಯ. ಬಹಳ

ಮುತುವರ್ಜಿಯಿಂದ ನಾವು ಪರಿಗಣಿಸಬೇಕಾದ ವಿಷಯವೆಂದರೆ, ಇಲ್ಲಿ ದೊಡ್ಡವರು ಬೋಧನೆ ಮಾಡಬಾರದು, ಬುದ್ಧಿವಾದ ಹೇಳುವ ಧಾಟಿಯಲ್ಲಿ ಹೋಗಬಾರದು. ಬದಲಿಗೆ ಶಿಕ್ಷಕರು ಮತ್ತು ಹಿರಿಯರು ಮಕ್ಕಳು ಮುಕ್ತವಾಗಿ ತಮ್ಮ ಅಭಿಪ್ರಾಯ ಹಂಚಿಕೊಳ್ಳುವಂತೆ, ಆ ಅಭಿಪ್ರಾಯಗಳಿಗೆ ಇನ್ನೂ ಅನೇಕ ಆಯಾಮಗಳನ್ನು ತರುವಂತೆ ಶಿಕ್ಷಕರು ಅಭಿಪ್ರಾಯ ಹಂಚಿಕೊಳ್ಳುವಂತೆ ಇರಬೇಕು. ವಿಷಯ ಪರಿಧಿಯೊಳಗೆ ಇರಲು ಸಹಾಯ ಮಾಡುವಂತೆ ನಮ್ಮ ಮಾರ್ಗದರ್ಶನ ಇರಬೇಕೆ ವಿನಃ ಅವರನ್ನು ಮತ್ತು ಅವರ ಅಭಿಪ್ರಾಯವನ್ನು ನಿಯಂತ್ರಣ ಮಾಡುವಂತೆ ಇರಬಾರದು.

- ಶಿಕ್ಷಕರು ಹದಿಹರೆಯದ ವಯಸ್ಸಿಗೆ ಕಾಲಿಡುತ್ತಿರುವ ಮಕ್ಕಳಿಗೆ ಈ ವಯಸ್ಸಿನಲ್ಲಿ ಆಗುವ ದೈಹಿಕ ಮತ್ತು ಮಾನಸಿಕ ಬದಲಾವಣೆಗಳ ಕುರಿತು ತಿಳಿಹೇಳಬೇಕು. ಹಾಗೆ ತರಗತಿಯಲ್ಲಿ ವ್ಯತಿರಿಕ್ತವಾಗಿ, ಖಿನ್ನರಾಗಿ ಅಥವಾ ಭಿನ್ನವಾಗಿ ನಡೆದುಕೊಳ್ಳುವ ಮಕ್ಕಳ ಕುರಿತು ಗಮನ ನೀಡಿ ಅವರ ಸಮಸ್ಯೆಗಳನ್ನು ಆಲಿಸಬೇಕು. ಸಮಸ್ಯೆಗಳು ಗಂಭೀರವಾದಲ್ಲಿ ಮನೋವೈದ್ಯರ, ಮನಶಾಸ್ತ್ರಜ್ಞರ, ಮನೋಸಾಮಾಜಿಕ ಕಾರ್ಯಕರ್ತರ ಅಥವಾ ಆಪ್ತ ಸಲಹೆಕಾರರ ಸಹಾಯ ಪಡೆಯಬೇಕು.

## ಮಕ್ಕಳ ಸ್ಕೂಲ್ ಬ್ಯಾಗ್‌ನ ತೂಕ ಎಷ್ಟಿರಬೇಕು? ಹಾಗೆಯೇ ಒಂದು ಬೆಂಚಿನಲ್ಲಿ ಎಷ್ಟು ಮಕ್ಕಳು ಕುಳಿತುಕೊಳ್ಳಬಹುದು?

ಮಕ್ಕಳ ಶಾಲಾ ಬ್ಯಾಗ್ ಬಗ್ಗೆ ಟೀಚರ್‌ರವರ ಕಾಳಜಿ ಸ್ವಾಗತಾರ್ಹವೇ ಆಗಿತ್ತು. ಅದೊಂದು ನಿಜವಾಗಿಯೂ ಬಹಳ ಪ್ರಮುಖವಾದ ವಿಚಾರವೇ ಆಗಿದೆ. ಯಾಕೆಂದರೆ, ಹಲವಾರು ಮಂದಿ ಸಣ್ಣ ಮಕ್ಕಳು ಸ್ಕೂಲ್ ಬ್ಯಾಗನ್ನು ಹೊತ್ತುಕೊಂಡು ಶಾಲೆಗೆ ಹೋಗುವುದರ ಪರಿಣಾಮವಾಗಿ ಮೂಳೆ ಸ್ನಾಯುಗಳ ತೊಂದರೆಗಳನ್ನು ಅನುಭವಿಸುತ್ತಿದ್ದಾರೆ. 'ಸ್ಕೋಲಿಯೋಸಿಸ್' ಎಂಬ ಒಂದು ಸಮಸ್ಯೆ, ಮಕ್ಕಳಿಗೆ ಬಹಳ ಭಾರದ ಬ್ಯಾಗ್‌ಗಳನ್ನು ಹೊತ್ತುಕೊಳ್ಳುವುದರಿಂದ ಉಂಟಾಗುತ್ತದೆ. ಮೂಳೆರೋಗ ತಜ್ಞರ ಪ್ರಕಾರ, ಮಗುವಿನ ತೂಕದ ಶೇಕಡ 10 ಶಾಲೆಯ ಬ್ಯಾಗ್‌ನ ತೂಕವಿರಬೇಕು. ಹೆಚ್ಚು ತೂಕವಿದ್ದಲ್ಲಿ, ಮಗು ಮುಂದಕ್ಕೆ ಬಗ್ಗಿ ಸ್ಕೋಲಿಯೋಸಿಸ್ ಉಂಟಾಗುತ್ತದೆ. ಶಾಲೆಗಳು ಆದಷ್ಟು ಮಟ್ಟಿಗೆ ಕಡಿಮೆ ಪುಸ್ತಕಗಳನ್ನು ಮನೆಯಿಂದ ತರಿಸಿಕೊಂಡು, ಆದಷ್ಟು ಶಾಲೆಯಲ್ಲಿ ಓದು ಬರಹ ಮುಗಿಸುವುದು ಸೂಕ್ತ.

ಇನ್ನೂ ಒಂದು ಬೆಂಚ್‌ನಲ್ಲಿ ಎಷ್ಟು ಜನ ಕುಳಿತುಕೊಳ್ಳುವುದು ಸೂಕ್ತ? ಎನ್ನುವ ಪ್ರಶ್ನೆಗೆ, ಮಕ್ಕಳು ಕುಳಿತುಕೊಳ್ಳಲು ಇಕ್ಕಟ್ಟು ಆಗುತ್ತದೆಂದು ತಿಳಿಸಿದರೆ, ಅದರತ್ತ ಶಾಲೆಯು ಗಮನ ಕೊಡಲೇಬೇಕು. ಈ ತರಹದ ಪ್ರಶ್ನೆಗಳು ಶಾಲೆಯ ಆಡಳಿತ ಮಂಡಳಿಗೆ ಬೇಸರ ತರಬಹುದು. ಆದರೆ, ಮಕ್ಕಳು ಕುಳಿತುಕೊಳ್ಳುವ ಪೀಠೋಪಕರಣ ಮಕ್ಕಳಿಗೆ ಆರಾಮದಾಯಕವಾಗಿರಬೇಕು, ಇಲ್ಲದಿದ್ದರೆ ಅವರ ಕಲಿಕೆಯ ಮೇಲೆ ಪ್ರಭಾವ ಬೀರುತ್ತದೆ.

## ಮಕ್ಕಳ ಮೇಲೆ ಶೋಷಣೆಯ ಸಾಧ್ಯತೆಯ ಬಗ್ಗೆ ಮಕ್ಕಳಿಗೆ ಯಾವ ವಯಸ್ಸಿನಲ್ಲಿ ತಿಳಿಸಬೇಕು, ಗುಡ್ ಟಚ್ ಹಾಗು ಬ್ಯಾಡ್ ಟಚ್ ಬಗ್ಗೆ ಯಾವಾಗ ತಿಳಿಸಬೇಕು?

ಮಕ್ಕಳಿಗೆ ಒಂದನೇ, ಎರಡನೆಯ ತರಗತಿಯಲ್ಲಿಯೇ ಗುಡ್ ಯಾ ಬ್ಯಾಡ್ ಟಚ್ ಬಗ್ಗೆ ಮಾಹಿತಿ ಕೊಡಬೇಕು. ಏಕೆಂದರೆ, ಹಲವು ಮಂದಿ ವಿಕೃತಕಾಮಿಗಳು, ಏನು ತಿಳಿಯದ ಮುಗ್ಧ ಮಕ್ಕಳಿಗೆ ಲೈಂಗಿಕವಾಗಿ ಶೋಷಿಸುತ್ತಾರೆ. ಈ ಮಕ್ಕಳಿಗೆ ಯಾರೇ ಆಗಲಿ ಕಾರಣವಿಲ್ಲದೆ ತಮ್ಮ ಎದೆ, ತೊಡೆಗಳ ನಡುವೆ ಗುಪ್ತಾಂಗಗಳನ್ನು ಮುಟ್ಟಲು ಬಿಡಬಾರದೆಂದು ಮಾಹಿತಿ ಇರಬೇಕು. ವೈದ್ಯರು ಕೂಡ ತಾಯಿ ತಂದೆಯರ ಸಮ್ಮುಖದಲ್ಲಿ ಪರೀಕ್ಷೆ ಮಾಡಬೇಕು ಎಂಬುದು ತಿಳಿದಿರಬೇಕು.

**ಕೊನೆಯದಾಗಿ:**

ಹಾಗಾದರೆ, ಹದಿಹರೆಯ ಕೇವಲ ಸಮಸ್ಯೆಗಳ ವಯಸ್ಸೇ? ಹಾಗೇನೂ ತಿಳಿಯಬೇಕಾಗಿಲ್ಲ. ಅನೇಕ ಕಾಲದವರೆಗೆ, ಮನೋಶಾಸ್ತ್ರದಲ್ಲೂ ಕೂಡ ಹದಿಹರೆಯವನ್ನು ನಕಾರಾತ್ಮಕ ಮತ್ತು ಒತ್ತಡ ಹಾಗೂ ಪ್ರಕ್ಷುಬ್ಧತೆಗಳ (ಟರ್ಬುಲನ್ಸ್) ವಯಸ್ಸಾಗಿ ನೋಡಿರುವುದರಿಂದ ಜನಸಾಮಾನ್ಯರಲ್ಲಿಯೂ ಕೂಡ ಹದಿಹರೆಯವೆಂದರೆ ಸಮಸ್ಯೆಗಳ ವಯಸ್ಸು ಎಂದು ತಿಳಿಯುವಂತೆ ಆಗಿದೆ.

ಆದರೆ, ಹದಿಹರೆಯ ಕೇವಲ ಸಮಸ್ಯೆಗಳ ವಯಸ್ಸಾಗಿ ನೋಡಬೇಕಿಲ್ಲ. ಇದು ಅತಿ ಸೂಕ್ಷ್ಮವಾದ ಬದಲಾವಣೆಗಳನ್ನು ತರುವ ಅನೇಕ ನಿರ್ಧಾರಗಳನ್ನು ಮಾಡಬೇಕಾಗಿರುವ, ದೈಹಿಕ, ಮಾನಸಿಕ, ಸಾಮಾಜಿಕ, ಲೈಂಗಿಕ ಮತ್ತು ನೈತಿಕ ಬದಲಾವಣೆಗಳು ರೂಪುಗೊಳ್ಳುವ ಪ್ರಮುಖ ವಯಸ್ಸಾಗಿ ನೋಡಬೇಕಾಗಿದೆ.

ಹೀಗೆ, ಸೂಕ್ಷ್ಮ ಬದಲಾವಣೆಗಳು ಆಗುವ ಸಮಯದಲ್ಲಿ, ಅದಕ್ಕೆ ತಕ್ಕುದಾದ ಹೊಂದಾಣಿಕೆ ಆಗದಿದ್ದಲ್ಲಿ, ಹಿರಿಯರಿಂದ ಮಾರ್ಗದರ್ಶನ ಸಿಗದಿದ್ದಲ್ಲಿ, ಸಮಸ್ಯೆಗಳು

ಉದ್ಭವಿಸುವುದು ಸಾಮಾನ್ಯವಾಗಿದೆ. ಹೆಚ್ಚಿನ ಸಂದರ್ಭಗಳಲ್ಲಿ, ಹದಿಹರೆಯದವರಿಂದ ಸಮಸ್ಯೆ ಉಂಟಾಗಿದೆ ಅನ್ನುವುದಕ್ಕಿಂತಲೂ, ಹದಿಹರೆಯದವರಿಗೆ ಸ್ಪಂದಿಸುವಲ್ಲಿ, ಅವರನ್ನು ಮಾರ್ಗದರ್ಶನ ಮಾಡುವಲ್ಲಿ, ಅವರ ಬಯಕೆ, ಆಸೆ ಆಕಾಂಕ್ಷೆಗಳಿಗೆ ಸ್ಪಂದಿಸಿ, ಹಾರೈಕೆ ನೀಡುವಲ್ಲಿ, ನಾವು ಎಡವಿರುವುದು ಹದಿಹರೆಯದ ಸಮಸ್ಯೆಗಳಿಗೆ ಕಾರಣವಾಗಿದೆ ಎಂಬುದನ್ನು ಗಮನಿಸಬೇಕು. ನಮ್ಮ ನೆನಪುಗಳನ್ನು ಒಮ್ಮೆ, ಕೆದಕಿ ನೋಡಿದರೆ ಎಲ್ಲರಲ್ಲೂ ಕವಿಹೃದಯ ಅರಳಿದ್ದು, ಈ ಸುಂದರ ವಯಸ್ಸಿನಲ್ಲಿಯೇ ಅಲ್ಲವೇ?

ಹಾಗೆಂದು, ಎಲ್ಲಾ ತಪ್ಪುಗಳು ಶಿಕ್ಷಕರು ಮತ್ತು ಪೋಷಕರದ್ದೆ ಎಂದು ಅರ್ಥವಲ್ಲ. ಪೋಷಕ ಮತ್ತು ಶಿಕ್ಷಕರಿಗೂ ತಮ್ಮದೇ ಆದ ಸಮಸ್ಯೆ ಮತ್ತು ಜೀವನ ಇರುತ್ತದೆ. ಆದರೆ ಹದಿಹರೆಯದ ವಯಸ್ಸಿನ ಮಕ್ಕಳಿಗೆ ಹೋಲಿಸಿದರೆ ನಮ್ಮ ತಿಳುವಳಿಕೆ, ಅನುಭವ ಮತ್ತು ಜವಾಬ್ದಾರಿ ಹೆಚ್ಚಿದೆ. ಹಾಗಾಗಿ ನಾವು ಖುದ್ದಾಗಿ ಮುತುವರ್ಜಿ ವಹಿಸಿ, ತಾಳ್ಮೆಯಿಂದ ಹದಿಹರೆಯದವರ ತಪ್ಪುಗಳನ್ನು ಸ್ವೀಕರಿಸಿ, ಅವರು ಉತ್ತಮಜೀವನ ನಡೆಸುವಲ್ಲಿ ಸಹಾಯ ನೀಡಬೇಕಾಗುತ್ತದೆ.

# 16

# ಹದಿಹರೆಯದವರು ಕೇಳುವ ಕೆಲವು ಸಾಮಾನ್ಯ ಪ್ರಶ್ನೆಗಳು

ನಾವು ಅನೇಕ ಕಡೆಗಳಲ್ಲಿ ಹದಿಹರೆಯದವರ ಜೊತೆ ಸಂವಾದ ನಡೆಸುವಾಗ ಮಕ್ಕಳು ಸಾಮಾನ್ಯವಾಗಿ ಕೇಳುವ ಪ್ರಶ್ನೆಗಳಿಗೆ ಇಲ್ಲಿ ಉತ್ತರಿಸುವ ಪ್ರಯತ್ನ ಮಾಡಿದ್ದೇವೆ. ಇಲ್ಲಿ ಇತ್ತೀಚಿನ ಟ್ರೆಂಡ್‌ನ ಅನೇಕ ಪ್ರಶ್ನೆಗಳನ್ನು ಉತ್ತರಿಸಲಾಗಿದೆ. ಈ ಉತ್ತರಗಳು ಕೇವಲ ನಮಗೆ ಮತ್ತು ನಮ್ಮ ಮಕ್ಕಳಿಗೆ ಮಾರ್ಗಸೂಚಿಯೇ ಹೊರತು ಅಂತಿಮ 'ಪರಿಹಾರ'ವಲ್ಲ. ಇಂತಹ ಪ್ರಶ್ನೆ ಅಥವಾ ಯಾವುದೇ ಕ್ಲಿಷ್ಟಕರ ಸಂದರ್ಭಗಳಲ್ಲಿ ನಮ್ಮ ಮಕ್ಕಳ ವ್ಯಕ್ತಿತ್ವ, ಮನೋಭಾವ, ಸಂದರ್ಭ ಮತ್ತು ಪರಿಸ್ಥಿತಿಗೆ ಅನುಗುಣವಾಗಿ ವೃತ್ತಿಪರರ ಸಹಾಯದೊಂದಿಗೆ ನಿಮ್ಮದೇ ಆದ ಪರಿಹಾರ ಕಂಡುಕೊಳ್ಳುವುದು ಬಹಳ ಮುಖ್ಯ. ಆ ಪ್ರಕ್ರಿಯೆಗೆ ಈ ಪ್ರಶ್ನೋತ್ತರಗಳು ಸಹಾಯವಾಗಲಿ ಎಂಬುದಷ್ಟೇ ನಮ್ಮ ಆಶಯ.

**1. ಕ್ರೀಡೆ, ಸಂಗೀತ, ಕಲೆ ನಟನೆಯಂತಹ ಕ್ಷೇತ್ರಗಳಲ್ಲಿ ನಮ್ಮ ಬದುಕು ಕಟ್ಟಿಕೊಳ್ಳಬೇಕು ಎಂದುಕೊಳ್ಳುವುದು ತಪ್ಪೆ?**

ಖಂಡಿತ ತಪ್ಪಲ್ಲ. ವೈದ್ಯಕೀಯ, ಇಂಜಿನಿಯರ್, ಶಿಕ್ಷಕ, ಲಾಯರ್ ಹಾಗೂ ಇನ್ನಿತರ ವೃತ್ತಿ ಇರುವಂತೆ ಕ್ರೀಡೆ, ಸಂಗೀತ, ನಟನೆ, ಚಿತ್ರಕಲೆ, ಯೋಗ, ವ್ಯಾಯಾಮ, ನೃತ್ಯ ಇತ್ಯಾದಿಗಳು ಕೂಡ ಒಂದು ವೃತ್ತಿಯಾಗಿದೆ. . ಆದರೆ ಇವುಗಳನ್ನು ವೃತ್ತಿಯಾಗಿ ಆಯ್ಕೆ ಮಾಡುವ ಮುನ್ನ ಕೆಲವು ವಿಚಾರಗಳನ್ನು ಸ್ಪಷ್ಟವಾಗಿ ತಿಳಿಯಬೇಕಿದೆ.

ಆಸಕ್ತಿಯೇ ಎಲ್ಲಕ್ಕಿಂತ ಬಹಳ ಮುಖ್ಯವಾಗಿರುವ ಈ ವೃತ್ತಿಗಳ ಬಗ್ಗೆ ನನಗಿರುವುದು ಕೇವಲ ಕ್ರೇಜೇ ಅಥವಾ ನಿಜವಾದ ಆಸಕ್ತಿಯೇ ಎಂದು ತಿಳಿಯಬೇಕು. ಕೆಲವೊಮ್ಮೆ ಈ ವೃತ್ತಿಗಳು ನೋಡಲು ಚೆನ್ನಾಗಿದ್ದು ಆಕರ್ಷಕವಾಗಿರುತ್ತದೆ. ಆದರೆ ಇದರಲ್ಲಿ ಬದುಕು ಕಂಡುಕೊಳ್ಳುವುದು ಅಷ್ಟು ಸುಲಭವಲ್ಲ. ಹಾಗಾಗಿ ಈ ಆಯ್ಕೆಯ ಬಗ್ಗೆ ನಾವು ಗಂಭೀರವಾಗಿದ್ದರೆ ಮಾತ್ರ ಆಯ್ದುಕೊಳ್ಳಬೇಕು.

ಬೇರೆ ವೃತ್ತಿಗಳ ಹಾಗೆ ಇದು ಆಯಕಟ್ಟಿನ ಜಾಗ ಅಲ್ಲ. ಅನೇಕ ಏಳುಬೀಳುಗಳನ್ನು ಕಾಣಬೇಕಾಗುತ್ತದೆ. ನಮ್ಮ ಸ್ವಂತ ಪ್ರತಿಭೆಯ ಮೇಲೆ ನಿಲ್ಲಬೇಕಾಗುತ್ತದೆ. ವೃತ್ತಿಯ ಶುರುವಿನಲ್ಲಿ ನೀವು ಉತ್ತಮ ಆದಾಯ ಗಳಿಸಲು ಬಹಳ ಕಷ್ಟ. ಈ ವೃತ್ತಿಗಳಲ್ಲಿ ಆದಾಯಕ್ಕಿಂತ ಸಂತೃಪ್ತಿ

ಮತ್ತು ಸಂತೋಷವೇ ಮುಖ್ಯವಾಗುತ್ತದೆ. ಆದಾಯ ಮುಂದೆ ಬಂದರೂ ಬರಬಹುದು. ಆದರೆ ಉತ್ತಮ ಆದಾಯ ಕೊಡುತ್ತದೆ ಎಂಬ ಖಾತರಿ ಇಲ್ಲ. ಅಂತಹ ಸಂದರ್ಭದಲ್ಲಿ ನಿಮ್ಮ ಮನೆಯ ಆರ್ಥಿಕ ಪರಿಸ್ಥಿತಿ ಹೇಗಿದೆ, ನೀವು ಸಂಪಾದಿಸುವುದು ನಿಮ್ಮ ಕುಟುಂಬಕ್ಕೆ ಎಷ್ಟು ಮುಖ್ಯ ಎನ್ನುವುದನ್ನು ಪರಿಗಣಿಸಬೇಕಾಗುತ್ತದೆ. ಒಂದುವೇಳೆ ನೀವು ಬಡ ಅಥವಾ ಕೆಳ ಮಧ್ಯಮ ಕುಟುಂಬದಿಂದ ಬಂದಿದ್ದರೆ ಇಂತಹ ವೃತ್ತಿಗಳನ್ನು ಮುಖ್ಯವೃತ್ತಿಗಳಿಗಿಂತ ಹವ್ಯಾಸವಾಗಿ ರೂಢಿಸಿಕೊಂಡು, ನಿಮ್ಮ ಕಾಲಮೇಲೆ ನೀವು ನಿಂತ ನಂತರ ಅದನ್ನು ಮುಖ್ಯ ವೃತ್ತಿಯಾಗಿಸಿಕೊಳ್ಳಬಹುದು.

- ಈ ವೃತ್ತಿಗಳಲ್ಲಿ ಸೂಕ್ತ ತರಬೇತಿ ಪಡೆಯುವುದು ಮುಖ್ಯವಾಗುತ್ತದೆ. ಹಾಗಾಗಿ ನಿಮಗೆ ಲಭ್ಯವಿರುವ ಅವಕಾಶಗಳಲ್ಲಿ ಬಹಳ ದಕ್ಷವಾಗಿ ತರಬೇತಿ ನೀಡುವವರು ಆಯ್ದುಕೊಳ್ಳಬೇಕು. ಅಷ್ಟು ಮಾತ್ರವಲ್ಲದೆ ನೀವು ಕೂಡ ಬಹಳ ಗಂಭೀರತೆಯಿಂದ, ಕಟ್ಟುನಿಟ್ಟಾಗಿ ತರಬೇತಿ ಪಡೆಯಲು ತಯಾರಿದ್ದು ತಯಾರಿ ನಡೆಸಬೇಕು. ಇತ್ತೀಚಿನ ಕಾಲದಲ್ಲಿ ಈ ತರಹದ ಕ್ಷೇತ್ರಗಳಿಗೆ ಬರುವ ಜನರ ಸಂಖ್ಯೆ ಹೆಚ್ಚಿದ್ದು, ಅವಕಾಶಗಳು ಕೂಡ ಹೆಚ್ಚಿವೆ. ಆದರೆ ಸ್ಪರ್ಧೆ ಕಠಿಣವಾಗಿರುತ್ತದೆ. ನೀವು ಪರಿಶ್ರಮ ಪಡಬೇಕಾದ್ದು ಬಹಳ ಮುಖ್ಯ.
- ತಯಾರಿ ನಡೆಸುವಾಗ ನೀವು ಗಮನಿಸಬೇಕಾದ ಅಂಶ ಏನೆಂದರೆ, ಆ ಕ್ಷೇತ್ರಗಳಿಗೆ ನೇರ ಸಿದ್ಧತೆ ಮತ್ತು ಪರೋಕ್ಷ ಸಿದ್ಧತೆ. ನೇರ ಸಿದ್ಧತೆ ಎಂದರೆ-ಕ್ರಿಕೆಟ್ ಆಟಗಾರನಾಗಲು ಕ್ರಿಕೆಟ್ ಕೋಚಿಂಗ್ ಪಡೆಯುವುದು, ಹಾಡುಗಾರಿಕೆ ಮಾಡಲು ಶಾಸ್ತ್ರೀಯ ಸಂಗೀತ ತರಬೇತಿ ಪಡೆಯುವುದು ಇತ್ಯಾದಿ.
- ಪರೋಕ್ಷ ಸಿದ್ಧತೆ ಅಂದರೆ ಈ ವೃತ್ತಿಗಳನ್ನು ನಡೆಸಲು ದೈಹಿಕ ಮತ್ತು ಮಾನಸಿಕ ಕ್ಷಮತೆ ಬೇಕು. ಅದಕ್ಕಾಗಿ ಇತರ ವ್ಯಾಯಾಮ, ಯೋಗ, ಆಹಾರ ಪದ್ಧತಿ ರೂಡಿಸಿಕೊಳ್ಳಬೇಕು.
- ಚಿಕ್ಕಂದಿನಲ್ಲಿ ನಿಮಗೆ ಲಭ್ಯ ಇರುವಲ್ಲಿ ತರಬೇತಿ ಪಡೆದ ನಂತರ ಮುಂದೆ ಸೂಕ್ತ ಸ್ಥಳ ಮತ್ತು ವಿದ್ಯಾಲಯಗಳಿಂದ ತರಬೇತಿ ಪಡೆಯುವುದು ಮುಖ್ಯ. ಹಾಗಾಗಿ ಸಂಗೀತ, ನಾಟಕ, ಚಿತ್ರಕಲೆಗಳಿಗೆ ಪದವಿ ಮತ್ತು ಸ್ನಾತಕೋತ್ತರ ಪದವಿ ಉತ್ತಮ ವಿದ್ಯಾಲಯಗಳಿಂದ ಪಡೆಯುವುದು ಸಹಕಾರಿಯಾಗುತ್ತದೆ.

ಕೊನೆಯದಾಗಿ, ಇದೇನು ಅಸಾಧ್ಯವಾಗಿರುವ ಕ್ಷೇತ್ರವೇನಲ್ಲ ನಿಮ್ಮ ದೃಢ ನಿರ್ಧಾರ, ಅದಕ್ಕೆ ತಕ್ಕುದಾದ ತರಬೇತಿ, ತಯಾರಿ, ಪರಿಶ್ರಮ, ಮನೆಯವರ ನೆರವು ಇದ್ದಲ್ಲಿ ಖಂಡಿತ ನೆರವೇರುತ್ತದೆ. ಇದ್ಯಾವುದೂ ಇಲ್ಲದೆ, ಸತತ ಪರಿಶ್ರಮದಿಂದಲೇ ಮೇಲೆ ಬಂದವರು ಇದ್ದಾರೆ. ಈಗಿನ ಕಾಲದಲ್ಲಿ ಇಂತಹುದನ್ನು ವೃತ್ತಿಯನ್ನಾಗಿ ಆಯ್ಕೆಮಾಡಿ ಬದುಕಲು ಯಥೇಚ್ಚ ಅವಕಾಶ ಇದೆ. ನೇರವಾಗಿ ಈ ವೃತ್ತಿಯಿಂದಲೂ ಬದುಕಲು ಕಷ್ಟವಾದಾಗ ಇದಕ್ಕೆ

ಹೊಂದಿಕೊಂಡಿರುವ ಕ್ರೀಡಾ ಪತ್ರಿಕೋದ್ಯಮ, ಕ್ರೀಡಾ ಸಾಮಗ್ರಿಯ ವ್ಯವಹಾರ, ಕ್ರೀಡೆ, ನಾಟಕ, ಸಂಗೀತ ತರಬೇತಿ ಇತ್ಯಾದಿ ನಡೆಸಿಯೂ ಕೂಡ ಬದುಕಲು ಹೇರಳ ಅವಕಾಶ ಇದೆ.

**2. ಹಸ್ತ ಮೈಥುನ (Masturbation)ಮಾಡುವುದು ಕೆಟ್ಟದೆ? ಇದು ನಮ್ಮ ಆರೋಗ್ಯದ ಮೇಲೆ ಪರಿಣಾಮ ಬೀರುತ್ತದೆಯೆ?**

ಹಸ್ತ ಮೈಥುನದ ಬಗ್ಗೆ ನಮ್ಮ ಸಮಾಜದಲ್ಲಿ ಬಹಳ ಅಪನಂಬಿಕೆ ಇದೆ ಮತ್ತು ಆ ಕುರಿತು ಮುಕ್ತವಾಗಿ ಮಾತನಾಡಲು ಹಿಂಜರಿಯುತ್ತಾರೆ. ಆದರೆ ವಿಜ್ಞಾನದ ಪ್ರಕಾರ ಇದು ಬಹಳ ಸಹಜವಾದ ಕ್ರಿಯೆ ಮತ್ತು ಲೈಂಗಿಕ ಕಾಮನೆಗಳನ್ನು ಯಾವುದೇ ಹಾನಿಗೊಳಪಡದೇ ಸ್ವತಃ ಅನುಭವಿಸಲು ಇದು ಅವಕಾಶ ಮಾಡುತ್ತದೆ. ಇಂಡಿಯಾನ ವಿಶ್ವವಿದ್ಯಾನಿಲಯದ ಸಂಶೋಧನೆಯೊಂದರ ಪ್ರಕಾರ ಹದಿನಾಲ್ಕರಿಂದ ಇಪ್ಪತ್ತನಾಲ್ಕು ವಯಸ್ಸಿನ ಯುವಕರಲ್ಲಿ ಶೇಕಡ ಎಪ್ಪತ್ತೈದರಷ್ಟು ಮತ್ತು ಯುವತಿಯರಲ್ಲಿ ಶೇಕಡ ಐವತ್ತೆರಡರಷ್ಟು ಜನರು ಹಸ್ತಮೈಥುನ ಮಾಡುತ್ತಾರೆ. ಆದರೆ ಆ ಕುರಿತು ಹೇಳಲು ಹಿಂಜರಿಯುತ್ತಾರೆ ಅಷ್ಟೇ. ಹಸ್ತಮೈಥುನವು ನಮ್ಮ ಆರೋಗ್ಯದ ಮೇಲೆ ಯಾವುದೇ ಕೆಟ್ಟ ರೀತಿಯ ಪರಿಣಾಮ ಬೀರುವುದಿಲ್ಲ. ಇದರಿಂದ ನಿಶ್ಶಕ್ತಿ ಉಂಟಾಗುವುದಿಲ್ಲ ಮತ್ತು ವ್ಯಕ್ತಿಗಳು ದುರ್ಬಲರಾಗುವುದಿಲ್ಲ. ಇದರಿಂದ ಮಾನಸಿಕ ಕಾಯಿಲೆಗಳು ಬರುತ್ತದೆ ಎಂದು ಹೇಳುವುದು ಕೂಡ ತಪ್ಪು ನಂಬಿಕೆ ಆಗಿದೆ. ಧಾರ್ಮಿಕವಾಗಿ ಕೆಲವರು ಹಸ್ತಮೈಥುನ ಮಾಡುವುದು ಪಾಪ, ಇದರಿಂದ ಮನಸ್ಸು ಕಲುಷಿತಗೊಳ್ಳುತ್ತದೆ ಎಂದೆಲ್ಲಾ ಹೇಳುತ್ತಾರೆ. ಅದು ಕೂಡ ತಪ್ಪು ನಂಬಿಕೆ. ಹಾಗೆ ಇದರಿಂದ ಸಂತಾನಶಕ್ತಿ ಕ್ಷೀಣಿಸುತ್ತದೆ, ಮುಂದೆ ಮಕ್ಕಳಾಗುವುದಿಲ್ಲ ಎನ್ನುವುದು ಕೂಡ ಇದುವರೆಗೆ ದೃಢಪಟ್ಟಿಲ್ಲ.

**ಹಾಗಾದರೆ ಹಸ್ತಮೈಥುನ ಸಮಸ್ಯೆ ಆಗುವುದು ಯಾವಾಗ?**

ಕೆಲವರು ದಿನಕ್ಕೆ ಎಷ್ಟು ಬಾರಿ ಹಸ್ತಮೈಥುನ ಮಾಡಿದರೆ ಅದು ಸಮಸ್ಯೆ ಆಗುತ್ತದೆ, ಅಥವಾ ಎಷ್ಟು ಬಾರಿ ಮಾಡಬಹುದು ಎಂದು ಕೇಳುತ್ತಾರೆ. ಆದರೆ ಹಾಗೇನೂ ಮಿತಿ ಇಲ್ಲ. ಹಸ್ತಮೈಥುನ ಎಷ್ಟು ಬಾರಿ ಮಾಡುತ್ತೇವೆ ಅನ್ನುವುದರಿಂದ ಅದು ಸಮಸ್ಯೆಯೇ ಅಥವಾ ಅಲ್ಲವೇ ಎಂದು ನಿರ್ಧರಿಸುವುದು ಕಷ್ಟ. ಬದಲಾಗಿ ಈ ಕ್ರಿಯೆಯಿಂದ ನಿಮ್ಮ ವೈಯಕ್ತಿಕ ಮತ್ತು ಸಾಮಾಜಿಕ ಜೀವನಕ್ಕೆ ತೊಂದರೆ ಆಗುತ್ತಿದ್ದರೆ ಇದನ್ನು ಸಮಸ್ಯೆ ಎಂದು ಪರಿಗಣಿಸಬಹುದು. ಇದರಿಂದಾಗಿ ಕೆಲಸ ಕಾರ್ಯಗಳಲ್ಲಿ, ಓದುವುದರಲ್ಲಿ, ಜನರಿಂದ ಬೆರೆಯುವುದಕ್ಕೆ ಹಾಗೂ ಇತರ ಕೆಲಸಗಳಲ್ಲಿ ಗಮನಹರಿಸಲು ತೊಂದರೆ ಆದಲ್ಲಿ ನೀವು ಇದರಿಂದ ಹೊರಬರುವುದರ ಬಗ್ಗೆ ಯೋಚಿಸಬೇಕು. ಹಸ್ತಮೈಥುನದಿಂದಾಗುವ ತೊಂದರೆಗಳಿಂದ ದೂರಾಗಲು ಈ ಕೆಳಗಿನ ಸಲಹೆಗಳನ್ನು ಗಮನಿಸಬಹುದು.

- ನಿಮ್ಮ ಮೂತ್ರಕೋಶಗಳನ್ನು (ಬ್ಲಾರ್ಡ) ಸದಾ ಖಾಲಿ ಇಡಿ. ತುಂಬಿಕೊಂಡಿರುವ ಮೂತ್ರಕೋಶವು ಲೈಂಗಿಕ ಪ್ರಚೋದನೆ ನೀಡಬಹುದು.
- ಹೆಚ್ಚಿನ ಸಮಯದಲ್ಲಿ ಒಬ್ಬಂಟಿಯಾಗಿರುವುದರಿಂದ ಅಥವಾ ಹೆಚ್ಚು ಬಿಡುವಿನ ಸಮಯ ಇರುವುದರಿಂದಲೂ ಹಸ್ತಮೈಥುನದತ್ತ ಗಮನ ಹೋಗುವ ಸಾಧ್ಯತೆ ಇದೆ. ಹಾಗಾಗಿ ಸದಾ ನೀವು ಯಾವುದಾದರೂ ಕೆಲಸದಲ್ಲಿ ನಿರತರಾಗುವಂತೆ ನೋಡಿಕೊಳ್ಳಿ. ಹೆಚ್ಚು ಜನರೊಂದಿಗೆ ಬೆರೆಯಿರಿ.
- ಹೆಚ್ಚು ದೈಹಿಕ ಕ್ರಿಯಾಶೀಲತೆ ಬೆಳೆಸಿಕೊಳ್ಳಿ–ಕ್ರೀಡಾ ಚಟುವಟಿಕೆ ಮತ್ತು ವ್ಯಾಯಾಮಗಳ ಅಭ್ಯಾಸವನ್ನು ದಿನನಿತ್ಯ ಮಾಡಿಕೊಳ್ಳಿ.
- ಪುಸ್ತಕ ಓದುವುದು ಮತ್ತು ಇತ್ಯಾದಿ ಸೃಜನಶೀಲ ಕೆಲಸಗಳಲ್ಲಿ ಭಾಗಿಯಾಗಿ.
- ಲೈಂಗಿಕ ವೀಡಿಯೋಗಳನ್ನು ನೋಡುವುದು ಕಡಿಮೆ ಮಾಡಿ.
- ಹಸ್ತಮೈಥುನ ಮಾಡಬೇಕು ಎಂದೆನಿಸಿದಾಗ, ಅದರಿಂದ ನಿಮ್ಮ ಆಲೋಚನೆಯನ್ನು ಬೇರೆ ಕೆಲಸದಲ್ಲಿ ನಿರತರಾಗುವಂತೆ ಮಾಡಿ. ಹಸ್ತಮೈಥುನದ ಸಂಖ್ಯೆಯನ್ನು ಕಡಿಮೆ ಮಾಡುತ್ತ ಬನ್ನಿ.

ಆದರೆ ಇದು ಸಲಹೆ ಮಾತ್ರ. ನಿಮಗೆ ತೀವ್ರತರದಲ್ಲಿ ಸಮಸ್ಯೆ ಕಂಡುಬಂದಲ್ಲಿ, ವೈದ್ಯರನ್ನು ಕಾಣುವುದು ಉತ್ತಮ. ಹಾಗೆ ಇದರ ಬಗ್ಗೆ ಜಾಸ್ತಿ ತಿಳಿಯದ ಸ್ನೇಹಿತರ, ಹಿರಿಯರು ಅಥವಾ ಜ್ಯೋತಿಷಿಗಳ ಬಳಿ ಸಹಾಯಕ್ಕಾಗಿ ಹೋಗುವುದು ಅಷ್ಟು ಸೂಕ್ತ ಅಲ್ಲ.

**3. ಹುಡುಗಿಯರು ಹಸ್ತಮೈಥುನ ಮಾಡಬಹುದೇ? ನನ್ನ ಗೆಳತಿಯರು ಮಾಡುತ್ತೇವೆ ಎನ್ನುತ್ತಾರೆ. ಕೆಲವರು ಇದನ್ನು ತಪ್ಪು ಎನ್ನುತ್ತಾರೆ?**

ನಮ್ಮ ಸಮಾಜದಲ್ಲಿ ಹುಡುಗಿಯರ ಮೇಲೆ ಅತೀ ಮಡಿವಂತಿಕೆಯನ್ನು ಹೇರಿರುವುದರಿಂದ ಮಾನವ ಸಹಜವಾದ ಲೈಂಗಿಕ ಆಸಕ್ತಿ ಹುಡುಗಿಯರಿಗೂ ಆಗುತ್ತದೆ ಎನ್ನುವ ಸತ್ಯವನ್ನು ಕೂಡ ನಾವು ಹೇಳಲು ಹಿಂಜರಿಯುತ್ತೇವೆ. ಹುಡುಗಿಯರಿಗೂ ಕೂಡ ಹುಡುಗರಂತೆ ಹಸ್ತಮೈಥುನ ಮಾಡುವ ಮನಸ್ಸಾಗುತ್ತದೆ. ಅನೇಕ ಸಂಶೋಧನೆಯ ಪ್ರಕಾರ ಹುಡುಗಿಯರು ಈ ಕ್ರಿಯೆಯಲ್ಲಿ ತೊಡಗಿಕೊಳ್ಳುತ್ತಾರೆ ಮತ್ತು ಇದು ಸಹಜ ಪ್ರಕ್ರಿಯೆ ಆಗಿದೆ. ಆದರೆ ಆ ಕುರಿತು ಹೇಳಲು ಇಚ್ಛಿಸುವುದಿಲ್ಲ ಎಂದು ಅಧ್ಯಯನಗಳು ಹೇಳುತ್ತವೆ. ಹುಡುಗಿಯರು ಕೂಡ ಹಸ್ತಮೈಥುನ ಮಾಡಬಹುದು ಮತ್ತು ಇದರಿಂದ ಅವರಿಗೆ ಏನೂ ತೊಂದರೆ ಆಗುವುದಿಲ್ಲ. ಹುಡುಗಿಯರು ಈ ಕ್ರಿಯೆಯಲ್ಲಿ ತೊಡಗುವುದರಿಂದ ಅತಿಯಾದ ಲೈಂಗಿಕ ಆಸಕ್ತಿ ಹೊಂದುತ್ತಾರೆ ಅಥವಾ ಕಳೆದುಕೊಳ್ಳುತ್ತಾರೆ, ಮುಂದೆ ಗರ್ಭಧಾರಣೆಗೆ ತೊಂದರೆ ಆಗುತ್ತದೆ, ಬಂಜೆತನ ಬರುತ್ತದೆ, ದೈಹಿಕ ಬಲಹೀನತೆ ಬರುತ್ತದೆ ಎಂಬ ಇತ್ಯಾದಿಗಳು ತಪ್ಪು ನಂಬಿಕೆ ಆಗಿದೆ.

ಕೆಲ ಸಂದರ್ಭಗಳಲ್ಲಿ ಹಸ್ತಮೈಥುನ ಮಾಡುವ ಹುಡುಗಿಯರನ್ನು ಬಜಾರಿ ಎಂದೊ ನಡತೆ ಕೆಟ್ಟವಳೆಂದೊ ಅಥವಾ ಕೆಟ್ಟವರೆಂದೊ ಹಣೆಪಟ್ಟಿ ಹಚ್ಚುವ ಘಟನೆಗಳು ನಡೆದಿವೆ. ಇನ್ನು ಕೆಲವು ಸಂದರ್ಭಗಳಲ್ಲಿ ನಗರ ಪ್ರದೇಶಗಳಲ್ಲಿ ಹಸ್ತಮೈಥುನ ಮಾಡದಿರುವುದನ್ನು (ಹುಡುಗ ಹುಡುಗಿ ಇಬ್ಬರಿಗೂ) ಹಳ್ಳಿಗುಗ್ಗು ಎಂದು ನೋಡುವ ಸಾಧ್ಯತೆಯು ಇರುತ್ತದೆ. ಹೆಚ್ಚಾಗಿ ನಗರ ಪ್ರದೇಶದ ಹಾಸ್ಟೇಲ್ಗಳಲ್ಲಿ ಹಸ್ತಮೈಥುನ ಮಾಡದಿದ್ದರೆ ಅವರನ್ನು ಲೈಂಗಿಕ ಆಸಕ್ತಿ ಇಲ್ಲದವರು ಎಂದು ಹೀಯಾಳಿಸುತ್ತಾರೆ ಎಂದು ನನ್ನ ಒಬ್ಬ ಕ್ಲೈಂಟ್ ಹೇಳಿದ್ದಳು. ಆದರೆ ನಾವು ಇಲ್ಲಿ ತಿಳಿಯಬೇಕಾದ ಅಂಶವೆನೆಂದರೆ-ಹಸ್ತಮೈಥುನ ಮಾಡುವುದು ಅಥವಾ ಮಾಡದೆ ಇರುವುದು ವ್ಯಕ್ತಿಯನ್ನು ಒಳ್ಳೆಯವರು ಅಥವಾ ಕೆಟ್ಟವರು ಎಂದಾಗಲಿ, ಲೈಂಗಿಕ ಆಸಕ್ತಿ ಉಳ್ಳವರು ಅಥವಾ ಇಲ್ಲದವರು ಎಂದಾಗಲಿ ನಿರ್ಧಾರ ಮಾಡುವುದಿಲ್ಲ. ಹಸ್ತಮೈಥುನ ಎನ್ನುವುದು ನಮ್ಮ ಲೈಂಗಿಕ ಜೀವನವನ್ನು ಅನ್ವೇಷಿಸಿಕೊಳ್ಳುವ ಒಂದು ಸುರಕ್ಷಿತ ಮಾರ್ಗ ಅಷ್ಟೇ. ಅದನ್ನು ಮಾಡುವುದು ಅಥವಾ ಮಾಡದೇ ಇರುವವರು ಅವರವರ ವೈಯಕ್ತಿಕ ಆಯ್ಕೆ ಆಗಿದೆ.

ಇನ್ನೂ ಹುಡುಗಿಯರಿಗೂ ಹಸ್ತಮೈಥುನ ಯಾವಾಗ ಸಮಸ್ಯೆ ಆಗುತ್ತದೆ ಮತ್ತು ಹೇಗೆ ಇದರಿಂದ ಹೊರಬರಬೇಕು ಎನ್ನುವುದರ ಕುರಿತು ಹಿಂದಿನ ಪ್ರಶ್ನೆಗೆ ನೀಡಿರುವ ಉತ್ತರವೇ ಇಲ್ಲಿ ಅನ್ವಹಿಸುತ್ತದೆ.

**4. ನಾವು ಧರಿಸುವ ಉಡುಗೆಗೂ ಮತ್ತು ಅತ್ಯಾಚಾರಕ್ಕೂ ಸಂಬಂಧ ಇದೆಯಾ? ಅನೇಕರು 'ನೀವು ಕಡಿಮೆ ಬಟ್ಟೆ ಧರಿಸುವುದರಿಂದಲೇ ರೇಪ್ ಮಾಡುತ್ತಾರೆ'ಎಂದು ಹೇಳುತ್ತಾರೆ. ಇದು ನಿಜವೇ?**

ಪ್ರಸ್ತುತ ಸಂದರ್ಭದಲ್ಲಿ ಇದೊಂದು ಬಹಳ ವಿವಾದಾತ್ಮಕ ವಿಚಾರ. ಹಾಗಾಗಿ ಈ ಉತ್ತರವು ಕೂಡ ವಿವಾದಾತ್ಮಕವಾಗಿಯೇ ಇರಬಹುದು. ಹೆಚ್ಚಾಗಿ ಅವಿದ್ಯಾವಂತರಿಂದ ವಿದ್ಯಾವಂತರ ತನಕ, ಹೆಚ್ಚಿನ ಗಂಡಸರೂ ಹೆಂಗಸರೂ ಎಲ್ಲರೂ ಈ ಮಾತನ್ನು ಒಪ್ಪುತ್ತಾರೆ. ಅವರ ಪ್ರಕಾರ ಮೈ ತೋರಿಸುವಂತೆ ಬಟ್ಟೆ ಉಡುವುದು ಅತ್ಯಾಚಾರ ಮಾಡಲು ಪ್ರಚೋದಿಸಬಹುದು, ಅದು ಅಶ್ಲೀಲ ಎನ್ನುತ್ತಾರೆ. ಹಾಗೆ ನೀವು ಉಡುವ ಬಟ್ಟೆ ನಿಮ್ಮ ವ್ಯಕ್ತಿತ್ವ ಮತ್ತು ಶೀಲವನ್ನು ತೋರಿಸುತ್ತದೆ ಎಂಬ ಮಾತುಗಳು ಇವೆ. ನಿಮ್ಮ ಪ್ರಶ್ನೆಗೆ ಉತ್ತರಿಸುವ ಮುನ್ನ ಮೂರು ವಿಚಾರಗಳನ್ನು ಸಂಕ್ಷಿಪ್ತವಾಗಿ ತಿಳಿಯೋಣ.

- ಅತ್ಯಾಚಾರ ಎನ್ನುವುದು ಲೈಂಗಿಕ ಆಸೆ ತೀರಿಸಿಕೊಳ್ಳಲು, ಸಿಟ್ಟನ್ನು ಹೊರಹಾಕಲು, ತನ್ನ ಸಾಮರ್ಥ್ಯ ಮತ್ತು ಅಧಿಕಾರ ತೋರಿಸಲು ಮತ್ತು ವಿಕೃತ ಆನಂದ ಪಡೆಯಲು ಮಾಡುತ್ತಾರೆ ಎಂದು ಸಂಶೋಧನೆಗಳು ಹೇಳುತ್ತವೆ.

- ಇದುವರೆಗೆ ನಡೆದಿರುವ ಅತ್ಯಾಚಾರ ಪ್ರಕರಣಗಳಲ್ಲಿ ಬಲಿಪಶು ಆದವರಲ್ಲಿ ಮಕ್ಕಳು ಮತ್ತು ಪೂರ್ತಿ ಬಟ್ಟೆ ತೊಟ್ಟ ಹೆಂಗಸರು ಕೂಡ ಇದ್ದಾರೆ.
- ಪ್ರತಿಯೋರ್ವ ತಪ್ಪಿತಸ್ಥನೂ ತನ್ನ ತಪ್ಪನ್ನು ಸಮರ್ಥಿಸಿಕೊಳ್ಳಲು ಕಾರಣಗಳನ್ನು ನೀಡುತ್ತಾನೆ ಮತ್ತು ತಪ್ಪನ್ನು ಅದಕ್ಕೆ ಬಲಿಯಾದವರ ಮೇಲೆ ಹೊರಿಸುತ್ತಾನೆ.

ಇಲ್ಲಿ ಮೊದಲನೆ ಅಂಶದ ಪ್ರಕಾರ ಗಂಡು ಅಲ್ಲಿ ತಿಳಿಸಿರುವ ಕಾರಣಗಳಿಂದ ಅತ್ಯಾಚಾರ ಮಾಡುವುದರಿಂದ ಈತ ಬಟ್ಟೆಯನ್ನು ನೆಪವಾಗಿ ಬಳಸಬಹುದು ವಿನಃ ಅದೇ ಕಾರಣ ಎಂದು ಹೇಳಲಾಗುವುದಿಲ್ಲ. ಇನ್ನು ಮೇಲೆ ಹೇಳಿರುವ ಎರಡನೇ ಮತ್ತು ಮೂರನೆಯ ಅಂಶ ನೋಡಿದಾಗ ಇದು ಇನ್ನೂ ಸ್ಪಷ್ಟವಾಗುತ್ತದೆ. 2007ರಲ್ಲಿ ತೆರೇಸಾ ಎಂ.ಬೈನರ್ ಎನ್ನುವ ಸಂಶೋಧಕರು, ಅತ್ಯಾಚಾರದ ಬಲಿಪಶುಗಳ ಬಟ್ಟೆ ಮತ್ತು ಲೈಂಗಿಕ ಅತ್ಯಾಚಾರಕ್ಕೆ ಸಂಬಂಧವಿದೆಯೇ? ಎಂದು ನಡೆಸಿದ ಸಂಶೋಧನೆಯ ಫಲಿತಾಂಶ ಬಹಳ ಅಚ್ಚರಿ ಮತ್ತು ವಾಸ್ತವವು ಅನ್ನುವಂತೆ ಇದೆ. ಅವರು ಹೇಳುವ ಪ್ರಕಾರ ಇವತ್ತು ಪ್ರಚೋದನಕಾರಿಯಾಗಬಹುದು ಎಂದು ಹೇಳುವ ಆಧುನಿಕ ಉಡುಪುಗಳು ಅತ್ಯಾಚಾರಿಗಳಿಗೆ ಪ್ರಚೋದಿಸುವ ಬದಲು ಅವರಲ್ಲಿ ಅಂಜಿಕೆ ಹುಟ್ಟಿಸಬಹುದು. ಕಾರಣ ಆಧುನಿಕ ಉಡುಪು ಧರಿಸುವವರು ಹೆಚ್ಚು ಆತ್ಮವಿಶ್ವಾಸ ಮತ್ತು ಧೈರ್ಯದಿಂದ ಕೂಡಿರುತ್ತಾರೆ. ಮತ್ತು ಅತ್ಯಾಚಾರಿಗಳು ಹೆಚ್ಚು ಅಬಲೆಯಾದವರನ್ನು ಶೋಷಿಸಲು ನೋಡುತ್ತಾರೆ. ಹಾಗಾಗಿ ಉಡುಪು ಎನ್ನುವುದು ಇವರಿಗೆ ನೆಪಮಾತ್ರ ಎಂದು ಅಧ್ಯಯನ ಹೇಳುತ್ತದೆ.

ಇನ್ನು ಬೇರೆ ನೆಲೆಯಲ್ಲಿ ನೋಡುವುದಾದರೆ, ಉಡುಪು ಧರಿಸುವುದು ಪ್ರಚೋದನಕಾರಿಯಾಗಿ ಅತ್ಯಾಚಾರ ಮಾಡುವಂತೆ ಪ್ರೇರೇಪಿಸುತ್ತದೆ ಅಂತಾದರೆ ಉಡುಪನ್ನು ತೊಡುವುದನ್ನು ಸರಿಮಾಡಬೇಕೋ? ಅಥವಾ ಅದನ್ನು ನೋಡಿ ಚಂಚಲಿತರಾಗುವ, ಪ್ರಚೋದಿಸಲ್ಪಟ್ಟು ಸಂಯಮ ಕಳೆದುಕೊಳ್ಳುವುದನ್ನು ಮತ್ತು ಅಂತಹ ಮನಸ್ಸುಗಳನ್ನು ಸರಿಪಡಿಸಬೇಕೋ? ನೀವೆ ಯೋಚಿಸಿ.

ಉಡುಪು ಎನ್ನುವುದು ವ್ಯಕ್ತಿಯ ವೈಯಕ್ತಿಕ ಆಯ್ಕೆ. ನಮಗೆ ಸೂಕ್ತವೆನಿಸುವ ಬಟ್ಟೆ ಧರಿಸಬೇಕೇ ವಿನಃ ಬೇರೆಯವರಿಗೆ ಸೂಕ್ತವೆನಿಸುವಂತಹದ್ದಲ್ಲ. ಮಹಿಳೆ ಉಡುಪು ಧರಿಸುವುದರಿಂದ ಹೀಗೆ ನಡೆಯುತ್ತದೆ ಎನ್ನುವುದು ಗಂಡಸು ತನ್ನ ಈ ಕೃತ್ಯವನ್ನು ಸಮರ್ಥಿಸಲು ಬಳಸುತ್ತಿರುವ ಒಂದು ನೆಪ ಅಷ್ಟೇ. ಹಾಗೆ ಹೇಳುವುದರಿಂದ, ಹೆಣ್ಣು ಎಷ್ಟಾದರೂ ನಮ್ಮ ಅಂಕೆಯಲ್ಲಿರಬೇಕು. ನೀರೆ ನಿಯಮಕ್ಕೆ ಒಳಪಟ್ಟಿರಬೇಕು. ಇಲ್ಲದಿದ್ದಲ್ಲಿ ನಾವು ಗಂಡುಗಳು ನಿಮ್ಮ ಮೇಲೆ ಅಧಿಕಾರ ಸಾಧಿಸುತ್ತೇವೆ, ನಿಮ್ಮನ್ನು ಅತ್ಯಾಚಾರ ಮಾಡಲೂ ಹೇಸುವುದಿಲ್ಲ ಎಂದು ಹೆದರಿಸುವ ಷಡ್ಯಂತ್ರ ಇದು. ಹಾಗೆ ಇನ್ನೊಂದು ನೆಲೆಯಲ್ಲಿ ನೋಡಿದರೆ, ನಾವು ಸಾಮಾಜಿಕ ಜೀವಿಗಳು. ನಮ್ಮ ಹಾವ ಭಾವ, ನಡವಳಿಕೆ, ಬದುಕುವ ರೀತಿ ನೀತಿಗಳು ಇನ್ನೊಬ್ಬರ ಮೇಲೆ ಪ್ರಭಾವ ಬೀರುವುದು ಒಂದು ಸಹಜ ಸಂಗತಿಯಾಗಿದೆ.

ಇದನ್ನು ಉಪೇಕ್ಷಿಸಿ ನಮ್ಮಿಷ್ಟದಂತೆ ನಾವು ಬದುಕುತ್ತೇವೆ ಎಂದು ಸಾಮಾಜಿಕ ಜೀವನದಲ್ಲಿ ಹೇಳಲು ಬರುವುದಿಲ್ಲ. ಹಾಗಾಗಿ ಸಂದರ್ಭಕ್ಕೆ ಮತ್ತು ಸನ್ನಿವೇಶಕ್ಕೆ ಸೂಕ್ತವಾದ ಬಟ್ಟೆಗಳನ್ನು ಧರಿಸುವುದು ಒಂದು ಸಾಮಾಜಿಕ ಅಂಶವಾದ್ದರಿಂದ ಆ ಪರಿಜ್ಞಾನ ಇರುವುದು ಉತ್ತಮ. ಆದರೆ ಇಲ್ಲಿ ನಮಗೆ ಮುಖ್ಯವಾಗಿರುವುದು ಮತ್ತು ನಾವು ಖಂಡಿಸಬೇಕಿರುವುದು ನಮ್ಮ ಉಡುಗೆ ತೊಡಗೆಯನ್ನು ಶೋಷಣೆಯ ಕಾರಣವಾಗಿ ಬಿಂಬಿಸುತ್ತಿರುವುದನ್ನು..

**5. ನನ್ನ ತಂದೆ ತಾಯಿ ಇಡೀ ದಿನ ಜಗಳ ಮಾಡುತ್ತಾರೆ. ಇದರಿಂದ ನನ್ನ ಮನಸ್ಸಿಗೆ ತೊಂದರೆ ಆಗುತ್ತಿದೆ. ಏನು ಮಾಡಬೇಕು?**

ಅಪ್ಪ ಅಮ್ಮ ಜಗಳ ಮಾಡುವುದರಿಂದ ನಿಮ್ಮ ಮನಸ್ಸು ಹಾಗೂ ಓದಿನ ಮೇಲೆ ಪರಿಣಾಮ ಬೀರುತ್ತದೆ. ಹೀಗೆ ಅನೇಕ ಮಕ್ಕಳು ಹೇಳುತ್ತಾರೆ ಮತ್ತು ಇದು ನಿಜ ಕೂಡ. ಅನೇಕ ಹೆತ್ತವರಿಗೆ ಇದರ ಪರಿಣಾಮಗಳು ತಿಳಿದು ಕೂಡ ಈ ರೀತಿಯಾಗಿ ಜಗಳ ಮಾಡುತ್ತಾರೆ. ನೀವು ಮಕ್ಕಳಾಗಿ ಇದನ್ನು ತಪ್ಪಿಸುವುದು ಕಷ್ಟ. ದೊಡ್ಡವರ ಸಮಸ್ಯೆಗಳು ಬಹಳ ಸಂಕೀರ್ಣವಾಗಿದ್ದು ನಿಮ್ಮ ಪರಿಮಿತಿಯನ್ನು ದಾಟಿರುತ್ತದೆ. ಹಾಗೆಂದು ನೀವು ಏನು ಮಾಡದೆ ಸುಮ್ಮನಿರಬೇಕೆಂದು ಅರ್ಥ ಅಲ್ಲ. ಇಲ್ಲಿ ಒಂದು ವಿಷಯ ತಿಳಿಯಬೇಕು. ಏನೆಂದರೆ ಯಾವುದಾದರೂ ಸಮಸ್ಯೆ ಆದಾಗ ಅದನ್ನು ಎರಡು ದೃಷ್ಟಿಕೋನದಿಂದ ನೋಡಬಹುದು. ಒಂದು ಆ ಸಮಸ್ಯೆಯನ್ನು ಪರಿಹರಿಸುವುದು. ಇನ್ನೊಂದು ಆ ಸಮಸ್ಯೆಯಿಂದ ನೀವು ಬಳಲದಂತೆ ನೋಡಿಕೊಳ್ಳುವುದು. ಮೊದಲನೆಯದು ಸ್ವಲ್ಪ ಕಷ್ಟ ಆದರೂ ನಿಮಗೆ ಹೆಚ್ಚು ಆಪ್ತರಾಗಿರುವ ಅಪ್ಪ ಅಥವಾ ಅಮ್ಮನಲ್ಲಿ ನಿಮ್ಮ ಜಗಳದಿಂದ ಹೀಗೆ ನನ್ನ ಮೇಲೆ ತೊಂದರೆ ಆಗುತ್ತದೆ ಎಂದು ನೇರವಾಗಿ ಹೇಳಬೇಕು ಅಥವಾ ಮನೆಯಲ್ಲಿ ಹಿರಿಯರು ಇದ್ದಲ್ಲಿ ಅವರ ಮುಖಾಂತರ ಅವಕಾಶ ಇದ್ದರೆ ಹೇಳಿಸಬಹುದು. ಆದರೆ ಇದರಿಂದ ಸಮಸ್ಯೆ ಪರಿಹರಿಯುತ್ತದೆ ಎಂದು ಹೇಳಲಾಗದು. ಅದಕ್ಕಾಗಿ ಎರಡನೇ ಅಂಶವಾದ ಈ ಸಮಸ್ಯೆಯಿಂದ ನೀವು ಹೆಚ್ಚು ಬಳಲದಂತೆ ನೋಡಿಕೊಳ್ಳುವುದು ಮುಖ್ಯ. ಇದಕ್ಕಾಗಿ ನೀವು ಕೆಲವು ತಂತ್ರಗಳನ್ನು ಅನುಸರಿಸುವುದು ಮತ್ತು ನಿಮ್ಮನ್ನು ನೀವು ದೃಢಪಡಿಸಿಕೊಳ್ಳುವ ಕೆಲಸ ಮಾಡಬೇಕಾಗಿದೆ.

- ಮೊದಲಿಗೆ ಅನೇಕ ಮನೆಗಳಲ್ಲಿ ಹೀಗೆ ಇರುತ್ತದೆ ಮತ್ತು ಇಂದಿನ ಸಂದರ್ಭಲ್ಲಿ ಹೆಚ್ಚಿನ ಕಡೆ ಇದು ಆಗುತ್ತದೆ ಎನ್ನುವ ಸತ್ಯವನ್ನು ಒಪ್ಪಿಕೊಳ್ಳಬೇಕು. ಮತ್ತು ಇದಕ್ಕೆ ಅಪ್ಪ ಅಮ್ಮನ ಇಬ್ಬರ ಕಡೆಯಿಂದಲೂ ತಪ್ಪುಗಳಿರಬಹುದು ಎಂದೂ ಊಹಿಸಬೇಕು. ಯಾರದು ತಪ್ಪು ಯಾರದು ಸರಿ ಎನ್ನುವ ವಿಮರ್ಶೆಗೆ ಹೆಚ್ಚು ಹೋಗದೆ ಇಬ್ಬರ ಜೊತೆಯಲ್ಲಿರುವ, ಹೊರಗಡೆ ತಿರುಗಲು ಹೋಗುವ, ಸಿನಿಮಾ ನೋಡಲು ಹೋಗುವ ಸಂದರ್ಭ ಸೃಷ್ಟಿಸಲು ಪ್ರಯತ್ನಿಸಿ, ಇದಕ್ಕಿಂತ ಹೆಚ್ಚು ಈ ವಿಷಯದಲ್ಲಿ ನೀವು ತೊಡಗಿಕೊಂಡರೆ ಇದು ಅರ್ಥವಾಗದೆ, ಅಥವಾ ಯಾರೋ ಒಬ್ಬರದೇ ತಪ್ಪು ಎಂದು ತಿಳಿದು ಅವಸರಕ್ಕೊ ಅಥವಾ ಗೊಂದಲಕ್ಕೊ ಒಳಗಾಗುತ್ತೀರಿ.

- ಎರಡನೆಯದಾಗಿ ನಿಮಗೆ ಅವಕಾಶ ಇದ್ದಲ್ಲಿ ಅವರು ಜಗಳ ಮಾಡುವ ಸಂದರ್ಭವನ್ನು ನೋಡುವ ಸಾಧ್ಯತೆಯನ್ನು ಆದಷ್ಟು ತಪ್ಪಿಸಿಕೊಳ್ಳಿ.
- ನಿಮ್ಮ ಓದಿನ ಮೇಲೆ ಹೆಚ್ಚು ಗಮನ ನೀಡಿ. ಹಾಗೂ ಓದಿನ ಜೊತೆ ಇತರ ಸೃಜನಶೀಲ ಕೆಲಸ, ನಾಟಕ, ಸಾಹಿತ್ಯ, ಕ್ರೀಡೆಯಲ್ಲಿ ಭಾಗವಹಿಸಿ ನಿಮ್ಮ ಅನುಭವವನ್ನು ಹೆಚ್ಚಿಸಿಕೊಳ್ಳಿ.

ಕೊನೆಯದಾಗಿ ನಿಮ್ಮ ತಂದೆ ತಾಯಿಯ ನಡುವಿನ ಜಗಳ ನಿಮ್ಮ, ಓದು ಮತ್ತು ಮನಸ್ಸಿನ ನೆಮ್ಮದಿಯನ್ನು ಹಾಳು ಮಾಡದಂತೆ ನೋಡಿಕೊಳ್ಳಿ. ಇದು ತಂದೆ ತಾಯಿಯ ಜಗಳಕ್ಕೆ ಮಾತ್ರವಲ್ಲ ಪ್ರಪಂಚದ ಯಾವುದೇ ಸಮಸ್ಯೆಗಳು ನಮ್ಮ ಜೀವನವನ್ನು, ನಮ್ಮ ನೆಮ್ಮದಿಯನ್ನು ಹಾಳು ಮಾಡಲು ಬಿಡಬಾರದು. ನಿಮ್ಮ ಸಿಟ್ಟು ನೋವು, ಚಿಂತೆ ಅವರ ಸಮಸ್ಯೆಯನ್ನು ಪರಿಹರಿಸುವುದಿಲ್ಲ. ಬದಲಾಗಿ ನಿಮ್ಮ ಬದುಕನ್ನು ಹಾಳು ಮಾಡುತ್ತದೆ. ಹಾಗಾಗಿ ನಿಮ್ಮ ಕೆಲಸದತ್ತ ಗಮನಕೊಡಿ. ನಿಮ್ಮ ಆರೋಗ್ಯ, ಓದು, ಬಾಲ್ಯ ಎಲ್ಲದರ ಕುರಿತು ಜಾಗೃತೆ ಮಾಡಿಕೊಳ್ಳಿ.

**6. ನನ್ನ ಗೆಳೆಯ ನನ್ನೊಂದಿಗೆ ಲೈಂಗಿಕ ಸಂಪರ್ಕ ಮಾಡಬೇಕು ಎಂದು ಒತ್ತಾಯಪಡಿಸುತ್ತಿದ್ದಾನೆ. ನಾವಿನ್ನೂ ಚಿಕ್ಕವರು ಎಂದು ಹೇಳಿದರೆ ಕೇಳುತ್ತಿಲ್ಲಾ. ಏನು ಮಾಡಬೇಕು?**

ಮೊದಲಿಗೆ ನೀವು ಇಂತಹ ಒಂದು ಕ್ರಿಯೆಗೆ ತಯಾರಾಗಿದ್ದೀರಾ? ಎಂದು ಪ್ರಶ್ನಿಸಿಕೊಳ್ಳಬೇಕು. ಲೈಂಗಿಕತೆ ಎನ್ನುವುದು ಪ್ರೇಮದ ಒಂದು ಭಾಗ. ಇದನ್ನು ಬಹಳ ಪೂರ್ವ ತಯಾರಿಯಿಂದ, ಮುತುವರ್ಜಿಯಿಂದ ಮತ್ತು ಜವಾಬ್ದಾರಿಯಿಂದ ತೊಡಗಬೇಕಾಗುತ್ತದೆ. ಇದು ಕೇವಲ ಕ್ರಿಯೆ ಅಲ್ಲ. ಬದುಕಿನ ಇನ್ನೊಂದು ಮಗ್ಗುಲನ್ನು ಅನಾವರಣ ಮಾಡಿಕೊಳ್ಳುವ ರೀತಿ ಕೂಡಾ ಹೌದು. ಅದಕ್ಕಾಗಿ ಅವಸರ ಪಡಬಾರದು. ಮೊದಲಿಗೆ ನಿಮ್ಮ ವಯಸ್ಸಿಗೆ ಇನ್ನು ಸಂಪೂರ್ಣವಾಗಿ ದೈಹಿಕ ಪಕ್ವತೆ ಬಂದಿಲ್ಲ, ಮಾನಸಿಕವಾಗಿ ತಯಾರಾಗಿಲ್ಲ, ಆರ್ಥಿಕವಾಗಿಯೂ ಸ್ವಾವಲಂಬಿಯಾಗಿಲ್ಲ, ಮತ್ತು ಕಾನೂನಾತ್ಮಕವಾಗಿಯೂ ಸಂಬಂಧ ಹೊಂದುವ ಅವಕಾಶವು ಇಲ್ಲ. ಅಂತಹ ಸಂದರ್ಭದಲ್ಲಿ ಲೈಂಗಿಕತೆಯ ಕುರಿತು ಮುಂದುವರೆಯುವ ಸೂಕ್ತ ವಯಸ್ಸಿಗೆ ಬಂದಿಲ್ಲ ಎಂದು ಅರ್ಥ ಅಲ್ಲವೇ? ಈ ವಿಚಾರವನ್ನು ನಿಮ್ಮ ಗೆಳೆಯನಿಗೆ ತಿಳಿಸಿ. ಇನ್ನು ಅರ್ಥಮಾಡಿಕೊಳ್ಳದಿದ್ದರೆ ನಿಮ್ಮ ಸ್ನೇಹವನ್ನು ಮತ್ತು ಅದರ ಹಿಂದಿನ ಪ್ರಚೋದಕ (ಕಾರಣ) ಅಂಶಗಳ ಕುರಿತು ಆಲೋಚನೆ ಮಾಡಿ ಆತ ಯಾತಕ್ಕಾಗಿ ನಿಮ್ಮ ಸ್ನೇಹವನ್ನು ಬಯಸುತ್ತಿದ್ದಾನೆ ಎಂದು ಪ್ರಶ್ನಿಸಿಕೊಳ್ಳಬೇಕಾಗುತ್ತದೆ ಮತ್ತು ಆ ನೆಲೆಯಲ್ಲಿ ನೀವು ಗೆಳೆತನ ಮುಂದುವರೆಸಬೇಕೊ ಬೇಡವೊ ಎಂದು ನಿರ್ಧರಿಸಿ. ಬೇಕಾದಲ್ಲಿ ಹಿರಿಯರ ಸಹಾಯ ಪಡೆಯುವುದು ಒಳಿತು.

7. **ನನ್ನ ತರಗತಿಯಲ್ಲಿ ಹೆಚ್ಚಿನವರಿಗೆ ಬಾಯ್ ಫ್ರೆಂಡ್, ಗರ್ಲ್ ಫ್ರೆಂಡ್ ಇದ್ದಾರೆ. ಆದರೆ ನಾನಿನ್ನೂ ಹೊಂದಿಲ್ಲ. ಈ ವಯಸ್ಸಿನಲ್ಲಿ ಹೀಗೆ ಬಾಯ್ ಫ್ರೆಂಡ್, ಗರ್ಲ್ ಫ್ರೆಂಡ್ ಹೊಂದುವುದು ಅವಶ್ಯಕವೇ?**

ಹದಿಹರೆಯಕ್ಕೆ ಬಂದಾಗ ಪ್ರೀತಿಯನ್ನು ಬಯಸುವುದು ಮತ್ತು ನಮಗೆ ಗೆಳೆಯ ಅಥವಾ ಗೆಳತಿಯರು ಬೇಕೆಂದು ಬಯಸುವುದು ಒಂದು ಸಹಜ ಬೆಳವಣಿಗೆ. ನಾವು ಮತ್ತು ಹೆತ್ತವರು ಅದು ನಿಮಗೆ ತೊಂದರೆ ನೀಡಬಹುದು ಎಂದು ಹೇಳಿದರೂ ನೀವು ಅದನ್ನು ಕದ್ದು ಮುಚ್ಚಿ ಆದರೂ ಮಾಡುತ್ತೀರಿ. ಹಾಗಾಗಿ ಗೆಳತಿಯರನ್ನು ಹೊಂದಿ ಅಥವಾ ಹೊಂದಬೇಡಿ ಎಂದು ನಾನು ಹೇಳುವುದಿಲ್ಲ. ನಾನು ಹಾಗೆ ಹೇಳುವುದು ನಿಮ್ಮ ಜೀವನದಲ್ಲಿ ಬದಲಾವಣೆ ತರದು ಎಂದು ನನಗೆ ತಿಳಿದಿದೆ. ಬದಲಾಗಿ ಅದನ್ನು ಇನ್ನೊಂದು ನೆಲೆಯಲ್ಲಿ ನೋಡಬೇಕಾಗುತ್ತದೆ. ಜೀವನದಲ್ಲಿ ಪ್ರತಿಯೊಂದು ವಯಸ್ಸಿನ ಘಟ್ಟಕ್ಕೆ ತನ್ನದೇ ಆದ, ಪ್ರಾಮುಖ್ಯ ಜವಾಬ್ದಾರಿ ಮತ್ತು ಗುರಿಗಳಿರುತ್ತದೆ. ಆಯಾ ವಯಸ್ಸಿಗೆ ತಕ್ಕುದಾದ ಈ ಗುರಿಗಳನ್ನು ಸಾಧಿಸುವುದು ಮುಖ್ಯವಾಗುತ್ತದೆ. ನಿಮ್ಮ ಈ ವಯಸ್ಸಿನ ಗುರಿ ಶಾಲಾಕಾಲೇಜು ಶಿಕ್ಷಣ ಪಡೆದು ಮುಂದಿನ ಭವಿಷ್ಯಕ್ಕೆ ಭದ್ರ ಬುನಾದಿಯನ್ನು ಹಾಕಿಕೊಳ್ಳುವುದು. ಇದಕ್ಕಾಗಿ ನಮ್ಮ ತಯಾರಿ ಇರಬೇಕೇ ವಿನಃ ಇದರಿಂದ ನಮ್ಮನ್ನು ವಿಚಲಿತರಾಗಿಸುವುದರ ಬಗ್ಗೆ ಇರಬಾರದು. ನಿಮ್ಮನ್ನು ಈ ವಯಸ್ಸಿನಲ್ಲಿ ವಿಚಲಿತರನ್ನಾಗಿಸುವ ಅನೇಕ ಆಕರ್ಷಣೆಯಲ್ಲಿ ಪ್ರೇಮ ಕೂಡ ಒಂದು. ಇದರಲ್ಲಿ ನೀವು ತೊಡಗಿಕೊಂಡರೆ ನಿಮ್ಮ ಓದು ಮಾತ್ರವಲ್ಲದೆ ಈ ವಯಸ್ಸಿಗಾಗಿ ಇರುವ ಮುಗ್ಧತೆ, ಸೃಜನಶೀಲತೆ ಎಲ್ಲದಕ್ಕೂ ಭಂಗ ಬರುತ್ತದೆ. ಇದರರ್ಥ ನೀವು ಸ್ನೇಹಿತ ಸ್ನೇಹಿತೆಯನ್ನು ಹೊಂದಬಾರದು ಎಂದು ಅಲ್ಲಾ... ಆದರೆ ಯಾವ ಸ್ನೇಹವೂ ಕೂಡ ನಿಮ್ಮ ಜೀವನಕ್ಕೆ ತೊಂದರೆ ಆಗುವಂತೆ ಇರಬಾರದು.

ಅಷ್ಟು ಮಾತ್ರ ಅಲ್ಲದೆ ಹದಿಹರೆಯದ ವಯಸ್ಸಿನಲ್ಲಿ ಪ್ರೇಮ ಸಂಬಂಧವನ್ನು ನಿರ್ವಹಿಸುವಷ್ಟು ಮಾನಸಿಕ ಸ್ಥಿರತೆ ನಿಮ್ಮಲ್ಲಿ ಬಂದಿರುವುದಿಲ್ಲ. ಅಂತಹ ಸಮಯದಲ್ಲಿ ಇದು ಇನ್ನಷ್ಟು ಅನಾಹುತಕ್ಕೆ ದಾರಿಯಾಗುತ್ತದೆ.

ಇನ್ನು ಜೀವನದಲ್ಲಿ ಯಾವುದು ತಪ್ಪು ಅಥವಾ ಸರಿ ಎಂದಿಲ್ಲ. ಎಲ್ಲವೂ ನಾವು ನಿರ್ವಹಿಸುವ ಸಾಮರ್ಥ್ಯದ ಮೇಲೆ ನಿರ್ಧಾರವಾಗುತ್ತದೆ. ನಮಗೆ ನಿರ್ವಹಿಸುವ ಸಾಮರ್ಥ್ಯ ಇದ್ದರೆ ಮಾತ್ರ ರಿಸ್ಕನ್ನು ಎದುರಿಸಬೇಕು.

ನಿಮ್ಮ ಪ್ರಶ್ನೆಯ ಕುರಿತು ನೋಡುವುದಾದರೆ ಇಂದಿನ ಮಾಧ್ಯಮ ಮತ್ತು ಸಾಮಾಜಿಕ ಜಾಲತಾಣಗಳ ಪ್ರಭಾವದಿಂದ ಪ್ರೇಮ ಸಂಬಂಧ ಹೊಂದುವುದು, ಗರ್ಲ್ ಫ್ರೆಂಡ್, ಬಾಯ್ ಫ್ರೆಂಡ್ ಹೊಂದುವುದನ್ನು ಒಂದು ರಮ್ಯವಾದ ಕಲ್ಪನೆಯಾಗಿ ತೋರಿಸಲಾಗುತ್ತದೆ. ಆದರೆ ಒಂದು ಸಂಬಂಧ ಅಷ್ಟಕ್ಕೆ ಸೀಮಿತ ಅಲ್ಲ. ಅದು ಅನೇಕ ಸಂಕೀರ್ಣ ಸಮಸ್ಯೆ ಮತ್ತು ಜವಾಬ್ದಾರಿ, ಅಪಾಯಗಳನ್ನು ಹೊತ್ತು ತರುತ್ತದೆ. ಅಷ್ಟನ್ನು ನಿರ್ವಹಿಸಲು ನಮಗೆ ಸಾಮರ್ಥ್ಯ ಇದೆಯಾ ನೋಡಬೇಕು.

ಹೀಗೆ ಫ್ಯಾಂಟಸಿಯಾಗಿ ತೋರಿಸುವುದಿರಂದ ನಿಮಗೂ ಎಲ್ಲರಂತೆ ಗೆಳೆಯ ಗೆಳತಿ ಬೇಕು ಎನ್ನುವುದು ಸಹಜವಾಗಿ ಎನಿಸುತ್ತದೆ. ಮತ್ತು ಹೀಗೆ ಹೊಂದಿಲ್ಲದಿದ್ದಲ್ಲಿ ನಾನು ಇತರರಿಗಿಂತ ಕೀಳು ಅಂತಾನೋ ಅಥವಾ ಡಲ್ ಅಂತಾನೋ ಅನ್ನಿಸುತ್ತದೆ. ಮತ್ತೆ ಗುಂಪಿಗೆ ಸೇರದವರಾಗಿಯೂ ಉಳಿಯುತ್ತೀರಿ ಎನ್ನುವ ಭಯವು ಕಾಡುತ್ತದೆ. ಆದರೆ ಇದು ಪುನಃ ನಾವು ಕಟ್ಟಿಕೊಂಡಿರುವ ಭ್ರಮೆ ಆಗಿದೆ. ನೀವು ಗೆಳೆಯ/ಗೆಳತಿ ಇಲ್ಲವೆಂದು ಹಿಂಜರಿಕೆ ಇಟ್ಟುಕೊಳ್ಳಬೇಕಿಲ್ಲ. ಅದಕ್ಕೆಂದೇ ಮುಂದೆ ಸಮಯ ಇದೆ. ಈಗಿನ ಕಾರ್ಯದಲ್ಲಿ ಮುಂದುವರೆಯಿರಿ. ನಿಮ್ಮಂತ ಗೆಳೆಯರನ್ನು ಹುಡುಕಿ ಸ್ನೇಹ ಬೆಳೆಸಿ ಪ್ರೇಮ ಸಂಬಂಧಗಳು ಇಲ್ಲದೆಯೂ ಅದಕ್ಕಿಂತ ಮಿಗಿಲಾಗಿ ಆಪ್ತವಾಗಿ ಸ್ನೇಹ ಹಂಚಿಕೊಳ್ಳುವ ಸಹಾಯ ಮಾಡುವ, ಪ್ರೀತಿ ನೀಡುವ ಗೆಳೆಯ ಗೆಳತಿಯರು ಖಂಡಿತ ಸಿಗುತ್ತಾರೆ.

**8. ಈ ವಯಸ್ಸಿನಲ್ಲಿ ಆದರ್ಶ ವ್ಯಕ್ತಿಗಳನ್ನು (ರೋಲ್ ಮಾಡೆಲ್)ಗಳನ್ನು ಹೊಂದುವುದು ಎಷ್ಟು ಮುಖ್ಯ? ಮತ್ತು ಎಂತಹವರನ್ನು ರೋಲ್ ಮಾಡೆಲ್‌ಗಳಾಗಿ ಆಯ್ಕೆ ಮಾಡಿಕೊಳ್ಳಬೇಕು?**

ಪ್ರತಿಯೋರ್ವ ಯಶಸ್ವಿ ವ್ಯಕ್ತಿಯನ್ನು ಕೇಳಿದರೆ ಅವರ ಜೀವನದಲ್ಲಿ ಆದರ್ಶ ವ್ಯಕ್ತಿಗಳನ್ನು ಹೊಂದಿರುತ್ತಾರೆ. ಹದಿಹರೆಯದಲ್ಲಿ ನೀವು ಆದರ್ಶ ವ್ಯಕ್ತಿಗಳನ್ನು ಹೊಂದುವುದು ಕೂಡ ಒಂದು ಉತ್ತಮ ಸೂಚನೆ. ರೋಲ್ ಮಾಡೆಲ್‌ಗಳು ನಮಗೆ ಸಾಧನೆಯ ಹಾದಿಯಲ್ಲಿ ಸಾಗಲು ಸ್ಫೂರ್ತಿ ನೀಡುತ್ತಾರೆ. ಜೀವನದಲ್ಲಿ ಅವರಂತೆ ಇದ್ದರೆ ನಾವು ಎಣಿಸಿದ್ದನ್ನು ಸಾಧಿಸಬಹುದು ಎಂದು ದೃಢಪಡಿಸುತ್ತಾರೆ. ನೀವು ಹತಾಶರಾದಾಗ ಗುರಿಯನ್ನು ತಲುಪಲು ಅಸಾಧ್ಯ ಎಂದು ಕೈಚೆಲ್ಲಿದಾಗ ಅವರು ಧೈರ್ಯ ನೀಡುತ್ತಾರೆ. ಅವರ ಬದುಕೇ ನಮಗೆ ಒಂದು ಉದಾಹರಣೆಯಾಗಿ, ಸಾಕ್ಷಿಯಾಗಿ ಗೋಚರಿಸುತ್ತದೆ. ಹೀಗಾಗಿ ಜೀವನದಲ್ಲಿ ಒಂದು ಗುರಿಯನ್ನಿಟ್ಟು ಹೊರಟವರಿಗೆ ರೋಲ್ ಮಾಡೆಲ್‌ನ್ನು ಹೊಂದಿರುವುದು ಸಾಧನೆಯಲ್ಲಿ ಹುಮ್ಮಸ್ಸನ್ನು ನೀಡುತ್ತದೆ.

ರೋಲ್ ಮಾಡೆಲ್ ಆಗಿ ಒಬ್ಬರನ್ನೇ ಹೊಂದಬೇಕಾಗಿ ಏನಿಲ್ಲ, ಅನೇಕ ಜನರನ್ನು ನಾವು ರೋಲ್ ಮಾಡೆಲ್ ಆಗಿ ಸ್ವೀಕರಿಸಬಹುದು. ನಾವು ಹೊಂದಿರುವ ಗುರಿಯನ್ನು ಹಿಂದೆ ಸಾಧಿಸಿದವರು ನಮಗೆ ರೋಲ್ ಮಾಡೆಲ್ ಆದರೆ ಇನ್ನೂ ಉತ್ತಮ. ಹಾಗೆಂದು ನಮ್ಮ ಕ್ಷೇತ್ರದಲ್ಲೇ ಇರಬೇಕು ಎಂದೇನಲ್ಲಾ. ಬೇರೆ ಕ್ಷೇತ್ರದಲ್ಲಿ ಸಾಧಿಸಿದವರು, ಆಗಬಹುದು. ರೋಲ್ ಮಾಡೆಲ್ ಆಗಿರುವವರು ಸದಾ ದೊಡ್ಡ ವ್ಯಕ್ತಿಗಳೇ ಆಗಿರಬೇಕೆಂದಿಲ್ಲ. ಸಮಾಜದಲ್ಲಿ ಗೌರವಯುತವಾಗಿ ಬದುಕುತ್ತಿರುವ ನಮ್ಮ ತಂದೆ ತಾಯಿ, ಬಂಧುಬಳಗ, ನೆರೆಹೊರೆಯವರು, ಶಿಕ್ಷಕರು ಯಾರೂ ಆಗಬಹುದು. ಇಲ್ಲಿ ಮುಖ್ಯವಾಗಿ ಬೇಕಿರುವುದು ಅವರು ಗಳಿಸಿರುವ ಹೆಸರು ಅಥವಾ ಅತೀ ದೊಡ್ಡ ಸಾಧನೆ ಅಲ್ಲ, ನಾಲ್ಕು ಜನರಿಗೆ ಮಾದರಿಯಾಗುವಂತಹ ವ್ಯಕ್ತಿತ್ವ ಇರಬೇಕು ಅಷ್ಟೆ.

ನೀವು ಮಾದರಿಯಾಗಿ ಆಯ್ಕೆ ಮಾಡಿಕೊಳ್ಳುವ ವ್ಯಕ್ತಿಯ ಕುರಿತಾಗಿ ನೀವು ಕೂಲಂಕಷ ಅಧ್ಯಯನ ಮಾಡಿರಬೇಕು. ಅವರ ಜೀವನ ಚರಿತ್ರೆ, ಅವರ ಜೀವನದ ಘಟನೆಗಳು ಇತ್ಯಾದಿ ತಿಳಿಯುವುದು ಉತ್ತಮ. ಆಗ ಮಾತ್ರ ಅವರು ನಿಜವಾಗಿಯೂ ನಿಮಗೆ ಸ್ಫೂರ್ತಿ ಆಗಬಲ್ಲರು. ನೀವು ಸಿನಿಮಾ ನಟ ನಟಿಯರನ್ನು ರೋಲ್ ಮಾಡೆಲ್ ಆಗಿ ಮಾಡಿಕೊಳ್ಳುತ್ತೀರಿ ಎಂದಾದರೆ ಎರಡು ಅಂಶ ಗಮನಿಸಬೇಕಾಗುತ್ತದೆ. ಒಂದು, ಸಿನಿಮಾದಲ್ಲಿ ಚಿತ್ರಿತವಾಗಿರುವ ಆದರ್ಶ ಪಾತ್ರವನ್ನು ನಮ್ಮ ರೋಲ್ ಮಾಡೆಲ್ ಮಾಡಿಕೊಳ್ಳಬಹುದು. ಇನ್ನೊಂದು ಸಿನಿಮಾ ಕಲಾವಿದರ ಹೊರಗಿನ ಮತ್ತು ಸಿನಿಮಾ ತೆರೆಯ ಬಿಂಬಕ್ಕಿಂತ ಅವರ ಜೀವನದ ಕುರಿತು ತಿಳಿದು ಮಾದರಿಯನ್ನಾಗಿಸುವುದು ಉತ್ತಮ. ಆದರೆ ತೆರೆಯ ಮೇಲಿನ ಮತ್ತು ನಿಜ ಜೀವನದ ನಡುವಿನ ವ್ಯತ್ಯಾಸ ಅರಿಯದೆ ರೋಲ್ ಮಾಡೆಲ್ ಮಾಡಿಕೊಳ್ಳುವುದು ವ್ಯತಿರಿಕ್ತ ಪರಿಣಾಮ ಬೀರಬಹುದು.

ರೋಲ್ ಮಾಡೆಲ್ ಹೊಂದುವುದರ ಮುಂಚೆ ಒಂದು ಉತ್ತಮ ಗುರಿ ಹೊಂದಿರುವುದು ಬಹಳ ಮುಖ್ಯ.

**9. ನನಗೆ ಬಹಳ ಬೇಗ ಸಿಟ್ಟು ಬರುತ್ತದೆ. ಹೇಗೆ ಅದನ್ನು ನಿಗ್ರಹಿಸಬೇಕು?**

ಸಿಟ್ಟು ಪ್ರತಿಯೋರ್ವ ಮನುಷ್ಯನಿಗಿರುವ ಒಂದು ಸಹಜ ಭಾವನೆ. ಹಾಗೇ ಎಲ್ಲರಲ್ಲಿಯೂ ಇದು ಇರಲೇಬೇಕು. ಆದರೆ ಸಿಟ್ಟನ್ನು ಹೇಗೆ ಹೊರಹಾಕುತ್ತೀರಿ ಅಥವಾ ವ್ಯಕ್ತಪಡಿಸುತ್ತೀರಿ ಎನ್ನುವುದು ಮುಖ್ಯವಾಗುತ್ತದೆ. ಅಂದರೆ ತೊಂದರೆ ಇರುವುದು ಸಿಟ್ಟು ಬರುವುದರಲ್ಲಿ ಅಲ್ಲಾ. ಬದಲಾಗಿ ಬಂದಿರುವ ಸಿಟ್ಟನ್ನು ಹೇಗೆ ವ್ಯಕ್ತಪಡಿಸುತ್ತೇವೆ ಎನ್ನುವುದರಲ್ಲಿ. ಸಿಟ್ಟನ್ನು ಹೊರಹಾಕುವಾಗ ಆಕ್ರಮಣಶೀಲರಾದರೆ, ನಿಯಂತ್ರಣ ತಪ್ಪಿದರೆ, ಅನಾಹುತ ಆಗುತ್ತದೆ. ಹಾಗಾಗಿ ನಮ್ಮ ಪ್ರಯತ್ನ ಇರಬೇಕಾದುದು ಸಿಟ್ಟನ್ನು ನಿಗ್ರಹಿಸುವುದಕ್ಕಲ್ಲ. ಸಿಟ್ಟನ್ನು ವ್ಯಕ್ತಪಡಿಸಬೇಕೋ ಬೇಡವೋ ಎಂದು ನಿರ್ಧರಿಸುವಲ್ಲಿ ಮತ್ತು ವ್ಯಕ್ತಪಡಿಸುವುದಾದರೆ ಹೇಗೆ ವ್ಯಕ್ತಪಡಿಸುತ್ತೇವೆ ಎಂದು ನಿರ್ಧರಿಸುವಲ್ಲಿ ನಿಯಂತ್ರಣ ಬೇಕಾಗುತ್ತದೆ.

ಸಿಟ್ಟು ಕೇವಲ ಆಕ್ರಮಶೀಲವಾಗಿರುತ್ತದೆ ಎಂದು ಹೇಳಲಾಗುವುದಿಲ್ಲ. ಸಿಟ್ಟು ಕಿರಿಕಿರಿ ತರಬಹುದು, ಆತಂಕ ತರಬಹುದು, ಹೆದರಿಕೆ, ಒತ್ತಡ, ದುಃಖ ಹೀಗೆ ಅನೇಕ ರೀತಿಯಲ್ಲಿ ವ್ಯಕ್ತಪಡಿಸಬಹುದು. ಇವೆಲ್ಲವೂ ನಕಾರಾತ್ಮಕವಾದ ಅಭಿವ್ಯಕ್ತಿಯಾಗಿದ್ದು ನಮ್ಮ ಮತ್ತು ಇತರರ ಸ್ವಾಸ್ಥ್ಯವನ್ನು ಕೆಡಿಸುತ್ತದೆ. ಕೆಲವರು ಸಿಟ್ಟಾದಾಗ ಬೇರೆಯವರಿಗೆ ಹೊಡೆಯುತ್ತಾರೆ, ಇನ್ನೂ ಕೆಲವರು ತಮಗೆ ತಾವೇ ಹಾನಿ ಮಾಡಿಕೊಳ್ಳುತ್ತಾರೆ. ನಿಮಗೆ ಗೊತ್ತಿರುವಂತೆ ಕೆಲವರು ಸಿಟ್ಟಿನಲ್ಲಿ ಪ್ರತಿಕಾರ ತೀರಿಸಿಕೊಳ್ಳಲು ಆತ್ಮಹತ್ಯೆ ಮಾಡಿಕೊಳ್ಳುವವರೂ ಇದ್ದಾರೆ.

ಮೊದಲು ನಾವು ನಮ್ಮ ಸಿಟ್ಟನ್ನು ಅರಿಯುವ ಪ್ರಯತ್ನ ಮಾಡಬೇಕು. ನಮ್ಮ ಸಿಟ್ಟಿನ ಸ್ವರೂಪ ಅರಿಯದೇ ಅದನ್ನು ಕಡಿಮೆ ಮಾಡಲು ಎಷ್ಟು ಪ್ರಯತ್ನಪಟ್ಟರೂ

ಪ್ರಯೋಜನವಾಗದು. ಸಿಟ್ಟಿನ ಸ್ವರೂಪ ಅರಿಯಬೇಕಾದರೆ ನೀವು ನಿಮ್ಮನ್ನು ಗಮನಿಸಬೇಕು. ನಿಮಗೆ ಸಿಟ್ಟು ಯಾಕೆ ಬರುತ್ತದೆ, ಯಾವಾಗ ಬರುತ್ತದೆ, ಬಂದಾಗ ಏನು ಮಾಡುತ್ತೀರಾ ಇತ್ಯಾದಿಯನ್ನು ಗಮನಿಸಿ. ಇದು ನಿಮಗೆ ಸಿಟ್ಟು ತರಿಸುವ ಸಂದರ್ಭ ಮತ್ತು ಯಾಕೆ ಸಿಟ್ಟು ಬರುತ್ತದೆ ಎನ್ನುವುದನ್ನು ತಿಳಿಯಲು ಸಹಕಾರಿಯಾಗುತ್ತದೆ. ಹೀಗೆ ತಿಳಿದಾಗ ನಿಮ್ಮ ಸಿಟ್ಟು ಬೇಕಿತ್ತೇ ಬೇಡವೇ, ಸಿಟ್ಟು ಬಂದಾಗ ನಾನು ಮಾಡಿದ್ದು ಸರಿಯಾಗಿತ್ತೇ ಎಂದು ಆಲೋಚಿಸಲು ಸಾಧ್ಯವಾಗುತ್ತದೆ. ಹೀಗೆ ಸತತವಾಗಿ ಆಲೋಚಿಸುವುದರಿಂದ ಮತ್ತು ನಾನು ಅದರ ಬದಲಾಗಿ ಇನ್ನೇನು ಮಾಡಬಹುದಿತ್ತು ಎಂದು ಚಿಂತಿಸುವುದರಿಂದ ಸಿಟ್ಟಿನ ಅಭಿವ್ಯಕ್ತಿಯನ್ನು ರೂಪಿಸಿಕೊಳ್ಳಬಹುದು.

ಇದು ಸ್ವಲ್ಪ ದೀರ್ಘಕಾಲದ ಪ್ರಕ್ರಿಯೆಯಾಗಿದೆ. ಆದರೂ ಇದು ಮುಖ್ಯವಾದ ಮತ್ತು ಸೂಕ್ತ ಪ್ರಕ್ರಿಯೆಯಾಗಿದೆ. ಈ ಪ್ರಕ್ರಿಯೆಗೆ ಒಗ್ಗುವವರೆಗೆ ನೀವು ಈ ಕೆಳಗಿನ ಸಲಹೆಗಳನ್ನು ಅನುಸರಿಸಬಹುದು.

- ಸಿಟ್ಟು ಬಂದಾಕ್ಷಣ ನೀವು ಆ ಸ್ಥಳದಿಂದ ಹೊರಟು ಬಂದುಬಿಡಿ.
- ದೀರ್ಘ ಉಸಿರಾಟವನ್ನು ತೆಗೆದುಕೊಳ್ಳಿ ಮತ್ತು ನಿಮಗೆ ಸಿಟ್ಟು ಬಂದಿದೆ ಎಂದು ತಿಳಿಯಿರಿ.
- ಸಿಟ್ಟು ಕಡಿಮೆ ಮಾಡಿಕೊ ಎಂದು ನಿಮಗೆ ನೀವು ಹೇಳಿಕೊಳ್ಳಿ.
- ಇನ್ನೂ ಕಡಿಮೆಯಾಗದಿದ್ದಲ್ಲಿ ನಡೆಯುವುದು, ಓಡುವುದು ಅಥವಾ ಶ್ರಮ ತರುವಂತಹ ದೈಹಿಕ ಕೆಲಸದಲ್ಲಿ ತೊಡಗಿಕೊಳ್ಳಿ.
- ದಿನನಿತ್ಯ ಇಂತಹ ಚಟುವಟಿಕೆಯಲ್ಲಿ ಪಾಲ್ಗೊಳ್ಳುವುದು ಕೂಡ ಒಳ್ಳೆಯದು.
- ಸಿಟ್ಟಿನ ಕುರಿತು ಬರೆಯುವ ಒಂದು ಡೈರಿಯನ್ನು ಇಟ್ಟುಕೊಳ್ಳಿ. ಅದರಲ್ಲಿ ನಿಮಗೆ ಸಿಟ್ಟು ಬಂದಿರುವ ಸನ್ನಿವೇಶದ ಕುರಿತು ಬರೆಯಿರಿ.
- ಸಿಟ್ಟು ಬರಬಹುದಾದ ಕೆಲವು ನಿರ್ದಿಷ್ಟ ಸನ್ನಿವೇಶಗಳಿಗೆ ಹೋಗುವ ಮುಂಚೆಯೇ ಅಲ್ಲಿ ಆಗುವುದರ ಕುರಿತು ಊಹಿಸಿ ನೀವು ಸಂಯಮ ಕಳೆದುಕೊಳ್ಳಬಾರದು ಎಂದು ನಿರ್ಧರಿಸಿ. ಉದಾಹರಣೆಗೆ: ಸದಾ ಕೊಂಕು ಮಾತನಾಡುವ ನೆರೆಯವರು, ಬೆದರಿಸುವ ಶಿಕ್ಷಕರು ಇತ್ಯಾದಿ. ಅವರನ್ನು ಭೇಟಿ ಮಾಡುವ ಮೊದಲೇ ಅಲ್ಲಾಗುವ ಪರಿಸ್ಥಿತಿಯ ಕುರಿತು ಊಹಿಸಿ ಮತ್ತು ನಿಮ್ಮ ಪ್ರತಿಕ್ರಿಯೆ ಮತ್ತು ನಡವಳಿಕೆ ಹೇಗಿರಬೇಕೆಂದು ನಿರ್ಧರಿಸಿಕೊಳ್ಳಿ.
- ಕೋಪ ಬರುವ ಸಂದರ್ಭ ಬಂದಾಗ ಅದಕ್ಕೆ ಪ್ರತಿಕ್ರಿಯಿಸುವ ಮುನ್ನ ಒಂದು ಕ್ಷಣ ಯೋಚಿಸಬೇಕು ಎಂದು ನಿರ್ಧರಿಸಿ ಮತ್ತು ಹೀಗೆ ಮಾಡಲು ಪ್ರಯತ್ನಿಸಿ. ಮೊದಲಿಗೆ ಇದು ಕೈಗೂಡುವುದಿಲ್ಲ. ಮತ್ತೆ ಮತ್ತೆ ರೂಢಿ ಆಗುತ್ತದೆ.

ಸಿಟ್ಟಿನ ಪರಿಸ್ಥಿತಿಯಲ್ಲಿ ಪ್ರತಿಕ್ರಿಯಿಸುವುದು ಸಂಪೂರ್ಣವಾಗಿ ನಮ್ಮ ಕೈಯಲ್ಲಿದೆ ಮತ್ತು ಅದು ಪ್ರಯತ್ನಪಟ್ಟರೆ ಖಂಡಿತ ಸಾಧ್ಯ ಎನ್ನುವುದನ್ನು ನಾವು ಅರಿಯಬೇಕು.

**10. ನಾನು ನನ್ನ ಸ್ನೇಹಿತೆಯರ ಹಾಗೆ ಸುಂದರವಾಗಿಲ್ಲ, ರೂಪವಂತೆಯಾಗಿಲ್ಲ, ಹಾಗಾಗಿ ನನ್ನನ್ನು ಬೇರೆಯವರು ಇಷ್ಟಪಡುವುದಿಲ್ಲ. ಏನು ಮಾಡಬೇಕು?**

ಸಮಾಜದಲ್ಲಿ ಗುಂಪಿನಲ್ಲಿ ಬದುಕುತ್ತಿರುವ ನಮಗೆ ಹೀಗೆ ಅನ್ನಿಸುವುದು ಸಹಜ. ಕೆಲವರಿಗೆ ತಾನೇ ಚೆಂದ, ತಾನು ಬಳಸುವ ವಸ್ತುವೇ ಉತ್ತಮ ಎನ್ನುವ ಭಾವನೆ ಇರುತ್ತದೆ. ಇನ್ನು ಕೆಲವರಿಗೆ ತಾನು ಸ್ವಲ್ಪವೂ ಚೆನ್ನಾಗಿಲ್ಲ, ನನ್ನ ಬಳಿ ಇರುವ ವಸ್ತುಗಳು ಮತ್ತು ವ್ಯಕ್ತಿಗಳು ಕೂಡ ಆಕರ್ಷಕವಾಗಿಲ್ಲ ಎಂದೆನಿಸುತ್ತದೆ. ಹಾಗೂ ಸದಾ ಬೇರೆಯವರು ಮತ್ತು ಬೇರೆಯವರ ವಸ್ತುಗಳು ಸುಂದರವಾಗಿದೆ, ಹಾಗೇ ನಾನಾದರೂ ಇರಬೇಕು ಎಂದೆನಿಸುತ್ತದೆ. ಇದು ನಮ್ಮ ಸುತ್ತಮುತ್ತಲಿನ ಸಮಾಜವನ್ನು ನೋಡಿ ನಮ್ಮ ಮನಸ್ಸು ಸೃಷ್ಟಿಸಿಕೊಂಡ ಗೋಜಲು.

ಆದರೆ ನಾವು ಹೀಗೆ ತಿಳಿಯಬೇಕಾಗಿಲ್ಲ. ಮೊದಲಿಗೆ ನಾವು ಚೆಂದ ಅಥವಾ ಸುಂದರತೆ ಅಂದರೆ ಏನು ಎಂದು ತಿಳಿಯಬೇಕು. ಇಂದು ನಮ್ಮ ಸಮಾಜ ಮಾಧ್ಯಮ ಮತ್ತು ಸೌಂದರ್ಯ ಉತ್ಪನ್ನಗಳನ್ನು ತಯಾರಿಸುವ ಉದ್ಯಮಗಳು ಸೌಂದರ್ಯವನ್ನು ಬಹಳ ಸೀಮಿತ ಪರಿಮಿತಿಯಲ್ಲಿ ಬಿಂಬಿಸಿವೆ. ಇದು ಇಂದು ನಾವು ಸೌಂದರ್ಯವನ್ನು ಒಂದೇ ದೃಷ್ಟಿಕೋನದಲ್ಲಿ ನೋಡಿ ಸಂತೋಷಪಡುವ ಅಥವಾ ಕೀಳರಿಮೆ ಪಡೆಯುವುದಕ್ಕೆ ಕಾರಣವಾಗಿಸಿದೆ. ಇವರ ಪ್ರಕಾರ ಬೆಳ್ಳಗಿದ್ದರೆ ಮಾತ್ರ ಚಂದ, ಅದಕ್ಕಾಗಿ ಏಳು ದಿನಗಳಲ್ಲಿ ಬೆಳ್ಳಗಾಗಿ ಎಂದು ವರ್ಷಾನುಗಟ್ಟಲೆಯಿಂದ ನಮ್ಮನ್ನು ಮೋಸ ಮಾಡುತ್ತಿದ್ದಾರೆ. ಈ ಜಾಹಿರಾತುಗಳು ಹುಡುಗಿಯರ ಬೆಳ್ಳಗಿರಬೇಕು, ಸ್ಲಿಮ್ ಆಗಿರಬೇಕು, ಎತ್ತರವಾಗಿರಬೇಕು, ನಯವಾದ ಕೂದಲು ಹೊಂದಿರಬೇಕು ಇತ್ಯಾದಿಯಾಗಿ ಹೇಳುತ್ತವೆ. ಹಾಗೆ, ಹುಡುಗರು ದೃಢಕಾಯರಾಗಿರಬೇಕು, ಸಿಕ್ಸ್‌ಪ್ಯಾಕ್ ಹೊಂದಿರಬೇಕು, ಎತ್ತರವಾಗಿರಬೇಕು ಇತ್ಯಾದಿಗಳನ್ನು ಸೌಂದರ್ಯದ ನಿರೂಪಣೆಯಾಗಿ ನೋಡಬಹುದು.

ಆದರೆ ಇದೆಲ್ಲವೂ ಕೂಡ ನಮ್ಮ ಕಲ್ಪಿತ ಮತ್ತು ಉದ್ಯಮ ಪ್ರಪಂಚ ಸೃಷ್ಟಿಸಿರುವುದು. ಈ ರೂಪದ ನಿರೂಪಣೆಯ ಆಧಾರದ ಮೇಲೆ ಅಹಂಭಾವ ಅಥವಾ ಕೀಳರಿಮೆ ಹೊಂದುವುದು ಸೂಕ್ತವಲ್ಲ. ನಮಗೆ ನೋಡಬೇಕಿರುವುದು ನಾವು ಸ್ವಚ್ಛ ಮತ್ತು ಅಚ್ಚುಕಟ್ಟಾಗಿ ಇದ್ದೇವಾ ಎಂದಷ್ಟೇ. ನಮ್ಮ ದೇಹವನ್ನು ಸ್ವಚ್ಛವಾಗಿಟ್ಟುಕೊಳ್ಳಬೇಕು, ಹಾಕುವ ಬಟ್ಟೆಬರೆಯನ್ನು ಸ್ವಚ್ಛ ಮತ್ತು ಅಚ್ಚುಕಟ್ಟಾಗಿ ಇಟ್ಟುಕೊಳ್ಳಬೇಕು. ಇನ್ನು ಬದುಕಿನ ಸೌಂದರ್ಯ ಹೆಚ್ಚುವುದು ನಮಗೆ ಹುಟ್ಟಿನಿಂದ ಬಂದಿರುವ ಈ ರೂಪದಿಂದಲ್ಲ. ನಾವು ಸೃಷ್ಟಿಮಾಡಿಕೊಳ್ಳುವ ಆಂತರಿಕ ರೂಪದಿಂದ ಸದಾ ಕ್ರಿಯಾಶೀಲರಾಗಿ, ಸೃಜನಶೀಲರಾಗಿ, ಇರುವುದರಿಂದ ನಮ್ಮ ಚೆಂದ

ಹೆಚ್ಚುತ್ತದೆ. ಆಂತರಿಕವಾದ ನಮ್ಮ ಸಕಾರಾತ್ಮವು ಭಾವನೆ ಮುಖದಲ್ಲಿ ಮಂದಹಾಸ, ಜೀವನದಲ್ಲಿ ಜೀವನೋತ್ಸಾಹ ಇದ್ದರೆ ಬದುಕು ಸುಂದರವಾಗುತ್ತದೆ. ನಮ್ಮ ಬಣ್ಣ ಮೈಕಟ್ಟು ಎಲ್ಲವೂ ವ್ಯಕ್ತಿಗಳನ್ನು ಕ್ಷಣಿಕವಾಗಿ ಆಕರ್ಷಿಸಿರಬಹುದು. ಆದರೆ ದೀರ್ಘಕಾಲದ ಆರೋಗ್ಯಕರ ಸಂಬಂಧ ಏರ್ಪಡಲು ನಮ್ಮ ಆಂತರಿಕ ಸೌಂದರ್ಯವಾದ ಮೇಲೆ ತಿಳಿಸಿರುವ ಅಂಶ, ನಮ್ಮ ಗುಣ, ಪ್ರಾಮಾಣಿಕತೆ ಮುಖ್ಯವಾಗುತ್ತೆ. ಜೀವನದ ಅನುಭವ ಹೊಂದಿದವರು ನಮ್ಮನ್ನು ನೋಡಿದಾಕ್ಷಣ ನಮ್ಮ ಬಾಹ್ಯ ಸೌಂದರ್ಯಕ್ಕೆ ಬೆಲೆಕೊಡುವುದಕ್ಕಿಂತ ನಮ್ಮ ಈ ವ್ಯಕ್ತಿತ್ವದ ಸೌಂದರ್ಯವನ್ನು ಗುರುತಿಸುತ್ತಾರೆ. ಅಷ್ಟು ಮಾತ್ರವಲ್ಲದೆ ಈ ಸೌಂದರ್ಯ ನಮ್ಮ ಜೀವನವನ್ನು ಯಶಸ್ವಿಯಾಗಿ ನಿರ್ವಹಿಸಲು ಕೂಡ ಸಹಕಾರಿಯಾಗಿರುತ್ತದೆ.

ಹಾಗಾಗಿ ನಮಗೆ ಹುಟ್ಟಿನಿಂದ ಬಂದಿರುವ ಚರ್ಮದ ಬಣ್ಣ, ದೇಹದ ಆಕಾರ ಇತ್ಯಾದಿಯನ್ನು ಬದಲಿಸುವ ಅಥವಾ ಅದಕ್ಕಾಗಿ ಕೊರಗುವ ಬದಲು ನಮ್ಮ ವ್ಯಕ್ತಿತ್ವವನ್ನು ಸರ್ವತೋಮುಖವಾಗಿ ರೂಪಿಸಿಕೊಳ್ಳುವಂತೆ ನೋಡಿಕೊಳ್ಳಬೇಕು.

ಇನ್ನು ನಮಗೆ ಬಹಳ ಮುಖ್ಯವಾಗಿ ಬೇಕಿರುವುದು ಆರೋಗ್ಯ. ಇಲ್ಲಿ ದೇಹ ದಾರ್ಢ್ಯತೆ ಅಥವಾ ದೇಹ ಸ್ಲಿಮ್‌ನೆಸ್ ಮುಖ್ಯ ಅಲ್ಲ. ಬದಲಾಗಿ ಆರೋಗ್ಯವಂತ ದೇಹ ಮುಖ್ಯವಾಗಿರುತ್ತದೆ.

**11. ನಾನು ತುಂಬಾ ದಪ್ಪಗಿದ್ದೇನೆ. ನನ್ನನ್ನು ಬೇರೆಯವರು ಚುಡಾಯಿಸುತ್ತಾರೆ. ನನಗೆ ತುಂಬಾ ಬೇಸರವಾಗುತ್ತದೆ. ಇದರಿಂದ ಹೇಗೆ ಹೊರಗೆ ಬರಬೇಕು?**

ನಿಮ್ಮ ದೇಹದ ತೂಕ ಹೆಚ್ಚಿರುವ ಮತ್ತು ದಪ್ಪಗಿರುವ ಕಾರಣಕ್ಕೆ ಬೇಸರ ಪಡಬೇಕಿಲ್ಲ ಹಾಗೂ ಜನರು ನಿಮ್ಮನ್ನು ಇದರಿಂದಾಗಿ ಚುಡಾಯಿಸುತ್ತಾರೆ ಎಂದು ಹಿಂಜರಿಕೆ ಪಟ್ಟುಕೊಳ್ಳಬೇಡಿ. ಆದರೆ, ನಾವೇ ಈ ಸುಳಿಯಲ್ಲಿ ಸಿಲುಕಬಾರದು. ನಾನು ದಪ್ಪಗಿರುವುದರಿಂದ ಆಕರ್ಷಕವಾಗಿಲ್ಲಾ, ನನಗೆ ಗೆಳೆಯ, ಗೆಳತಿಯರು ಸಿಗುವುದಿಲ್ಲಾ, ನಾನು ಇಂಟರ್ವ್ಯೂ ಪಾಸಾಗುವುದಿಲ್ಲಾ, ಕೆಲಸ ಸಿಗುವುದಿಲ್ಲಾ, ಇತ್ಯಾದಿ ನಕಾರಾತ್ಮಕ ಆಲೋಚನೆಯಲ್ಲಿ ತೊಡಗಿಕೊಳ್ಳಬೇಡಿ. ಕೆಲವೊಮ್ಮೆ ಹೀಗೆ ಎಂದುಕೊಂಡು ದಪ್ಪವಾಗಿರುವುದನ್ನು ನೆಪವಾಗಿಸಿಕೊಂಡು ಬಳಲುವವರು ತುಂಬಾ ಜನರಿದ್ದಾರೆ. ಹಾಗಾಗಿ, ನೀವೇ ಇದರಲ್ಲಿ ಸಿಕ್ಕಿಹಾಕಿಕೊಳ್ಳಬೇಡಿ. ನಿಮ್ಮ ಸದ್ಯದ ಪರಿಸ್ಥಿತಿ ಹೇಗೆ ಇದ್ದರೂ ಅದನ್ನು ಒಪ್ಪಿಕೊಳ್ಳಿ. ನಿಮ್ಮ ಬಗ್ಗೆ ನೀವೇ ನಕಾರಾತ್ಮಕ ಭಾವನೆ ಹೊಂದಿದರೆ ಜೀವನ ಕಷ್ಟವಾಗುತ್ತದೆ.

ಇನ್ನೂ ಬೇರೆಯವರು ಹೀಗೆ ಚುಡಾಯಿಸಲು, ಅವರಿಗಿರುವ ಅರಿವಿನ ಕೊರತೆ ಮತ್ತು ಮೂರ್ಖತನವೇ ಕಾರಣ. ಅದಕ್ಕಾಗಿ ನೀವು ಸಮಯ ನೀಡುವುದು, ಚಿಂತಿಸುವುದು, ದುಃಖ ಪಡುವುದು ಮಾಡಿದರೆ ನಿಮ್ಮ ಅಮೂಲ್ಯ ಸಮಯ ಮತ್ತು ಜೀವನ ವ್ಯರ್ಥವಾಗುತ್ತದೆ.

ಅನೇಕ ಜನರು ದಪ್ಪವಾಗುವುದು ಕೇವಲ ಅತಿಯಾಗಿ ತಿನ್ನುವುದರಿಂದ ಎಂದು ಭಾವಿಸಿದ್ದಾರೆ. ಅದಕ್ಕಾಗಿ ದಪ್ಪಗಿರುವವರ ಕುರಿತು ಅಸಡ್ಡೆಯ ಲೇವಡಿ ಮಾಡುತ್ತಾರೆ. ಆದರೆ ಅನೇಕ ಸಂದರ್ಭಗಳಲ್ಲಿ ದಪ್ಪಗಾಗಲು ಅತಿಯಾಗಿ ತಿನ್ನುವುದೊಂದೇ ಕಾರಣವಲ್ಲ. ಕೆಲವು ಹಾರ್ಮೋನುಗಳ ಸಮಸ್ಯೆಯಿಂದ, ದೈಹಿಕ ಮತ್ತು ಮಾನಸಿಕ ತೊಂದರೆಯಿಂದಲೂ ದಪ್ಪಗಾಗಬಹುದು. ಹಾಗಾಗಿ ವೈದ್ಯರನ್ನು ಭೇಟಿಯಾಗಿ ಸಲಹೆ ಸೂಚನೆ ಪಡೆಯುವುದು ಉತ್ತಮ.

ಹಾಗಾದರೆ ನಾನು ದಪ್ಪಗಿರುವುದನ್ನು ಒಪ್ಪಿಕೊಂಡು ಹೀಗೆ ಇರಬೇಕೆ? ಎಂದು ಕೇಳಿದರೆ, ನಿಮ್ಮ ಜೀವನಕ್ಕೆ ನೀವು ದಪ್ಪಗಿರುವುದು ಯಾವುದೇ ತೊಂದರೆ ಮಾಡುತ್ತಿಲ್ಲವೆಂದಾದರೆ ನೀವು ಹೀಗೆ ಇರಬಹುದು. ದಪ್ಪವನ್ನು ಸೌಂದರ್ಯಕ್ಕೆ, ಆಕರ್ಷಣೆಗೆ, ಸೋಮಾರಿತನಕ್ಕೆ, ಮೂರ್ಖತನಕ್ಕೆ, ತಳುಕುಹಾಕಿ ನೋಡಬೇಕಿಲ್ಲ. ದಪ್ಪವಾಗಿದ್ದುಕೊಂಡೇ, ಕ್ರಿಯಾಶೀಲವಾಗಿರುವ ಅನೇಕ ಜನರಿದ್ದಾರೆ.

ಆದರೆ, ಆರೋಗ್ಯದ ದೃಷ್ಟಿಯಿಂದ ದೈಹಿಕವಾಗಿ ಸಮತೋಲನ ಹೊಂದಿರುವುದು ಮುಖ್ಯ. ಅಂದರೆ, ನಿಮ್ಮ ಯಾವುದೇ ಕೆಲಸಕ್ಕೆ ನಿಮ್ಮ ದೇಹ ಅಡಚಣೆ ಆಗಬಾರದು. ನಿಮ್ಮ ಎಲ್ಲಾ ಕೆಲಸಗಳಿಗೆ ದೇಹ ಪೂರಕವಾಗಿರುವಂತೆ ಮತ್ತು ಸಹಕರಿಸುವಂತೆ ಇಟ್ಟುಕೊಳ್ಳುವುದೇ ದೇಹದ ಫಿಟ್ನೆಸ್ ವಿನಃ ಜ್ಹೀರೋ ಫಿಗರ್ ಅಥವಾ ಜಿಮ್‌ನಿಂದ ಎದೆ ಉಬ್ಬಿಸಿರುವ ಬಿರುಸು ದೇಹವಲ್ಲ. ಅನಾಯಾಸವಾಗಿ ದೇಹವನ್ನು ಮೀರಿ, ಬದುಕಿನ ಇತರೇ ಆಯಾಮಗಳನ್ನು ಅನ್ವೇಷಿಸಲು ದೇಹ ಪೂರಕವಾಗಿರಬೇಕು ಮತ್ತು ದೇಹದ ಕಾರಣದಿಂದ ಬರುವ ತೊಂದರೆಗಳನ್ನು ಕಡಿಮೆ ಮಾಡಿಕೊಳ್ಳುವಂತಿರಬೇಕು.

ಇನ್ನು ಕೆಲವೊಮ್ಮೆ, ವೈಯಕ್ತಿಕ ಸ್ವಾತಂತ್ರ್ಯದ ಹೆಸರಿನಲ್ಲಿ ನಾವು ಏನು ಬೇಕಾದರೂ ತಿನ್ನಬಹುದು, ಹೇಗೆ ಬೇಕಾದರೂ ದೇಹ ಬೆಳೆಸಬಹುದು, 'ಇದು ನನ್ನ ದೇಹ, ನನ್ನ ಆಯ್ಕೆ' ಎಂದೆಲ್ಲಾ ಅತಿಯಾಗಿ ಯೋಚಿಸುತ್ತೇವೆ. ಹೌದು, ಇತರರು ನಮ್ಮ ದೇಹವನ್ನು ಖಂಡನೆ ಮಾಡುವಾಗ, ಹೀಯಾಳಿಸುವಾಗ, ನಾವು ದೃಢವಾಗಿ 'ಇದು ನನ್ನ ದೇಹ, ನನ್ನ ಆಯ್ಕೆ' ಎಂದು ಸ್ಪಷ್ಟ ಸಂದೇಶ ನೀಡಬೇಕು. ಆದರೆ ನಾವಿರುವ ಪರಿಸ್ಥಿತಿಯನ್ನು ಸಮರ್ಥಿಸುವ ಭರದಲ್ಲಿ ಕಾಳಜಿಯಿಂದ ಹೇಳುವ ಹಿತೈಷಿಗಳ ಮಾತನ್ನು ಹಾಗೂ ನಮ್ಮ ದೇಹ, ಆಹಾರ ಪದ್ಧತಿ ಮತ್ತು ಆರೋಗ್ಯಕ್ಕಿರುವ ಸಂಬಂಧವನ್ನು ಅಲಕ್ಷಿಸಬಾರದು. ನಮ್ಮ ಸ್ವಾತಂತ್ರ್ಯದ ಪರಿಕಲ್ಪನೆ, ನಮ್ಮ ಆರೋಗ್ಯ ಮತ್ತು ಬದುಕನ್ನು ಅನುಭವಿಸುವುದಕ್ಕೆ ಮುಳುವಾಗಿರಬಾರದು.

ನೀವು ದಪ್ಪಗಿರುವುದನ್ನು ಕಡಿಮೆ ಮಾಡಿಕೊಳ್ಳಲು ಮಾರುಕಟ್ಟೆಯಲ್ಲಿ ಬರುತ್ತಿರುವ ಆಹಾರ ಹಾಗೂ ಇನ್ನಿತರೇ ಕಳಪೆ ಮಟ್ಟದ ಜಾಹೀರಾತಿಗೆ ಬಲಿಯಾಗಬೇಡಿ. ಡಯಟ್, ಯೋಗ ಮತ್ತು ದೈಹಿಕ ಆರೋಗ್ಯದ ಬಗ್ಗೆ ತಜ್ಞರಾಗಿರುವ ವೈದ್ಯರನ್ನು ಭೇಟಿ ಮಾಡಿ.

ಅವರು ಪೋಷಕಾಂಶಗಳ ಕೊರತೆ ಮಾಡಿಕೊಳ್ಳದೇ ದೇಹವನ್ನು ಸಮತೋಲನಕ್ಕೆ ತರುವ, ಸೂಕ್ತ ವ್ಯಾಯಾಮ ಮತ್ತು ಜೀವನಶೈಲಿಯಿಂದ ಸಣ್ಣಗಾಗುವ ಆರೋಗ್ಯಕರ ಮತ್ತು ವೈಜ್ಞಾನಿಕ ವಿಧಾನಗಳನ್ನು ಹೇಳುತ್ತಾರೆ. ನೀವು ದಪ್ಪಗಿರುವುದನ್ನು ಒಪ್ಪಿಕೊಂಡರೆ ಇದರಿಂದ ಯಾವುದೇ ತೊಂದರೆ ಇಲ್ಲದಿದ್ದರೆ ನೆಮ್ಮದಿಯಿಂದ ಇರಿ. ಒಂದು ವೇಳೆ ತೊಂದರೆ ಇದ್ದಲ್ಲಿ, ದೃಢಸಂಕಲ್ಪ ಮಾಡಿ ವೈದ್ಯರಿಂದ ಸೂಕ್ತ ಮಾರ್ಗದರ್ಶನ ತೆಗೆದುಕೊಂಡು ದೇಹದ ಆರೋಗ್ಯವನ್ನು ಕಾಪಾಡಿಕೊಳ್ಳಿ ಮತ್ತು ಸಮತೋಲನವಾಗಿಸಿ. ಆದರೆ, ಇವೆರಡರ ನಡುವೆ ಸಿಲುಕಿ ಗೊಂದಲವಾಗಿಸಿಕೊಳ್ಳಬೇಡಿ. ದೃಢ ನಿರ್ಧಾರ ಮತ್ತು ಸತತ ಪರಿಶ್ರಮದಿಂದ ತಮ್ಮ ತೂಕ ಕಡಿಮೆ ಮಾಡಿಕೊಂಡವರು ಅನೇಕ ಜನರಿದ್ದಾರೆ. ಅನಂತ್ ಅಂಬಾನಿಗೆ ಬಾಲ್ಯದಲ್ಲಿ ಅಸ್ತಮಾ ಸಮಸ್ಯೆ ಇದ್ದು, ಅದಕ್ಕಾಗಿ ನೀಡಿದ್ದ ಔಷಧಿಗಳಿಂದ ಥೈರಾಯಿಡ್ ವೈಪರೀತ್ಯವಾಗಿ ವಿಪರೀತವಾಗಿ ತೂಕ ಹೆಚ್ಚಾಗಿತ್ತು. ಆದರೆ ಸತತ ಪರಿಶ್ರಮದ ವ್ಯಾಯಾಮ ಮತ್ತು ಆಹಾರ ಪದ್ಧತಿಯಿಂದ ಸಹಜ ತೂಕ ಕಳೆದುಕೊಳ್ಳುವ ಮಾದರಿಯನ್ನು ಆಯ್ಕೆ ಮಾಡಿಕೊಂಡು ಹದಿನೆಂಟು ತಿಂಗಳಲ್ಲಿ ನೂರ ಎಂಟು ಕೆ.ಜಿ.ಯಷ್ಟು ತೂಕವನ್ನು ಕಮ್ಮಿ ಮಾಡಿಕೊಂಡಿದ್ದಾರೆ. ಪ್ರಸಿದ್ಧ ಹಾಡುಗಾರ ಅದ್ನಾನ್ ಸಾಮಿ ಕೂಡ 230 ಕೆ.ಜಿ. ತೂಕ ಹೊಂದಿದ್ದವರು ಹದಿನಾರು ತಿಂಗಳಲ್ಲಿ ಕಠಿಣ ಆಹಾರ ಪದ್ಧತಿ ಮತ್ತು ದೈಹಿಕ ಚಟುವಟಿಕೆಯಿಂದ 167 ಕೆ.ಜಿ. ಕಡಿಮೆ ಮಾಡಿಕೊಂಡರು.

ಈ ದೃಷ್ಟಿಕೋನ ಕೇವಲ ದಪ್ಪಗಿರುವವರಿಗೆ ಮಾತ್ರವಲ್ಲ, ತಾನು ತೆಳ್ಳಗಿದ್ದೇನೆ, ಕುಳ್ಳಗಿದ್ದೇನೆ ಅಥವ ಎತ್ತರವಾಗಿದ್ದೇನೆ ಎಂದುಕೊಳ್ಳುವವರಿಗೂ ಅನ್ವಯವಾಗುತ್ತದೆ. ನೀವು ಹೀಗಿರುವುದು, ನಿಮ್ಮ ಆರೋಗ್ಯ ಉತ್ತಮವಾಗಿರುವಂತೆ ಮತ್ತು ಹಿಂದೆ ಹೇಳಿರುವಂತೆ ನಿಮ್ಮ ಕೆಲಸಗಳಿಗೆ ಅಡಚಣೆಯಾಗದಂತಿರಬೇಕು ಅಷ್ಟೇ. ನೀವು ಈ ಕುರಿತು ಕೀಳರಿಮೆ ಹೊಂದಿರಬೇಡಿ. ಬೇರೆಯವರು ಕೂಡ, ನಿಮ್ಮನ್ನು ಕೀಳಾಗಿ ಕಾಣಲು ಪ್ರಭಾವಿಸುವಂತೆ ಮಾಡಿಕೊಳ್ಳಬೇಡಿ.

12. **ನನಗೆ ಓದುವುದು, ಬರೆಯುವುದು ಮತ್ತು ವ್ಯಾಸಂಗ ಮಾಡುವುದು ಬಹಳ ಇಷ್ಟ. ಇದರಿಂದಾಗಿ ನಾನು ಹೆಚ್ಚು ಜನರೊಂದಿಗೆ ಬೆರೆಯುವುದಿಲ್ಲ, ಮಾತನಾಡುವುದಿಲ್ಲ, ಒಬ್ಬನೇ ಇರುತ್ತೇನೆ. ಸ್ನೇಹಿತರು ನನಗೆ ಗಾಂಧೀ, ಗಾಂಧೀ ಎಂದು ಚುಡಾಯಿಸುತ್ತಾರೆ. ಹೀಗಿರುವುದು ತಪ್ಪೇ?**

ನಿಮ್ಮ ಕಳವಳ ನನಗೆ ಅರ್ಥವಾಗುತ್ತದೆ. ಬೇರೆಯವರು ಹೀಗೆ ಚುಡಾಯಿಸಿದಾಗ ನಾವು ಇರುವ ರೀತಿಯಲ್ಲಿ ಏನೋ ತಪ್ಪಿದೆ ಎಂದು ತಿಳಿಯುವುದು ಸಹಜ. ಆದರೆ ಅದಕ್ಕಾಗಿ ಕಳವಳ ಪಡಬೇಕಾಗಿಲ್ಲ. ಹೀಗೆ ಇರುವುದು ನಮ್ಮ ವ್ಯಕ್ತಿತ್ವ ಅಥವಾ ಸ್ವಭಾವ ಎಂದೆನಿಸಿದರೆ ಹಾಗೇ ಇರಿ. ಆದರೆ ಹೀಗಿರುವುದು ನಿಮಗೆ ತೊಂದರೆಯಾಗುವುದು ಎಂದೆನಿಸಿದರೆ, ಏನು

ತೊಂದರೆಗಳಾಗುತ್ತವೆ ಮತ್ತು ಹೇಗೆ? ಎಂದೆಲ್ಲಾ ಆಲೋಚಿಸಿ. ಇದು ನಿಮ್ಮ ಸ್ವಭಾವವೇ ಅಥವಾ ಜನರೊಂದಿಗೆ ಬೆರೆಯಲು ಹಿಂಜರಿಕೆಯಿಂದ ಹೀಗಾಗುತ್ತಿದೆಯೇ ಎಂದು ಖಾತರಿಪಡಿಸಿಕೊಳ್ಳಿ. ಅದು ನಿಮ್ಮ ಸ್ವಭಾವ ಎಂತಾದರೆ, ನೀವು ಹಾಗಿರುವುದಕ್ಕೆ ನಿಮ್ಮ ಸ್ನೇಹಿತರು ನಿಮ್ಮನ್ನು ಚುಡಾಯಿಸುವುದಕ್ಕೆ ಚಿಂತಿಸುವ ಅಗತ್ಯವಿಲ್ಲ.

ಸಿನಿಮಾ ಮತ್ತು ಮಾಧ್ಯಮಗಳು ತುಂಬಾ ಓದುವವರನ್ನು ಮತ್ತು ಮಾತು ಕಡಿಮೆಯಾಡುವವರನ್ನು ಒಂದೇ ದೃಷ್ಟಿಯಿಂದ ನೋಡುವುದರಿಂದ ಮತ್ತು ಕಾಲೇಜಿನ ಜೀವನವನ್ನು ಬಹಳ ಜಾಲಿ ಎಂದು ಬಿಂಬಿಸಿರುವುದರಿಂದ ಬೇರೆಯವರು ಹೀಗೆ ತಿಳಿಯುವ ಸಾಧ್ಯತೆಯಿದೆ. ಹಾಗಾಗಿ ನೀವು ಈ ಕೆಳಗಿನ ಅಂಶಗಳನ್ನು ಗಮನದಲ್ಲಿಟ್ಟುಕೊಳ್ಳಬಹುದು.

- ಸ್ಟುಡಿಯಸ್ ಆಗುವುದು ಅಥವಾ ಓದುವುದನ್ನು ಹೆಚ್ಚು ಇಷ್ಟ ಪಡುವುದು ಅಸಹಜ ಎಂದು ತಿಳಿಯಬೇಕಿಲ್ಲ. ಓದುವುದನ್ನು ಇಷ್ಟ ಪಡುವುದು ಈ ವಯಸ್ಸಿನಲ್ಲಿ ಬೆಳೆಯಬೇಕಾಗಿರುವ ಒಂದು ಮುಖ್ಯ ಹವ್ಯಾಸ. ನೀವು ಓದಿದಷ್ಟೂ ನಿಮ್ಮ ಜ್ಞಾನ ಬೆಳೆಯುತ್ತದೆ.
- ನೀವು ಓದುತ್ತೀರಿ ಎಂದಾದರೆ, ಕೇವಲ ಪಠ್ಯ ಪುಸ್ತಕ ಮಾತ್ರವಲ್ಲದೇ ಅದಕ್ಕೆ ಸಂಬಂಧಿಸಿದ ಮತ್ತಿತರೆ ಪುಸ್ತಕಗಳನ್ನು ಓದುವ ಹವ್ಯಾಸ ಮಾಡಿಕೊಳ್ಳಿ. ಇದು ನಿಮ್ಮ ಜ್ಞಾನದ ವ್ಯಾಪ್ತಿಯನ್ನು ಹೆಚ್ಚಿಸುತ್ತದೆ.
- ಓದುವುದೆಂದರೆ ಕೇವಲ ಪರೀಕ್ಷೆಗಾಗಿ ಓದಿ ಬಾಯಿಪಾಠ ಮಾಡುವುದಲ್ಲ ಎಂದು ತಿಳಿಯಿರಿ.
- ಹೆಚ್ಚಿಗೆ ಮಾತನಾಡದೇ ಇರುವುದರಿಂದ ನಿಮಗೆ ಸುತ್ತಲಿನ ಜನರನ್ನು, ಅವರ ನಡವಳಿಕೆಯನ್ನು, ಪರಿಸರವನ್ನು, ಸೂಕ್ಷ್ಮವಾಗಿ ಗಮನಿಸುವ ಅವಕಾಶ ಸಿಗುತ್ತದೆ, ಅದನ್ನು ಬಳಸಿಕೊಳ್ಳಿ.
- ಹಾಗೆ, ಮಾತನಾಡುವ ಅವಕಾಶಗಳನ್ನು ಬಳಸಿಕೊಳ್ಳಿ, ಹೆಚ್ಚು ಜನರೊಂದಿಗೆ ಬೆರೆಯುವುದರಿಂದ ಹೆಚ್ಚು ಜೀವನಾನುಭವ ದೊರೆಯುತ್ತದೆ.
- ಕೊನೆಯದಾಗಿ ಪುಸ್ತಕದ ಓದಿನ ಜೊತೆಗೆ ಜನರ ಸಂಪರ್ಕ, ಸಾಮಾಜಿಕ ಕಾರ್ಯಕ್ರಮಗಳು, ಇತ್ಯಾದಿಯನ್ನು ರೂಢಿಸಿಕೊಂಡರೆ ನಿಮ್ಮ ಅನುಭವದ ಆಳ ಹೆಚ್ಚಾಗುತ್ತದೆ. ಬರೇ ಓದಿನಿಂದ ಕೆಲವೊಮ್ಮೆ ವಾಸ್ತವದಿಂದ ದೂರ ಹೋಗುವ ಸಾಧ್ಯತೆಯಿರುತ್ತದೆ. ಹಾಗಾಗದಂತೆ ಎಚ್ಚರವಹಿಸಿ.

## 13. ಮೊಬೈಲ್ ಫೋನುಗಳು ಹಾನಿಕಾರಕವೇ? ಬಳಸುವುದು ತಪ್ಪೇ? ಸರಿಯಾಗಿ ಬಳಸುವುದು ಹೇಗೆ?

ಯಾವುದೇ ತಂತ್ರಜ್ಞಾನದ ಬಳಕೆಯನ್ನು ತಪ್ಪು ಅಥವಾ ಸರಿಯೆಂದು ಹೇಳಲು ಆಗುವುದಿಲ್ಲ. ಎಲ್ಲಾ ತಂತ್ರಜ್ಞಾನಗಳು ಮಾನವನ ಬದುಕನ್ನು ಸುಲಲಿತ ಮಾಡಲು ಸಹಾಯ ಮಾಡುತ್ತದೆ. ಆದರೆ, ಅದನ್ನು ಅತಿಯಾಗಿ ಮತ್ತು ನಮ್ಮ ಜೀವನಕ್ಕೆ ತೊಂದರೆಯಾಗುವಂತೆ ಬಳಸಿದರೆ ಹಾನಿಕಾರಕವಾಗುತ್ತದೆ.

ಪ್ರತಿಯೊಂದು ವಸ್ತು ಅಥವಾ ಕ್ರಿಯೆ, ಅದು ಕೆಟ್ಟದಾಗಿರಲಿ, ಒಳ್ಳೆಯದಾಗಿರಲಿ, ಅದರ ಬಳಕೆಯ ಆಧಾರದ ಮೇಲೆ ಅದು ಹಾನಿಕಾರಕವೋ ಇಲ್ಲವೋ ಎಂದು ಪರಿಗಣಿಸಲ್ಪಡುತ್ತದೆ. ಒಂದು ವಸ್ತುವನ್ನು ಬಳಸುವಾಗ, ಮೂರು ಹಂತದಲ್ಲಿ ಬಳಕೆ ನಡೆಯುತ್ತದೆ. ಅದು ಉಪಯೋಗ, ದುರುಪಯೋಗ ಮತ್ತು ವ್ಯಸನ. ಕೇವಲ ಮೊದಲನೆ ಹಂತದ ಬಳಕೆ ಮಾತ್ರ ಆರೋಗ್ಯಕರವಾಗಿರುತ್ತದೆ. ಉಳಿದ ಎರಡು ರೀತಿಯ ಬಳಕೆ ಹಾನಿಕಾರಕವಾಗಿರುತ್ತದೆ. ಹದಿಹರೆಯದ ವಯಸ್ಸಿನ ಮಿತಿಯಲ್ಲಿ ನೋಡುವುದಾದರೆ, ಈ ಕೆಳಗಿನ ವಿಚಾರಗಳನ್ನು ಗಮನಿಸಬಹುದು.

- ಈಗಿನ ಸಂದರ್ಭದಲ್ಲಿ ಮೊಬೈಲ್ ಬಳಸದೇ ಇರಲು ಸಾಧ್ಯವಿಲ್ಲ. ಹಾಗಾಗಿ ಅದನ್ನು ಒಂದು ಮಿತಿಯಲ್ಲಿ, ಸಹಜವಾಗಿ, ಅಗತ್ಯವಿದ್ದಾಗ ಮಾತ್ರ ಬಳಸುವುದಾಗಿ ನಿರ್ಧರಿಸಿಕೊಳ್ಳಿ.

- ನಿಮ್ಮ ಸಂಪೂರ್ಣ ಶಿಕ್ಷಣ ಮುಗಿಯುವ ತನಕ, ಸ್ವಂತ ಮೊಬೈಲಿಗಾಗಿ ಅಪೇಕ್ಷೆ ಪಡಬೇಡಿ.

- ಮೊಬೈಲಿನಲ್ಲಿ ಸಾಮಾಜಿಕ ಜಾಲತಾಣಗಳಾದ ಫೇಸ್‌ಬುಕ್, ವಾಟ್ಸಾಪ್‌ಗಳನ್ನು ಅವಶ್ಯಕತೆ ಇದ್ದಾಗ ಮಾತ್ರ ಬಳಸಿ.

- ಮೊಬೈಲಿನ ಸಹಜ ಬಳಕೆ, ವಾಟ್ಸಾಪ್, ಗೇಮ್, ಫೇಸ್‌ಬುಕ್‌ಗಳನ್ನು ಬಳಸುವುದು ನಿಮಗೆ ಅತಿಯಾಗಿದೆ, ಅದನ್ನು ಕಡಿಮೆ ಮಾಡಬೇಕು ಎಂದೆನಿಸಿದಲ್ಲಿ ಅದನ್ನು ಕಡಿಮೆ ಮಾಡುವ ಯೋಜನೆ ರೂಪಿಸಿಕೊಳ್ಳಿ.

- ನಿಮ್ಮ ದಿನನಿತ್ಯದ ಚಟುವಟಿಕೆಯನ್ನು ಮಾಡಲು ಒಂದು ವೇಳಾಪಟ್ಟಿಯನ್ನು ತಯಾರಿಸಿಕೊಳ್ಳಿ. ಅದರಲ್ಲಿ ಮೊಬೈಲ್ ಬಳಕೆಗೆ ಒಂದು ಸಮಯ ನಿಗದಿ ಮಾಡಿ ಮತ್ತು ಆ ಸಮಯಕ್ಕೆ ಬದ್ಧರಾಗಿರಿ.

- ವೇಳಾಪಟ್ಟಿಯನ್ನು ಪಾಲಿಸಿ, ಸರಿಯಾಗಿ ಬಳಕೆ ಮಾಡಿದ್ದಲ್ಲಿ ಸಂತೋಷ ಪಡಿ ಮತ್ತು ಅದನ್ನೇ ಮುಂದುವರೆಸಿ.

- ಅಗತ್ಯವಿರದೇ ಇರುವ ಸಮಯದಲ್ಲಿ, ಮೊಬೈಲ್ಗಳನ್ನು ನಿಮ್ಮ ಪಕ್ಕದಲ್ಲಿ ಇಟ್ಟುಕೊಳ್ಳಬೇಡಿ. ಓದುವಾಗಲಂತೂ ಜೊತೆಗೆ ಇಟ್ಟುಕೊಳ್ಳಲೇ ಬೇಡಿ.
- ಈಗಲೇ ಬಳಸಬೇಕು ಎಂದಾಕ್ಷಣ, ಬಳಸುವ ನಿರ್ಧಾರವನ್ನು ಮುಂದಕ್ಕೆ ದೂಡಿ. ಒಂದು ಗಂಟೆಯಲ್ಲಿ ಆರು ಬಾರಿ ಬಳಸಬೇಕು ಎಂದಾದರೆ, ಮೂರರಿಂದ ಐದು ಬಾರಿ ಬಳಸದಿರುವಂತೆ ನಿಮ್ಮನ್ನು ನೀವು ನಿರ್ಬಂಧಿಸಿಕೊಳ್ಳಿ. ಆ ಸಮಯದಲ್ಲಿ ಬೇರೆ ಕೆಲಸದಲ್ಲಿ ತೊಡಗಿಕೊಳ್ಳಿ.
- ನಡುನಡುವಿನಲ್ಲಿ ಒಂದೆರಡು ಬಾರಿ ಬಿಟ್ಟರೆ, ಬೇರೆ ಸಮಯದಲ್ಲಿ ಮೊಬೈಲ್ ಬಳಸುವುದೇ ಇಲ್ಲ ಎಂದು ನಿರ್ಧರಿಸಿ ಮತ್ತು ಹಾಗೇ ಮಾಡಿ. ಹೀಗೆ ವಾರಕ್ಕೊಂದೆರಡು ದಿನ ಪೂರ್ತಿಯಾಗಿ ಬಳಸಬೇಡಿ.
- ನಿಮ್ಮನ್ನು ನೀವು ಸೃಜನಾತ್ಮಕ ಕಾರ್ಯಗಳಲ್ಲಿ ತೊಡಗಿಸಿಕೊಂಡು ಸದಾ ನಿರತರಾದರೆ, ಮೊಬೈಲ್ ಬಳಸುವುದು ಕಡಿಮೆಯಾಗುತ್ತದೆ.

**14. ನನಗೆ ತರಗತಿಯಲ್ಲಿ ನಡೆಯುವ ಪಾಠ ಪ್ರವಚನಗಳು ಸರಿಯಾಗಿ ಅರ್ಥವಾಗುತ್ತಿಲ್ಲ. ಹಾಗಾದರೆ, ನಾನು ದಡ್ಡನೇ?**

ಮೊದಲಿಗೆ ನಾವು ಈ ದಡ್ಡ ಅಥವ ಬುದ್ಧಿವಂತ ಎನ್ನುವುದರ ಕುರಿತು ತಿಳಿಯೋಣ. ದಡ್ಡ ಮತ್ತು ಬುದ್ಧಿವಂತ ಎಂಬ ಪರಿಕಲ್ಪನೆಯೇ ಬಹಳ ಪೂರ್ವಾಗ್ರಹಪೀಡಿತವಾಗಿದ್ದು ತಾರತಮ್ಯದಿಂದ ಕೂಡಿದೆ. ನಿಮ್ಮ ತರಗತಿಯ ಪಾಠ ಅರ್ಥವಾಗುವುದಕ್ಕೂ, ನೀವು ದಡ್ಡ ಅಥವ ಬುದ್ಧಿವಂತ ಎಂದು ಹೇಳುವುದಕ್ಕೂ ಯಾವುದೇ ನೇರ ಸಂಬಂಧವಿಲ್ಲ. ತರಗತಿಗಳು ಅರ್ಥವಾಗದಿದ್ದಲ್ಲಿ, ದಡ್ಡ ಎಂದು ಹೇಳಲಾಗುವುದಿಲ್ಲ ಹಾಗೆಯೇ, ತರಗತಿಗಳು ಅರ್ಥವಾಗುವವರಿಗೆ ಬುದ್ಧಿವಂತ ಎಂದು ಹೇಳಲಾಗುವುದಿಲ್ಲ.

ಪ್ರತಿಯೊಬ್ಬರಲ್ಲೂ ಪ್ರತಿಭೆ ಇದೆ. ಆದರೆ ಅದು ಅವರದೇ ಕ್ಷೇತ್ರ ಮತ್ತು ಇಲ್ಲಿಯ ತನಕ ಸಿಕ್ಕಿರುವ ಅವಕಾಶ ಮತ್ತು ಮಾರ್ಗದರ್ಶನದ ಮೇಲೆ ನಿರ್ಧರಿತವಾಗಿರುತ್ತದೆ. ಹುಟ್ಟಿನಿಂದ ಯಾರು ದಡ್ಡರಿರುವುದಿಲ್ಲ. ಹಾಗೆಯೇ, ವಿಶೇಷ ಸಾಮರ್ಥ್ಯವುಳ್ಳ, ಹುಟ್ಟಿನಿಂದಲೂ ದೈಹಿಕ ಮತ್ತು ಮಾನಸಿಕ ಸಮಸ್ಯೆ ಉಳ್ಳವರಲ್ಲೂ ವಿಶೇಷವಾದ ಪ್ರತಿಭೆಯಿರುತ್ತದೆ. ಹಾಗಾಗಿ ನೀವು ನಾನು ದಡ್ಡನೇ ಅಥವ ನನ್ನ ಗೆಳೆಯರಷ್ಟು ಬುದ್ಧಿವಂತನಲ್ಲ ಎಂದು ಆಲೋಚಿಸಬೇಕಾಗಿಲ್ಲ. ನಿಮಗೂ ಪ್ರತಿಭೆಗಳಿದ್ದೂ, ನೀವೂ ಅವುಗಳನ್ನು ಶೋಧಿಸಿಕೊಂಡು ಅದಕ್ಕೊಂದು ರೂಪ ಕೊಡಬೇಕಾಗಿದೆ. ನಿಮ್ಮ ಬಗ್ಗೆ ನೀವು ವಸ್ತುಸ್ಥಿತಿ ಅರಿತು, ನಿಮ್ಮ ಸಾಮರ್ಥ್ಯ ಮತ್ತು ದೌರ್ಬಲ್ಯಗಳನ್ನು ತಿಳಿದು, ಅಭಿವೃದ್ಧಿ ಪಡಿಸಿಕೊಳ್ಳಿ. ನಿಮ್ಮ ಬಗ್ಗೆ ನೀವು ಸ್ವಗೌರವ ಹೊಂದುವುದು ಬಹಳ ಮುಖ್ಯ.

ಇನ್ನು ತರಗತಿಯ ಪಾಠ ಅರ್ಥ ಆಗದೇ ಇರುವುದರ ಕುರಿತು ಹೀಗೆ ಹೇಳಬಹುದು. ವಿದ್ಯಾರ್ಥಿಗಳಿಗೆ ತರಗತಿಯಲ್ಲಿ ನಡೆಯುವ ಪಾಠಗಳು ಅರ್ಥವಾಗದಿರಲು ಅನೇಕ ಅಂಶಗಳು ಕಾರಣವಾಗುತ್ತದೆ. ಅವುಗಳಲ್ಲಿ ಪ್ರಮುಖವಾದವು - ಗಮನ ಕೇಂದ್ರೀಕರಿಸುವ ಶಕ್ತಿ ಕಡಿಮೆಯಿರುವುದು, ಬೇರೆ ವಿಷಯಗಳ ಕುರಿತು ಹೆಚ್ಚು ಆಲೋಚನೆ ಮಾಡುವುದು, ಹಗಲುಗನಸು ಕಾಣುವುದು, ವಿಷಯದಲ್ಲಿ ಆಸಕ್ತಿ ಕಡಿಮೆಯಿರುವುದು, ಶಿಕ್ಷಕರ ಅಸಮರ್ಥತೆ ಅಥವಾ ಸೂಕ್ತ ರೀತಿಯಲ್ಲಿ ಬೋಧಿಸಲು ಅಶಕ್ತರಾಗಿರುವುದು, ಶಿಕ್ಷಕರ ಬಗ್ಗೆ ನಿಮಗಿರುವ ಭಯ, ನಿರಾಸಕ್ತಿ, ಮನೆ ಅಥವಾ ವಿದ್ಯಾರ್ಥಿ ಜೀವನದ ಬೇರೆ ಕ್ಷೇತ್ರಗಳಲ್ಲಿ ಒತ್ತಡ ಮತ್ತು ಸಮಸ್ಯೆ ಇರುವುದು ಇತ್ಯಾದಿ. ಕೆಲವೊಮ್ಮೆ ಈಗ ನಡೆಯುತ್ತಿರುವ ತರಗತಿ ಅರ್ಥವಾಗಲು ಅದಕ್ಕೆ ಸಂಬಂಧಿಸಿದ ಹಿಂದಿನ ಪರಿಕಲ್ಪನೆಗಳು, ಮೂಲಭೂತ ವಿಚಾರಗಳು ಅರ್ಥವಾಗದೇ ಇರುವುದು ಕಾರಣವಾಗಿರಬಹುದು. ಉದಾಹರಣೆಗೆ ಬೀಜಗಣಿತದ ತರಗತಿಯಲ್ಲಿ ಲೆಕ್ಕದ ಸಮಸ್ಯೆಗಳನ್ನು ಬಿಡಿಸಬೇಕಾದರೆ ಸಂಕಲನ, ವ್ಯವಕಲನ ಇತ್ಯಾದಿ ಮೂಲಕ್ರಿಯೆಗಳ ನಿಯಮ ತಿಳಿಯುವುದು ಅವಶ್ಯಕ. ಕೆಲವೊಮ್ಮೆ ವ್ಯತಿರಿಕ್ತ ಸಂದರ್ಭಗಳಲ್ಲಿ, ಕೆಲವು ಕಲಿಕಾ ನ್ಯೂನತೆಗಳಿಂದಲೂ ಕೂಡ ಪಾಠ ಅರ್ಥವಾಗದೇ ಇರಬಹುದು. ನೀವು ಕಲಿಕಾ ನ್ಯೂನತೆಗಳ ಬಗ್ಗೆ ತಾರೆ ಜಮೀನ್ ಪರ್ ಎನ್ನುವ ಸಿನಿಮಾ ನೋಡಿರಬಹುದು. ಹೀಗೆ ಅನೇಕ ಕಾರಣದಿಂದ, ತರಗತಿಯ ಪಾಠಗಳು ಅರ್ಥವಾಗದೇ ಇರಬಹುದು. ಅದಕ್ಕಾಗಿ ನೀವು ನಾನು ದಡ್ಡ ಎನ್ನುವ ಸರಳ ಮತ್ತು ಅರ್ಥಹೀನ ತೀರ್ಮಾನಕ್ಕೆ ಬರಬಾರದು. ಮೇಲೆ ತಿಳಿಸಿರುವ ಅಂಶಗಳ ಕುರಿತು, ನೀವೂ ಆಲೋಚಿಸಿ. ಯಾಕಾಗಿ ನಿಮಗೆ ಪಾಠಗಳು ಅರ್ಥವಾಗುತ್ತಿಲ್ಲ ಎಂದು ಚಿಂತಿಸಬೇಕು. ಇದಕ್ಕಾಗಿ, ನಿಮ್ಮ ಶಿಕ್ಷಕರ, ಸ್ನೇಹಿತರ, ಪೋಷಕರ ಮತ್ತು ಆಪ್ತ ಸಲಹೆಗಾರರ ಅಥವ ಮನೋವೈದ್ಯರ ಸಹಾಯ ಪಡೆಯಬಹುದು. ಈ ಅಂಶಗಳ ಕುರಿತು ಚಿಂತಿಸಿದ ನಂತರ ಅವುಗಳ ಕುರಿತು ಸೂಕ್ತ ಕ್ರಮ ಕೈಗೊಂಡು ತರಗತಿಯಲ್ಲಿ ಆಸಕ್ತಿ ರೂಢಿಸಿಕೊಳ್ಳುವಂತೆ ಮಾಡಿಕೊಳ್ಳಿ. ನಿಮಗೆ ಪಾಠಗಳು ಅರ್ಥವಾಗದಿದ್ದಲ್ಲಿ, ಅದನ್ನು ಗಂಭೀರವಾಗಿ ಸ್ವೀಕರಿಸಿ, ಪರಿಹರಿಸಿಕೊಂಡು, ನಿಮ್ಮ ವಿದ್ಯಾಭ್ಯಾಸ ಮುಂದುವರಿಸುವುದು ನಿಮ್ಮ ಮುಂದಿನ ಜೀವನದೃಷ್ಟಿಯಿಂದ ಬಹಳ ಮುಖ್ಯ.

**15. ಓದಲು ಕೂತಾಗ ನನಗೆ ಗಮನಹರಿಸಲು ಆಗುತ್ತಿಲ್ಲ. ಪರೀಕ್ಷೆಗೆ ಸೂಕ್ತ ತಯಾರಿ ನಡೆಸಲು ಆಗುತ್ತಿಲ್ಲಾ. ಏನು ಮಾಡಬೇಕು?**

ಅಧ್ಯಯನ ಮಾಡಲು ಕೂತಾಗ ಓದಲು ಗಮನ ಹರಿಸಲು ಆಗದಿರುವುದು ಮತ್ತು ಪರೀಕ್ಷೆ ತಯಾರಿ ನಡೆಸುವಾಗ ಏನು ಮಾಡಬೇಕು ಎಂದು ತೋಚದಿರುವುದು ಹೆಚ್ಚಿನ ವಿದ್ಯಾರ್ಥಿಗಳಿಗೆ ಸಮಸ್ಯೆಯಾಗಿ ಪರಿಣಮಿಸಿದೆ. ಎಲ್ಲಕ್ಕಿಂತ ಮೊದಲು ಪರೀಕ್ಷೆಯ ಕುರಿತು ನಿಮಗಿರುವ ಆತಂಕವನ್ನು ದೂರ ಮಾಡಿಕೊಳ್ಳಬೇಕು. ಪರೀಕ್ಷೆ ನಿಮ್ಮ ಮುಂದಿನ ಹಂತದ ವಿದ್ಯಾಭ್ಯಾಸ ಮತ್ತು ಯಶಸ್ಸಿಗೆ ಬೇಕಾಗಿರುವ ಒಂದು ಮುಖ್ಯ ಅಂಶವೇ ಹೊರತು ಅದೇ

ಸರ್ವಸ್ವವಲ್ಲ. ಪರೀಕ್ಷೆಗಾಗಿ ವಿಶೇಷ ಆತಂಕ ಪಡುವ ಅವಶ್ಯಕತೆ ಇಲ್ಲ. ಈ ಕೆಳಗಿನ ಅಂಶಗಳನ್ನು ನೀವು ಗಮನದಲ್ಲಿಡಬಹುದು.

- ನಿಮ್ಮ ಸಾಮರ್ಥ್ಯಕ್ಕೆ ತಕ್ಕುದಾದ ಗುರಿಯನ್ನು ಇಟ್ಟುಕೊಳ್ಳಬೇಕು. ಪೋಷಕರ ಅಥವ ಶಿಕ್ಷಕರ ಒತ್ತಡಕ್ಕೆ ಒಳಗಾಗಬೇಡಿ, ನಿಮ್ಮ ಸ್ನೇಹಿತರೊಂದಿಗೆ ಪೈಪೋಟಿಗೆ ಇಳಿಯಬೇಡಿ. ನಿಮ್ಮ ಹಿಂದಿನ ಫಲಿತಾಂಶಕ್ಕಿಂತ ಹೆಚ್ಚಿಗೆ ತೆಗೆಯುವುದಾಗಿ ಗುರಿ ಇಟ್ಟುಕೊಳ್ಳಿ ಮತ್ತು ಅದಕ್ಕಾಗಿ ಪ್ರಯತ್ನ ಪಡಿ.
- ವೇಳಾಪಟ್ಟಿ ತಯಾರಿಸಿಕೊಂಡು ಅದಕ್ಕೆ ಬದ್ಧರಾಗಿರಿ. ಪರೀಕ್ಷೆ ದಿನ ಹತ್ತಿರ ಇರುವಾಗ, ಎಷ್ಟು ದಿನ ಇದೆ ಎಂದು ಲೆಕ್ಕ ಹಾಕಿ, ಅದರಂತೆ ದಿನಕ್ಕೆ ಇಂತಿಷ್ಟು ಓದುವುದಾಗಿ ಗುರಿ ಇಟ್ಟುಕೊಳ್ಳಿ.
- ಚಿಕ್ಕ ಚಿಕ್ಕ ಅಣಕು ಪರೀಕ್ಷೆ ಮಾಡಿಕೊಂಡು ನೀವು ಓದಿರುವುದನ್ನು ಮತ್ತು ಪರೀಕ್ಷೆ ಎದುರಿಸುವುದನ್ನು ದೃಢವಾಗಿಸಿಕೊಳ್ಳಿ.
- ಅವಶ್ಯಕತೆಯಿದ್ದರೆ ಮಾತ್ರ ಹೊರಗಿನಿಂದ ಟ್ಯೂಷನ್ ಅಥವ ತರಬೇತಿ ಪಡೆಯಿರಿ.

ಗೆಳೆಯ/ಗೆಳತಿಯರೊಂದಿಗೆ ಗುಂಪು ಚರ್ಚೆ ಮತ್ತು ಓದಿನಲ್ಲಿ ಭಾಗವಹಿಸಿ.

- ಓದುವಾಗ ಮನಸ್ಸು ಬೇರೆ ಕಡೆಗೆ ವಿಚಲಿತವಾದರೆ ನೀವು ಯಾಕಾಗಿ ಓದಬೇಕು ಎನ್ನುವುದನ್ನು ನೆನಪು ಮಾಡಿಕೊಳ್ಳಿ. ನಿಮ್ಮ ಬದುಕಿನಲ್ಲಿ ಓದುವುದರ ಮತ್ತು ಉತ್ತಮ ಅಂಕ ಗಳಿಸುವುದರ ಪ್ರಾಮುಖ್ಯತೆಯನ್ನು ಸದಾ ನೆನಪಿನಲ್ಲಿಡಿ. ಓದುವಾಗ ವಿಚಲಿತರಾಗುವುದು ಸಹಜ, ಹಾಗಾಗಿ ಪದೇ ಪದೇ ಓದುವ ಮನಸ್ಸಿಗೆ ಮರಳುವುದು ಬಹಳ ಮುಖ್ಯ.
- ಪರೀಕ್ಷಾ ಆತಂಕದ ಬಗ್ಗೆ ಮತ್ತು ಓದುವ ರೀತಿಯಾಗಿ, ಸುದೀರ್ಘವಾಗಿ ಇದೇ ಪುಸ್ತಕದಲ್ಲಿ ಒಂದು ಲೇಖನವಿದೆ. ಅದನ್ನು ಓದಿ.

**16. ನಾನು ತುಂಬಾ ಸೋಮಾರಿಯಾಗಿದ್ದೇನೆ. ಪ್ರತಿಯೊಂದು ಕೆಲಸವನ್ನೂ ಮುಂದೂಡುತ್ತೇನೆ. ಜೀವನದಲ್ಲಿ ಶಿಸ್ತು ರೂಢಿಸಿಕೊಂಡು, ಸೋಮಾರಿತನವನ್ನು ಹೋಗಲಾಡಿಸುವುದು ಹೇಗೆ?**

ಸೋಮಾರಿತನವು ನಮ್ಮ ಜೀವನದಲ್ಲಿ ಅನೇಕ ಕಾರಣಗಳಿಂದ ಬರಬಹುದು. ನಮಗೆ ನಮ್ಮದೇ ಆದ ಗುರಿ ಇರದಿದ್ದಾಗ, ಅದನ್ನು ಸಾಧಿಸುವ ಅವಶ್ಯಕತೆ ಇರದಿದ್ದಾಗ, ಸೋಮಾರಿತನ ಬರಬಹುದು. ನಮಗೆ ಯಾವುದಾದರು ಕೆಲಸ ಮಾಡಲು ಸೂಕ್ತ ಬಾಹ್ಯ ಅಥವಾ ಆಂತರಿಕ ಪ್ರಚೋದನೆ ಇಲ್ಲದಿದ್ದರೂ ಆಗಬಹುದು. ಸದಾ ಕೆಲಸದಲ್ಲಿ ನಿರತರಾಗದೇ ಇರುವುದರಿಂದಲೂ ಸೋಮಾರಿತನ ಬರುವ ಸಾಧ್ಯತೆ ಇದೆ. ಹೀಗೆ ಆಲಸ್ಯ

ಅಥವಾ ಕೆಲಸವನ್ನು ಮುಂದೂಡುವುದು ಏನಾದರೂ ಸಾಧಿಸಬೇಕು ಎನ್ನುವ ಛಲ ಇಲ್ಲದೇ ಇರುವುದರಿಂದ.

ಸೋಮಾರಿತನದಿಂದ ಹೊರಬರುವುದಕ್ಕೆ ಸ್ವಪ್ರಯತ್ನ ಬಹಳ ಮುಖ್ಯ. ಹಾಗಾಗಿ, ಮೊದಲಿಗೆ ಚಿಕ್ಕ ಪುಟ್ಟ ಹೆಜ್ಜೆಗಳಿಂದ ಶುರುಮಾಡಿ. ನೀವು ಮೊದಲನೇ ಹೆಜ್ಜೆ ಇಡುವುದೇ ಇಲ್ಲಿ ಬಹಳ ಮುಖ್ಯ. ನಂತರ ಅದನ್ನು ಕಾಯ್ದುಕೊಂಡು ಅದನ್ನು ದಿನ ನಿತ್ಯ ರೂಢಿಸಿಕೊಳ್ಳುವುದು ಮುಖ್ಯ. ಹೀಗೆ ಒಂದೆರಡು ತಿಂಗಳು ದಿನಂ ಪ್ರತಿ ಪಾಲಿಸಿದರೆ ಮುಂದೆ ರೂಢಿಯಾಗುತ್ತದೆ. ಅಂದು ನಿಮಗೆ, ನಿಮ್ಮ ಅಮ್ಮ ಎಷ್ಟು ಸಾರಿ ಹೇಳಿದರೂ, ಹಲ್ಲು ಉಜ್ಜುವ ಕೆಲಸ ಬಹಳ ಕಷ್ಟದ ಕೆಲಸವಾಗಿತ್ತು. ಆದರೆ ಇವತ್ತು ನೀವು ಯಾರೂ ಹೇಳದಿದ್ದರೂ ಹಲ್ಲುಜ್ಜುತ್ತೀರ. ಈಗ ನಿಮ್ಮ ಅಮ್ಮನೇ ಬಂದು ಹಲ್ಲು ಉಜ್ಜಬೇಡ ಎಂದರೂ, ನೀವು ಹಲ್ಲುಜ್ಜುವುದನ್ನು ಬಿಡುವುದಿಲ್ಲ. ಕಾರಣ, ನಿಮಗೆ ಅದು ರೂಢಿಯಾಗಿದೆ ಹಾಗು ಯಾಕೆ ಹಲ್ಲುಜ್ಜಬೇಕು ಎಂದು ತಿಳಿದಿದೆ. ಹಾಗೆ ಎಲ್ಲವನ್ನೂ ಕೂಡ ರೂಢಿಸಿಕೊಂಡರೆ ಸರಿ ಹೋಗುತ್ತದೆ.

- ದಿನಕ್ಕೆ ಒಂದೆರಡು ಗಂಟೆ ಓದುವ, ದೈಹಿಕ ಶ್ರಮದಲ್ಲಿ ತೊಡಗುವ, ವ್ಯಾಯಾಮ ಮಾಡುವ, ನಡೆಯುವ, ಸ್ಕೈಕ್ಲಿಂಗ್ ಮಾಡುವ ಕೆಲಸವನ್ನು ಶುರು ಮಾಡಿ. ಮುಂದಕ್ಕೆ ಕ್ರಮೇಣ ಇದರ ಪ್ರಮಾಣ ಜಾಸ್ತಿ ಮಾಡಿ.

- ಸೋಮಾರಿತನಕ್ಕೆ 'ಇಲ್ಲಾ' ಎಂದು ಹೇಳುವುದನ್ನು ರೂಢಿಸಿಕೊಳ್ಳಿ. ಉದಾಹರಣೆಗೆ ಸಮಯಕ್ಕಿಂತ ಹೆಚ್ಚಾಗಿ ಮಲಗುವುದು ಎಂತಾದರೆ, ನಿಗದಿ ಪಡಿಸಿದ ಸಮಯದ ನಂತರವೂ ಮಲಗಲು ಮನಸ್ಸಾದರೆ 'ನೋ' ಎಂದು ಹೇಳಿ.

- ನೀವು ಯಶಸ್ವಿಯಾಗಿ ಸೋಮಾರಿತನವನ್ನು ಹೋಗಲಾಡಿಸಿದ ಪ್ರತಿಯೊಂದು ಹಂತದಲ್ಲೂ ಅದನ್ನು ಸಂಭ್ರಮಿಸಿ ಮತ್ತು ಅದಕ್ಕಾಗಿ ಬಹುಮಾನ ಪಡೆದುಕೊಳ್ಳಿ. ಉದಾಹರಣೆಗೆ ಚಾಕ್ಲೇಟು, ಇಷ್ಟದ ಊಟ, ಇಷ್ಟದ ಸ್ಥಳಕ್ಕೆ ಭೇಟಿ, ಇತ್ಯಾದಿ.

- ನೀವು ಈ ಪ್ರಕ್ರಿಯೆಯಲ್ಲಿ ಮಾಡುವ ತಪ್ಪುಗಳು ಮತ್ತು ಎಡವಿರುವ ಸಂದರ್ಭಗಳನ್ನು ಒಪ್ಪಿಕೊಂಡು, ಮನ್ನಿಸಿ ಮುಂದಕ್ಕೆ ಹೋಗಿ. ಇಂತಹ ಪ್ರಯತ್ನಗಳನ್ನು ನಡೆಸುವಾಗ ಎಡವುವುದು ಮತ್ತು ಕೆಲವೊಮ್ಮೆ ಅಪೇಕ್ಷಿತ ಗುರಿಗಳನ್ನು ಸಾಧಿಸದೇ ಇರುವುದು ಆಗುತ್ತದೆ.

- ಓದು ಹಾಗು ಇತರೇ ಚಟುವಟಿಕೆಗಳ ಜೊತೆಗೆ ದೈಹಿಕ ವ್ಯಾಯಾಮ ಮತ್ತು ಕ್ರಿಯಾಶೀಲ ಚಟುವಟಿಕೆಗಳಿಗೆ ಪ್ರಾಮುಖ್ಯತೆ ನೀಡಿ. ಮೊದಲು ದೇಹದಿಂದ ಆಲಸ್ಯ ಹೋಗಬೇಕು. ಅಷ್ಟು ಮಾತ್ರವಲ್ಲದೇ ಅದು ದೇಹದ ಮೇಲೆ ಕೆಲಸ ಮಾಡುವುದು ಸುಲಭ ಮತ್ತು ನಿಖರ. ಕ್ರಮೇಣ ಅದು ಮನಸ್ಸಿನ ಮೇಲೂ ಪರಿಣಾಮ ಬೀರುತ್ತದೆ.

**17. ನನಗೆ ಮಾತನಾಡುವಾಗ ತೊದಲಿಕೆ ಆಗುತ್ತದೆ, ಮೊದಲಿನ ಶಬ್ದ ಹೊರಡುವುದು ತಡವಾಗುತ್ತದೆ. ಕೆಲವೊಮ್ಮೆ ಉಸಿರು ಕಟ್ಟಿದಂತೆ ಆಗುತ್ತದೆ. ಇದರಿಂದಾಗಿ ನಾನು ಯಾರೊಂದಿಗೂ ಬೆರೆಯದಂತೆ ಆಗಿದೆ. ಜನರೊಂದಿಗೆ ಮಾತನಾಡುವುದಕ್ಕೂ ಭಯವಾಗುತ್ತದೆ. ಇದರಿಂದ ಹೊರಬರುವುದು ಹೇಗೆಂದು ತಿಳಿಸಿ?**

ತೊದಲುವಿಕೆಗೆ ವೈದ್ಯಕೀಯ ಭಾಷೆಯಲ್ಲಿ ಸ್ಟ್ಯಾಮರಿಂಗ್ ಅಥವ ಸ್ಟಟರಿಂಗ್ ಎಂದು ಕರೆಯುತ್ತಾರೆ. ಮಾತನಾಡುವಾಗ, ಪದಗಳ ಮೊದಲ ಅಕ್ಷರ ತೊದಲುತ್ತದೆ. ಬೇಕಾದ ಸಮಯಕ್ಕೆ ಪದಗಳು ಹೊರಡುವುದಿಲ್ಲ. ಕೆಲವೊಮ್ಮೆ ಮಾತಿನ ತೊಂದರೆಯೊಂದಿಗೆ, ಕೆಲವು ದೈಹಿಕ ಲಕ್ಷಣಗಳಾದ ದವಡೆಯ ನಡುಕ, ಕಣ್ಣು ಮಿಟುಕಿಸುವುದು, ಇತ್ಯಾದಿಗಳು ಉಂಟಾಗಬಹುದು.

ನೀವು ಈ ಸಮಸ್ಯೆ ಹೊಂದಿರುವುದಕ್ಕೆ ಭಯ ಪಡಬೇಕಾಗಿಲ್ಲ. ಬ್ಲಡ್‌ಸ್ಟೈನ್ ಅವರ ಎ ಹ್ಯಾಂಡ್‌ಬುಕ್ ಆನ್ ಸ್ಟಟ್ಟರಿಂಗ್(1995) ಎಂಬ ಪುಸ್ತಕದಲ್ಲಿ ಗುರುತಿಸಿರುವಂತೆ ಶೇಕಡ ಒಂದರಷ್ಟು ಜನ ತೊದಲುವಿಕೆಯಿಂದ ಬಳಲುತ್ತಾರೆ. ಸರಿಯಾದ ಚಿಕಿತ್ಸೆ ಪಡೆದಲ್ಲಿ ಈ ಸಮಸ್ಯೆಯಿಂದ ಹೊರಬರಬಹುದು. ಇಂತಹ ಸಣ್ಣ ಸಮಸ್ಯೆ ನಿಮ್ಮ ಬದುಕಿನ ಆಶೋತ್ತರಗಳನ್ನು ಈಡೇರಿಸಲು ತೊಡಕಾಗದು. ಪ್ರಸಿದ್ಧ ವ್ಯಕ್ತಿಗಳಾದ ವಿನಸ್ಟನ್ ಚರ್ಚಿಲ್, ಮರ್ಲಿನ್ ಮನ್ರೋ, ಹೃತಿಕ್ ರೋಷನ್, ಮುಂತಾದವರು ತೊದಲುವಿಕೆ ಸಮಸ್ಯೆಯಿಂದ ಹೊರಬಂದು ಯಶಸ್ವಿಯಾಗಿದ್ದಾರೆ. ನೀವು ಈ ಸಮಸ್ಯೆಯ ಕುರಿತು ತಿಳಿದು ಚಿಕಿತ್ಸೆ ಪಡೆಯುವುದು ಮುಖ್ಯ.

ತೊದಲುವಿಕೆಯು ಕೆಲವು ದೈಹಿಕ ನ್ಯೂನತೆಗಳಿಂದ ಆಗಬಹುದು. ಅಥವಾ ಕೆಲವೊಮ್ಮೆ ಯಾವುದೇ ದೈಹಿಕ ನ್ಯೂನತೆ ಇಲ್ಲದೆಯೂ ಆತ್ಮವಿಶ್ವಾಸದ ಕೊರತೆಯಿಂದ, ಮಾನಸಿಕ ಆತಂಕದಿಂದ ಆಗಬಹುದು. ಅದಕ್ಕಾಗಿ ನೀವು ವೈದ್ಯರನ್ನು ಹಾಗು ಸ್ಪೀಚ್ ಥೆರಪಿಸ್ಟ್‌ರವರನ್ನು ಭೇಟಿಯಾಗಿ ಸಲಹೆ ಸೂಚನೆ ಪಡೆಯಬೇಕು. ಅದರ ಜೊತೆಗೆ ಈ ಕೆಳಗಿನ ಅಂಶಗಳನ್ನು ಗಮನದಲ್ಲಿರಿಸಿಕೊಳ್ಳಬಹುದು.

- ತೊದಲುವಿಕೆಯಿಂದ ಬಳಲುವವರಿಗೆ, ನಾನು ಮಾತನಾಡುವಾಗ ಬೇರೆಯವರು ನನ್ನನ್ನು ಗಮನಿಸುತ್ತಾರೆ ಎನ್ನುವ ಹಿಂಜರಿಕೆ ಇರುತ್ತದೆ. ಇದು ಅವರನ್ನು ಇನ್ನಷ್ಟು ಆತಂಕಭರಿತರನ್ನಾಗಿ ಮಾಡುತ್ತದೆ. ಈ ಆತಂಕದಿಂದ ಸಮಸ್ಯೆ ಇನ್ನೂ ಹೆಚ್ಚಾಗಿ, ವ್ಯಕ್ತಿಗೆ ಸರಿಯಾಗಿ ಸಂವಹನ ಮಾಡದಂತೆ, ಪದಗಳನ್ನು ಮರೆಯುವಂತೆ ಮತ್ತು ಹೆಚ್ಚು ತೊದಲುವಂತೆ ಮಾಡುತ್ತದೆ. ಹಾಗಾಗಿ ತೊದಲುವಿಕೆಯನ್ನು ಕಡಿಮೆ ಮಾಡಬೇಕು ಎಂದಾಗಲೀ, ಜನ ನನ್ನನ್ನು ಗಮನಿಸುತ್ತಾರೆ ಎಂದಾಗಲೀ ಆಲೋಚನೆ ಮಾಡಬಾರದು. ಎಷ್ಟೇ ತೊದಲಿದರೂ ನಿಮ್ಮ ಮಾತನ್ನು ಧೈರ್ಯವಾಗಿ ಆಡಬೇಕು.

ಮಾತನಾಡುವಾಗ ಸೀನು, ಆಕಳಿಕೆ, ಕೆಮ್ಮು ಬಂದರೆ ಬೇರೆಯವರು ನಮ್ಮ ಬಗ್ಗೆ ಏನಾದರೂ ಅಂದುಕೊಳ್ಳುತ್ತಾರೆಯೇ? ಎಂದು ಪ್ರಶ್ನಿಸಿಕೊಳ್ಳಿ.

- ನಿಧಾನವಾಗಿ ಮಾತನಾಡುವುದನ್ನು ಅಭ್ಯಾಸ ಮಾಡಿಕೊಳ್ಳಿ. ಪದಗಳ ನಡುವೆ ಅಂತರ ನೀಡಿ. ವೇಗವಾಗಿ ಮಾತನಾಡದಿರಿ.
- ಹೆಚ್ಚು ತೊದಲುವ ಅಕ್ಷರಗಳನ್ನು ಗುರುತಿಸಿ, ಅವುಗಳನ್ನು ಹೆಚ್ಚಾಗಿ ಅಭ್ಯಾಸ ಮಾಡಿ. ಅಂತಹ ಅಕ್ಷರಗಳಿಂದ ಶುರುವಾಗುವ ಪದಗಳಿಂದ ವಾಕ್ಯ ರಚಿಸಿ, ಅವುಗಳನ್ನು ಪದೇ ಪದೇ ಮಾತನಾಡಿ ಅಭ್ಯಾಸ ಮಾಡಿ. ಈ ತರಹದ ಕ್ಲಿಷ್ಟ ಪದಗಳನ್ನು ಅಂತರ ನೀಡಿ ನಿಧಾನವಾಗಿ ಕನ್ನಡಿಯ ಮುಂದೆ ನಿಂತು ಮಾತನಾಡಿ.
- ಮುಂದೆ ನಿಮ್ಮ ಸ್ನೇಹಿತರ ಅಥವ ಮನೆಯಲ್ಲಿ ನಿಮ್ಮನ್ನು ಅರ್ಥ ಮಾಡಿಕೊಳ್ಳುವವರೊಂದಿಗೆ ಈ ವಾಕ್ಯಗಳನ್ನು ಹೇಳಿ. ತೊದಲುವಿಕೆ ಕಡಿಮೆ ಮಾಡಿಕೊಳ್ಳಲು ಸಂಬಂಧಿಸಿದ ಅನೇಕ ಉಸಿರಾಟದ ವ್ಯಾಯಾಮ, ಮಾತಿನ ಚಟುವಟಿಕೆಗಳು ಇವೆ. ಇತ್ತೀಚೆಗೆ ಮೊಬೈಲಿನಲ್ಲಿ ಬಳಸುವ ಕೆಲವು ಆ್ಯಪ್‌ಗಳು ಸಲಕರಣೆಗಳು ಬಂದಿವೆ. ಆದರೆ ಇದನ್ನೆಲ್ಲಾ ಬಳಸಲು ಮುಂಚೆ ವೈದ್ಯರು ಅಥವಾ ಸ್ಪೀಚ್ ಥೆರಪಿಸ್ಟರನ್ನು ಭೇಟಿಯಾಗುವುದು ಉತ್ತಮ.

**18. ನಾನು ಇತ್ತೀಚೆಗೆ ಹೆಚ್ಚು ನೀಲಿ ಚಿತ್ರಗಳನ್ನು ನೋಡುತ್ತಿದ್ದೇನೆ. ಇದರಿಂದ ಏನಾದರೂ ತೊಂದರೆ ಉಂಟೇ? ಮತ್ತು ಇದನ್ನು ಕಡಿಮೆ ಮಾಡುವುದಾದರೂ ಹೇಗೆ?**

ಇತ್ತೀಚಿನ ದಿನಗಳಲ್ಲಿ ನೀಲಿಚಿತ್ರ ನೋಡುವುದು ಮತ್ತು ಅದಕ್ಕೆ ಅಡಿಕ್ಟ್ ಆಗುವುದು ಹದಿಹರೆಯದವರಲ್ಲಿ ಹೆಚ್ಚು ಕಾಣಸಿಗುವ ಸಮಸ್ಯೆಯಾಗಿದೆ. ಯಾವುದೇ ಆದರೂ ಮಿತಿಯನ್ನು ದಾಟಿದಾಗ, ನಮ್ಮ ದಿನನಿತ್ಯದ ಜೀವನಕ್ಕೆ ತೊಂದರೆ ನೀಡುತ್ತದೆ. ನೀಲಿಚಿತ್ರಗಳ ವೀಕ್ಷಣೆಯೂ ಕೂಡ ಇದಕ್ಕೆ ಹೊರತಲ್ಲ. ಇತರ ಅಮಲು ಪದಾರ್ಥಗಳಂತೆ ನೀಲಿಚಿತ್ರ ವೀಕ್ಷಣೆಯೂ ಮಿದುಳಿನಲ್ಲಿ ಕೆಲವು ರಾಸಾಯನಿಕ ಪದಾರ್ಥಗಳನ್ನು ಉತ್ಪಾದಿಸಿ/ ಪ್ರಚೋದಿಸಿ ಸಂತೋಷ ಪಡಿಸುತ್ತದೆ. ಇದರಿಂದಾಗಿ ಈ ಪ್ರಕ್ರಿಯೆ ಮತ್ತೆ ಮತ್ತೆ ಬೇಕು ಎಂದೆನಿಸುತ್ತದೆ. ನೀಲಿ ಚಿತ್ರಗಳಿಗೆ ವ್ಯಸನಿಗಳಾಗುವುದರಿಂದ ಅನೇಕ ತೊಂದರೆಗಳುಂಟಾಗುತ್ತದೆ. ಅವುಗಳಲ್ಲಿ ಪ್ರಮುಖವಾದವು ಎಂದರೆ ಭ್ರಮೆ ಮತ್ತು ಕಲ್ಪನಾ ಜಗತ್ತಿನಲ್ಲಿ ಬದುಕುವಂತೆ ಮಾಡುತ್ತದೆ. ಅದನ್ನೇ ನೋಡುವುದು, ಅದನ್ನೇ ಯೋಚಿಸುವುದು, ಕನಸು ಕಾಣುವಂತೆ ಮಾಡುತ್ತದೆ. ವ್ಯಕ್ತಿಯ ವೈಯಕ್ತಿಕ ಮೌಲ್ಯ, ಸಾಮಾಜಿಕ ಮೌಲ್ಯ, ಸರಿ-ತಪ್ಪು, ಹೀಗೆ ಅನೇಕ ವಿಷಯಗಳ ಬಗ್ಗೆ ಆಂತರಿಕ ತಿಕ್ಕಾಟವಾಗುತ್ತದೆ. ಇದು ಹಸ್ತಮೈಥುನದ ವ್ಯಸನಕ್ಕೂ ಕಾರಣವಾಗುತ್ತದೆ. ಹೆಚ್ಚು ಹೆಚ್ಚು ಚಿತ್ರ ನೋಡುತ್ತಿದ್ದಂತೆ, ಹೊರಗಿನ ಪ್ರಪಂಚದಿಂದ ದೂರವಾಗುತ್ತಾರೆ. ಸುತ್ತಮುತ್ತಲಿನ

ಆಗು ಹೋಗುಗಳಿಂದ ವಿಚಲಿತರಾಗದೇ, ಸದಾ ಇದರಲ್ಲೇ ಮುಳುಗಿರುತ್ತಾರೆ. ಶಾಲಾ ಶಿಕ್ಷಣ, ಓದು, ಇತರ ಆಲೋಚನೆಗಳಿಂದ ವಂಚಿತರಾಗುತ್ತಾರೆ. ಈ ಕೆಲಸವನ್ನು ಹೆಚ್ಚಾಗಿ ಗುಪ್ತವಾಗಿ ಮಾಡಬೇಕಾಗಿರುವುದರಿಂದ ಹಾಗೂ ಮೊಬೈಲ್ ಮತ್ತು ತನ್ನ ಕಂಪ್ಯೂಟರ್‌ಗಳನ್ನು ಬೇರೆಯವರು ನೋಡದಂತೆ ಕಾಪಾಡಬೇಕಿರುವುದರಿಂದ ಇವರು ಕದ್ದು ಮುಚ್ಚಿ ಬದುಕಲು ಶುರು ಮಾಡುತ್ತಾರೆ. ಹೀಗೆ, ಇನ್ನೂ ಅನೇಕ ಪರಿಣಾಮಗಳು ಆಗಬಹುದು.

ಹಾಗಾದರೆ ನೀಲಿಚಿತ್ರಗಳ ವ್ಯಸನದಿಂದ ಬಿಡುಗಡೆ ಪಡೆಯಬಹುದೇ ಎಂದು ಕೇಳಿದರೆ, ಖಂಡಿತ ಸಾಧ್ಯವಿದೆ. ಆದರೆ ಇದಕ್ಕೆ ಪ್ರಜ್ಞಾಪೂರ್ವಕವಾದ ಪ್ರಯತ್ನ ಮುಖ್ಯ.

- ಮೊದಲಿಗೆ ನೀವು ಯಾತಕ್ಕಾಗಿ ನೀಲಿಚಿತ್ರ ವೀಕ್ಷಣೆಯನ್ನು ಕಡಿಮೆ ಮಾಡಬೇಕು ಎಂದು ಸುದೀರ್ಘವಾಗಿ ಆಲೋಚಿಸಿ ನಿರ್ಧಾರಕ್ಕೆ ಬನ್ನಿ.
- ನೀಲಿಚಿತ್ರ ವೀಕ್ಷಣೆಯ ವ್ಯಸನದಿಂದಾಗುವ ಪರಿಣಾಮಗಳ ಕುರಿತು ವೈದ್ಯರಲ್ಲಿ ಚರ್ಚಿಸಿ, ಸಲಹೆ ಸೂಚನೆ ಪಡೆಯಿರಿ. ಆ ಕುರಿತಾದ ಸಾಹಿತ್ಯಗಳನ್ನು ಪುಸ್ತಕ ಅಥವಾ ಅಂತರ್ಜಾಲದಿಂದ ಪಡೆದು ಓದಿ.
- ನೀವು ಈ ವಿಷಯವನ್ನು ಸಂಪೂರ್ಣವಾಗಿ ನಿಮಗೆ ಆಪ್ತರಾದ ಒಬ್ಬರಿಗೆ ತಿಳಿಸಿ. ನೀಲಿಚಿತ್ರ ವೀಕ್ಷಣೆ ಬಿಡುವುದಾಗಿಯೂ ಮತ್ತು ಅದಕ್ಕಾಗಿ ಅವರ ಸಹಾಯದ ಅಗತ್ಯವಿದೆ ಎಂದು ಹೇಳಿಕೊಳ್ಳಿ. ಇವರು ನಿಮ್ಮ ಸ್ನೇಹಿತರಾಗಬಹುದು, ಸಹೋದರರು ಅಥವಾ ಬಂಧುಗಳಾಗಬಹುದು ಅಥವಾ ಮನೋವೈದ್ಯ ಮತ್ತು ಆಪ್ತಸಲಹೆಗಾರರಾಗಬಹುದು. ಬೇರೆಯವರೊಂದಿಗೆ ಹೇಳಿದಾಗ ನಿಮ್ಮ ಬದ್ಧತೆ ಖಂಡಿತ ಹೆಚ್ಚಾಗುತ್ತದೆ ಮತ್ತು ಅವರ ಸಹಾಯವೂ ದೊರಕುತ್ತದೆ.
- ಯಾವುದೇ ಬಯಕೆಯಾಗಲೀ (ಕ್ರೇವಿಂಗ್), ಅದರಿಂದ ಹೊರಗೆ ಬರಲು ಕಷ್ಟವಿಲ್ಲ. ಆದರೆ ನಾವು ಅದಕ್ಕೆ ಬಲಿಯಾಗುತ್ತೇವೆ. ಈ ಬಯಕೆಯನ್ನು ಹೋಗಲಾಡಿಸುವುದು ಮುಖ್ಯವಾಗುತ್ತದೆ.
- ಅದಕ್ಕಾಗಿ ಮೊದಲಿಗೆ ನಿಮಗೆ ನೀಲಿಚಿತ್ರ ನೋಡಬೇಕು ಎಂದೆನ್ನಿಸುವ ಸಂದರ್ಭಗಳು ಯಾವುದೆಂದು ಪಟ್ಟಿ ಮಾಡಿ. ಆ ಸಂದರ್ಭಗಳನ್ನು ತಪ್ಪಿಸಲು ಪ್ರಯತ್ನಿಸಿ. ತಪ್ಪಿಸಲು ಆಗದಿದ್ದಾಗ, ಆ ಸಂದರ್ಭಗಳಲ್ಲಿ ನೀವು ಬೇರೆ ಕೆಲಸದಲ್ಲಿ ನಿರತರಾಗಿರುವಂತೆ ನೋಡಿಕೊಳ್ಳಿ.
- ನಿಮ್ಮ ಬಳಿ ಈಗಾಗಲೇ ಇರುವ ನೀಲಿಚಿತ್ರಗಳ ಸಂಗ್ರಹಣೆಯನ್ನು ಖಾಲಿ ಮಾಡಿ. ನೀವು ಇರುವ ವಾತಾವರಣವನ್ನು ನೀಲಿ ಚಿತ್ರ ಮುಕ್ತ ವಾತಾವರಣವನ್ನಾಗಿ ಮಾಡಿಕೊಳ್ಳಿ.
- ನೀಲಿಚಿತ್ರಗಳನ್ನು ನೋಡುವ ಬಯಕೆ ಹೆಚ್ಚಾದಾಗ, ಅದು ಮನಸ್ಸಿನಲ್ಲಿ ಮಾಡುವ ಅವಾಂತರಗಳನ್ನು ಸೂಕ್ಷ್ಮವಾಗಿ ಗಮನಿಸಿ. ನೀವು ಅದಕ್ಕೆ ಬಲಿಯಾಗದಂತೆ ಕೆಲವು

ಪ್ರೇರಣಾತ್ಮಕ ಚಿಂತನೆಗಳನ್ನು ನಿಮಗೆ ನೀವೇ ಹೇಳಿಕೊಳ್ಳಿ. ಇದರಿಂದ ನಿಯಂತ್ರಣಕ್ಕೆ ಸುಲಭವಾಗುತ್ತದೆ. ಇದು ಮೊದಮೊದಲಿಗೆ ಸ್ವಲ್ಪ ಕಷ್ಟವಾಗುತ್ತದೆ. ಮುಂದೆ ರೂಢಿಯಾಗುತ್ತದೆ. ಇಲ್ಲಾ, ಇದು ಕೆಲ ಕ್ಷಣಗಳು ಮಾತ್ರ ಇರುತ್ತದೆ. ಕ್ರಮೇಣ ಸರಿಹೋಗುತ್ತದೆ. ಇದರ ವಿರುದ್ಧ ನಾನು ಗೆಲ್ಲಲೇ ಬೇಕು. ಈಗ ನೋಡಿದರೆ ಇನ್ನೆಂದಿಗೂ ಬಿಡಲಾಗುವುದಿಲ್ಲ... – ಈ ರೀತಿ ಸ್ವಯಂಪ್ರೇರಕ ಹೇಳಿಕೆಗಳನ್ನು ಹೇಳಿಕೊಳ್ಳಬಹುದು.

- ಕೆಲವೊಮ್ಮೆ ನೀಲಿಚಿತ್ರ ನೋಡಲೇ ಬೇಕು, ಬಹಳ ದಿನಗಳಿಂದ ನೋಡಲಿಲ್ಲ ಎಂದಾದರೆ ಅದಕ್ಕಾಗಿ ಸಮಯ ನಿಗದಿ ಮಾಡಿ. ಟೈಮರ್ ಇಟ್ಟುಕೊಂಡು ನೋಡಿ. ನಿಗದಿತ ಸಮಯ ಮುಗಿದ ಬಳಿಕ ನೋಡುವುದನ್ನು ಒತ್ತಾಯಪೂರ್ವಕವಾಗಿ ನಿಲ್ಲಿಸಿ.

- ಹೆಚ್ಚು ಸೃಜನಾತ್ಮಕವಾದ ದೈಹಿಕ ಶ್ರಮವಹಿಸುವ ಕೆಲಸಗಳಲ್ಲಿ ಭಾಗಿಯಾಗಿ. ನಿಮ್ಮ ಸಮಯವನ್ನು ಸದುಪಯೋಗ ಮಾಡಿಕೊಳ್ಳಿ. ಮತ್ತು ಸದಾ ಕೆಲಸದಲ್ಲಿ ನಿರತರಾಗಿರುವಂತೆ ಮಾಡಿಕೊಳ್ಳಿ.

ಕೆಲವೊಮ್ಮೆ ನೀಲಿಚಿತ್ರ ವೀಕ್ಷಣೆಯನ್ನೇ ಲೈಂಗಿಕ ಶಿಕ್ಷಣವೆಂಬುದು ತಪ್ಪಾಗಿ ತಿಳಿಯಲಾಗುತ್ತದೆ. ಆದರೆ, ನೀಲಿಚಿತ್ರ ಮತ್ತು ಲೈಂಗಿಕ ಶಿಕ್ಷಣ ಬೇರೆಯಾಗಿವೆ. ಲೈಂಗಿಕ ಶಿಕ್ಷಣದಲ್ಲಿ ದೇಹದಲ್ಲಾಗುವ ಲೈಂಗಿಕ ಬದಲಾವಣೆಗಳು, ಲೈಂಗಿಕತೆ, ಲೈಂಗಿಕ ಕ್ರಿಯೆ ಮತ್ತು ಸುರಕ್ಷಾ ವಿಧಾನಗಳು, ಲೈಂಗಿಕ ಕಾಯಿಲೆಗಳು, ಲೈಂಗಿಕತೆಯಲ್ಲಿ ಮಾನಸಿಕ ದೃಢತೆ, ಲೈಂಗಿಕ ಅಪಾಯದ ನಡವಳಿಕೆಗಳು, ಇತ್ಯಾದಿಗಳ ಕುರಿತು ಹೇಳಲಾಗುತ್ತದೆ. ಆದರೆ, ನೀಲಿಚಿತ್ರಗಳಲ್ಲಿ ಇದ್ಯಾವುದೂ ಇಲ್ಲದೇ ಲೈಂಗಿಕ ಕ್ರಿಯೆಯನ್ನು ತೋರಿಸಲಾಗುತ್ತದೆ. ಇದು ಕೇವಲ ಲೈಂಗಿಕ ಮನರಂಜನೆ ಮತ್ತು ಉದ್ದೀಪನ ಮಾಡಬಹುದೇ ವಿನಃ ಶಿಕ್ಷಣ ನೀಡುವುದಿಲ್ಲ. ಇಷ್ಟು ಮಾತ್ರವಲ್ಲದೇ, ನೀಲಿಚಿತ್ರಗಳ ಪರಿಣಾಮದಿಂದ ಯುವಕರಲ್ಲಿ ಲೈಂಗಿಕತೆ ಎಂದರೆ ಬರಿಯ ಮೈಥುನ ಎಂದೋ ಅಥವಾ ಸಂಭೋಗವೆಂದೋ ತಪ್ಪು ಪರಿಕಲ್ಪನೆ ಮೂಡುವ ಸಾಧ್ಯತೆ ಹೆಚ್ಚಿದೆ. ಆದರೆ, ಪರಸ್ಪರ ಪ್ರೀತಿ, ಗೌರವ, ಸಹಕಾರದಿಂದ ಕೂಡಿದ ಲೈಂಗಿಕ ಕ್ರಿಯೆ ಮಾತ್ರ ಪರಿಪೂರ್ಣ ಲೈಂಗಿಕತೆ ಎನ್ನಿಸಿಕೊಳ್ಳುತ್ತದೆ.

**19. ನನಗೆ ಒಂಟಿತನ ಕಾಡುತ್ತದೆ. ಜೀವನ ಬೋರ್ ಎನ್ನಿಸುತ್ತದೆ. ಏನೇ ಕೆಲಸ ಮಾಡಲು ಹೊರಟರೂ, ಕೆಲವು ಸಮಯದ ಬಳಿಕ ಬೋರ್ ಆಗಿಬಿಡುತ್ತದೆ. ಹೀಗೇಕಾಗುತ್ತದೆ? ಮತ್ತು ಇದರಿಂದ ಹೊರಬರಲು ಏನು ಮಾಡಬೇಕು?**

ಕೈತುಂಬಾ ಕೆಲಸವಿರುತ್ತಿದ್ದ, ಜವಾಬ್ದಾರಿಗಳು ಹೆಚ್ಚುತ್ತಿದ್ದ, ಮಕ್ಕಳಿಂದ ವಯಸ್ಕರಾಗುವ ಚುರುಕಿನ ಹದಿಹರೆಯದ ವಯಸ್ಸು, ಇತ್ತೀಚಿನ ದಿನಮಾನದಲ್ಲಿ ಬೋರ್ ಆಗುತ್ತಿರುವುದು ಬಹಳ ಗಂಭೀರ ಸಮಸ್ಯೆ ಆಗಿದೆ. ಇತ್ತೀಚೆಗೆ ನಾನು ಹೋಗುವ ಅನೇಕ ಕಡೆ ಮಕ್ಕಳು ಇದನ್ನೇ ಹೇಳುತ್ತಾರೆ. ಬಹಳ ಬೇಗ ಲೈಫ್ ಇಸ್ ವೆರಿ ಬೋರಿಂಗ್ ಎನ್ನುವ ನಿರ್ಧಾರಕ್ಕೆ

ಬರುತ್ತಾರೆ. ಕೆಲವೊಮ್ಮೆ ದೇರ್ ಇಸ್ ನೋ ಕಿಕ್ ಅಥವ ಮಜಾ ಇಲ್ಲಾ ಎಂದು ಹೇಳುತ್ತಾರೆ. ಇದಕ್ಕೆಲ್ಲಾ ಅನೇಕ ಕಾರಣಗಳಿವೆ. ಬಿಡುವಿರುವಾಗ ಏನು ಮಾಡಬೇಕೆಂದು ತಿಳಿಯದೇ ಇರುವುದು ಒಂದು ಕಾರಣವಾದರೆ, ಅನೇಕ ಆಯ್ಕೆಗಳಿದ್ದು, ಯಾವುದೂ ಕೂಡ ಅವರಿಗೆ ಆಸಕ್ತಿದಾಯಕವಾಗಿರದೇ ಇರುವುದೂ ಕೂಡ ಇನ್ನೊಂದು ಕಾರಣವಾಗಿರಬಹುದು. ಚಿಕ್ಕ ಮಕ್ಕಳ ಮುಗ್ಧತೆಯಿಂದ ವಯಸ್ಕರ ಕಡೆ ಬೆಳೆಯುತ್ತಿರುವ ಈ ಪ್ರಾಯದಲ್ಲಿ ಕೆಲವೊಮ್ಮೆ ತನಗೆ ಏನೂ ಆಸಕ್ತಿಯಿರದೇ, ಏನು ಮಾಡಿದರೆ ಸಂತೋಷ ಸಿಗುತ್ತದೆ, ಇತ್ಯಾದಿ ಕುರಿತು ನಿರ್ಧಾರ ಮಾಡಲು ಕಷ್ಟವಾಗುವುದು ಕೂಡ ಒಂದು ಕಾರಣ. ಇಷ್ಟು ಮಾತ್ರವಲ್ಲದೇ ನಮ್ಮ ಶಾಲಾ ಶಿಕ್ಷಣ ವ್ಯವಸ್ಥೆಯೂ, ಮಾಧ್ಯಮಗಳೂ ಕಾರಣವಾಗಿವೆ. ಇಂಟರ್ನೆಟ್, ವಿಡಿಯೋ ಗೇಮ್ಸ್‌ಗಳು ಆಸಕ್ತಿಕರ ಎನ್ನಿಸಿದಷ್ಟೇ ವೇಗವಾಗಿ ಬೋರ್ ಕೂಡ ಎನ್ನಿಸುತ್ತದೆ. ಕೆಲವೊಮ್ಮೆ ಇಂತಹ ಬೋರ್‌ಡಂ ಮಾದಕ ದ್ರವ್ಯಗಳ ವ್ಯಸನಕ್ಕೆ, ಅತಿಯಾಗಿ ತಿನ್ನುವ, ನೀಲಿಚಿತ್ರ ವೀಕ್ಷಣೆಯ, ವಿಡಿಯೋ ಗೇಮ್‌ಗಳ ಮತ್ತಿತರ ವ್ಯಸನಕ್ಕೂ ಕಾರಣವಾಗುತ್ತವೆ. ಹಾಗೂ ಜೀವನೋತ್ಸಾಹ ಕಳೆದುಕೊಂಡು ಖಿನ್ನರನ್ನಾಗಿಸುತ್ತದೆ.

- ಜೀವನ ಬೋರ್ ಎನ್ನಿಸುವುದು ಎಲ್ಲರಿಗೂ ಆಗುತ್ತದೆ. ಒಂದೇ ಕೆಲಸ ಸತತವಾಗಿ ಮಾಡಿದಾಗ, ಬೋರ್ ಎನ್ನಿಸುವುದು ಮನುಷ್ಯನಿಗೆ ಒಂದು ಸಾಮಾನ್ಯ ಸಮಸ್ಯೆ. ಹಾಗಾಗಿ ನಮ್ಮ ಜೀವನವನ್ನು ಆಸಕ್ತಿದಾಯಕವಾಗಿ ರೂಪಿಸಿಕೊಳ್ಳುವುದು, ನಮ್ಮ ಕೈಯಲ್ಲೇ ಇದೆ ಎನ್ನುವ ಸತ್ಯವನ್ನು ಯಾವಾಗಲೂ ಮರೆಯಬಾರದು.

- ನಮ್ಮ ಜೀವನದಲ್ಲಿ ಬೋರ್‌ನಿಂದ ಹೊರಗೆ ಬಂದು ಆಸಕ್ತಿದಾಯಕ ಎಂದೆನ್ನಿಸಬೇಕಾದರೆ, ಕೆಲವು ಹವ್ಯಾಸಗಳನ್ನು ರೂಢಿಸಿಕೊಳ್ಳಬೇಕು. ಅದಕ್ಕಾಗಿ ಮೊದಲು ತನಗೆ ಇಷ್ಟವಾಗುವ ಹವ್ಯಾಸ ಯಾವುದು ಎಂದು ತಿಳಿಯಬೇಕು.

- ಹದಿಹರೆಯದಲ್ಲಿ ನಮ್ಮ ಇಷ್ಟದ ಹವ್ಯಾಸ ಯಾವುದು ಎಂದು ತಿಳಿಯುವುದೂ ಕೂಡ ಜಟಿಲವಾಗುತ್ತದೆ. ಅಂತಹ ಸಂದರ್ಭದಲ್ಲಿ ಎಲ್ಲಾ ಚಟುವಟಿಕೆಯಲ್ಲೂ ಮುಕ್ತವಾಗಿ ಭಾಗವಹಿಸಬೇಕು. ಎಲ್ಲದರ ಅನುಭವ ಪಡೆದ ನಂತರ, ನಮ್ಮ ಇಷ್ಟದ ಹವ್ಯಾಸ ಯಾವುದು ಎಂದು ತಿಳಿಯುತ್ತದೆ. ಹಾಗೇ, ಒಂದಕ್ಕಿಂತ ಹೆಚ್ಚು ಹವ್ಯಾಸ ಇರಬಾರದೆಂದು ಏನೂ ಇಲ್ಲ, ಹವ್ಯಾಸಗಳು ಎಂದಾಗ ಸಾಹಿತ್ಯದ ಓದು, ಹಾಡು ಕೇಳುವುದು, ಹಾಡುವುದು, ನೃತ್ಯ, ನಟನೆ, ಚಿತ್ರಕಲೆ, ಕ್ರೀಡೆ, ಬರವಣಿಗೆ, ಸ್ಕೆಚಿಂಗ್, ಇತ್ಯಾದಿ ಏನಾದರೂ ಆಗಬಹುದು.

- ಆದಷ್ಟು ನೇರವಾಗಿ ಭಾಗವಹಿಸುವ ಹವ್ಯಾಸಗಳಲ್ಲಿ ತೊಡಗಿಸಿಕೊಂಡರೆ ಉತ್ತಮ. ನೀವು ದೈಹಿಕವಾಗಿ ನಿಷ್ಕ್ರಿಯವಾಗಿರುವ ವಿಡಿಯೋ ಗೇಮ್‌ಗಳು ಮತ್ತು ಅಂತರ್ಜಾಲಗಳ ಬಳಕೆ ಆದಷ್ಟೂ ಕಡಿಮೆ ಮಾಡಿ. ಅದು ಮುಂದೆ ಬೋರ್ ಎನ್ನಿಸಲು ಶುರುವಾಗುತ್ತದೆ.

- ಜನರೊಂದಿಗೆ ಮುಕ್ತವಾಗಿ ಬೆರೆಯಿರಿ. ಹೆಚ್ಚು ಸಂವಾದ, ತಿರುಗಾಟದಲ್ಲಿ ತೊಡಗಿದಾಗ ಆನಂದವಿರುತ್ತದೆ.
- ಕೊನೆಯದಾಗಿ, ಈ ಹವ್ಯಾಸ, ಓದು, ಶಾಲೆ, ಶಿಕ್ಷಣ, ಇತ್ಯಾದಿಗಳ ಒಳ್ಳೆಯ ಹದವಿದ್ದಾಗ ಜೀವನ ಕಡಿಮೆ ಬೋರ್ ಎನ್ನಿಸುತ್ತದೆ.

**20. ನನ್ನ ಗೆಳೆಯರು ಕುಡಿಯುತ್ತಾರೆ, ಸಿಗರೇಟು ಸೇದುತ್ತಾರೆ. ಆದರೆ ಅದು ನನಗೆ ಇಷ್ಟವಿಲ್ಲ. ಇದರಿಂದ ಅವರು ನನ್ನನ್ನು ಅವರ ಗುಂಪಿನೊಂದಿಗೆ ಇರಲು ಬಿಡುವುದಿಲ್ಲ. ಆದರೆ ಅವರೆಲ್ಲರೂ ಬಹಳ ಸಮಯದಿಂದ ಸ್ನೇಹಿತರಾಗಿದ್ದು, ಅವರ ಸಂಗ ಬಿಡಲು ನನಗೆ ಮನಸ್ಸಿಲ್ಲ. ಏನು ಮಾಡುವುದು?**

ಅನೇಕ ಬಾರಿ ಹೀಗಾಗುವುದು ಸಹಜ. ಕೆಲವೊಮ್ಮೆ ಒತ್ತಾಯಕ್ಕೆ ಮಣಿದು ಅವರಂತೇ ಆಗುವುದು ಉಂಟು. ಆದರೆ ಇಲ್ಲಿ ನಿಮ್ಮ ವೈಯಕ್ತಿಕ ಭಾವನೆಯನ್ನು ಕಾಪಾಡಿಕೊಂಡು, ಅವರೊಂದಿಗೆ ಸ್ನೇಹ ಮುಂದುವರೆಸುವುದು ಬಹಳ ಮುಖ್ಯ. ಅವರ ಸ್ನೇಹ ಕಳೆದುಕೊಳ್ಳುತ್ತೇವೆ ಎಂದಾಗಲೀ, ಗುಂಪಿನಿಂದ ಹೊರಗೆ ಉಳಿಯುತ್ತೇವೆ ಎಂದಾಗಲೀ ಅಥವಾ ಟ್ರೆಂಡ್‌ನ ಜೊತೆ ಹೋಗಬೇಕು ಎಂದಾಗಲಿ ಕೆಲವು ಬಾರಿ ಇಷ್ಟವಿಲ್ಲದಿದ್ದರೂ ಯುವಕರು ಇಂತಹ ಅಭ್ಯಾಸಗಳನ್ನು ರೂಢಿಸಿಕೊಳ್ಳುತ್ತಾರೆ. ಆದರೆ ಅದು ಒಳ್ಳೆಯದಲ್ಲ. ನಿಮ್ಮ ವೈಯಕ್ತಿಕ ಆದರ್ಶದಂತೆ ನೀವು ಕುಡಿಯದಿರಲು ಅಥವಾ ಸಿಗರೇಟು ಸೇದದಿರಲು ನಿರ್ಧರಿಸಿದ್ದರೆ, ಅದನ್ನು ಧೈರ್ಯದಿಂದ ಅವರಿಗೆ ಹೇಳಿ. ಅವರು ಒತ್ತಾಯ ಮಾಡಿದರೆ, ನಿರ್ದಾಕ್ಷಿಣ್ಯವಾಗಿ ಇಲ್ಲಾ ಎಂದು ಹೇಳಿ. ಸೂಕ್ತ ಸಮಯದಲ್ಲಿ ಧೈರ್ಯವಾಗಿ ಇಲ್ಲ ಎನ್ನುವುದು ಕೂಡ ಒಂದು ಕಲೆ. ಅದನ್ನು ರೂಢಿಸಿಕೊಳ್ಳಿ. ಇಂತಹ ಅಭ್ಯಾಸಗಳಲ್ಲಿ ಭಾಗಿಯಾಗದೇ, ಬೇರೆ ಬೇರೆ ವಿಚಾರ, ಆಚರಣೆ, ಧರ್ಮಗಳನ್ನು ಹೊಂದಿಯೂ ಕೂಡ ಸ್ನೇಹದಲ್ಲಿ ಇರಬಹುದು.

ನನ್ನ ಕಾಲೇಜು ದಿನಗಳಲ್ಲಿ ನಮ್ಮ ಐದು ಜನರ ಗುಂಪಿನಲ್ಲಿ ಕೇವಲ ಒಬ್ಬನೇ ಒಬ್ಬ ಕುಡಿಯುವುದು ಮತ್ತು ಸಿಗರೇಟು ಸೇದುವುದು ಮಾತ್ರ ಮಾಡುತ್ತಿದ್ದ. ಪದವಿಯ ಮೂರು ವರ್ಷದಲ್ಲೂ ಉಳಿದವರು ಯಾರೂ ಕೂಡ ಅವನಿಂದ ಪ್ರಭಾವಿತರಾಗಲಿಲ್ಲ. ಆದರೆ ಸ್ನೇಹ ಮುಂದುವರೆದಿತ್ತು. ಹಾಗೇ ನಮ್ಮ ಕಾಲೇಜಿನ ಇನ್ನೊಂದು ಗುಂಪಿನಲ್ಲಿ ಆರು ಜನರಲ್ಲಿ ಒಬ್ಬ ಮಾತ್ರ ಕುಡಿಯದೇ, ಸಿಗರೇಟು ಸೇದದೇ ಇರುವ ಒಂದು ಸ್ನೇಹವೂ ಇತ್ತು. ಹಾಗಾಗಿ, ಎಲ್ಲರೂ ಕುಡಿದರೆ ಅಥವಾ ಒಂದೇ ತೆರನಾದ ಹವ್ಯಾಸ ಹೊಂದಿದ್ದರೆ ಮಾತ್ರ ಸ್ನೇಹ ಹೊಂದಬೇಕು ಎಂದೇನಿಲ್ಲಾ.

ಇಷ್ಟು ಹೇಳಿದ ಮೇಲೂ, ಅವರು ನಿಮಗೆ ಕುಡಿಯಲೇ ಬೇಕು ಎಂದು ಒತ್ತಾಯ ಮಾಡಿದರೆ, ನಿಮ್ಮ ಆದರ್ಶಗಳಿಗೆ ಬೆಲೆ ಕೊಡದೇ ಇರುವ ಸ್ನೇಹಿತರ ಸ್ನೇಹವನ್ನು ಮುಂದುವರೆಸಬೇಕೋ ಅಥವ ಬೇಡವೋ ಎಂದು ಆಲೋಚಿಸಬೇಕಾಗುತ್ತದೆ.

**21. ಹದಿಹರೆಯದಲ್ಲಿ ನಮ್ಮ ಮಾನಸಿಕ ಆರೋಗ್ಯವನ್ನು ಹೇಗೆ ಕಾಪಾಡಿಕೊಳ್ಳಬಹುದು? ನಿಮ್ಮ ಸಲಹೆಯೇನು?**

ಮಾನಸಿಕ ಆರೋಗ್ಯ ಮಾತ್ರವಲ್ಲ. ಎಲ್ಲಾ ತರಹದ ಆರೋಗ್ಯವನ್ನು ಕಾಪಾಡಿಕೊಳ್ಳುವುದು ಮುಖ್ಯ. ದೈಹಿಕ, ಮಾನಸಿಕ, ಸಾಮಾಜಿಕ ಆರೋಗ್ಯಗಳು ಒಂದಕ್ಕೊಂದು ಸಂಬಂಧ ಹೊಂದಿದ್ದು, ಎಲ್ಲವನ್ನೂ ಸಮತೋಲನದಲ್ಲಿ ಇರಿಸಿಕೊಳ್ಳುವುದು ಮುಖ್ಯ. ವ್ಯಕ್ತಿಯ ಈ ಆರೋಗ್ಯದಿಂದ ಒಂದು ಆರೋಗ್ಯವಂತ ಸಮಾಜ ನಿರ್ಮಾಣವಾಗುತ್ತದೆ. ನಿಮ್ಮ ಆರೋಗ್ಯ ಕಾಪಾಡಿಕೊಳ್ಳಲು ಈ ಕೆಳಗಿನ ಅಂಶಗಳನ್ನು ಗಮನಿಸಬಹುದು.

- ಮೂಲಭೂತ ಕಾರ್ಯಗಳಾದ ಆಹಾರ, ನಿದ್ರೆ ಮತ್ತು ವ್ಯಾಯಾಮಗಳನ್ನು ಸರಿಯಾದ ಕ್ರಮದಲ್ಲಿ ರೂಢಿಸಿಕೊಳ್ಳಬೇಕು.
- ಆದಷ್ಟು ಸ್ವಾಭಾವಿಕ ಆಹಾರ ಪದ್ಧತಿಯನ್ನು ಪಾಲಿಸುವುದು ಉತ್ತಮ. ಹಸಿರು ತರಕಾರಿ, ಹಣ್ಣು ಹಂಪಲು, ಹಸಿ ತರಕಾರಿ, ಮೀನು, ಮೊಟ್ಟೆ ಇತ್ಯಾದಿ ನಿಮ್ಮ ಆಹಾರಲ್ಲಿದಷ್ಟೂ ಒಳ್ಳೆಯದು. ಸಮಯಕ್ಕೆ ಸರಿಯಾದ ಉತ್ತಮ ಭೋಜನ ಒಳಿತು.
- ಹದಿಹರೆಯದಲ್ಲಿ ಬಹಳ ರೀತಿಯ ಬೆಳವಣಿಗೆಗಳು ಆಗುವುದರಿಂದ ದೇಹಕ್ಕೆ ಅಗತ್ಯವಾಗಿ ವಿಶ್ರಾಂತಿ ಬೇಕಾಗುತ್ತದೆ ಹಾಗೂ ಕನಿಷ್ಠ ಎಂಟು ಗಂಟೆ ನಿದ್ರಿಸಬೇಕು.
- ದೈಹಿಕ ಶ್ರಮ ಇರುವ ಕೆಲಸಗಳನ್ನು ಆಗಾಗ ಮಾಡುವುದು, ವ್ಯಾಯಾಮ, ಯೋಗ, ಧ್ಯಾನ, ಇತ್ಯಾದಿಗಳು ಕೂಡ ಆರೋಗ್ಯವನ್ನು ವೃದ್ಧಿಸುತ್ತದೆ. ಧ್ಯಾನ ಎಂದಾಗಲೂ ಬಹು ದೊಡ್ಡದಾಗಿ ಯೋಚನೆ ಮಾಡಬೇಕಾಗಿಲ್ಲ. ದಿನಕ್ಕೆ ಐದು ನಿಮಿಷ ಕಣ್ಣುಮುಚ್ಚಿ ನಿಮ್ಮ ಉಸಿರಾಟವನ್ನು ಗಮನಿಸಿದರೆ ಸಾಕು. ನಿಮ್ಮ ಏಕಾಗ್ರತೆಯಲ್ಲಿ ಮತ್ತು ಗಮನಿಸುವಿಕೆಯಲ್ಲಿ ಗಮನಾರ್ಹ ಪರಿಣಾಮ ಬೀರುತ್ತದೆ. ಆದರೆ ಇದನ್ನು ಸತತವಾಗಿ ಮಾಡುವುದು ಮುಖ್ಯ.
- ನೀವು ಏನಾಗಿದ್ದೀರೋ ಅದನ್ನು ಒಪ್ಪಿಕೊಳ್ಳಿ. ನಿಮ್ಮ ಕುಂದುಕೊರತೆ, ಸಾಮರ್ಥ್ಯ, ಬಲಹೀನತೆಗಳು, ಎಲ್ಲದರ ಕುರಿತು ಅರಿವು ಬೆಳೆಸಿಕೊಳ್ಳಿ. ನಿಮ್ಮ ಬಗ್ಗೆ ಕೀಳರಿಮೆ ಅಥವಾ ಅತಿಯಾದ ವಿಶ್ವಾಸ ಬೇಡ.
- ನಿಮ್ಮ ಬಗ್ಗೆ ನೀವು ನಕಾರಾತ್ಮಕವಾಗಿ ಎಂದಿಗೂ ಎಣಿಸಲು ಹೋಗಬೇಡಿ. ಸ್ವಗೌರವ ಬೆಳಸಿಕೊಳ್ಳಿ. ದೃಢಮನಸ್ಸಿನಿಂದ ಮತ್ತು ಹೆಚ್ಚು ಪರಿಶ್ರಮದಿಂದ ಕೆಲಸಗಳು ಆಗುತ್ತವೆ ಎಂದು ಪರಿಗಣಿಸಿ ಕೆಲಸಮಾಡಿ.
- ಒಳ್ಳೆಯ ಹವ್ಯಾಸಗಳಾದ ಕ್ರೀಡೆ, ಓದು, ತಿರುಗಾಟ, ಪ್ರವಾಸ, ನಾಟಕ ವೀಕ್ಷಣೆ, ಸದಭಿರುಚಿಯ ಸಿನಿಮಾ, ಇತ್ಯಾದಿಗಳನ್ನು ನಿಮ್ಮ ಜೀವನದಲ್ಲಿ ರೂಢಿಸಿಕೊಳ್ಳಿ. ಜೀವನದಲ್ಲಿ ಇಂತಹವುಗಳು ಸೇರಿ ಸಮತೋಲದಲ್ಲಿದ್ದಾಗ ಬದುಕು ಬಣ್ಣಮಯವಾಗುತ್ತದೆ.

- ನಿಮ್ಮ ಸೀಮಿತ ಪರಿಧಿಯನ್ನು ದಾಟಿ ಬದುಕಿನ ಅನೇಕ ಮಜಲುಗಳನ್ನು, ಆಯಾಮಗಳನ್ನು ಅನ್ವೇಷಣೆ ಮಾಡಿ. ಇಲ್ಲಿಯವರೆಗೆ ಮಾಡಲು ಹಿಂಜರಿಯುತ್ತಿದ್ದ ಕೆಲಸಗಳನ್ನು ಧೈರ್ಯದಿಂದ, ಸೂಕ್ತ ತಯಾರಿ ಮತ್ತು ಸುರಕ್ಷತೆಯಿಂದ ಮಾಡಿ.
- ಇನ್ನೊಬ್ಬರನ್ನು ಪ್ರೀತಿಸಿ. ಕಾಳಜಿ ತೋರಿಸಿ. ಪ್ರೀತಿ ಕೊಟ್ಟು ಪಡೆದಾಗ ಬದುಕು ಆನಂದದಿಂದಿರುತ್ತದೆ. ಬೇರೆಯವರನ್ನು ದ್ವೇಷಿಸಬೇಡಿ.
- ಅಪ್ಪ ಅಮ್ಮನ ಕೆಲಸದಲ್ಲಿ, ನಿಮ್ಮ ಬಿಡುವಿನ ವೇಳೆಯಲ್ಲಿ ಭಾಗಿಯಾಗಿ ಸಹಕರಿಸಿ.
- ಒಳ್ಳೆಯ ಸ್ನೇಹಿತರ ಸಂಪರ್ಕ ಮಾಡಿ.
- ಕುಡಿತ, ಸಿಗರೇಟು ಮತ್ತಿತರ ಮಾದಕ ದ್ರವ್ಯಗಳಿಂದ ದೂರವಿರಿ.
- ಮೊಬೈಲ್ ಮತ್ತು ಸಾಮಾಜಿಕ ಜಾಲತಾಣಗಳನ್ನು ಮಿತವಾಗಿ ಸೂಕ್ತ ಪ್ರಮಾಣದಲ್ಲಿ ಬಳಸಿ.
- ನೀವು ಸಾಧಿಸಬಲ್ಲಂತಹ ಮತ್ತು ನಿಮ್ಮ ಸಾಮರ್ಥ್ಯಕ್ಕೆ ತಕ್ಕುದಾದಂತಹ ಗುರಿಗಳನ್ನು ಇಟ್ಟುಕೊಳ್ಳಿ. ಮತ್ತು ಅವುಗಳನ್ನು ಸಾಧಿಸಲು ಪ್ರಯತ್ನ ಪಡಿ.
- ಮಾರ್ಗದರ್ಶನ ಮಾಡುವ ಮತ್ತು ಪ್ರೀತಿ ನೀಡುವ ಹಿರಿಯರೊಂದಿಗೆ ಸ್ನೇಹ ಮಾಡಿ. ಕಿರಿಯರೊಂದಿಗೆ ಆಟವಾಡಿ. ಪ್ರೀತಿ ನೀಡಿ.
- ನಿಮ್ಮ ಭಾವನೆಗಳನ್ನು, ಸಮಸ್ಯೆಗಳನ್ನು ಬೇರೆಯವರೊಂದಿಗೆ ಹಂಚಿಕೊಳ್ಳಿ. ಸಹಾಯ ಬೇಕೆನ್ನಿಸಿದಾಗ ಹೆತ್ತವರನ್ನು, ಶಿಕ್ಷಕರನ್ನು, ಮನೋವೈದ್ಯರನ್ನು, ಆಪ್ತಸಲಹೆಗಾರರನ್ನು ಭೇಟಿಯಾಗಿ. ಆದರೆ ಅಪರಿಚಿತರೊಂದಿಗೆ ಹಂಚಿಕೊಳ್ಳಬೇಡಿ.

ಮೇಲೆ ಹೇಳಿರುವ ವಿಚಾರಗಳು ನೀತಿಬೋಧನೆಯಂತೆ ಕಾಣಬಹುದು. ಆದರೆ ನಾವು ಸಮಸ್ಯೆಗೆ ಸಿಲುಕುವುದು ಮೇಲಿನ ಯಾವುದಾದರೂ ಕ್ಷೇತ್ರದಲ್ಲಿ ಎಡವಿದಾಗ. ಎಡವದಿದ್ದರೂ, ಬದುಕೆಂದರೆ ಸಮಸ್ಯೆಗಳು ಬಂದೇ ಬರುತ್ತದೆ. ಆಗ ಈ ಮೇಲಿನ ಅಂಶಗಳಲ್ಲಿ ಪಕ್ವವಾಗಿದ್ದರೆ, ಬಂದಿರುವ ಸಮಸ್ಯೆಗಳನ್ನು ಎದುರಿಸಲು ಸುಲಭವಾಗುತ್ತದೆ. ಅನೇಕ ಭಾರಿ ಸಮಸ್ಯೆಗಳು ಬರಬೇಕೋ ಬೇಡವೋ ಎಂದು ನಿರ್ಧರಿಸುವುದು ನಮ್ಮ ಕೈಯಲಿಲ್ಲ. ಆದರೆ ಅವುಗಳನ್ನು ಹೇಗೆ ಎದುರಿಸಬೇಕು ಎಂಬುದು ಮಾತ್ರ ಸಂಪೂರ್ಣ ನಮ್ಮ ಕೈಯಲ್ಲಿ ಇದೆ. ಉಜ್ವಲ ಭವಿಷ್ಯ ನಿಮ್ಮದಾಗಲಿ, ಶುಭಾಶಯ.

# ಉಲ್ಲೇಖಗಳು

- ಎಸ್. ಎಲ್. ಭೈರಪ್ಪ; ನಾನೇಕೆ ಬರೆಯುತ್ತೇನೆ; ಸಾಹಿತ್ಯ ಭಂಡಾರ ಪ್ರಕಾಶನ, 1980, (ಲೇಖನ: ಪರ್ವ ಬರೆದದ್ದು)

- Kamal V. Mukunda; What Did You Ask At School Today: A Handbook of Child Learning; Harper Collins, 2009

- http://www.hindustantimes.com/entertainment/deepika-padukone-i-had-to-take-medication-for-depression/story-Q5uuAHRLWKAS7Lx08gi19M.html

- https://www.filmfare.com/interviews/i-cried-for-hours-srk-1884.html

- http://www.fashionlady.in/parveen-babi-illness-what-caused-her-death/36690

- http://timesofindia.indiatimes.com/entertainment/hindi/music/news/Yo-Yo-Honey-Singh-I-must-confess-that-I-was-bipolar-and-an-alcoholic-It-was-scary/articleshow/51395959.cms

- https://www.cbsnews.com/pictures/13-celebrity-stutterers/13/

- http://www.socialworkdegreeguide.com/10-famous-people-with-anxiety-disorders/

- https://www.scoopwhoop.com/Celebrities-Who-Talked-About-Mental-Illnesses/#.zahoynaqm

- http://timesofindia.indiatimes.com/tv/news/hindi/Stammering-is-hell-Hrithik/articleshow/5054992.cms

- http://www.indiaparenting.com/child-development/29_3834/how-paresh-rawal-coped-with-speech-problem.html

- https://www.savethechildren.in/resource-centre/articles/recent-statistics-of-child-abuse

- http://www.nationalsexstudy.indiana.edu/graph.html,

- http://www.nationalsexstudy.indiana.edu/